dấu chân lang bạt I

DẤU CHÂN LANG BẠT

I

TÁI BẢN

Tranh: Nguyên Khai

NHÂN ẢNH

2022

DẤU CHÂN LANG BẠT I

Song Thao
NHÂN ẢNH xuất bản
Bìa: Khánh Trường
Kỹ thuật: Tạ Quốc Quang
www.songthao.com
Copyright © 2022 by Song Thao
ISBN: 9781087969374

MỤC LỤC

Mở   9

NHỮNG BÀI VIẾT TRƯỚC NĂM 1975

Những Chiếc Nút Nhiều Lời   13
La Cà Trong Khu Nghệ Sĩ   23
Những Tên Bạn Tạp Chủng   33
Quê Hương Nơi Xứ Người   51
Hát Cô Đầu Ở Đại Hàn   61
Những Giờ Phút Trên Mây   69
Hán Thành Lần Đầu Gặp Gỡ   81
Đông Kinh, Ông Bạn Cũ.   93
Hương Cảng, Ngôi Chợ Của Thế Giới   107
Gái Phi   119
Một Chuyến Phi Du   129
Manila Lắm Chuyện   141
Lang Thang Giữa Manila   153
Chất Việt Nam Tại Manila   165

NHỮNG BÀI VIẾT SAU NĂM 1975

Ba Tuần Ở Trung Quốc   181
Saint Martin: Một Đảo Hai Quốc Gia   239
Cali Đi Dễ Khó Về   253
San Jose, Những Bạn Già   269
Trái Cây Nhiệt Đới Ở Florida   281
Mỗi Năm Hoa Đào Nở Tại Hoa Thịnh Đốn   295
Pháp, Một Vòng Provence   311
Xuyên Qua Vài Nước Âu Châu   349
Tây Ban Nha, Bồ Đào Nha: Rượu Đủ Chưa?   375
Rocky Mountain: Không Chỉ Có Núi   439
Tám Ngàn Cây Số Xuyên Miền Đông Hoa Kỳ   453
Đại Hàn: Bên Ngoài Phim Bộ   481
Nhật Bổn: Còn Nhiều Thú Vị   501

MỞ

Cuốn sách mang tên *"Dấu Chân Lang Bạt"* mà Quý Vị cầm trên tay là những ghi nhận của tôi về những chuyến xuất ngoại trước năm 1975 và những chuyến du lịch sau 1975. Tính ra từ lần đầu tiên xuất ngoại qua Hoa Kỳ vào tháng 9 năm 1967 tới nay đã gần tròn nửa thế kỷ. Cái tôi của những ngày mới trên đôi mươi, nhìn nước người, khác với cái tôi ngày nay đặt chân tới các chân trời mới ra sao, bạn đọc có thể nhìn ra qua những con chữ trải dài trong cuốn du ký này. Gọi là du ký nhưng tôi ghi nhận những điều mắt thấy tai nghe nhiều hơn là đi vào phần tài liệu về lịch sử, văn hóa, phong tục của từng nơi đã đặt chân đến. Sách gồm hai phần:

Phần viết trước 1975 ghi lại bước chân của tôi tới Hoa Kỳ, Nhật Bản, Đại Hàn, Hương Cảng, Phi Luật Tân. Các bài trong phần này đã được in trong bán nguyệt san Thời Nay từ năm 1969 tới 1973.

Nhân đây, tôi xin cám ơn nhà văn Thái Phương, tác giả các truyện dài trên nhật báo Tự Do và tuần báo Màn Ảnh trước năm 1975, đã không quản vất vả, tới các thư viện ở Sài Gòn tìm lại những bài báo xưa mà có bài tôi đã không còn nhớ được, ngay chỉ cái tên bài.

Phần viết sau 1975 ghi lại bước chân của tôi tới các quốc gia Trung Quốc, Hoa Kỳ, Pháp, Bỉ, Đức, Hòa Lan, Tây Ban Nha, Bồ Đào Nha, Saint Martin, Đại Hàn, Nhật Bản. Các bài này đã được in rải rác trong các cuốn Phiếm mà một số độc giả đã yêu cầu tập trung lại cho dễ tìm.

Cuốn du ký này ra đời là một phần kỷ niệm mà tôi muốn

giữ lại trong tâm khảm, là những buồn vui trong cuộc đời nhiều di chuyển, lắm đổi thay của tôi. Chia sẻ với Quý Vị những giờ khắc rong ruổi trên đất nước người trong các chuyến đi là ước nguyện của tôi khi xuất bản cuốn sách này. Giờ đây, mời Quý Vị lên đường!

Những Bài Viết Trước Năm 1975

NHỮNG CHIẾC NÚT NHIỀU LỜI

Một ngày thứ bảy đẹp trời, tại Battery Park ở phía nam đảo Manhattan của thành phố Nữu Ước, nơi du khách tấp nập chờ tàu ra viếng tượng Nữ Thần Tự Do, chừng năm ngàn người tụ họp biểu tình ủng hộ binh sĩ Hoa Kỳ tại Việt Nam. Các lãnh tụ của cuộc biểu tình thay nhau phát biểu ý kiến giữa một rừng cờ và biểu ngữ. Họ hăng hái gào thét trước hàng chục chiếc máy vi âm đặt ngay ngắn trên diễn đàn. Ngay bên cạnh diễn đàn, các cựu chiến binh Hoa Kỳ mặc đồng phục đứng xếp hàng dưới ánh nắng yếu ớt ban mai. Một số thanh niên hát quốc ca Hoa Kỳ và hô những khẩu hiệu bằng một giọng cương quyết dồn dập như tiếng sóng đập vào ghềnh đá nơi dòng sông Hudson ngay phía sau họ.

Giữa cái không khí tưng bừng sôi động đó, một thanh niên khoảng 30 tuổi lặng lẽ đứng dựa vào một cột đèn cạnh công viên, ngay sát đám biểu tình, tay giơ cao một tấm bảng mang hàng chữ: "Chiến tranh không giải quyết được gì cả". Tôi thấy anh ta thật can đảm. Trời hôm đó thật lạnh. Khoảng 8 độ bách phân. Anh ta đứng chịu lạnh, cô đơn với chiếc bảng mang hàng chữ bày tỏ lập trường bên cạnh năm ngàn người cùng chung một ý tưởng hoàn toàn đối lập anh. Và anh ta đứng như vậy không phải một hai tiếng đồng hồ mà từ khi cuộc biểu tình bắt đầu tới lúc chấm dứt lâu tới khoảng sáu bảy tiếng đồng hồ.

Từ hôm đó tôi để ý tới những lối phát biểu tư tưởng của người dân sống trong thành phố lớn nhất Hoa Kỳ này. Và tôi đã thấy một mục sư Tin Lành tới *Times Square,* khu ăn chơi khét tiếng ở Nữu Ước với những cuộc vui suốt sáng và những ánh đèn đủ màu sắc mời gọi không biết mệt, mỗi tối thứ sáu, thứ bảy và chủ nhật hàng tuần để giảng đạo giữa một rừng người đang lao đầu vào những hộp đêm, tiệm nhảy. Cuốn Thánh Kinh trên tay, lá cờ Hoa Kỳ bên cạnh, ông ta nói không biết mệt. Giữa làn sóng người vui chơi vào ba đêm cuối tuần, nhiều người đã dừng lại, không phải để lắng tai nghe những lời ông ta nói, mà để sẵn sàng đả kích ông ta.

Tôi đã nhiều lần thấy những cuộc đấu khẩu nóng bỏng giữa ông ta và những người chỉ biết có những cuộc vui trước mặt. Họ là một số người, cả đàn ông lẫn đàn bà, già lẫn trẻ, hăng hái không kém gì vị mục sư trong lúc tranh luận về đức tin và Thượng Đế. Trong nhiều đêm la cà tại khu sáng nhất Nữu Ước này, tôi đã thấy một thanh niên bỏ hết thời giờ, đêm này qua đêm khác, cố đấu lý với vị mục sư để chứng minh là Thượng Đế chỉ là một hình ảnh bịa đặt. Anh này cùng vị mục sư chỉ tay vào tận mặt nhau, nắm vai áo nhau giữa một đám người hiếu kỳ vây quanh để thỉnh thoảng xui nguyên dục bị cho cuộc đấu khẩu thêm gay cấn.

Trong thời gian ở Nữu Ước tôi còn được chứng kiến một lối bày tỏ lập trường khá thú vị khác! Trên một con đường tại làng nghệ sĩ *Greenwich Village,* một nhóm ủng hộ và một nhóm chống đối chiến tranh Việt Nam đặt hai chiếc bàn bán sách, báo và những chiếc nút bày tỏ hai lập trường tương phản nhau. Điều ngộ nghĩnh là hai "lò lửa" này chỉ cách nhau chừng ba thước. Một bên trương cờ Hoa Kỳ và Việt Nam - lần đầu tiên trong hơn một tháng ở Hoa Kỳ tôi thấy lá cờ Việt Nam thân yêu trên đất nước người - bên cạnh chiếc bàn bày đầy sách báo ủng hộ chính sách Mỹ tại Việt Nam, cùng một số sách báo anh ngữ trình bày thực chất cuộc chiến tranh do bộ Thông Tin và Chiêu Hồi Việt Nam ấn hành. Một bên trương một tấm bảng lớn mang hai chữ *"Dump Johnson"* và một số sách bày tỏ lập trường trái ngược với bên kia. Và khi nhóm này thấy nhiều người tụ họp để nghe nhóm kia diễn thuyết là họ bèn cử người sang tranh luận để phá đám. Cứ như vậy họ cãi nhau suốt ngày giữa trời lạnh và những cơn gió rét buốt như xoáy vào người.

Nhưng điều làm tôi ngạc nhiên hơn cả là lối âm thầm bảy tỏ tư tưởng của một số người dân Nữu Ước, bằng những chiếc nút họ mang trên ngực. Đó là những chiếc nút có khi lớn bằng miệng chén ăn cơm ở Việt Nam nhưng thường chỉ nhỏ bằng chiếc cúc áo. Màu sắc của những chiếc nút này thay đổi từ màu xanh, đỏ tới màu vàng, trắng. Điểm đặc biệt là bao giờ họ cũng dùng những màu nguyên chất để làm nổi bật những hàng chữ trên nút.

Gần như hầu hết thanh niên, thiếu nữ tại khu phía Nam đảo Manhattan đều đeo những chiếc nút nhựa này trên ngực. Nhưng nhóm thanh niên dùng nút nhiều nhất là những *hippies* tại Nữu Ước. *Hippies* là những người trẻ tuổi ăn mặc những bộ quần áo thật kỳ cục, bẩn thỉu, để râu tóc rậm rạp. Tôi đã thấy những *hippies* mặc loại quần áo cũ rích như những tên lính của đế quốc La Mã xưa hoặc những thứ quần áo may theo những kiểu chỉ thấy trong các viện bảo tàng. Và *hippies* không những chỉ đeo nút trên ngực mà còn đeo trên tay áo, trên mũ và cả trên quần áo nữa.

Những chiếc nút này bày tỏ đủ loại ý kiến về mọi vấn đề nhưng nhiều nhất là vấn đề tình dục. Điều này cũng dễ hiểu vì với cuộc sống của Nữu Ước hiện nay, thanh niên thiếu nữ lúc nào cũng bận tâm với chuyện tình ái và dục tình. Hơn nữa nơi duy nhất bán những chiếc nút là những cửa hiệu thật nhỏ nằm khiêm nhượng bên những cửa hàng lộng lẫy, đồ sộ tại khu ăn chơi *Times Square*. Những cửa hiệu không bao giờ được đặt tên và ngoài cửa chỉ ghi hàng chữ thông thường " *Books and Magazines* ". Nếu bạn nhìn hai chữ này và bước chân vào mong tìm những loại sách và tạp chí bạn vẫn thường đọc ở Việt Nam thì bạn sẽ thất vọng. Vì sách và tạp chí ở đây chỉ gồm những loại mang tên và hình ảnh có thể làm đỏ mặt những nhà đạo đức. Nếu muốn dùng một chữ quen thuộc để chỉ những sách, tạp chí phim và hình trong những cửa hiệu này tôi sẽ dùng chữ "khiêu dâm". Bạn có thể tìm thấy đủ mọi "trình độ" khiêu dâm nơi đây. Từ những chiếc máy chiếu phim tự động mà bạn chỉ cần bỏ 25 xu vào một chiếc lỗ là có thể thưởng thức một đoạn phim "thoát y" lâu chừng năm phút, những bộ phim trình bày những thân hình không cần che đậy với giá 20 đô la tới những tạp chí in hình những thiếu nữ hở hang đại loại như tạp chí *Playboy* với giá khoảng 1 đô la, những tạp chí "nóng bỏng" hơn phô diễn đầy đủ hình ảnh giống đực và giống cái trên các đảo khỏa thân với giá 3 đô la. Một điều đặc biệt là tất cả mọi người trên 21 tuổi có thể tự do vào những tiệm này mở sách báo coi chán chê rồi đi ra không cần mua bán gì cả. Đó là lý do khiến các cửa tiệm sách báo này lúc nào cũng tấp nập khách ra vào.

Những chiếc nút bày bán tại các cửa tiệm đặc biệt như vậy dĩ nhiên phải phản ánh những tư tưởng không kém phần bạo dạn và mập mờ. Tôi gọi những chiếc nút này là những chiếc nút nhiều lời nhưng nó có thật sự nhiều lời không là tùy trình độ tưởng tượng của các bạn. Một điều cần ghi nhớ là phải đặt vị trí những chiếc nút này trên ngực của các cô gái Nữu Ước.

Một trong những chiếc nút được các cô gái ưa chuộng nhất là chiếc nút chỉ mang vỏn vẹn một chữ *"unbutton"* có nghĩa là "cởi nút". Chiếc nút này thật ít lời nhưng nhiều nghĩa. Nếu bạn bối rối không biết chiếc nút được nhắc nhở để cởi là nút nào thì là lỗi tại bạn chứ không phải lỗi của người mang nút. Một chiếc nút khác thuộc loại "hà tiện" này cũng ý nhị không kém. Đó là chiếc nút mang chữ *"Never"* (không bao giờ). Viết tới đây tôi chợt nhớ tới một tư tưởng của một nhà tâm lý học nào đó mà tôi quên tên: khi người đàn bà nói " không" nghĩa là " có thể" và khi nói "có thể" nghĩa là "bằng lòng".

Chắc đã hơn một lần bạn thấy những chiếc thùng chứa những đồ mỏng manh yếu ớt bên ngoài được gắn hàng chữ "Cẩn thận! Dễ bể!". Tôi đã thấy một số cô gái đeo những chiếc nút mang hàng chữ đúng như vậy không thêm bớt một cái chấm. Cùng một loại nhại lại những hàng chữ có sẵn nhưng khoác cho nó một ý nghĩa mới liên quan tới vấn đề tình dục là hai chiếc nút khá đặc biệt.

Tại Hoa Kỳ người ta dùng máy để kiểm soát và tính các ngân phiếu, nên trên các tấm ngân phiếu bìa cứng bao giờ cũng ghi hàng chữ: "Đừng gấp, dùi lỗ hoặc làm rách nát". Một chiếc nút nhắc lại câu trên và thêm vài chữ ở đầu câu để mang một ý nghĩa mới như sau: "Tôi là một sinh vật: đừng gấp, dùi lỗ hoặc làm rách nát". Trên các bao thuốc lá sản xuất tại Hoa Kỳ, luật lệ bắt buộc phải để hàng chữ: "Chú ý: hút thuốc có thể tổn hại cho sức khỏe của bạn". Tôi đã không thể không mỉm cười khi thấy một cô gái mang trên ngực chiếc nút với hàng chữ chỉ khác câu trên có một chữ: "Chú ý: thở có thể tổn hại cho sức khỏe của bạn".

Những chiếc nút mang những hàng chữ táo bạo, sỗ sàng

hơn cũng được nhiều thanh niên, thiếu nữ loại "bất cần đời" ưa chuộng: "Hãy yêu nhau" là một lời mời gọi không dấu diếm. Không kém lộ liễu là chiếc nút: "Tôi cảm thấy có dục tính bạn thấy thế nào?". Tiến hơn một bước nữa là lời rao trên ngực: " Cần một bạn chung phòng". Một chiếc nút khác dành cho những người thành thật đến trơ trẽn mang hàng chữ "Tôi không muốn là một người bình thường".

Một loại nút khác chứng tỏ những kinh nghiệm của người mang - dĩ nhiên những kinh nghiệm không làm hài lòng của nhà đạo đức. Hai chiếc nút tiêu biểu thuộc loại này có thể là: "Tôi thích loại đàn bà lớn tuổi" và " Đừng tin những người trên ba mươi tuổi". Một chiếc nút khác bày tỏ một kinh nghiệm chua chát, cay đắng hơn với hàng chữ: "Tôi ghét tất cả mọi người".

Tôi đã dự được một cái *party* khá đặc biệt tại Hoa Thịnh Đốn. Trước khi các tân khách bước vào phòng, bà chủ nhà đứng chờ ở cửa tươi cười giơ ra trước mặt khách một chiếc khay trên có để đầy những chiếc nút. Tất cả những chiếc nút đều được úp sấp để không ai biết những hàng chữ trên nút và không có chiếc nút nào giống nhau cả. Bà mời khách chọn một chiếc để đeo trên ngực trong suốt thời gian dự *party* dù chiếc nút mang hàng chữ gì đi chăng nữa. Cô bạn gái đi cùng với tôi giơ tay bốc đại một chiếc. Mọi người xúm lại đeo lên ngực cô ta. Hàng chữ thật ngộ nghĩnh: "Biết tôi là yêu tôi".

Tôi làm bộ nhắm mắt, quơ tay chơi trò may rủi, cầm một chiếc nút đeo lên ngực. Mọi người cười ồ lên. Tôi nhìn xuống ngực mình để thấy lừng lững hàng chữ: "Thượng Đế vẫn còn nhưng ông ta không muốn dính dáng gì tới chuyện này!"

Một số nút đề cập tới vấn đề mãi dâm và ngừa thai không có gì đặc biệt vì thiếu cái tế nhị, nói ít hiểu nhiều. Chẳng hạn chiếc nút ghi câu: "Hãy để cho gái điếm hành nghề". Nó là một khẩu hiệu hơn là một lối chơi chữ.

Những chiếc nút mang những hàng chữ liên quan tới chính trị dĩ nhiên cũng "thẳng mực tàu" không kém. Mà vấn đề sôi bỏng nhất ở Hoa Kỳ hiện nay là vấn đề chiến tranh Việt Nam. Một chiếc nút nền trắng chữ đen đập vào mắt mọi người như một lằn chớp gồm vỏn vẹn hai chữ *"Bomb Hanoi"*. Cương quyết không kém là chiếc nút: "Chiến thắng ở Việt Nam". Dịu dàng hơn một chút là chiếc nút có hình cờ Hoa Kỳ mang câu: "Ủng hộ binh sĩ của chúng ta ở Việt Nam". Phần lớn những người tham dự cuộc biểu tình ủng hộ chiến tranh Việt Nam mà tôi đề cập đến ở trên đều mang những chiếc nút này. Và trên đường phố Nữu Ước, số người gắn loại nút này trên ngực không phải ít. Họ là những thanh niên có vẻ am hiểu về cuộc chiến tranh tại Việt Nam hơn những người khác. Tôi đã có dịp nói chuyện với một thanh niên mang loại nút này trong khi đứng gần một bàn bán sách của phe chống chiến tranh. Anh ta cho biết là những người này không hiểu gì về những gì dân tộc anh phải làm và hành động của họ không mang lại một lợi ích gì cho tổ quốc.

Những người chống chiến tranh và chống chính phủ dĩ nhiên cũng có loại nút riêng. Và phải công nhận họ có nhiều khiếu khôi hài hơn. Chắc các bạn còn nhớ là trong dịp Lễ Giáng sinh năm 1966, Cố Hồng Y Spellman, Tổng Tuyên Ủy Quân Lực Hoa Kỳ đã tới Việt Nam và có những lời tuyên bố rất cương quyết ủng hộ quân đội Hoa Kỳ tham chiến tại Việt Nam. Tôi muốn nhắc thêm một chi tiết nhỏ là Hồng Y Spellman đã cao niên, đi đứng rất khó khăn và cai quản giáo khu Nữu Ước. Tất cả những chi tiết trên chỉ để giúp các bạn thấy rõ nét khôi hài khi đọc chiếc nút ghi câu: "Gọi Hồng Y Spellman đi quân dịch". Tôi được thấy chiếc nút này trước ngày Đức Hồng Y Spellman từ trần vào tháng 12 năm 1967.

Cũng liên quan đến vấn đề quân dịch có một chiếc nút cũng khôi hài không kém. Đó là chiếc nút mang câu " Gọi quân dịch la ve chứ đừng gọi sinh viên".

Một chiếc nút chống chiến tranh đã khéo léo kết hợp hai ý tưởng khác biệt bằng câu: "Tạo tình yêu chứ đừng tạo chiến tranh". Chiếc nút này đã được các thanh niên "bồ câu" tại Hoa Kỳ sử dụng một cách hết sức tận tình.

Khi đã chống chiến tranh người ta không buông tha người đã có thời nắm trong tay chính sách của Hoa Kỳ tại Việt Nam. Cựu Tổng thống Jonhson thật khốn khổ với những câu khôi hài đại loại như "L.S.D not L.B.J". Các bạn chắc đã thấy rõ lối chơi chữ này khi biết L.S.D là tên tắt của một loại ma túy đã một thời chiếm những cột báo quan trọng nhất trên trang đầu và L.B.J là ba chữ viết tắt tên Tổng thống Jonhson.

Trong kỳ tranh cử Tổng thống Hoa Kỳ vừa qua, phe ủng hộ ứng cử viên Nixon đã khéo léo dùng những chiếc nút để mong dành phần thắng cho "gà nhà". Họ phân phát những chiếc nút có in hình ông Nixon toe toét cười với những hàng chữ: "Bỏ phiếu cho Nixon". Hoặc "bình dân" hơn là những chiếc nút ghi "Nixon số dách".

Không phải chiếc nút nào cũng nói lên một tư tưởng rõ

rệt như vậy. Có những chiếc nút mà tôi xếp vào loại "tếu" chỉ có một mục đích duy nhất là khôi hài để khôi hài. Nó vô thưởng vô phạt nhưng chắc chắn tạo được cho người đọc một nụ cười dễ chịu. Tiêu biểu cho loại này là chiếc nút " Để John Wayne làm Bộ Trưởng Quốc phòng". Các bạn ghiền xi nê không thể không biết John Wayne là một tài tử đóng phim cao bồi thuộc loại "sừng sỏ" của Hoa Kỳ. Một chiếc nút khác mang hàng chữ thật thơ mộng "Hãy cho có một dịp may".

Cái thơ mộng này chỉ như một ngọn gió thoảng vì trong hàng trăm chiếc nút chỉ có thể tìm thấy một, hai cái thuộc loại này. Những chiếc nút được bày bán trong các tiệm bán sách báo khiêu dâm và phần lớn đề cập đến vấn đề tình dục nên tôi muốn kết thúc bài này bằng một chiếc nút nhảm nhí nhất mà tôi xin mạn phép ghi nguyên văn và xin các bạn tha cho việc dịch ra tiếng Việt: *"Orgasms for sale, rent or trade"*.

Thời Nay số 238, năm 1969

LA CÀ TRONG KHU NGHỆ SĨ

Tôi đi dọc theo đường 47, góc đại lộ số Sáu, đón xe buýt. Hôm đó là ngày chủ nhật cuối cùng của tháng mười một. Đường phố vắng tanh. Những ngày chủ nhật tại các thành phố lớn đều mang không khí hoang tàn của ngày mồng một tết ngoài đường phố Saigon. Nữu Ước là một thành phố vơi đi một phần tư dân số trong những ngày nghỉ và khi trời trở tối.

Một phần tư dân số này là những người làm việc tại Nữu

Ước nhưng ở những vùng quanh thành phố, có khi xa tới hai ba giờ xe buýt. Họ chỉ là những *New Yorkers* trong giờ làm việc. Họ hối hả góp mặt chen chúc, va chạm nhau trong giờ nghỉ ăn trưa từ ngày hai tới thứ sáu, nhưng họ lặng lẽ rút lui khi mặt trời lặn hoặc trong những ngày thứ bảy và chủ nhật, tạo cho Nữu Ước một vẻ trống vắng lạnh lùng. Vẻ trống vắng này còn thêm thấm thía khi ba phần tư dân số còn lại lợi dụng ngày nghỉ kéo dài giấc ngủ trong buổi sáng để trốn lạnh hoặc rủ nhau bỏ thành phố để trốn cái không khí tù túng giữa những tòa nhà cao đến rợn người.

Tôi đứng cô đơn tại bến xe buýt ngong ngóng trông chờ bóng dáng kềnh càng của chiếc xe màu xanh. Bỏ 20 xu vào chiếc hộp đựng tiền đặt cạnh bác tài xế, tôi tìm được sự ấm cúng giữa khoảng chục người trên xe. Một vài *hippies* ngồi ôm nhau dưới cuối xe. Tôi biết họ cũng đi xuống *Village* như tôi. Người dân Nữu Ước chỉ dùng chữ *Village* chứ không hoài công dùng nguyên chữ *Greenwich Village* để chỉ khu làng nghệ sĩ nổi tiếng khắp thế giới của họ.

Công trường Washington của khu *Village* gồm một khoảng vườn và một bồn nước nằm bên cạnh một chiếc cổng kỷ niệm khá đồ sộ. Bồn nước ngày nay không còn được sử dụng đúng với ý định của người thiết lập. Không còn một giọt nước nào trong chiếc bồn tròn đường kính khoảng 20 thước và sâu chừng 1 thước này. Để bù lại, nó đã biến thành một chiếc bồn chứa đầy ắp tiếng nhạc.

Khoảng bốn trăm người đứng ngồi ngổn ngang trong và ngoài chiếc bồn nước này. Họ hét, nhảy, múa và ôm nhau giữa tiếng nhạc. Những chiếc đầu để tóc dài và những bộ quần áo dị kỳ chen lẫn với những bộ tóc bạc phơ và những bộ đồ lớn không biết được may từ thế kỷ nào. Họ phân tán thành những toán nhỏ say sưa trong tiếng nhạc bất chấp vài chục chiếc máy hình và máy quay phim của những người ngoại quốc tò mò đang cố rọi sát vào mặt các ca nhạc sĩ tùy hứng để mong thu được những tấm hình tiêu biểu nhất của cảnh sinh hoạt lạ lùng mỗi ngày thứ bảy và chủ nhật của *Village*.

Tôi chú ý tới một thanh niên người Porto Rico khoảng trên ba chục tuổi với khuôn mặt dễ gây cảm tình hết sức. Anh mặc một chiếc áo khoác màu da cam nổi bật trên những chiếc áo đậm màu của những người vây quanh anh. Tiếng đàn tây ban cầm của anh réo rắt chạy theo những lời ca như kể lể. Cứ mỗi lần anh dứt một câu hát, đám đông lại cười rộ theo. Tôi lắng tại nghe những lời nhạc của anh. Anh đang dùng cuộc chiến tranh ở Việt Nam để đặt thành những lời hát khôi hài, chỉ trích. Một cô gái mặc bộ quần áo chẽn bó sát người với mớ tóc nâu bỏ dài xuống lưng tiến tới dựa vào người anh một cách lẳng lơ. Họ đắm đuối nhìn nhau. Và họ hôn nhau giữa tiếng vỗ tay cổ võ của đám đông.

Tôi rời bỏ cặp nhân tình tạm bợ này khi nghe thấy tiếng vỗ tay theo nhịp đều của một đám đông gần bên. Họ đang giữ nhịp theo tiếng đàn cho hai thanh niên và một thiếu nữ biểu diễn một màn nhảy múa. Ba người cố uốn éo thân mình cọ sát nhau để thu nhặt được những tiếng la đồng lõa của nhóm người tụ họp chung quanh. Tôi thấy họ nhảy chẳng ra làm sao cả.

Cô gái mang một cặp kính đen cỡ lớn và một sợi dây đeo cổ dài xuống tới sát thắt lưng, lúc nào mặt cũng ngẩng lên trời như muốn gởi những hứng khởi cho những cơn gió đông lạnh buốt đang châm chích từng khuôn mặt trong công viên. Hai thanh niên mặc quần áo lôi thôi lếch thếch vừa nhảy vừa cố uống cạn hộp la ve trên tay.

Nhưng không phải tất cả mọi người tụ tập ở đây đều ồn ào như vậy. Một thanh niên ngồi trên bờ bồn nước ôm cây đàn tây ban cầm, hai mắt nhắm nghiền, khẽ hát một bản nhạc buồn chỉ vừa đủ cho mình anh nghe. Cô thiếu nữ có mái tóc dài xuống tới lưng ngồi sát cạnh anh, hai tay chống lên cằm, ngồi nghiêm trang lắng tai nghe thành kính như một tín đồ nghe giảng trong nhà thờ.

Khi bản nhạc dứt, hai người ngồi thẫn thờ không nhìn nhau. Tôi nghe thấy cô thiếu nữ nói sau một tiếng thở dài:" Còn bài ngày mai chưa làm xong!".

Ban nhạc gợi sự chú ý đặc biệt của du khách là một ban nhạc gồm toàn những ông già, những chiếc đầu bạc trắng cùng những chiếc đầu "muối tiêu" đu đưa theo điệu nhạc giữa một đám đông đứng tuổi tạo nên một nét kỳ lạ trong khu vực này. Tôi bắt gặp những bản nhạc phổ thông quen thuộc với thính giả Việt Nam được mọi người cùng hát một cách say sưa.

Không thể ngờ những người đã nhiều tuổi đời này còn có thể có những rung động bén nhạy đến như thế. Một bà già đứng cạnh cô con gái khá lớn tuổi hát một cách tận tụy không kém một du khách Nhật Bổn đứng bên. Cái không khí cùng vui cùng hát này thật quyến rũ. Tất cả các du khách đều vừa bấm máy hình lia lịa vừa hát theo đám đông.

Ông già chơi đàn tây ban cầm nhắm nghiền mắt lại như

không để ý đến mái tóc của ông đã rối bời theo điệu nhạc. Ông già đánh trống, đầu đội một chiếc mũ cũ có gắn đầy những chiếc nút chung quanh vành mũ, vừa cười vừa hát trong một dáng điệu sảng khoái tột độ. Cứ sau mỗi bản nhạc đám đông lại ồn ào đề nghị bài hát kế tiếp.

Người nào cũng muốn đề nghị của mình được đám đông chấp nhận khiến ông già đánh đàn tây ban cầm phải dùng quyền "phủ quyết" dạo những nốt nhạc mở đầu của bài hát kế tiếp theo ý ông ta. Và mọi người đều dễ dãi bỏ ngang cuộc cãi vã để vội vàng cất tiếng hát như những hành khách xe điện ngầm cố nhảy vào trong xe trước khi cửa xe đóng sập lại một cách phũ phàng.

Cô gái Nhật đứng bên cạnh tôi, trang bị ba bốn cái máy hình đủ kiểu đủ cỡ, quay sang "phát thanh" cho tôi nghe một tràng tiếng Nhật với một khuôn mặt hóm hỉnh vô cùng. Tôi phải ân hận xin lỗi tôi không phải là người Nhật. Cô ta không nói gì nữa nhưng tôi nghĩ là câu tiếng Nhật của cô vừa nói phải là một câu phê bình "tếu" vô cùng.

Cái không khí trẻ trung nhộn nhịp này kéo dài suốt ngày chủ nhật. Người nọ kế tiếp người kia, giọng hát này cuốn theo giọng hát khác cùng nhau tạo một không khí hết sức nghệ sĩ cho tới khi mặt trời khuất bóng. Tôi tiến tới chiếc xe bán bánh ăn vội hai chiếc *frankfurter* - bánh nhân *hotdog* - để kịp băng qua vài dãy phố tham dự sinh hoạt ban đêm của *Village*.

Dưới ánh đèn vàng vọt lười biếng, đường phố khu *Village* mang một vẻ trầm trầm khắc khoải. Những khung cửa đóng kín, những dáng người lầm lũi bất cần đời, những khuôn mặt không thiết nhìn những người chung quanh cùng cái không khí mang mang kỳ quái khiến du khách cảm thấy xa lạ với khu vực danh tiếng này. Một vài tiệm cà phê tối tăm cùng những cửa hàng bán họa phẩm cũng không đánh tan được sự trống vắng trong lòng khách lạ. Chỉ có những "nhà vẽ máy" với những nghệ sĩ trẻ, vui tính, luôn miệng mời chào là còn mang vẻ thân thiết với những người từ phương xa ghé lại. Đồ nghề của những "họa sĩ" này gồm vỏn vẹn một chiếc "phuy" xăng ở giữa có gắn một trục quay.

Mỗi khi du khách muốn mua tranh, "họa sĩ" gắn một miếng giấy vào trục, tùy hứng đổ đủ các thứ mực mầu lên giấy rồi mở máy cho trục quay. Một phút sau là du khách đã có một bức tranh để mặc sức tưởng tượng mà đặt tên. Nhiều cửa hàng còn chiều khách để họ tự tay bơm mực vào giấy. Giá mỗi "họa phẩm" này từ 50 xu đến 2 đô tùy theo kích thước lớn nhỏ.

Người ta chỉ tìm thấy không khí đích thực của đêm *Greenwich* khi xô những cánh cửa đóng kín để vào những phòng hát, quán rượu. Vừa bước chân vào, du khách được đón tiếp nồng nhiệt bằng một cô gái thu tiền vào cửa. Một đô mỗi người. Phòng nhạc được hâm nóng - phải gọi là được đốt cháy - bằng những điệu nhạc kích động do một ban nhạc gồm vài cậu bé choai choai mặc sức gào thét, đập trống, đập bàn trước vài cái máy vi-âm có những loa khuếch đại mở hết cỡ nghe như muốn rớt tai xuống đất. Cách trang trí phòng nhạc cũng không kém phần kỳ lạ. Dưới ánh đèn đỏ rực là những chiếc bàn ghế hình thù lạ mắt. Trên trần nhà treo lủng lẳng những hình nhân gãy tay gãy chân, những chiếc ghế bành không biết từ đời nào, những bánh xe ngựa cũ kỹ, những bộ áo giáp như được sưu tầm từ thời đế quốc La Mã còn thịnh hành, những bộ yên ngựa và những lá cờ rách nát mà không ai rõ là cờ gì. Những thứ nước uống được dọn ra cũng gặt hái được sự ngạc nhiên tột độ của du khách. Mọi người đều phân vân tự hỏi những chiếc ly kỳ quái trước mặt có đúng là những thứ mình muốn uống không.

Có những ly rượu nhẹ hình dáng thuôn thuôn cao tới ba chục phân mà nơi lớn nhất chỉ vừa tròn bằng một quả trứng vịt, những ly kem cắm một trái anh đào đỏ chót lủng lẳng trên một khúc tre dài tới gần nửa thước như những chiếc râu trên mũ hát bội của Việt Nam. Có những ly cà phê mà miệng ly được làm giống hệt như một ly la-ve nổi bọt trắng xóa, những ly *coca* được làm bèn bẹt như một cái bát ăn cơm.

Thỉnh thoảng lại có một ca sĩ ăn mặc xốc xếch từ ngoài cửa chạy vào xồng xộc bước lên máy vi âm la hét khoảng chừng nửa tiếng rồi ngả mũ đi từng bàn xin tiền sau khi đã báo động khán giả bằng câu tuyên bố khẳng khái: "Tôi là nghệ sĩ nghèo. Nếu quý vị thấy thích tài trình diễn của tôi thì thưởng cho tôi một số tiền. Nếu không cũng xin cho tôi một nụ cười!" Hình như 25 xu tiền thưởng đắt giá hơn nụ cười nên khán giả thường thưởng tiền hơn là mỉm cười để được "thưởng thức" cái nhìn khinh khỉnh của người nghệ sĩ.

Tôi rời *Village* để cùng một anh bạn người Hoa Kỳ mới quen xuống khu Harlem. Chúng tôi dùng hai lần xe buýt vượt qua khoảng một trăm đường phố để hòa mình vào đời sống của dân da đen. Tới nơi vào lúc 10 giờ đêm chúng tôi hỏi thăm người tài xế xe buýt da đen và được giới thiệu một quán rượu có ca nhạc mà ông cho là khá nhất Harlem.

Căn phòng rộng chừng ba chục thước vuông đầy ắp người da đen. Chúng tôi nhận ra chúng tôi là hai người duy nhất không cùng một màu da với những người xung quanh.

Mọi người đảo mắt nhìn chúng tôi. Tôi chọn một chiếc bàn sát cạnh dàn nhạc và Eldh - tên người bạn Hoa Kỳ của tôi - ra quầy lấy hai chai la ve.

Ban nhạc ngồi gọn vào một góc nhà đang hòa tấu một điệu *jazz* quen thuộc. Dưới ánh đèn đỏ lờ mờ những tấm hình thiếu nữ da trắng khỏa thân treo chung quanh tường sáng rực hẳn lên. Một vài cặp vừa nhảy vừa len lỏi giữa đám bàn ghế ngổn ngang chiếm gần hết diện tích căn phòng.

Phòng nhạc thật ấm cúng. Mọi người giao tiếp với nhau một cách thoải mái. Nơi đây hầu như không còn phân biệt chủ, khách, nhạc công hay bồi bàn. Mọi người hợp tác với nhau tận tình để làm người khác được hưởng một đêm vui trọn vẹn.

Cái gọi là ban nhạc thực ra không phải là một ban nhạc. Họ có thể là khách hàng, là những nhạc sĩ hoặc ngay chính những anh bồi đưa rượu. Ai biết chơi nhạc cụ gì thì ngồi vào chỗ để nhạc cụ đó. Rồi họ tùy hứng chơi nhạc. Những âm thanh phát ra trong hoàn cảnh này mang vẻ phóng khoáng lạ kỳ. Mọi người la hét, nhảy múa, vỗ nhịp theo. Tất cả đều tham dự vào cuộc vui chung.

Anh bồi sà vào bàn chúng tôi kéo ghế ngồi tự nhiên như người nhà. Anh hỏi chúng tôi từ đâu tới. Tôi nói tôi từ Việt Nam. Anh ôm chầm lấy tay tôi lắc lấy lắc để miệng lập đi lập lại hai chữ "Việt Nam". Rồi anh lại quầy rượu mang lại ba ly huýt ki mời chúng tôi cùng anh uống mừng cuộc gặp gỡ.

Cặp nhân tình da đen ngồi bàn bên cạnh, cũng góp chuyện với chúng tôi. Eldh và cô bé da đen mặc váy ngắn màu trắng nói chuyện thật tương đắc. Tôi quên chưa viết Eldh là dân San Francisco lần đầu tiên tới Nữu Ước.

Anh bồi da đen rời bàn lên máy vi âm hát một bản nhạc. Lúc anh trở lại anh cho biết là hát tặng tôi. Tôi cám ơn và khen anh hát hay. Anh hát hay thật chứ không phải tôi khen xã giao. Một cặp nhân tình đen trắng vừa tới liền kéo ghế ngồi chung với chúng tôi. Người đàn ông da đen khoảng chừng bốn chục tuổi và cô gái da trắng cao lêu nghêu có mớ tóc nâu buông dài tới lưng. Qua câu chuyện tôi được biết ông là một nhạc sĩ nổi tiếng ở khu Harlem. Ông được giới thiệu với tên Chris lên độc tấu dương cầm. Khi xuống ông cho biết là vừa mới tới hãng dĩa nghe thử dĩa mới nhất của ông. Ông mở cái xách tay lớn của cô gái da trắng lấy ra hai dĩa để tặng tôi và Eldh.

Chúng tôi vừa nói chuyện vừa nghe nhạc không cần biết thời gian. Lúc chúng tôi ra về, ngoài đường không còn một người nào. Những cơn gió đêm lạnh buốt phũ phàng quật vào mặt chúng tôi. Tai như muốn rời khỏi người.

Cô gái da đen, Eldh và tôi tới bến xe buýt. Bác tài già đang ngồi ngáp. Chúng tôi lên xe. Khi xe vừa rời khỏi bến, Eldh và cô gái da đen bất thần yêu cầu tôi hát một bản nhạc Việt Nam. Vốn liếng âm nhạc của tôi thật thưa thớt, tôi chợt nhớ tới khuôn mặt của cô ca sĩ dễ thương Thanh Lan hát bản *Bây Giờ Tháng Mấy* trên vô tuyến truyền hình đêm trước ngày tôi rời Việt Nam. Đêm đó tôi phải ngừng đóng va li để ngồi nghe Thanh Lan hát hết bản nhạc mới tiếp tục được.

Tôi dịch lời ca cho hai người nghe trước khi hát. Khi tôi hát xong họ khen nhạc Việt Nam tình tứ. Cô gái da đen xuống xe trước nhất. Chúng tôi vẫy tay hẹn tái ngộ. Eldh cũng vẫy tay tạm biệt tôi khi xe vừa qua khu *Times Square*. Còn một mình trên xe, tôi lên ngồi nói chuyện tầm phào với bác tài. Đồng hồ chỉ ba giờ sáng.

Thời Nay, số 239 năm 1969

NHỮNG TÊN BẠN TẠP CHỦNG

1.

Nghe tiếng gõ cửa phòng mạnh mẽ và giọng cười như phá ở bên ngoài, tôi biết ngay những tên khách nào tới quấy rối tôi rồi. Đã có lần tôi bảo Nakamura và Ozaki là chỉ có những người Nhật mới có những cái ồn ào sang sảng như những hiệp sĩ tổ tiên của họ. Cả hai đều nhe răng cười và làm bộ giữ gìn ý tứ, nói năng nhỏ nhẹ.

Nakamura mới 19 tuổi nhưng đã theo một người Mỹ qua

Nữu Ước để làm cho một công ty buôn bán hột xoàn. Dáng người dong dỏng cao, mặt mũi đẹp trai sáng sủa, trông hắn vẫn còn ngây ngô như một đứa con nít mới lớn. Cái ngây ngô lắm lúc đến dại dột. Tôi nhớ như in cái lần hắn làm tôi bở vía. Hôm đó Tổng thống Johnson tới Nữu Ước làm gì chẳng biết. Tụi tôi đang rong chơi gần khách sạn Wardolf Astoria thì thấy thiên hạ chen chúc vòng trong vòng ngoài, đứng ở đầu đường nhìn vào phía cửa khách sạn. Cảnh sát giữ trật tự đầy đường. Ông thì đi xe hơi, xe mô tô, ông thì cưỡi ngựa hoặc đứng cầm chiếc dùi cui lủng la lủng lẳng. Trông cái điệu bộ của mấy thầy cảnh sát tôi cũng thừa biết là có yếu nhân ở đâu đây rồi. Nakamura nhất định hỏi cho ra lẽ. Hắn vớ ngay một anh Mỹ hỏi lấy hỏi để và nhận được một câu trả lời nho nhỏ phát ra từ một bộ mặt làm ra hết sức quan trọng: "Tổng thống ở trong đó". Tôi thì khoái đi chơi hơn là đứng chầu chực dưới trời lạnh giá để trông thấy ông Tổng Thống đi qua vẫy tay một cái. Thế nên tôi kéo Ozaki đi. Nakamura nằn nì ở lại coi. Và chúng tôi đứng lại. Khoảng nửa giờ sau vẫn chưa thấy mặt Tổng Thống đâu, hắn nhìn quanh rồi cười cười phát ngôn: "Tao có một cây súng". Dân chúng chung quanh nhìn chằm chặp vào hắn như nhìn một tên sát nhân. Ozaki và tôi hoảng quá, mắng hắn ầm ĩ và kéo hắn đi. Hắn nhởn nhơ cười cười như không.

Con người hắn khơi khơi như vậy mà cũng sớm vương vào vòng tình ái. Tình ái làm hắn sướt mướt và quay cuồng đến tức cười. Trông cái bản mặt hắn kể chuyện tình thì đến Khổng Tử cũng phải văng tục. Nó rầu rĩ, đần độn và ngu si hết chỗ nói. Nguyên hồi hắn còn đi học ở Nhật, hắn yêu một cô bạn học. Theo như hắn kể thì em thật vẹn toàn. Vừa đẹp, vừa thông minh, vừa duyên dáng. Thế rồi một ngày mưa sầu gió thảm hắn lên xe đi Mỹ làm ăn để lại quê nhà một nửa cuộc đời. Hai bên thư từ lăng nhăng. Hắn ôm ra cho tôi coi một đống thư. Những tờ giấy xanh có in mờ mờ hình ngọn núi Phú Sĩ và những dòng chữ ngoằn ngoèo như run. Hắn trịnh trọng nâng từng tờ giấy cho tôi xem. Tôi thì biết chữ nào vào với chữ nào đâu. Bèn ngắm cái hình núi Phú Sĩ cho vừa lòng hắn. Hắn đưa cho Ozaki coi rồi bèn nhận Ozaki và tôi làm cố vấn cho hắn về việc này.

Ôi, cố vấn cho cái tên si tình đến cả thiên hạ cũng không đong đầy hồ mắt giai nhân này thật vất vả. Cứ mỗi lần "gặp nạn" với hắn, tôi bèn duỗi ra với câu trả lời: "Mày còn trẻ quá để cưới vợ. Yêu lăng nhăng thì được. Mà yêu thì cần gì phải lèm bèm tối ngày như vậy". Dĩ nhiên mỗi lần tôi phá ngang, cái mặt hắn trông như thể cấu vào chỗ nào cũng rứt ra được một con sâu u hoài to bằng cái nắm tay của anh khổng lồ vậy.

Ozaki thì có vẻ người lớn hơn nhiều. Chẳng gì cũng đã 24 tuổi và chỉ còn một năm nữa tốt nghiệp kiến trúc sư. Cao 1 thước 85, nặng tới gần 70 kí, hắn có thể được coi như đại diện trung thực và đầy đủ cho một nước đang vươn mình tiến tới địa vị nhất nhì về kỹ nghệ trên thế giới. Lẽ dĩ nhiên hắn tự hào về quê hương của hắn vô kể. Tôi kể với hắn là trong thời gian sống ở thủ đô Hoa Thịnh Đốn, tôi đã được đọc trên một tờ báo một mẩu tin thuật lại cuộc phỏng vấn một sinh viên Nhật vừa tới Hoa Kỳ. Khi được hỏi về cảm tưởng của anh sau một tuần lễ sống tại Hoa Kỳ, anh đã không dấu diếm cái sựvtự hào khi trả lời: "Tôi rất sung sướng khi đặt chân tới đây vì thấy tại bất cứ nơi nào trên đất này hàng Nhật cũng tràn ngập các cửa hàng". Thực ra anh ta không nói ngoa chút nào. Chính tôi đã có lần vào nhà hàng Macy's tại Nữu Ước, cửa hàng có cái tên dính liền với hàng chữ quảng cáo "cửa hàng lớn nhất thế giới", để mua một chiếc va ly có nhãn hiệu Macy's nhưng khi về mở ra mới thấy có một hàng chữ nhỏ nằm khiêm nhượng trong kẹt: *"Made in Japan"*.

Như vậy anh sinh viên Nhật chỉ nói lên một sự thực đáng tự hào cho Nhật nhưng vì có lẽ quá trẻ, câu tuyên bố của anh hơi thiếu tế nhị một chút.

Khi nghe tôi kể lại câu chuyện này, Ozaki đã không dấu được vẻ đắc ý trong ánh mắt nhưng hắn lại nói rất thành thực: "Người dân Nhật làm việc cực khổ và chăm chỉ lắm. Nước chúng tôi có một diện tích nhỏ hẹp và ít tài nguyên thiên nhiên".

Những lúc hắn và tôi ngồi tâm sự, nói với nhau về quê hương của mỗi đứa, tôi thấy rõ ở hắn không những đẫm cái tinh thần Nhật mà còn cái tinh thần ngàn năm không phai nhạt của người dân Á Châu. Chỉ những lúc đối mặt với một người Á Châu khác này, tôi mới thấy thấm thía sự mất mát lớn lao của thế hệ thanh niên Việt Nam hiện nay. Cái tinh hoa của truyền thống cổ truyền Á Châu còn nhìn thấy kết tinh được nơi Ozaki nhưng tôi chưa một lần nhìn thấy nơi những bạn bè Việt Nam của tôi. Chúng ta lao mình vào cuộc sống một cách hối hả, tranh cướp nhau từng chút lợi lộc giữa tiếng súng rền vang trên khắp đất nước từ bao năm qua để cuối cùng kẻ thì phè phỡn, đắc ý bơi lội trong những cặn bã của một nền văn minh vật chất, kẻ thì bị đào thải ra khỏi cuộc sống ôm hàng tá bất mãn chỉ chờ dịp nổ tung vào những tên đắc thời. Cuộc sống của Ozaki khác xa lắm với cuộc sống của phần lớn thanh niên Việt Nam hôm nay. Nó chững chạc trong việc thâu thái những tinh hoa của một nền văn minh kỹ thuật tân tiến nhưng đồng thời cũng hết sức tha thiết với những giá trị tinh thần của nền văn hóa cổ truyền Á Đông. Tôi nghĩ đây là lối sống điển hình nhất của người thanh niên Á Đông. Lối sống chỉ có thể có được khi người thanh niên được hun đúc trong cái đẹp đẽ, phóng khoáng ngàn xưa và được giáo dục để vượt qua những u mê hào nhoáng của cuộc sống vật chất ngày nay.

Tôi phải thú thực là trong những ngày bầu bạn với Ozaki tôi không hề một lần dẹp bỏ được tự ái để mở miệng nói với hắn sự bội phục của tôi đối với lề lối sống của hắn. Nhưng chắc tôi không dấu nổi hắn, qua ánh mắt và cử chỉ của tôi, sự bội phục này những lần nghe hắn nói chuyện về gia đình, bè bạn, nếp sống và quê hương của hắn. Trong căn phòng 6 thước vuông nhỏ hẹp của một thanh niên độc thân tại lữ quán YMCA ở Nữu Ước, chúng tôi đã nhiều lần thích thú như tìm thấy những điểm tương đồng trong phong tục, tập quán Nhật- Việt. Và tôi cũng đồng ý với Ozaki khi hắn cho là thế giới ngày mai phải là của người Á Châu, những người Á Châu có chung một truyền thống hào hùng, ngàn năm vẫn giữ nguyên những vẻ đẹp bàng bạc như ánh trăng rằm.

Như để tôi hiểu rõ hơn những điều hắn nói về quê hương hắn, hắn đã dẫn tôi tới một tiệm ăn Nhật nằm giữa khu sầm uất *Times Square* của Nữu Ước. Thật chẳng còn gì thú vị hơn khi ngồi ngất ngưởng uống rượu *saké* hâm nóng giữa cái nhộn nhịp của dòng thác người hùng hục chạy theo kim đồng hồ. Chén chú chén anh, chén tạc chén thù, chúng tôi cạn hết bầu rượu này tới bầu rượu khác. Chất rượu ngấm dần vào cơ thể giữa một khung cảnh hoàn toàn Nhật Bổn với những chiếc áo *kimono* sặc sỡ của những cô hầu bàn lượn đi lượn lại trong tầm mắt. Ba đứa chúng tôi có lẽ ngồi uống rượu có phong thái lắm. Tôi đã mường tượng ra một thằng tôi khoác áo *kimono* gác kiếm bên mình, bưng từng bát rượu nóng lóng lánh ánh mắt giai nhân uống ừng ực như những hiệp sĩ lãng mạn sau khi vừa trừ khử gian tà bạo lực.. Sau này, khi ở Đông Kinh, tôi đã mặc thử áo kimono và rất lấy làm bất mãn khi thấy mình chẳng có một chút phong thái hiệp sĩ nào cả.

Hứng chí vì *saké,* tôi có ý muốn giới thiệu với Nakamura và Ozaki về món ăn Việt Nam. Nhưng tôi phải thất vọng ngay vì chẳng đào đâu ra được thứ "xa xỉ" đó trong thành phố này. Quê hương giờ đây sao xa vời vợi. Tôi cũng chẳng thấy người Việt Nam nào ở đây để có thể có một bữa cơm quốc hồn quốc túy hầu lên mặt với dân Nhật, thì hắn cũng lấy làm tiếc là không đãi tôi một bữa ăn Nhật đúng điệu để về sau này nếu có lấy vợ Nhật thì cũng không còn bỡ ngỡ khi được vợ trịnh trọng lo cơm lo nước cho. Nghe hắn nói, tôi thú vị quá và bèn "bốc" ngay. Tôi bảo hắn là trên đường về Việt Nam, tôi sẽ ghé Nhật để kiếm vợ Nhật vì người Việt Nam có một câu nói đầy kinh nghiệm: "Ăn cơm Tàu, ở nhà Tây, lấy vợ Nhật". Hắn khoái chí cười um lên và nhất định sẽ chọn một cô em xinh nhất để đón tôi ở Đông Kinh. Về sau, trước khi tôi trở về Việt Nam, hắn đã cho tôi địa chỉ cô

Mặc kimono Nhật (12/1967)

em họ hắn thật và tôi cũng đã tới ở Đông Kinh thật nhưng cái tật ham vui đã khiến tôi chẳng có thời giờ tìm tới....cô vợ hụt của tôi.

Ở tiệm ăn ra, ba thằng bỗng "bốc đồng" chơi trò may rủi. Chúng tôi rủ nhau đi tảo thanh khắp vùng *Times Square* để tìm một cô Nhật hoặc Việt Nam với ý nghĩ cao đẹp là tìm một bữa ăn quốc hồn quốc túy. Nếu tìm được một cô Nhật thì tôi lời và nếu tìm được một cô Việt Nam thì hai thằng bạn tôi được thưởng thức cơm Việt Nam. Lúc đó là 9 giờ tối và hôm đó là ngày Lễ Tạ Ơn, một ngày nghỉ, nên *Times Square* đông nghẹt. Ba thằng đi rong cả tiếng đồng hồ mà chẳng thấy một bóng hồng Á Châu nào cả. Bỗng trước mặt chúng tôi thấp thoáng một khuôn mặt da vàng. Tôi vội bảo tôi thắng cuộc rồi vì cô bé kia nhất định là người Nhật. Hai đứa kia bảo Việt Nam hoặc Trung Hoa chứ không phải Nhật. Tôi thì tôi chắc chắn không phải Việt Nam rồi vì cái khuôn mặt đầy đặn và cặp giò to lớn kia làm sao có thể là "cô gái Việt Nam da vàng" của quê hương tôi được.

Tôi vội tiến tới hỏi cô bé: "Cô có phải là người Nhật không?". Cô bé toét miệng ra cười gật lấy gật để và phát thanh một tràng tiếng Nhật hết sức dễ thương. Hai tên Nhật vội tiến tới "đỡ" cho tôi. Ba tên đồng bào ruột thịt đấu với nhau ríu rít như chim hót. Tình quê hương quả thật là thắm thiết. Tôi phải xê ra "cho chúng nó yêu quê hương với nhau" tới hai mươi phút đồng hồ. Thế rồi cũng tới lúc cô bé "tỉnh ngộ" quay sang tôi hỏi một câu tiếng Nhật. Lẽ dĩ nhiên tôi "nghệt" ra. Ozaki phải làm một đường thông ngôn là em hỏi sao tôi ít nói quá vậy. Tôi hối hận là tại sao từ trước tới giờ tôi chưa hề nghĩ tới chuyện học tiếng Nhật để ngày nay phải đứng thực hành câu im lặng là vàng một cách tận tình như thế này. Ozaki phải trả lời họ là tôi không phải người Nhật mà là người Việt Nam. Nàng khẽ nói hai chữ "Việt Nam" và biểu lộ sự ngạc nhiên vô cùng. Rồi nàng bèn ngắm tôi từ đầu tới… đầu gối và dùng tiếng Anh hỏi một câu tinh quái: "Anh có biết nói tiếng Nhật không?" Tôi cũng bất đắc dĩ phải tinh quái theo nàng và trả lời: "Tôi chỉ biết một câu". Nàng mỉm cười hất mặt làm vẻ chờ đợi tôi nói tiếp. Tôi xổ ngay: *"Ai phinle masu!"* Mặt nàng hồng lên. Tôi vội tiếp: "Hai tên này dạy tôi nói câu đó nhưng không giảng cho tôi nghĩa là gì. Cô có thể cho tôi biết nghĩa được không?" Nàng lườm tôi một cái rồi làm vẻ nũng nịu ghé sát tai tôi thì thầm: *"I love you!"* Tôi chưa kịp hồng mặt thì đã phải nhảy chồm lên vì một cú véo của Nakamura.

Chúng tôi bèn ngỏ ý bữa nào đi mua đồ mang về nhà nàng nấu cơm Nhật ăn chơi. Nhưng nàng cho biết là nàng đang theo học ở một thị trấn nhỏ và chỉ lên Nữu Ước chơi tới mai thì trở về trường. Thế là hụt bữa cơm Nhật. Bốn đứa bèn đi rong chơi. Tôi được biết tên nàng là Kumiko. Rong chơi chán, chúng tôi rủ nhau đi đánh *bowling*. Say sưa với những quả banh cây, chúng tôi đánh quên mệt tới hai giờ sáng mới đưa Kumiko về. Đường phố vẫn còn nhộn nhịp, ngày vui vẫn chưa tàn.

Cái tính tò mò cố hữu đã nhiều lần dẫn dắt tôi tới những cái bốc đồng thật nực cười. Trong thời gian tôi ở Đông Kinh tôi đã nhiều lần tự xỉ vả một cách tận tình vì cái tính thích coi "đầu đuôi ra sao". Những món ăn Nhật ngọt lừ khó nuốt đã nhiều lúc làm tôi phát nản muốn vào tiệm cơm Tàu ăn cho thỏa chí tang bồng, nhưng tôi đã chẳng một lần nào vào được tiệm cơm Tàu trong suốt một tuần lễ lưu tại Đông Kinh. Tôi đã lý luận là đã đặt chân tới đây thì phải ăn cho biết mùi vị của mọi món ăn Nhật. Vậy là thịt sống, cá sống, tôm sống, mực sống và đủ các thứ cay chua tanh tưởi khó nuốt được tôi nhắm mắt nhắm mũi "thưởng thức" nồng nhiệt. Dĩ nhiên lối thưởng thức này thật thiếu êm ái và hơi…phiêu lưu một tý. Cuộc phiêu lưu này càng thêm phần ly kỳ và hấp dẫn không những khi nuốt vội nuốt vàng những "cái gọi là bữa cơm" mà còn ngay cả khi kêu đồ ăn tại một tiệm ăn Nhật nữa. Dân chúng Đông Kinh ít người biết tiếng Anh. Những tiệm ăn Nhật lại càng thưa thớt tiếng Anh hơn nữa. Vì vậy du khách muốn gọi một món ăn thật vất vả khi cái miệng của mình không "thích hợp" với cái tai của các anh chị hầu bàn. Để phần nào giải quyết tình trạng thiếu thông cảm này, các nhà hàng đã làm những món ăn giả bằng nhựa với màu sắc như hệt một món ăn thật. Những bát, đĩa đồ ăn này nhìn qua cũng mãn nhãn lắm. Nhất là khi chúng được trưng bày trong những tủ kính ngay ở cửa ra vào. Du khách chỉ việc kêu anh bồi ra chỉ vào món ăn giả rồi đưa ngón tay ra hiệu là 1, 2 hoặc 3 đĩa là có thể yên trí vào bàn ngồi chờ ăn. Những món ăn Nhật trông thì đẹp lắm nhưng nhúng đũa vào mới thấy…mùi đời. Nó cũng như những người đẹp "trình diễn" trông xôm trò lắm nhưng thực ra sở hụi chỉ gồm vỏn vẹn một góc đồn điền cao su của nhà triệu phú Nguyễn đình Quát. Tôi nhớ tới những lời khen tặng món ăn Nhật của Ozaki và những giòng chữ nồng nhiệt ghi tên các món ăn từ *sushi* tới *sukiyaki* để tôi dễ dàng "còm măng" tại Đông Kinh. Nếu một vị đại sứ, theo định nghĩa của một nhà ngoại giao Anh lão luyện, là một người được gửi ra ngoại quốc để nói dối cho quyền lợi của quốc gia mình thì Ozaki quả thật là một đại sứ có tài. Nói vậy cho vui chứ thực ra những món ăn mà mình được nuôi từ nhỏ tới lớn bao giờ chẳng là những món ăn ngon nhất. Ozaki được đắm mình trong hương vị ngọt ngào của món ăn Nhật, chắc cũng như người Việt Nam được nuôi dưỡng bằng hương vị nước mắm vừa đậm đà vừa thơm tho. Đó là một phần của mình. Đó là quê hương với vẻ quyến rũ ngàn đời. Đó là những thứ không thể thiếu vắng được.

2

Cũng vì bản tính cái gì cũng muốn trông thấy tận mắt nên ngay khi vừa bước chân xuống Nữu Ước, tôi và một tên bạn da đen người Zambia tên Frank đã vội đi kiếm một tên Zambia thổ công ở Nữu-Ước để xuống Harlem. Cái khu Harlem "thần thoại" được báo chí đề cập tới một cách quyến rũ đã làm ít nhất một tên bạn Việt-Nam của tôi ở Saigon mong ước có một ngày được đặt chân tới. Máy bay đáp xuống phi trường La Guardia lúc bảy giờ tối thì chín giờ tôi đã đứng giữa khu Harlem cùng hai tên bạn da đen Zambia này. Frank hỏi tôi cảm tưởng về Harlem, tôi đã trả lời không do dự: "Tôi có một tên bạn Việt-Nam hết sức say mê Harlem, tôi đang nghĩ về hắn. Tối nay tôi sẽ viết thư tả cho hắn nghe về cuộc đi chơi Harlem này". Frank hỏi lại tôi: "Hắn ở Harlem rồi sao?". Tôi đáp:"Chưa!", Frank trợn mắt nhìn tôi. Cặp mắt trắng trên khuôn mặt tối tăm bóng nhãy.

Frank sống ở ngoại quốc khá nhiều. Hắn đã đặt chân trên gần khắp các đô thị Âu Châu kể cả Mạc Tư Khoa. Lối sống của hắn có vẻ Tây Phương lắm. Tôi biết hắn ở Hoa Thịnh Đốn và cùng ở một phòng với hắn tại Nữu Ước. Hắn có một vợ, hai con và đã bỏ nhà đi từ ba tháng trước khi đặt chân tới Hoa-Kỳ. Như vậy là hắn đã xa vợ con trong bốn tháng trời và ngày về vẫn còn xa vời vợi. Hai thằng ở chung một phòng, mạnh thằng nào thằng ấy đi nên ít khi gặp nhau. Nhưng khi nào hai thằng cùng "sống" ở trong phòng - nghĩa là không thằng nào ngủ, vì có những buổi hai thằng cùng ở trong phòng mà vẫn phải viết giấy dặn dò nhau vì một thằng còn bận ngủ sau khi đã đi gần trọn ngày. Có một lần tôi chỉ cần hỏi hắn có biết cuốn sách của tôi ở đâu không mà đã phải "bút đàm" tới hai ngày. Hôm đó tôi kiếm mãi không ra cuốn sách tôi mượn ở thư viện đã tới ngày phải trả mà hắn thì lăn ra ngủ như một con heo, nên tôi "gửi thông điệp" hỏi hắn rồi đi ngủ. Khi dậy không thấy hắn đâu mà chỉ thấy một miếng giấy hỏi tôi về màu sắc, hình thù cuốn sách. Tôi biên giấy trả lời rồi đi. Khi về thì hắn lại biến mất và "nhắn nhủ" tôi là chịu khó kiếm lấy, hắn không có thì giờ. Thế là đủ mất tiêu hơn một ngày. Mãi rồi qua những "thông điệp" liên tiếp tôi mới được hắn để ngỏ tủ cho tôi kiếm sách.

Nhưng khi hai thằng cùng thức trong phòng thì như cái chợ vỡ. Thằng nào cũng có sẵn một món đồ thất lạc để càu nhàu. Và lúc nào hai thằng cũng kê nhau được.

Hắn thường bảo tôi là hắn có vợ con nên ở quê nhà vợ con hắn lo xếp đặt cho hắn đàng hoàng. Sang đây không có ai coi sóc cho hắn nên hắn mới bỏ trước quên sau. Còn tôi thì trơ thân cụ một mình mà không biết giữ gìn ý tứ thì làm sao mà khá được. Thế rồi hắn kết luận bằng những đề nghị quái gở từ việc buộc đồ vật vào người, mua máy báo động gắn lên đồ vật đến…lấy em gái hắn.

Frank có cái tật làm cái gì cũng chậm như rùa. Tôi không thể nào tưởng tượng được lại có thể có một con người chậm như hắn. Mỗi sáng khi ngủ dậy hắn phải làm "nghi lễ buổi sáng" mất khoảng gần hai tiếng đồng hồ. Nguyên cái vụ rửa mặt, đánh răng, chải đầu đã mất cỡ 45 phút. Mà đầu hắn có khó chải gì cho cam. Nó quăn tít như lò so chỉ việc lấy bàn chải "gỡ rối tơ lòng" ra là xong.

Cái đức làm dáng và ăn diện của Frank thật…hết thuốc chữa. Có dư đồng bạc nào là hắn mua quần áo hết. Mà toàn là quần áo bảnh không. Hắn luôn luôn tự xưng là một "*gentleman* đen" và thú vị với cốt cách phong lưu lắm. Một lần hắn đã mua một cái áo choàng tới 60 đô trong khi tôi chỉ dám mua một cái 24 đô. Dĩ nhiên cái thứ áo của hắn được bán trong một cửa tiệm sang trọng ở Đại Lộ Thứ Năm mà khách hàng thuộc loại sẵn tiền. Hôm mua áo về hắn hí hửng khoe với tôi. Tôi hỏi giá tiền khi hắn đang mặc thử áo. Khi thấy không còn gì để khen cái áo tốn của đó, hắn bèn nhẹ nhàng phàn nàn: "Cái áo này nặng quá". Tôi được dịp kê ngay: "Nó phải nặng chứ, vì mày đã trả tới 60 đô cơ mà!". Hắn nhe răng cười trừ.

Cái con người "da đen quí phái" này có mặc cảm về màu da một cách tội nghiệp. Có một lần hắn giận tôi tới bốn ngày vì một câu nói thẳng. Thực ra tôi nghĩ hắn là bạn thân với tôi nên tôi mới nói huych toẹt ra nhưng không ngờ cái màu da của hắn lại khiến tâm hồn hắn nặng nề đến thế. Hôm đó tôi với hắn làm sang đi ăn cơm Tàu. Ăn xong hắn trả tiền. Đáng lẽ theo một quy luật bất thành văn thì tiền *tip* cho bồi chỉ khoảng 10% số tiền phải trả thì hắn chỉ nên cho 50 xu. Hắn đã vênh vang để lại đĩa cả 1 đô la. Đi tắc xi hắn cũng *tip* một cách "nhà giàu" như vậy. Tôi bảo thẳng hắn:" Tại sao mày *tip* dữ thế. Có phải mày có tự ti mặc cảm nên *tip* vậy cho thiên hạ sợ không?" Hắn không trả lời, mặt lạnh như tiền, "cấm khẩu" với tôi tới bốn ngày.

Cái mặc cảm kỳ thị này hắn có thật. Không bao giờ hắn đi thăm các di tích lịch sử, các đền kỷ niệm hoặc phong cảnh nổi tiếng ở Hoa Kỳ cả. Hắn dửng dưng với tất cả. Tôi đã có lần cố kéo hắn đi thăm một số bảo tàng viện nổi tiếng ở Hoa Thịnh Đốn, thác Niagara ở biên giới Hoa Kỳ - Gia Nã Đại, hắn đều khăng khăng lắc đầu. Mãi tới khi tôi rủ hắn đi thăm

Empire State Building ở Nữu Ước hắn mới nói với tôi: "Tất cả những công trình này chẳng là cái gì nếu người Mỹ còn giữ sự kỳ thị với người da đen." Hắn cho là người da trắng đã bóc lột người da đen để tạo nên sự thịnh vượng.

Tôi phải nhận rằng trong thời gian ở Hoa Kỳ, nhiều khi tôi đã phải cố gắng để khỏi biểu lộ sự bất bình trong những lúc va chạm với một số người da đen ở ngoài phố. Chẳng hạn như tôi đi qua đường rất đúng hiệu đèn và lối dành cho người đi bộ thì một chiếc xe vượt đèn đỏ phóng xẹt qua mặt. Anh tài là một người da đen. Và bao giờ cũng là người da đen. Chẳng hạn như giữa một phố đông đúc ở Nữu Ước, vài đứa trẻ da đen vừa chạy vừa đái vung vẩy trên lề đường. Chẳng hạn những thanh niên da đen xả rác trong rạp chiếu bóng. Còn khi ở Harlem thì khỏi nói về những bê bối, bẩn thỉu. Để giải thích những việc không lấy gì làm sáng giá cho lắm này, Frank đã nói:" Tại vì người da trắng cố tình dìm người da đen trong sự vô học, ngu dốt nên họ mới có những hành động như vậy." Và hắn chỉ một khu trường đại học tối tân vừa xây cất xong bên cạnh khu Harlem và nói: "Họ xây những ngôi nhà tối tân kia làm gì khi những đứa trẻ da đen còn chưa ăn học đầy đủ".

Dĩ nhiên có những người da đen được ăn học đàng hoàng và chiếm những địa vị cao quí trong xã hội. Tại Nữu Ước chúng tôi có dịp tiếp xúc thường xuyên với một ông Khoa Trưởng tại một trường Đại học nổi tiếng. Ông ta người da đen, rất có phong thái, rất chững chạc và lịch sự, đối xử với mọi người một cách thoải mái, không mặc cảm. Vậy mà Frank đã nhận xét về ông ta một cách chua chát: "Ông ta không còn là người da đen nữa. Đúng hơn ông ta chỉ còn đen ở màu da. Ông ta đã bán linh hồn cho người da trắng để đổi lấy địa vị và quên những người da đen nghèo nàn thất học khác".

Một tên bạn chẳng có một tí mặc cảm, lúc nào cũng vui như tết của tôi là một cô người Ba Tây tên Maria. Khoái cái gì làm cái nấy. Sống khơi khơi chẳng lo nghĩ gì. Hôm nào có tiền thì đi ăn ở những nhà hàng thật sang, khi hết tiền thì tỉnh bơ kéo tôi đi ăn *pizza* trừ bữa. *Pizza* là một thứ bánh bột của Ý giá rẻ mạt. Ăn no căng bụng cũng chỉ tốn nửa đô la. Maria rất khoái đi chơi đêm tại làng Nghệ sĩ *Greenwich* hoặc tại các khu "hộp đêm" khác. Những đêm trời lạnh, tụi tôi - Maria và một lô bạn trai và gái khác - thường ôm nhau ra về sau những giờ vui, vừa đi vừa hát um sùm. Tôi nhớ một bài hát mà "dân Ba Tây" thích thú lắm. Bài hát Ba Tây này tôi không thuộc hết lời nhưng có một câu bất hủ là: "Tất cả mọi việc đều có thể làm được trong ngày hôm nay vì hôm nay là ngày thứ bảy". Những ngày thứ bảy thiên đàng được chúng tôi vét cạn từng phút sau một tuần vất vả cực nhọc. Bao giờ Maria cũng là *leader* của những ngày thứ bảy phá phách không biết mệt này. Cái tính lãng mạn của Maria thật…hết thuốc chữa. Có lần cô ả đã đề nghị ngồi suốt đêm ở ngoài đường vì…trời đẹp quá.

Nhóm bạn tạp chủng của tôi gồm nhiều quốc tịch. Họ tới Hoa Kỳ vì nhiều lý do khác nhau và đều chưa ở Hoa Kỳ lâu đủ để biến thành dân bản xứ. Anh Chen, người Trung Hoa là một nhân vật được chúng tôi chiếu cố tận tình. Với khuôn mặt phì nộn, ngây ngô đầy tính chất dân tộc, Chen nhiều lần làm chúng tôi cười tới nôn ruột. Một trong những trò chơi thú vị nhất mà anh vô tình cống hiến cho chúng tôi là cái giọng nói ngọng nghịu của dân Trung Hoa. Người Trung Hoa không phát âm được vần "d" mà nói trại thành vần "t" nên mỗi lần chào hỏi chúng tôi, Chen tỉnh bơ phát ngôn: *How "tô" you "tô"?*. Anh nhấn mạnh ở hai chữ "tô" khiến câu chào hỏi thật ngây ngô tức cười. Thế rồi chúng tôi dịch câu chào này thành tiếng mẹ đẻ và dạy cho nhau thật thuộc. Sau đó khi cả "băng" gặp nhau thì chào hỏi bằng cả chục thứ tiếng cứ loạn cả lên, Anh Chen đương nhiên đỡ phải cực nhọc phát âm chữ "tô" nhưng đã phải trả một giá rất đắt cho sự thảnh thơi này: tên anh được biến ngay thành *Mister Tô you tô*.

Nhưng cái ngây ngô của anh *Tô you tô* cũng chưa vượt được mấy ông bạn Thổ Nhĩ Kỳ mà tôi được sống chung với họ một tuần trong một lưu xá tại thành phố Canbon thuộc tiểu bang Ohio. Mấy ông này là các thương gia sang quan sát Hoa Kỳ trong một thời gian ngắn. Hôm tôi tình cờ ngồi chung bàn ăn với họ tôi mới biết họ không nói được tiếng Anh. Bảy người Thổ với tôi ngồi ngay tàn tán nhìn nhau chẳng thốt nên lời. Tôi cố gắng nói thật chậm và phụ diễn thêm tay chân cũng chẳng làm cho tình hình sáng sủa thêm được bao nhiêu. Cuối cùng qua một cuộc kiểm điểm đầy vất vả mới lời ra được một ông biết nói tiếng Đức, tiếng Đức của tôi thuộc loại ăn đong nên phải dùng cho hết số chữ chẳng nhiều nhặn gì trong bụng mới tạm gọi là "nói chuyện" với nhau được. Vậy mà câu chuyện vừa tiếng Đức vừa tiếng Thổ (do ông Thổ biết tiếng Đức thông ngôn) cũng gây cho bàn ăn của chúng tôi sự thông cảm thú vị. Sau khi nói tiếng Đức mỏi tay quá, tôi đã được dịp "tếu" với mấy anh Mỹ bản xứ về mấy anh Thổ này. Thổ Nhĩ Kỳ tiếng Anh là *Turkey,* cũng có nghĩa là con gà tây. Mà món gà tây là món ăn không có không được của dân Mỹ trong ngày lễ Tạ Ơn và lễ Giáng Sinh vào tháng 11 và tháng 12 dương lịch. Khi chúng tôi gặp mấy ông Thổ này là đầu tháng 10. Tôi đã bảo với mấy tên Mỹ: "Tôi không hiểu người Mỹ các anh nghĩ quanh nghĩ quẩn làm sao mà bây giờ mới đầu tháng 10 đã nhập cảng một lô *turkey* ngây ngô như vậy trong khi lễ Tạ Ơn và lễ Giáng Sinh còn xa vời vợi". Mấy tên Mỹ ôm bụng cười trong khi mấy ông *turkey* thấy vui quá cũng…cười theo. Tôi chẳng thể nào quên được cái cười tươi mát của một cô bạn gái "bản xứ" tên Mimi. Mimi là một học sinh trường trung học được cử đại diện trường bên cạnh tôi trong suốt một ngày tôi tới sống với học sinh ở đây. Trường của Mimi nằm ở ngoại ô Hoa Thịnh Đốn với 2.500 học sinh trong một khung cảnh nên thơ với đầy đủ tiện nghi kể cả một bể bơi trong nhà. Năm nay Mimi mới 16 tuổi nhưng vóc người so với một cô gái Việt Nam cùng tuổi thì lớn hơn nhiều. Từ những lúc đi thăm các lớp học, thư viện, sân thể dục, thể thao cho tới khi ăn cơm *self service* tại phòng ăn nhà trường, Mimi luôn luôn tự nhiên, duyên dáng nói không biết mệt về nhà trường, gia đình và những ước vọng tương lai của nàng. Gọn gàng trong bộ đồ đồng phục màu đỏ có huy hiệu nhà trường nằm kín cả khoảng áo phía trước, Mimi đẹp như một thiên sứ lạc loài. Một ngày sống với Mimi mà tôi cảm tưởng đã biết nàng từ lâu, lâu lắm. Mái tóc đó, đôi má đó, cặp mắt, bờ môi đó thật gần nhưng cũng thật xa, thật quen nhưng cũng thật lạ. Và bàn tay trắng muốt xinh xinh vẫy tiễn tôi ngày rời Hoa Thịnh Đốn chắc muôn đời vẫn còn đó. *Mimi, em còn nhớ buổi chiều hai đứa ngồi trên ngọn đồi xanh mướt chỉ lưa thưa vài vệt nắng vàng uể oải. Hoa Thịnh Đốn nằm dưới chân chúng ta xa xôi như một kinh thành trong truyện cổ tích. Chiều đó em đã nói sẽ có ngày em sang Việt Nam, nơi quê hương rách nát nhưng thật hiền hòa của anh. Ngày đó...*

THỜI NAY số 240, năm 1969

QUÊ HƯƠNG NƠI XỨ NGƯỜI

Chưa bao giờ tôi vui bằng chiều hôm tôi tình cờ tạt vào tiệm cơm Tàu Jenny ở Hoa Thịnh Đốn. Khi mấy anh bồi Tàu nói tiếng Mỹ đưa tờ thực đơn cho tôi, tôi đã ngạc nhiên - phải nói là sửng sốt mới đúng - khi thấy thực đơn được ghi bằng tiếng Anh, Trung Hoa và…Việt Nam. Nhìn tên những món ăn bằng tiếng Việt mới thấy thích thú làm sao. Và càng thích thú hơn nữa khi trong các món ăn có những món Việt

Nam cùng mình, Việt Nam đến không thể Việt Nam hơn được nữa, như món thịt bò xào rau muống, canh rau cải… Nhìn tờ thực đơn mà cảm động đến tái tê. Quê hương xa cách nghìn trùng như nằm gọn trong tầm tay với. Tôi đảo mắt nhìn quanh phòng ăn. Quê hương tôi đây sao? Phòng ăn được trang trí theo kiểu Việt Nam. Chung quanh phòng là những mái rơm với những ống tre làm cột. Như lối trang trí của các quán cà phê như quán *Thơ*, quán *Gió* tại Saigon hoặc quán *Lính* ở Trung Tâm Nhập Ngũ số 3. Khi về nhà trọ tôi khoe ầm với các tên Mít ở đây về "khám phá độc đáo" của mình bằng câu tuyên bố rất hách: "Tên nào muốn ăn rau muống thì theo tao". Dĩ nhiên chúng nó theo gấp. Tôi hoảng quá bèn tuyên bố đợt hai: "Tao vừa làm sang vào Jenny ăn và khám phá ra món rau muống xào thịt bò. Tên nào muốn thưởng thức thì cứ tự tiện tới đó. Tao no rồi!". Câu nói lại của tôi làm tình quê hương của những tên Mít "sụt giá" tới tám mươi phần trăm vì vào Jenny có nghĩa là giơ cổ ra cho thiên hạ chém. Cái lối yêu quê hương phải tính bằng đô la như vậy rất ít khi có mặt chúng nó. Chúng nó bèn chửi rủa om sòm rồi…đi ngủ.

Nhưng trong giấc ngủ chắc chắn có hình ảnh quê hương lởn vởn đâu đó. Cái đất nước thật kỳ cục. Đánh nhau đến rã rời, đường xá đầy lỗ to lỗ nhỏ, nắng thì bụi mù, mưa thì ngập lụt, tên nào có tí quyền hành thì chỉ lăm le bán lấy tiền tiêu, tên nào mả táng hàm rồng được dân bầu làm này làm nọ thì ăn nói vô duyên đến chó cũng phải vẫy đuôi bỏ đi. Vậy mà đi khỏi là nhớ tới da diết. Nhớ lên nhớ xuống tới thẫn thờ cả người.

Một buổi sáng mùa đông lạnh đến tê bại tôi đã gặp bốn tên Mít trẻ khoảng 17 tuổi lật bật đi trên một con đường vắng tại Hoa Thịnh Đốn. Lúc bấy giờ khoảng chín giờ sáng. Thiên hạ còn ngủ cả. Trông thấy những tà áo dài tôi đã mừng nhưng muốn "đùa dai" một chút tôi làm bộ bỏ đi. Khi họ qua mặt tôi, họ xì xào cãi nhau đoán tôi có phải là Mít không. Tôi mỉm cười tỉnh bơ đi tiếp. Đi được chừng mười bước tôi mới dừng, quay nhìn lại. Cả bốn tên cũng đã dừng bước nhìn về phía tôi. Tôi toét miệng cười. Mắt tên nào tên nấy sáng như sao. Tôi hỏi lớn: "Sang bao giờ vậy?". Họ chạy ù lại và vội trả lời: "Mới chiều hôm qua". Tôi chợt nhận thấy bốn cặp mắt sưng vù và đỏ mọng. Tôi vừa cười vừa hỏi: "Tối qua khóc suốt đêm chứ?". Cả bốn tên e lệ gật đầu thú nhận. Họ cho tôi biết là vừa đỗ xong Tú Tài ở bên nhà thì nhận được học bổng khăn gói gió đưa đi liền. Chẳng tên nào kịp chuẩn bị tinh thần. Đêm qua mạnh đứa nào đứa nấy khóc, chỉ muốn trở về rúc nách mẹ. Sáng nay mới bảy giờ đã nhào ra đường

Trên đường phố Hoa Thịnh Đốn với một anh bạn Việt Nam (12/1967)

mà chẳng biết đi đâu. Đúng là những tên mán. Mới bảy giờ sáng mà đã lang thang ra đường để đi….quét đường sao? Bảy giờ sáng ở đây thì cũng như bốn giờ sáng ở Saigon. Tôi bèn bảo bốn tên mán về "tổ" của tụi tôi nấu cơm ăn để vỗ về "tình hoài hương".

Trông mấy tên này tôi lại nhớ tới những ngày đầu ở Hoa Kỳ. Nhớ nhà gì đâu mà nhớ kỳ lạ. Cái đêm đầu tiên ở ngoại quốc của tôi là một đêm không ngủ. Đã không ngủ được mà còn cứ thơ thần như người mất hồn. San Francisco quyến rũ như vậy mà cũng chẳng ham. Mấy tên Mã Lai vừa làm quen trong chuyến bay từ Hạ Uy Di tới lục địa Hoa Kỳ rủ tôi đi chơi, tôi cũng lắc đầu quầy quậy. Từ chối các cuộc vui để nằm cu ky trong phòng khách sạn nhìn trần nhà suốt một đêm quả thật là bậy vô số. Nhưng cái tình cảm con người nó nhăng nhít như vậy đó. Nằm mãi chán quá mở tivi coi. Bất chợt màn ảnh chiếu một khúc phim ngắn về sinh hoạt của đoàn Cán Bộ Xây Dựng Nông Thôn tại một thôn làng Việt Nam. Những nam nữ cán bộ cùng bầy trẻ trong làng ngồi quay vòng tròn vừa nhịp tay vừa hát bản "Việt Nam! Việt Nam!". Thật mừng hết cỡ. Dương mãi mắt lên để cố nuốt trọn những hình ảnh thân yêu tưởng chừng như đã ngàn đời xa cách. Coi hết khúc phim lại càng thấy nhớ nhà hơn nữa. Lồm cồm bò dậy đốt thuốc đứng dán mình vào cửa kính nhìn ra ngoài trời. Phi trường San Francisco nằm trước mặt sáng trưng. Những vệt máy bay lên xuống náo nhiệt. Chúng đang nối liền các phương trời xa lạ. Phương nào là quê hương tôi?

Đưa bốn tên "lính mới" về nhà tôi gọi tất cả tụi Mít họp

Trên đường phố Hoa Thịnh Đốn với một anh bạn Việt Nam (12/1967)

nhau lại làm cơm. Phòng của tên có bếp cứ nhộn cả lên. Nếu căn phòng chỉ hẹp thêm chừng hai phân khối nữa chắc có tên quay cu lơ ra ăn vạ đời vì thiếu không khí để thở.

Một tốp hè nhau "đi chợ". Tên Mít nào ở Hoa Thịnh Đốn cũng biết rằng mua thực phẩm là phải tới *Safeway*. Nơi đây là một cửa tiệm bán các thực phẩm thượng vàng hạ cám cái gì cũng có và giá rẻ hơn nhiều so với các nơi khác. Khu nào cũng có *Safeway*. Muốn gặp đồng bào thì chịu khó la cà ở mấy tiệm này thế nào cũng có ngày túm được. Tụi tôi mua được vài kí đùi gà, một ký tôm ướp lạnh và rau cùng đủ thứ đồ phụ tùng để nấu cơm Việt Nam kể cả một "bao" gạo nặng…khoảng 2 kí.

Một chục tên con cháu Hùng Vương hí ha hí hoáy, quay ra quay vào, đụng nhau chan chát, gắt gỏng um sùm. Tên phụ trách chiên thịt gà vừa cho hành, tỏi vào chảo vừa hét nhặng tên đứng ngoài đóng cửa phòng lại kẻo tụi "bạch quỉ" nó ngửi thấy mùi tỏi nó chạy có cờ thì vỡ mặt cả lũ. Tên kho tôm hét um sùm tên điều khiển bếp ga làm nồi tôm của hắn có khuynh hướng ngả sang màu tang tóc. Loay hoay mãi cũng xong. Giờ ăn đã tới. Đứa thì cầm đĩa lớn, đứa ôm đĩa nhỏ, đứa cầm bát, đứa ôm tô, tên có đũa, tên cầm thìa khua múa cứ loạn cả lên. Nhìn tổng quát thì chẳng tên nào cầm "vũ khí" giống tên nào cả. Lý do là gia chủ không ngờ được tiếp đãi khách khứa nhiều đến như vậy nên huy động trong tất cả các phòng của tên Mít có cái gì có thể cầm để ăn cơm được thì trưng thu hết kể cả… chậu cắm hoa. Bữa cơm thật là vui. Ăn xong tụi nó mang nhạc Việt Nam ra hát um sùm. Hỏi mấy tên "mán" còn nhớ nhà không, bèn được trả lời bằng cái lắc đầu và những nụ cười thật tươi. Một tuần lễ sau, khi mấy tên này phải rời Hoa Thịnh Đốn để mỗi đứa tới một tiểu bang theo học trong năm năm, mặt tên nào tên nấy ủ dột như những đóa hoa gặp…mưa đá. Tôi biết đêm hôm đó lại có những khuôn mặt đầm đìa nước mắt thức trắng đêm vọng về quê hương mà mơ tưởng tới ngày về.

Tại Hoa Thịnh Đốn có một số người Việt Nam chắc chẳng bao giờ nghĩ tới ngày về. Một vài sinh viên ở Saigon được hưởng học bổng qua đây từ cả chục năm nay đã trốn ở lại khi mãn hạn. Họ làm đủ nghề với ý định lập nghiệp luôn ở Hoa Kỳ. Một số người Việt Nam phục vụ tại đài phát thanh Tiếng nói Hoa Kỳ VOA, người nào người nấy cũng có trên mười năm "thâm niên xa quê hương". Có người đã tậu được cả biệt thự đầy đủ tiện nghi ở ngoại ô Hoa Thịnh Đốn. Ngày ngày họ vẫn gửi tiếng nói về quê nhà qua làn

Tại Washington Memorial, Hoa Thịnh Đốn (12/1967)

sóng điện nhưng biết đến bao giờ họ mới thực sự đặt chân trên đất mẹ.

Tại thủ đô Hoa Kỳ còn có một người "gọi là Việt Nam". Đúng ra phải gọi họ là những người Mỹ gốc Việt Nam. Họ chỉ có cái hình thù của người Việt Nam, còn ngoài ra đều Mỹ hơn Mỹ. Tôi đã gặp những người trông thấy đồng bào cứ bơ đi làm như chẳng có dính líu gì tới cái xứ sở xa xôi, khốn khổ đã có công sinh thành ra họ. Tôi đã thấy những cô thư ký tại tòa Đại Sứ Việt Nam "cốt cách" Hoa Kỳ, nói chuyện với những đứa bé Việt Nam năm, ba tuổi bằng tiếng Mỹ, gọi con cháu bằng những tên đặc Mỹ và....rất ngại nói tiếng Việt. Đây là những vết đen của quê hương nơi xứ người.

Những vết đen này rất may không nhiều đến nỗi có thể làm nhơ bẩn sự thắm thiết của tình đồng bào nơi đất khách. Trông thấy người Việt Nam ở ngoài đường là hét gọi um sùm để có dịp nói tiếng Việt. Và thường thường nếu gặp một dân Việt ở Mỹ lâu năm thì thế nào cũng có chầu chèo kéo về nhà để ăn cơm Việt Nam.

Thời gian tôi ở Hoa Thịnh Đốn cũng khá lâu và những bữa cơm tôi đã ăn ở nhà các chị C. và T. cũng chẳng thể đếm trên đầu ngón tay. Chị C. mới sang Hoa Kỳ chừng một năm và hiện đang dạy tiếng Việt tại đây. Chị T. là một nhân viên của đài Tiếng Nói Hoa Kỳ VOA và đã có mười hai năm "thâm niên công vụ". Hai chị em ruột đều có "thực tài" đối với tôi. Chị T. lái xe phóng như bay, biết đủ nơi cần thăm viếng cũng như những cửa tiệm bán đồ đẹp, rẻ và nói chuyện "sắc" một cây. Chị C. nấu phở thì số dách, những bữa phở ở nhà chị ngon không kém bất cứ một tay nấu phở nổi tiếng nào ở Saigon. Tôi vẫn thường gạ chị mở tiệm phở vì có lẽ chị sinh ra để nấu phở chứ không phải dạy học. Nhưng lòng nhiệt thành với phở của tôi khiến chị phải lo ngại vì nếu còn tôi ở Hoa Thịnh Đốn mà chị mở tiệm phở thì lỗ là cái chắc. Ngoài tài nấu phở chị còn tài làm chả giò và…rang cơm. Một lần chị mời một lô khách Hoa Kỳ tới ăn đủ thứ món ăn Việt Nam khiến người nào cũng suýt soa khen ngon ầm ĩ. Đã có lần tôi đến ăn ở nhà các chị này hai ngày liền mà chỉ yêu cầu có độc một món phở. Và cho tới bây giờ nếu có dịp trở lại Hoa Thịnh Đốn thì chắc chắn việc đầu tiên tôi phải làm khi đặt chân tới phi trường là gọi điện thoại xin một bữa phở tái ngộ.

Người Mỹ nào đã từng sống ở Việt Nam cũng đều thuộc nằm lòng những món ăn như phở, chả giò và một vài thứ bánh thông dụng. Nhưng cái ông mục sư Hoa Kỳ tôi có dịp gặp trong một bữa ăn tại nhà một người bạn Mỹ của tôi thì quá quắt lắm. Ông ta còn nói chuyện tới món…thịt chó. Ông đã sống ở Việt Nam sáu năm và nói tiếng Việt rất giỏi. Tôi nghĩ ông ta rất giỏi vì ông ta có thể nói tiếng Việt bằng các giọng địa phương kể cả giọng Quảng Nam, và biết được những danh từ địa phương ở từng nơi hẻo lánh. Ông đã đố tôi một danh từ dùng ở Cù Lao Rồng mà tôi đành chịu thua. Tôi chưa bao giờ thành thực hơn khi nói với ông ta: "Ông giỏi tiếng Việt hơn tôi nhiều".

Trong bữa ăn ông ta kể những kinh nghiệm sống ở Việt Nam một cách dí dỏm hết sức. Chẳng hạn như có lần ông tới một thôn làng Việt Nam và bất thần được những vị chức sắc trong làng khoản đãi cơm rượu như một thượng khách. Rượu đế được đổ đầy vào trong một chậu nhỏ và chuyền tay nhau kê miệng vào uống chung. Đồ nhậu là thịt gà luộc chấm muối. Vì ông là thượng khách nên được vị chức sắc cao cấp nhất trong làng mời ăn chiếc…đầu gà. Người Mỹ không bao giờ dám ăn đầu gà nên ông đã khôn khéo cầm chiếc đầu gà, xin nhường lại danh dự này cho vị chức sắc cao cấp nhất trong thôn. Cử chỉ xã giao khôn khéo này đã giúp ông qua được những giây phút khó khăn. Ngoài món thịt gà còn một món thịt nấu nướng rất công phu và rất ngon. Ăn xong ông mới hỏi và được biết là …thịt chó.

Thấy những người Mỹ trong bàn ăn xôn xao tỏ vẻ ngạc nhiên về món thịt chó, ông ta đã cười rất tươi và tuyên bố rất hách: "Ngon hơn thịt bò thịt heo nhiều!".

Ông mục sư "biết quá nhiều" này cho tôi tên và nhờ tôi khi trở về Việt Nam nếu có dịp tới Đà Nẵng tìm tới tín đồ của ông nói ông gửi lời hỏi thăm. Ông cũng cho biết ông rất thích Việt Nam và chắc chắn sẽ trở lại sống ở đó.

Những người Hoa Kỳ biết rõ về Việt Nam như ông mục sư này thật hiếm hoi. Quê hương chúng ta nhiều khi được những người Mỹ ở đây nhìn một cách lệch lạc đến thảm hại. Tôi không muốn ghi lại đây cái hình ảnh quê hương được biến chế này. Tôi cũng không muốn viết những lời trách cứ những nhà ngoại giao của chúng ta trong việc giới thiệu Việt Nam với những người bản xứ. Tôi cũng không muốn viết về những người Việt Nam làm ô danh quê hương nơi xứ người. Tôi không muốn nhắc tới cô gái Việt Nam nhảy *striptease* ở Hoa Thịnh Đốn, tới những vụ cãi vã tranh dành giữa những người Việt dạy tiếng Việt ở một tiểu bang nổi tiếng nhiều nắng và cát, tới hình ảnh lai căng của cô con gái một chính khách Việt Nam đã nhiều lần làm tốn giấy mực làng báo Saigon.

Tôi muốn quên hết những chuyện thiếu đẹp đẽ đó để tôn vinh quê hương, một quê hương trăm ngàn lần đẹp đẽ vì đây là quê hương được nạm ngọc dát vàng trong trí tưởng của một người dân Việt sống nơi xứ người.

Thời Nay số 241 năm 1969

HÁT CÔ ĐẦU Ở ĐẠI HÀN

Tôi ở Đại Hàn năm ngày tất cả. Những ngày cuối năm trời lạnh đến lịm người. Các ông bạn Đại Hàn bảo tôi số còn may mắn nên sang Đại Hàn nhằm lúc thời tiết "ấm" nhất trong mùa đông. Khí hậu Đại Hàn đỏng đảnh tức cười lắm. Mùa đông được chia ra thành những chu kỳ lạnh và ấm. Cứ khoảng năm ngày ông trời lại đổi "mốt" một lần. Năm ngày tôi ở Hán Thành lại rơi đúng vào năm ngày ấm. Ấm có nghĩa là Hán Thành chỉ vào khoảng 0 độ. Thật đúng là...đại hàn!

Cái rét nhiều khi làm người ta có những ý nghĩ kỳ lạ. Con người từ một xứ quanh năm chỉ biết có nắng và mồ hôi vừa chân ướt chân ráo đặt chân tới xứ lạnh là tôi, còn đang nghe ngóng phân tích từng độ lạnh trên da thịt mình thì mấy ông Đại Hàn đã vừa cười vừa hỏi có lạnh không. Một chùm khói phả ra từ miệng họ cùng với câu hỏi. Dĩ nhiên tôi phải gật đầu, run lập cập thú nhận cái sức chịu lạnh yếu ớt của mình. Họ ỡm ờ nói là ở Đại Hàn có nhiều chỗ không lạnh. Và họ sẽ đưa tôi tới một trong những chỗ đó.

Tôi ăn bữa cơm Đại Hàn đầu tiên ngay khi đặt chân xuống Hán Thành được ít tiếng đồng hồ. Tiệm ăn là một ngôi nhà lớn mà nếu đi lớ ngớ một mình chắc chắn tôi sẽ nghĩ đó là một ngôi đền. Đứng ở ngoài đường nhìn vào chỉ thấy một bức tường cao vút che khuất tầm mắt tò mò của người qua lại. Nhô lên khỏi bức tường là một mái nhà cong vút chạm trổ hai màu xanh lá cây và đỏ. Cửa vào chỉ vừa đủ cho hai người tránh nhau.

Bước qua cửa, khách sẽ tới một chiếc sân hẹp có bày ngổn ngang các ngọn giả sơn. Bà chủ nhà trong quốc phục Đại Hàn đứng đón trên hành lang luôn miệng nói năng tươi cười. Tôi chẳng hiểu bà nói gì nhưng thấy có vẻ ân cần lắm. Vài đôi giày xếp theo những bực cửa khiến tôi vội vàng cúi xuống cởi giày. Một đôi dép đi trong nhà được đặt vừa tầm chân bước lên. Căn nhà có vẻ như một tư gia hơn là một tiệm ăn. Và tôi đã có ngay cảm tưởng thân mật ấm cúng rất "người nhà" khi vừa bước chân vào. Qua một cầu thang gỗ đánh xi bóng loáng, tôi được dẫn tới cửa phòng ăn. Dép được bỏ bên ngoài. Phòng nhỏ chỉ vừa đủ chỗ cho một mối hàng.

Nhà hàng có nhiều phòng nhưng không bao giờ khách đụng độ nhau cả. Mỗi toán là một khu riêng biệt. Người ta không thể gặp nhau nếu không đi cùng với nhau. Lối tổ chức này thật tiện cho các đấng mày râu bản xứ. Nếu có những lúc mà con người muốn im hơi lặng tiếng thu giấu mình được càng nhiều càng tốt thì đây chính là một trong những lúc đó.

Một chiếc bàn thấp, vài chiếc nệm ngồi đủ màu, đôi ba câu đối treo rải rác trên tường. Căn phòng chỉ có vậy. Không. Người ta còn phải kể thêm một rừng đồ ăn bày trên bàn và những bông hoa biết nói sẵn sàng chờ phục dịch khách. Ngồi trên chiếc nệm màu đỏ để ngay trên sàn nhà tôi hoa mắt với núi đồ ăn trước mặt. Có tới ba chục món khác nhau, món nào đối với tôi cũng đều là lần đầu gặp gỡ. Biết ăn cái gì trước, cái gì sau bây giờ. Sự bối rối của tôi chẳng kéo dài được bao lâu. Một cô gái tới cạnh nhoẻn miệng cười rồi khép nép ngồi xuống bên cạnh. Công việc duy nhất của tôi lúc bấy giờ là há miệng ra đón miếng ăn tươm tất vén khéo do cô bạn hầu rượu đưa tới tận nơi tận chốn. Thích ăn món nào thì chỉ tay, hỏi thì gật đầu, chán miếng nào thì lắc, chỉ còn thiếu chiếc yếm rãi treo tòng teng ở cổ là tôi sẽ cảm thấy mình trẻ lại được…ba chục tuổi.

Cơm Đại Hàn được bày ra với lực lượng hùng hậu như vậy nhưng thực ra mỗi bữa ăn chỉ có một món chính. Thường là món thịt nướng quốc hồn quốc túy. Khi ăn người ta có thể thay đổi gia vị với vài chục thứ *kim chi* và rau cỏ trước mặt. Hồi ở Việt Nam tôi chỉ biết có một món *kim chi* làm bằng bắp cải nhưng sang tới đây đụng tới món gì cũng được bảo là *kim chi*. Cứ cái gì muối là *kim chi* hết kể cả *kim chi* bằng tôm như mắm chua của mình. Tôi hỏi ông bạn Đại Hàn ngồi bên xem mấy cô ngồi hầu có phải là *ki seng* - một thứ nghệ giả Đại Hàn - không? Ông này lưỡng lự rồi trả lời không hẳn là *ki seng*. Ông tán một hồi về *ki seng* rồi cho biết chỉ ở Cheong Ju là có *ki seng* "nguyên chất" đáng đồng tiền bát gạo hơn cả.

Cheong Ju cách xa thủ đô Hán Thành tới 400 cây số. Ngày thứ ba của tôi ở Đại Hàn là ngày tôi khởi hành đi Cheong Ju. Có nhiều loại phương tiện để xuống Cheong Ju nhưng tôi đã dùng một phương tiện tốn thời giờ hơn cả là xe lửa. Vừa có dịp thưởng thức một cái thú không có ở Việt Nam trong lúc này, vừa lợi dụng được đường dài để ngắm cảnh miền quê Đại Hàn. Xe lửa Đại Hàn cũng từa tựa như xe lửa Việt Nam trước đây. Ghế ngồi có thêm miếng gỗ nhỏ bên cạnh để đồ uống và cái để chân bọc nhung xanh ở phía trước. Qua từng ga những người dân quê trong bộ quốc phục Đại Hàn tất tưởi lên xuống. Những anh chị bán hàng rong đi đi lại lại trong toa, bán bánh kẹo, báo, thuốc lá, nước ngọt… Đặc biệt là khi gần tới giờ cơm họ bán những chiếc hộp bao giấy hoa rất đẹp thắt nơ xanh nơ đỏ như một món quà tặng quí giá. Thoạt đầu tôi cứ tưởng đó là những hộp kẹo bánh đặc biệt của vùng xe lửa đi ngang qua để khách mua về làm quà cho bà con. Nhưng khi thấy hầu như mỗi người đều mua một hộp tôi đã cố tình để ý. Khi tôi từ toa hàng ăn trở về sau bữa cơm no nê trước khung cảnh thay đổi liền liền trước mắt, tôi thấy khách đi tàu lần lượt bóc những chiếc hộp đẹp đẽ đó ra. Sau lần giấy hoa là một chiếc hộp gỗ mộc mạc. Phía trong, nằm giữa lần giấy trắng tinh khiết sạch sẽ là những năm cơm xếp đều đặn và mỹ thuật. Mỗi năm cơm được bao quanh bằng một lần rong biển khô màu xanh. Hai đầu năm cơm được rắc một thứ trông giống như ruốc chà bông của Việt Nam.

Suốt hơn bốn giờ đồng hồ ngồi trên xe lửa vượt qua gần một nửa chiều dài của Đại Hàn Dân Quốc tôi đã được thấy những nhà máy chế tạo đủ loại sản phẩm Đại Hàn, từ chiếc xe hơi tới gói thuốc lá. Hơn một chục năm thanh bình đã giúp Đại Hàn có cơ hội tiến mạnh về kỹ nghệ. Bên cạnh những nhà máy đồ sộ, tôi cũng đã có dịp nhìn qua vào nếp sinh hoạt của người dân quê Đại Hàn. Những căn nhà lợp rạ cùng những bức tường đất có phủ rơm ở trên làm tôi nhớ tới những căn nhà ở vùng quê miền Bắc Việt Nam. Đó là những căn nhà chống lạnh rẻ tiền nhất mà con người có thể nghĩ ra được để đối phó với cái lạnh của trời đất.

Những dân quê làm ruộng hoặc làm đường có một lối vận chuyển vật liệu và hoa màu rất lạ mắt. Mỗi người đeo đằng sau một cái kệ bằng gỗ có hai mặt phẳng. Một mặt ép sát vào lưng, một mặt nằm ngang làm thành một góc vuông. Dưới hai mặt phẳng này là bốn cái chân bằng tre hoặc gỗ. Người ta có thể chất đầy lúa, mạ, đất hoặc đá trên hai mặt phẳng này rồi cõng đi. Muốn nghỉ chân hoặc dừng lại đưa "hàng" lên xuống, chỉ việc bỏ sợi giây thừng vắt chéo trên vai ra là cả khối nặng nề dựng đứng trên mặt đất như một cái bàn vững chắc.

Cheong Ju là một thành phố nhỏ với khoảng vài trăm ngàn dân. Đường phố nhỏ hẹp và dơ dáy hơn ở Hán Thành nhiều. Khoảng 5 giờ chiều là trời đã nhá nhem tối. Thành phố lên đèn thật sớm. Bữa ăn ở nhà *ki seng* bắt đầu lúc 7 giờ. Qua một con đường đất ngắn có những tảng đá tròn làm chỗ bước chân, chúng tôi được bà chủ hướng dẫn cởi bỏ giày dép trước khi vào phòng. Trong phòng có khoảng chục người vừa Đại Hàn vừa Mỹ. Ở đây người ta tính tiền theo đầu người. Tôi nghe nói *ki seng* ở Cheong Ju đắt kinh hồn. Ở nhà hàng tệ nhất cũng mất khoảng 50 mỹ kim mỗi người. Có chỗ tới cả trăm mỹ kim. Không cần biết ăn uống ra sao, rượu ngon hay không, hát hay dở thế nào, cứ tính tiền theo số người khách tham dự. Tôi không được trả tiền chầu hát này nên không rõ giá tiền mỗi người bao nhiêu nhưng được biết đây là nhà *ki seng* danh tiếng nhất Cheong Ju.

Chúng tôi phân ngôi chủ khách ngồi cách xa nhau trên những chiếc gối màu đặt trên sàn nhà. Sàn bóng loáng được sưởi từ phía dưới nên ngồi lên nệm thấy ấm vô cùng. Một đoàn *ki seng* trong y phục cổ truyền Đại Hàn từ trong tiến ra ngồi xen kẽ giữa khách. Cô áo xanh, đỏ, cô áo vàng, tím. Có cô mặc áo sọc bảy màu. Họ tươi cười mời khách của mình uống rượu. Rồi thức ăn được mang ra. Lại hoa cả mắt với vài chục thứ *kim chi*. Món ăn chính hôm nay là món nhúng. Họ nhúng đủ thứ từ thịt đến các đồ biển như hải sâm, tôm hùm, mực, sò. Nhiều thứ ăn được, nhiều thứ nuốt xong phải ực vội một hớp rượu cho hết mùi tanh. Rượu Đại Hàn cũng tương tự như rượu *saké* của Nhật hoặc rượu nếp của Việt Nam. Uống vào không thấy gì nhưng khi ngấm thì phải biết. Em *ki seng* ngồi cạnh tôi mặc áo màu xanh sẫm luôn luôn săn sóc gắp đồ ăn bỏ vào miệng tôi. Em cười thì tươi lắm nhưng chẳng nói được một chữ tiếng Anh nào cả. Tôi để ý thấy mấy em khác cũng vậy. Biết tiếng Đại Hàn nhiều khi cũng không phải thừa. Vốn liếng tiếng Đại Hàn của tôi sau ba ngày ăn đũa của xứ Bình Minh Yên Lặng này chỉ vỏn vẹn có mỗi một chữ *Gamsa hamnida* có nghĩa là cám ơn. Tối hôm trước một ông Đại Hàn có nhã ý dạy tôi câu "Anh yêu em" nhưng khó nhớ quá lại dài dằng dặc nên đành chịu thua. Yêu đương ở Đại Hàn quả có nhiều khó khăn. Cả bàn tiệc tay chân múa may lung tung như đánh quyền. Ngôn ngữ quốc tế hiện thực này thật khó mà diễn tả được những ý nghĩ êm dịu nồng nàn.

Buổi tiệc theo cái đà rượu ngấm dần dần tăng cường độ. Các em *ki seng* có một lối chuốc rượu khách khá tinh vi. Em bảo khách uống hết chỗ rượu trong ly rồi rót rượu mời em. Em uống xong rồi rót mời lại. Chén uống rượu chỉ lớn hơn ngón tay cái chút xíu nên tôi vững bụng thi đua chén anh chén nàng với em. Được vài lần cụng đi cụng lại em đổi ly. Sao trí tưởng tượng của em lại có thể phình ra lớn đến như vậy. Vì em đổi dần dần từ chiếc ly nhỏ bé đó đến chiếc ly lớn như ly uống nước ngọt ở Saigon. Nhìn sang bên cạnh cũng thấy chiếc ly của ông bạn vênh váo bằng ly của mình. Đúng là một chiến thuật "leo thang" kỳ diệu. Rượu rót đi, rượu rót lại chẳng mấy chốc mà mỗi cú tố đã tới cả ly đầy. Phải nhận là các em uống rượu thành thần cả. Em nào em nấy tỉnh bơ mà khách đã có chiều muốn đổ.

Trên sân khấu nhỏ xíu các em thi nhau lên trình diễn các điệu vũ. Từ vũ múa trống tới các vũ trai gái thôn quê tán tỉnh nhau, các chuyện tình thần thoại và các màn hợp ca, đơn ca. Một em hoạt náo viên lăng xăng quay cuồng chạy lên chạy xuống một hồi là phòng tiệc trở nên nóng sốt. Khách được mời lên hát chung vui. Em kéo tôi lên sân khấu với một anh Mỹ đã ở Đại Hàn ba năm. Bản dân ca nổi tiếng Arirang được ban nhạc trổi lên. Phúc bảy mươi đời cho tôi là đã nghe mấy ông lính Đại Hàn ở Việt Nam hát nát nước bản này rồi nên cũng thuộc. Thuộc đây là thuộc điệu hát còn lời thì mặc kệ hai tên kia muốn làm gì thì làm. Mình cứ ngân nga theo điệu nhạc là ăn tiền rồi. Mới ở Đại Hàn ba ngày mà hát được như thế là nhất đấy.

Mặt khách càng ngày càng đỏ gay. Các em càng lúc càng dở nhiều ngón nghề. Một em mang bộ quần áo chú rể ra mặc cho một ông khách rồi hai người lên sân khấu lễ tơ hồng. Nghi lễ được mang ra dùng trong lúc này mang vẻ khôi hài nặng nề. Cặp nào cặp đó đã bắt đầu ngả ngớn. Căn phòng bớt đèn dần dần. Nhạc chuyển sang điệu *slow* dìu dặt. Từng cặp chân tiến lui theo điệu nhạc. Khách chẳng biết khung cảnh đã đổi sang một phòng nhảy từ lúc nào. *Nhịp đôi chân, tiến đôi vai.* Tôi nhớ đến thơ Vũ Hoàng Chương trong niềm lâng lâng kỳ lạ. Có lúc nào trong đời khiêu vũ bằng đôi chân không giày với một người nữ lòa xòa váy lớn bằng hai ba người chưa nhỉ?

Rượu càng lúc càng thấm nặng. Người hầu như rũ ra. Các em dìu khách ra chỗ để giày. Tôi đã trở về với đôi giày của tôi. Tạm biệt những giờ ngả ngớn vong thân. Vòng tay người kỹ nữ lỏng buông khỏi lưng khách. Bàn tay nhỏ bé vẫy vẫy hẹn gặp lại. Còn bao giờ gặp lại nữa. Tôi nghĩ đến hai câu thơ kết trong bài "Lời kỹ nữ" của Xuân Diệu. *Lệ hoen mờ kỹ nữ thấy sông trôi / Du khách đi du khách đã đi rồi.*

Sáng hôm sau tôi lên máy bay trở về Hán Thành sớm. Ngày hôm sau nữa tôi rời Đại Hàn.

Thời Nay số 271,
Xuân Tân Hợi, ngày 1/2/1971

NHỮNG GIỜ PHÚT TRÊN MÂY

Cái số tôi lận đận trong những ngày cuối năm. Cứ tới lúc năm cùng tháng tận là y như rằng tôi phải lang bang đâu đó xa Saigon. Thông thường thì lêu bêu ở các tỉnh trong nước. Thảm nhất là năm ngoái đi đổ mồ hôi ở quân trường. Năm nay số tôi coi bộ khá. Lang bạt ở xứ lạ quê người. Từ những ngày đầu tháng chạp cầm tấm vé máy bay ở trong tay lòng đã xúc động bồi hồi. Không còn cái nao nức trằn trọc của những lần xuất ngoại đầu tiên nhưng vẫn còn cái thú vị lâng lâng mong đợi tới một xứ lạ. Chuyến đi nào chẳng mang những khám phá mới mẻ dù tới một nơi mình đã một lần in dấu giày.

Tôi lên đường vào ngày rằm tháng chạp, đúng ngày năm ngoái tôi trình diện quân trường. Phi cảng Tân Sơn Nhất đông đặc quân nhân Hoa Kỳ đi nghỉ phép. Chuyến bay bằng phi cơ Boeing 727 của Air Việt Nam dự định đưa tôi tới Đài Bắc sau khi ghé qua Hương Cảng khoảng một tiếng đồng hồ. Sau lời chào mừng của phi hành đoàn và xem mấy cô tiếp viên phi hành trình diễn *"show"* mặc áo phao cấp cứu khi máy bay rớt xuống biển, phi cơ sẵn sàng cất cánh. Mặc áo vào, kéo nút, thổi hơi, lấy dưỡng khí, các cô đứng ở từng cửa phòng làm các động tác tượng trưng theo lời dẫn giải trong loa phóng thanh. Xem các cô trình diễn một lần thấy cũng hay hay. Nhưng xem nhiều lần thấy hơi khôi hài một chút. Có lẽ các cô trình diễn nhiều lần cũng thấy vậy nên động tác xem ra có phần hời hợt, làm cho có lệ pha thêm chút ngượng nghịu tắc trách. Các hãng máy bay ngoại quốc ít khi dùng các nam tiếp viên phi hành nhưng Hàng Không Việt Nam thì chuyến bay ngoại quốc nào ít nhất cũng có một ông. Cái nghề bưng cơm, rót nước, dỗ con nít này xét ra ít thích hợp với các đấng nam nhi. Tôi cảm thấy có cái gì không ổn khi thấy anh bạn học cũ, vô địch kiếm thuật Việt Nam, đã từng đại diện nước nhà tham dự Thế Vận Hội hai lần, nay an phận bưng và dọn những khay đồ ăn cho khách hàng.

Các cô tiếp viên của Hàng Không Việt Nam trên các đường bay quốc ngoại không mang đồng phục màu xanh quen thuộc nhưng mặc đồ đầm hoặc áo dài màu cà phê sữa có thêu những cành tre màu nâu sậm. Không hiểu vì nguyên do nào mà lèo tèo có hai ba cô mà mỗi cô mặc một "mốt" như vậy. Trông thật chẳng giống ai. Cả Việt Nam có hai chiếc phi cơ bay đường quốc ngoại mà lực lượng tiếp viên phi hành coi bộ yếu xìu. Chúng tôi đã đố nhau tìm ra được một cô tiếp viên mà đường nhan sắc xứng đáng đại diện một cách trung thực cho phụ nữ Việt Nam. Vậy mà, sau nhiều chuyến bay trên hai chiếc Boeing này, chúng tôi vẫn không tìm thấy.

Phi cơ bỏ không phận Việt Nam. Chung quanh chỉ còn những cụm mây trắng xóa. Tiếng nhạc dìu dặt êm ái. Sau hơn một giờ bay, phi cơ đổi cao độ hạ thấp dần. Mặt biển hiện ra xanh biếc. Tiếng phi hành đoàn loan báo sắp hạ cánh xuống phi trường *Kai Tak* của Hương Cảng. Một vài hòn đảo nhỏ loáng tháng hiện ra. Rồi từng khối nhà trắng toát hai bên đảo Cửu Long được nâng dần lên. Sân bay là một miếng đất hình chữ nhật nằm lấn ra biển sẵn sàng chờ đón. Phi cơ xuống ngọt như không. Cả phi trường Hương Cảng đều biết tài đáp xuống sân bay này của phi công Việt Nam. Các chàng được coi là thiện nghệ nhất trong các phi công đủ quốc tịch lên xuống nơi cửa ngõ của Á Châu này.

Những chiếc xe dài như xe buýt nhưng thấp lè tè, không có cửa, chạy ra chạy vào đón khách từ phi cơ xuống. Tôi vào cửa *"transit"* để lên phòng chờ đợi tiếp tục cuộc hành trình một giờ sau đó. Phi cảng mới được sửa lại trông sáng sủa và gọn ghẽ hơn trước nhiều. Những cửa hàng miễn thuế sáng trưng lời chào. Cửa hàng rượu gồm đủ các thứ rượu của các nước. Cửa hàng máy móc, nữ trang và các đồ kỷ niệm có các cô bán hàng mặc đồng phục đỏ. Thấy tôi mua một bưu ảnh gửi về Việt Nam, cô bán hàng hỏi ngay tiếng Việt: "Ông mới từ Saigon qua?". Tôi không ngạc nhiên vì lần nào tới phi cảng này tôi cũng gặp ít nhất là một người bán hàng biết nói tiếng Việt. Thường là các thanh niên trước đây sinh trưởng và sống một thời gian khoảng hai chục năm ở Chợ Lớn. Tới tuổi quân dịch là họ dọt. Tôi chỉ thực sự ngạc nhiên khi được cô bán hàng cho biết cô chưa hề qua Việt Nam lần nào. Cô đã học tiếng Việt với một cô bạn người Hương Cảng đã từng ở Việt Nam trước đây. Tuy nói không trôi chảy lắm nhưng tiếng Việt của cô cũng đủ để giao thiệp với người Việt Nam một cách thoải mái dễ dàng. Cô quảng cáo mãi những món hàng trong cửa tiệm và luôn nhấn mạnh là hàng miễn thuế. Tôi đã có kinh nghiệm về "cái gọi là miễn thuế" ở phi trường *Kai Tak* nên vừa cười vừa hỏi: "Có thực hàng ở đây rẻ hơn hàng ở ngoài phố không?" Cô cười theo thú nhận nhưng vẫn cố vớt vát: "Nhưng ông có được vào phố đâu?". Tôi nhấn mạnh: "Tôi sẽ vào ở Hương Cảng vài bữa nhưng không phải bây giờ". Cô hỏi tôi về Việt Nam, về quân dịch và chiến tranh. Chắc lại có một anh chàng nào ở Chợ Lớn đã đột kích vào nằm vùng trong mắt cô này rồi.

Loanh quanh một lúc qua các cửa hàng đã hết một giờ. Ông Air Việt Nam vẫn im hơi bặt tiếng. Phải một lúc sau máy phóng thanh mới cho biết vì lý do kỹ thuật chuyến bay phải hoãn thêm nửa tiếng.

Nhìn ra sân bay, chiếc phi cơ Việt Nam đã được chăng giây thừng chắn lối chung quanh. Thợ sửa chữa bâu đầy phi cơ. Coi bộ mệt rồi. Sang tới đây mà còn bị ông Air Giao Chỉ cho trễ giờ như thường lệ ở Việt Nam thì không khá chút nào. Ngồi buồn ngắm đỡ các người đẹp "không gian" vậy. Phi trường này là nơi tập trung nhiều hãng máy bay ngoại quốc. Mỗi hãng có một kiểu và màu áo riêng cho các cô tiếp viên nên các nàng mang đủ màu sắc di chuyển hoa cả mắt trong phòng. Hãng BOAC có đồng phục lạ mắt nhất. Giày bốt trắng, váy mini xanh dương, thắt lưng to bản trắng và chiếc mũ cối khoằm khoằm trắng. Trông cô nào cô nấy hùng dũng như cảnh sát. Chiếc áo đỏ của hãng TWA cũng lạ và đẹp. Tiếng máy phóng thanh lại báo tin Air Việt Nam chưa thể cất cánh được và mời hành khách dùng giải khát trong quán ăn.

Ngồi trong quán ăn uống hết một ly nước cam, ăn hết hai cái *sandwich*, ngắm đến chán chê một chục cô tiếp viên của hãng *Thai International* trong bộ đồng phục màu tím hoa cà dễ thương ngồi ở bàn trước mặt mà vẫn chưa thấy động tĩnh gì. Lại loanh quanh. Hai cậu sinh viên Việt Nam cùng chuyến bay cứ cuống cả lên. Lạ nước lạ cái, lần đầu rời xa gia đình mà gặp trục trặc điệu này thì lo sợ là phải. Một cậu qua Nhật, một cậu qua Hoa Kỳ, cả hai sẽ đổi máy bay ở Đài Loan. Tôi tới Đài Loan cũng phải đổi máy bay *Korean Airline* qua Hán Thành. Các hành khách khác cũng vậy. Bao nhiêu chuyến bay tung ra khắp các phương trời có chuyến nào đợi số hành khách kém may mắn này đâu. Hết người nọ cự nự đến người kia trách móc quầy hàng của Việt Nam Hàng Không. Hai giờ đồng hồ chờ đợi lảng nhách đã trôi qua. Tôi an ủi hai sinh viên Việt Nam: "Đâu có dễ dàng gì mà được ngồi chơi ở Hồng Kông như thế này?". Các cậu cười mà mặt méo xệch.

Một tiếng đồng hồ sau đó, sau những vận động vất vả, tôi mới đổi để được đi *Thai International* tới thẳng Hán Thành sau khi ghé qua Đài Loan một tiếng. Hai cậu sinh viên nhìn tôi đi với vẻ cuống quít trong ánh mắt. Tôi bảo cứ yên trí hãng máy bay sẽ phải lo ăn ở và xếp đặt máy bay cho hai cậu nếu phải ngủ đêm tại đây. Bước chân lên chiếc DC 8 của hãng hàng không Thái Lan, tôi sửng sốt trước khung cảnh lạ lùng. Các cô tiếp viên đã trút bỏ bộ âu phục màu tím hoa cà để mặc quốc phục Thái rực rỡ đứng xếp hàng đón khách. Miệng tươi như hoa, cử chỉ dịu dàng thân ái, họ đã đưa chúng tôi vào xứ Thái. Phi cơ được trang hoàng bằng những màu nguyên chất đối chọi nhau nhưng rất hợp với màu áo cổ truyền của các cô tiếp viên. Một chiếc khăn mặt nóng có mùi trầm làm tôi tỉnh táo hơn. Hành khách đàn ông được các cô tặng một chiếc quạt màu tím. Nữ hành khách được gắn vào ngực áo một bông lan tím rất đẹp. Các chuyến bay quốc ngoại của hàng không Thái được mang tên là "Lan Vương Giả". Bữa ăn được dọn thật thịnh soạn và hợp khẩu. Tôi đã từng nghe một người Hoa Kỳ khen lấy khen để các món ăn của hàng không Thái. Bây giờ tôi mới thấy lời khen là đúng. Tôi không hiểu họ nấu những gì trong món ăn mà họ dọn cho chúng tôi nhưng phải nhận là hợp khẩu vị của mọi người. Chuyến bay này thật phí phạm. Với sức chứa vài trăm hành khách, máy bay chỉ vỏn vẹn có một chục người. Số hành khách bằng với số tiếp viên. Phi công trưởng chuyển cho hành khách bản tin tức mới nhất. Phi cơ đang ở trên cao độ 8850 thước. Tốc độ 1.000 cây số giờ. Khí hậu bên ngoài xuống tới - 28 độ. Bốn mươi phút nghỉ ở Đài Loan thật ít ỏi. Tôi chạy vội lên chỗ bán đồ để mua một hộp trà Đài Loan làm kỷ niệm. Không có tiền bản xứ, tôi móc một nắm tiền lẻ vừa tiền Hồng Kông vừa mỹ kim bảo cô hàng lấy cho đủ. Mãi tới bây giờ tôi cũng chẳng biết tiền Đài Loan là gì. Hy vọng cô hàng hôm đó không đãng trí để đem lại thiệt thòi cho cô hoặc cho tôi. Vừa thu lại số tiền thừa thì một nhân viên phi trường đã chạy tới bảo lên máy bay ngay. Tôi ba chân bốn cẳng xuống thang lầu chạy ra sân bay. Đang hớt hơ hớt hải thì thấy cậu sinh viên Việt Nam đồng hành cũ lễ mễ xách đồ đi ngược chiều. Tôi vội hỏi máy bay sửa được rồi sao. Cậu ta lắc đầu đáp: "Em đi *Northwest* tới đây". "Anh kia đâu?". "Còn ở Hồng Kông!". Thật hết thuốc chữa.

Tiếng động cơ nổ giòn. Tôi bỏ lại phi trường Đài Loan. Mười người khách và mười cô tiếp viên giờ đã thân với nhau như người nhà. Tôi ngồi nói chuyện vu vơ với một cô tiếp viên. Thấy cô đeo trên ngực chữ *"Trainee"*, tôi hỏi: "Cô còn tập sự sao?". Cô gật đầu cho biết: "Đây là chuyến bay đi ngoại quốc đầu tiên của tôi". Cô vào nghề được gần một năm. Cha cô là một giáo sư triết ở Đại Học Vọng Các. Cô đi làm sau khi tốt nghiệp trung học. Hai mươi mốt tuổi, cô chẳng biết mình thích gì. Ngay cả nghề bay cũng vậy. Làm là làm. Vậy thôi. Phanit - tên cô - thật vui vẻ. Cô hỏi tôi người nước nào. Tôi bảo Pha-nit đoán thử coi. Cô lim dim mắt làm thầy bói. Trung Hoa? Nhật? Phi Luật Tân? Tân Gia Ba? Lào? Kampuchia? May quá em vẫn chưa đến nỗi hiểu lầm tôi là thần dân của ông Bokassa. Tôi lắc đầu đến sái cả cổ. Cô dỗi không thèm đoán nữa và bảo tôi làm bộ giấu không nhận. Cô với tấm bản đồ trong túi ghế trước mặt ngồi ngắm mãi. Tôi bảo đoán thêm đi. Tấm bản đồ đã giúp cô đi xa hơn. Ấn Độ? A Phú Hãn? Nepal? Tôi thấy số phận mình càng ngày càng bi thảm nên bảo cô "tốp" lại và để tôi giúp cô. Tôi nói: "Tôi đến từ nơi có chiến tranh". Cô reo lớn: "Việt Nam!". Nước mình nổi tiếng thiệt. Cô khoe là nước cô có binh sĩ qua Việt Nam. Tôi liên tưởng ngay tới mấy ông lính Thái đen thậm đen thụi mà tôi thường gặp ở khu chợ trời hàng Mỹ.

Phải nhận là người Thái là giống người Á Châu gần với người Việt Nam nhất. Nếu Phanit mặc áo dài Việt Nam thì không ai dám bảo cô không phải là người Việt Nam. Cô hỏi tôi một vài tiếng Việt Nam thông dụng và đặc biệt bảo tôi nhắc lại tên chiếc áo dài Việt Nam trước đây cô biết nhưng giờ không nhớ. Khi tôi bảo đó là áo dài, cô nhắc lại thật rõ ràng nghe như chính một người Việt phát ngôn vậy. Tiếng máy phóng thanh dịu dàng cho biết Hán Thành hiện giờ lạnh 5 độ và phi cơ đang đổi cao độ để xuống phi trường Kimpo. Phanit và tôi cùng đứng dậy. Tôi hỏi tối nay còn bay nữa hay ở lại Hán Thành. Phanit trả lời tối nay ở khách sạn KAL.

Tôi đặt chân xuống phi trường Kimpo vào lúc 8 giờ tối kết thúc cuộc hành trình dài 11 tiếng đồng hồ. Tôi chợt nhớ là vài tháng trước đã đọc báo thấy phi trường này được "cải trang" thành một phi trường Bắc Hàn để đánh lừa mấy anh sinh viên thiên tả Nhật cướp máy bay. Nhìn những dãy máy bay thuộc nhiều quốc tịch nằm xếp hàng trong khu phi trường rộng lớn, tôi không hiểu làm sao họ có thể che giấu mọi vết tích này trong một thời gian ngắn.

Năm ngày sau tôi lại rời phi trường Kimpo để đi Đông

Kinh. Lần này tôi đi vào buổi chiều nên nhìn được kỹ hơn. Phi trường đang được nới rộng. Các toán thợ làm việc không nghỉ tay. Chỗ bán đồ miễn thuế dở hơn các phi trường khác. Chẳng có gì mua được ngoài một vài thứ đá quí đặc biệt của Đại Hàn. Giá chẳng rẻ gì hơn ngoài thành phố. Chuyến bay ngắn ngủi từ Hán Thành tới Đông Kinh bằng phi cơ *Northwest Airline* không có gì trục trặc. Cất cánh đúng giờ và tới nơi cũng đúng giờ. Mấy em tiếp viên phi hành người Mỹ to như cái bồ. Cặp chân nào cũng có thể mang ra giã giò được cả.

Phi trường Haneda của Đông Kinh đã được cải tiến nhiều so với lần trước tôi tới đây. Những chiếc cầu thang cuốn chạy dài theo hành lang đã giúp hành khách thoải mái nhiều. Mỗi chiếc dài cả trăm thước. Chỉ việc đứng lên thang là tới cửa máy bay. Trước đây tới Haneda là được lội bộ bằng thích. Hệ thống kiểm soát giấy tờ hành khách cũng được canh tân lại. Số quầy kiểm soát di trú tăng lên nhiều khiến hành khách không phải chờ đợi mất công.

Sau bốn ngày ở Nhật, tôi dùng máy bay *Pan Am* đi Hồng Kông. Tiếp viên của hãng máy bay này gồm người Nhật và Mỹ. Họ nhanh nhẹn, lễ phép và rất được việc. Cái lối giúp đỡ hành khách của họ dễ thương hết sức. Họ tới chân ghế, nửa ngồi nửa quì dưới chân khách để nghe… sai bảo. Đồng phục của tiếp viên phi hành là màu cà phê sữa nhạt. Khi dọn ăn họ choàng thêm chiếc áo làm bếp. Tôi ngồi ở cuối máy bay. Một em tiếp viên người Nhật lầm tôi là người đồng hương nên ngồi xuống phát ngôn một tràng tiếng Nhật. Em trợn tròn đôi mắt - đôi mắt nai thật sáng - khi tôi lắc đầu bảo không hiểu. Em đoán mãi một hồi mà vẫn không ra tôi là người Giao Chỉ

Quốc. Phải đợi tôi nói em mới nhăn mặt, há miệng hỏi tôi có cầm súng đánh nhau không. Em bảo em sợ đánh nhau lắm. Sau một hồi đàm đạo tôi mới được biết tên em là Okino và em sanh trưởng ở Hiroshima. Bây giờ tới lượt tôi ngạc nhiên. Tôi đảo mắt nhìn một lượt từ đầu tới gót chân em thấy vẫn đầy đủ bình thường. Em lắc đầu quầy quậy nói lớn: "Tôi sinh ra sau ngày bom nguyên tử nổ nên không biết gì về chuyện đó hết". Ngồi trầm ngâm một lúc em nói vu vơ: "Quê hương tôi nổi tiếng quá phải không?". Tôi vội chia sẻ nỗi buồn của em: "Cũng như quê hương tôi bây giờ vậy. "

Chúng tôi ngồi nói chuyện về những rắc rối mà quân đội ngoại quốc tạo ra tại một nước đang có chiến tranh. Chúng tôi nói nhiều tới chuyện con lai. Tôi không hiểu tại sao chúng tôi lại nói tới những chuyện này. Hình như Okino gợi ra trước thì phải. Em lục trong xắc bay lấy ra một cuốn báo Nhật chỉ cho tôi nhiều hình ảnh các cô gái lai Nhật Mỹ trong lớp áo *kimono*. Từ 1945 tới nay lớp con lai này đã lớn. Okino vừa cất tờ báo vừa nói: "Họ vẫn còn là một vấn đề đối với nước Nhật chúng tôi". Okino tốt nghiệp môn sinh ngữ tại Đại học Osaka và rất chú ý tới các vấn đề lớn. Thân hình mảnh dẻ bé nhỏ với ánh mắt ngây thơ quả không thích hợp với những chuyện "của người lớn". Tôi định nói chuyện về cô nàng Martine Bokassa với Okino nhưng nghĩ đi nghĩ lại tôi lại thôi. Có thể đó là một câu chuyện vui và cảm động nhưng chắc chắn nó không làm Okino nghĩ tốt hơn về Việt Nam. Chúng tôi ngồi im khá lâu. Rồi Okino nói như để mà nói: "Tôi sẽ ăn Giáng Sinh ở Hạ Uy Di và đón năm mới ở Luân Đôn!". Nàng nhướng mắt như muốn hỏi tôi. Tôi khẽ cất tiếng: "Tôi mừng Giáng Sinh ở Hồng Kông." Và tôi nghĩ thầm trong bụng là mình sẽ giã từ năm mới 1970 ở Saigon thân yêu. Đêm đó sẽ không có tiếng súng trên quê hương tôi.

Thời Nay Số 272,
ngày 15/2/1971

HÁN THÀNH LẦN ĐẦU GẶP GỠ

Quẳng chiếc cặp *Samsonite* lên giường, rửa qua loa cái mặt, bận thêm bộ đồ ấm vào người, tôi vội chạy ra phố. Bấy giờ đã hơn 9 giờ tối và ngoài trời đang lạnh tới bốn, năm độ dưới số không. Tôi mới đặt chân tới Hán Thành được hơn một giờ đồng hồ. Ngoài đường vắng tanh vắng ngắt. Thành phố này, khoảng 5 giờ chiều trời đã tối mù tối mịt nên giờ này còn mấy ai ra đường. Họa chăng chỉ có mấy con vạc đi

Năm thứ 12
NGÀY 1-3-1971
thời nay
THẾ GIỚI DƯỚI MẮT NGƯỜI VIỆT
HÁN THÀNH
thành phố đang lên
273

ăn đêm. Tới một ngã tư đường, tôi dừng chân định hướng rồi tiến về phía nào có nhiều ánh đèn nhất. Cái thú vị nhất của một tên lang bạt nằm cả ở những tìm kiếm ban đầu nơi một thành phố hoàn toàn xa lạ. Tôi định qua bên kia đường mà không biết băng ngang cách nào. Đường thì rộng mênh mông, xe chạy lao nhanh như trên xa lộ. Ngó mãi chẳng thấy một người đi bộ nào qua đường cả. Nhìn quanh quất mãi mới thấy một cái mái thấp lè tè nhô lên khỏi lề đường. Nghĩ có lẽ đó là đường xe điện ngầm nên tôi không để ý. Đứng một lúc nữa tôi đã thấy run vì lạnh. Bậy quá, có chiếc khăn quàng cổ thì lại để quên ở khách sạn. Tôi chợt nhớ là ông Đại Hàn hướng dẫn tôi từ phi trường Kimpo về khách sạn hồi nãy có nói là Hán Thành chưa có xe điện ngầm. Vậy thì cái mái thấp lè tè kia chắc là đường hầm băng qua đường. Tôi đoán không sai. Khi sang tới bên kia đường tôi chợt tự thẹn vì cái "quê" của mình.

Muốn biết rõ một thành phố phải mò vào những khu bình dân. Không có gì nói dối tài tình bằng bộ mặt hào nhoáng của khu trung tâm thành phố. Tôi lần theo một con phố hẹp. Mặt đường thật dốc. Vỉa hè mấp mô. Mùi thịt nướng từ một ngõ hẻm bay ra thơm ngào ngạt. Tôi vào trong ngõ. Một xe bán đồ ăn có căng bạt kín mít tỏa ra một thứ ánh sáng vàng vọt yếu ớt. Chắc trời lạnh nên họ phải che kín như thế này. Dở tấm bạt ra, tôi thấy họ đang nướng mấy vỉ thịt như kiểu nướng thịt làm bún chả của Việt Nam. Mấy người đàn ông đang ngồi uống rượu với tô thịt để trước mặt. Bà hàng vừa quạt bếp vừa hỏi bằng tiếng Đại Hàn. Tôi chưa kịp trả lời thì chợt nhớ mình chẳng có một đồng bạc Đại Hàn nào trong túi.

Bèn vội vàng rút lui. Có lẽ họ cũng hiểu tôi là người ngoại quốc nên không nói năng gì thêm. Tôi tiếp tục đi khám phá sinh hoạt bình dân của Hán Thành với cái túi rỗng không có tiền bản xứ. Quay trở về khách sạn để đổi tiền thì ngại mà kiếm đâu ra được một ngân hàng để đổi ở chỗ này, vào cái giờ mà người ta đã chui vào chăn ấm hết cả. Hồi chiều đọc qua bản chỉ dẫn tôi đã biết qua là thị trường chính thức ở đây là 1 mỹ kim ăn 306 *won*. *Won* là đơn vị tiền tệ của Đại Hàn. Một ông Việt Nam ở Hán Thành từ lâu cũng đã cho biết là giá chợ đen là 1 mỹ kim ăn 360 *won* nhưng đổi nguy hiểm lắm. Lớ ngớ bị bắt thì giá tiền phạt sẽ là một giá kinh khủng chỉ có nước khóc dài. Mọi vi phạm ở Đại Hàn đều bị phạt nặng cả. Lái xe phạm luật giao thông sẽ phải phạt cỡ gần chục ngàn *won*. Có lẽ vì vậy nên suốt thời gian ở Hán Thành tôi thấy xe cộ chạy đàng hoàng lắm. Kỹ nghệ thuốc lá là độc quyền của chính phủ. Họ cấm dân chúng hút và bán thuốc lá ngoại quốc. Gặp ai hút hoặc giữ thuốc lá ngoại quốc trong người, chính phủ sẽ phạt 1.800 *won* mỗi điếu thuốc.

Thấy kỷ luật của ông Đại Hàn mà phát rét. Nhưng bụng đói nhiều khi cũng phải liều. Nhìn qua cửa kính một cửa hàng xập xệ thấy treo lủng lẳng mấy con gà quay hấp dẫn quá, tôi đẩy cửa bước vào. Nhìn một lượt quanh các bàn ăn, tôi hiểu đây là một quán chuyên bán gà, chim quay cho các bợm nhậu. Tôi hỏi anh chàng mập mạp đứng ở quầy có xài tiền mỹ kim không? Anh nầy ấm ớ không hiểu gì. Anh gọi thêm ba bốn người vừa đàn ông vừa đàn bà ra mà tình hình cũng không sáng sủa gì thêm. Phải vừa bút đàm vừa "thủ đàm" tới mười lăm phút tôi mới đưa ra được 2 mỹ kim để họ đổi với giá 300 *won* một mỹ kim. Họ giữ hai mỹ kim và mời tôi ngồi vào bàn. Một đĩa *kim chi* được dọn ra. Thứ củ cải ngâm dấm giống hệt ở Việt Nam. Tôi gọi một chai la ve và một con gà quay nhỏ. Nhìn vào bảng giá thấy một chai la ve giá tới 280 *won*. Sao lại đắt đến như vậy nhỉ? Chỗ này đâu có gì sang trọng. Cỡ như một quán nhậu bình dân ở Việt Nam. Bàn bên cạnh tôi là một cặp tình nhân ăn gà quay với một tô trông giống như mì. Gà quay ngay tại chỗ ăn giòn tan. Nhưng la ve lại nhạt thếch không bằng la ve thứ lớn ở Saigon. Thế mà giá vào khoảng 300 đồng Việt Nam. Tôi ăn gần xong thì thấy tên bồi mang lại tiền thừa khoảng hơn một trăm *won* và một miếng giấy nhỏ viết bằng một thứ tiếng Anh bất chấp văn phạm: "Chào mừng ông tới Hán Thành. Chúc ông được hưởng những ngày vui tại nước này". Tôi tưởng tờ giấy do nhà hàng nhờ người viết chơi nên mỉm cười cám ơn anh bồi. Một lúc sau nghe thấy tiếng nói chuyện ồn ào ở bàn phía sau lưng tôi quay lại và thấy một ông Đại Hàn hộ pháp cười và nói: "Ông đọc miếng giấy của tôi chưa?". Hóa ra ông nội này viết. Tôi cám ơn. Ông ta mời qua bàn ngồi nói chuyện. Họ có bốn người tất cả. Mỗi người đã hết hai chai la ve. Khi được biết tôi ở Việt Nam và vừa tới Hán Thành được vài tiếng đồng hồ họ tỏ ra vui vẻ hết sức. Họ nhắc đi nhắc lại hai nước là "anh em" với nhau. Họ giới thiệu mới biết người thì làm công chức, người hành nghề luật sư. Họ kêu thêm la ve. Trong câu chuyện tôi có cho biết không ngờ la ve ở đây mắc vậy. Ông hộ pháp bảo ở Hán Thành la ve là một thứ xa xỉ phẩm. Thật khác với Saigon!

Chúng tôi ngồi nói chuyện tới 11 giờ đêm mà họ vẫn có

vẻ ân cần lạ lùng. Họ nhất định bắt tôi phải cầm thêm hai con gà quay về mới chịu. Ở Hán Thành giới nghiêm từ 12 giờ đến 4 giờ sáng. Tôi ngạc nhiên vì tại sao gần hai mươi năm thanh bình mà vẫn còn giới nghiêm. Họ giải thích là trước đây ít lâu có 31 đặc công Bắc Hàn xâm nhập dinh Tổng Thống vào ban đêm. Ba mươi tên bị bắn chết tại chỗ. Chỉ còn một tên sống sót. Tên nầy vừa được tự do và lấy vợ sinh sống như những công dân khác. Từ bữa đó Hán Thành có giới nghiêm ban đêm. Trước khi chia tay họ hỏi tôi ở khách sạn nào. Tôi trả lời ở *Chosun*. Họ há miệng, trợn mắt hỏi: "Ông phải làm gì mới dám ở đó!". Tôi cười pha trò: "Tôi là tỷ phú ở Việt Nam".

Chosun là tên cổ của quốc gia Đại Hàn, có nghĩa là Bình Minh Yên Lặng. Khách sạn *Chosun* nằm ngay ở trung tâm thành phố là một khách sạn thuộc loại gồ ghề số một ở thủ đô Hán Thành. Giá mỗi phòng là 22 mỹ kim một ngày. Mười bảy tầng lầu và hai tầng hầm với đầy đủ phòng ăn, phòng nhạc, cửa hàng như một khách sạn loại sang nhất ở Nữu Ước. Khách sạn mới khai thác được chừng hơn một năm và là một công ty hỗn hợp Hoa Kỳ - Đại Hàn. Họ mệnh danh đây là "con tàu cắm cờ" vì có một hồ tắm hình dáng như con tàu với một hàng cột cờ trên nóc. Trong khách sạn có khách quốc tịch nào trú ngụ thì cờ của quốc gia đó được kéo lên. Vì vậy lúc đi lúc về tôi luôn luôn thấy lá cờ Việt Nam phất phới trước khách sạn. Cổng khách sạn là một kiến trúc kiểu mái nhà đông phương với một ngọn giả sơn thật lớn chạy dài vài chục thước. Đất ở địa điểm này đắt kinh hồn. Giá khoảng 2 triệu *won* một thước vuông. Vậy mà họ dám dùng từng đó thước đất chỉ để làm một cảnh ngắm chơi cho đẹp mắt.

Hầm khách sạn là khu gồm khoảng ba chục cửa hàng bán đủ thứ hàng sang trọng. Ngoài gian hàng hớt tóc, tắm hơi, vải vóc, đồ kỷ niệm, sâm còn có nhiều gian hàng bán đồ nữ trang. Ở Đại Hàn có hai thứ đá quí là *topas* màu khói nâu và *amethyst* màu tím sậm. Tất cả mọi người đều tin là đeo *amethyst* sẽ gặp nhiều may mắn. Dĩ nhiên mấy cô bán hàng còn tán tụng *amethyst* khủng khiếp hơn nữa. Mình nhìn vào chiếc nhẫn nào bày trong tủ kính là họ lấy ngay ra đeo vào tay để cho mình ngắm thử. Không hiểu họ có lựa người bán hàng không chứ tôi thấy quả thực tay cô nào cũng đẹp. Trắng và thon như búp măng, Các cô chịu khó chiều khách và quảng cáo hàng vô cùng. Mua thì sợ tốn tiền nhưng quả thực khó lòng mà từ chối với họ. Được cái cô nào cũng biết đùa nên tương kế tựu kế vừa đùa vừa rút lui. Tôi ỡm ờ bảo: "Chiếc nhẫn đâu có đẹp. Tự tay cô đẹp đấy chứ!".

Mặt đỏ hồng trước lời khen, cô bán hàng vẫn nhất định níu kéo khách. Tôi làm bộ bảo: "Cô có thể giúp tôi giải quyết được chuyện này không? Tôi có mười cô bồ ở quê nhà. Mua thì phải mua mười chiếc nhẫn. Tiền đâu mà mua. Mua một hai cái thì không được rồi. Ở địa vị tôi cô sẽ làm gì?". Cô ta cười lớn và vui vẻ "mắng" tôi: "Ông xạo quá!". Thế là tôi được hân hoan thơ thới leo lên lầu năm nghỉ.

Tôi ngụ ngay ở giữa khu sầm uất được coi như con tim của Hán Thành là khu Myung Dong. Một ông Đại Hàn đã ở Việt Nam vài năm bảo tôi: "Con đường này cũng giống như đường Tự Do ở Saigon." Thực ra khu Tự Do không thể so sánh được với khu Myung Dong này. Những cửa hàng bách hóa to lớn không kém gì những cửa hàng ở Hoa Kỳ và Nhật nằm san sát bên nhau tạo cho khu vực này vẻ náo nhiệt suốt ngày. Từng đoàn người lũ lượt kéo nhau đi mua sắm. Buổi tối con đường chính ở khu này phải cấm xe cộ để có chỗ cho trai thanh gái lịch dắt díu nhau đi như cảnh chợ hoa ngày Tết ở Saigon. Mốt của các cô ở Đại Hàn là váy *maxi* bằng nỉ đen. Trời lạnh, cô nào cô nấy trắng như thiếu nữ Đà Lạt và yểu điệu như các mệnh phụ thời Trung cổ. Con gái Đại Hàn đẹp thiệt. Tôi hỏi một tên Đại Hàn còn trẻ mới quen: "Sao con gái đẹp như vậy mà ông còn chưa lấy vợ?" Ông Đại Hàn đã ở Việt Nam rồi lại có ý kiến khác: "Đẹp đâu bằng các cô Việt Nam mặc áo dài".

Những người Đại Hàn đã ở Việt Nam rồi nay trở về xứ sở đều "tương tư" vài thứ của đất Việt Nam: áo dài, cà phê, la-ve 33, phở và chả giò. Cà phê ở Đại Hàn thì chua loét. La-ve thì nhạt như nước ốc. Những thứ khác kiếm đâu ra. Quên mất. Họ có thể được an ủi một phần nào với một nhà hàng cơm Việt Nam duy nhất ở Hán Thành. Nhà hàng do một người Đại Hàn đã ở Saigon nhiều năm làm chủ.

Tôi vẫn thường nghĩ là đàn bà Đại Hàn to và thô như đàn bà Nhật. Bây giờ sự thực không hoàn toàn bi đát như vậy. Tuy nhiên dù không to sù và thô kệch họ vẫn làm tôi ngán vì sức ăn của họ. Cô nào cô nấy đánh bay những tô mì lớn gấp đôi tô phở ở Việt Nam. Ăn thế ai mà nuôi cho nổi. Có bảo lấy vợ Đại Hàn chắc phải sờ tới cái túi tiền xem mỏng dày ra sao trước đã.

Người Đại Hàn nào ăn cũng dữ. Ông bạn tôi bảo hồi ở Việt Nam mỗi sáng ông phải ăn tới ba tô mì mới đủ chắc dạ.

Hôm ông mời tôi đi ăn cơm ông đã kêu cả núi đồ ăn. Trước vẻ sửng sốt của tôi, ông đã cười giải thích nếu bàn ăn toàn người Đại Hàn, chỗ đồ ăn này sẽ hết bay ngay. Vậy mà ông thuộc loại nhỏ con ở Đại Hàn. Thường người Đại Hàn rất to xương và cao lớn. Họ giải thích: có lẽ vì họ uống nhiều sâm.

Sâm là thổ sản quí giá nhất làm Đại Hàn nổi tiếng trên thế giới. Sâm trồng ở Bắc Hàn tốt hơn sâm ở Đại Hàn nhiều.

Khắp Hán Thành chỗ nào cũng thấy có sâm. Có tất cả bốn loại sâm: bạch sâm, hoàng sâm, hồng sâm và sâm rừng. Sâm rừng tốt và quí nhất. Ít người có được loại sâm này. Đúng như tên gọi, loại sâm này mọc ở trong rừng và rất hiếm. Không phải ai đi rừng cũng gặp được sâm này. Phúc đức phải lớn lắm mới kiếm được. Có khi vào rừng, sâm ngay trước mắt mà không có phúc cũng không nhìn thấy. Báo chí Đại Hàn vừa đăng tin một bà già được Chúa báo mộng tới khu rừng sẽ kiếm được sâm. Bà lên đường vào rừng và quả nhiên kiếm được bảy củ. Bà mang về tặng Tổng Thống Phác Chánh Hy một củ. Theo thời giá mỗi củ sâm này trị giá cả vài triệu *won!* Chính cố Tổng Thống Lý Thừa Vãn uống sâm rừng nên hấp hối mãi không chết được. Hồng sâm cũng rất tốt. Chính phủ độc quyền loại sâm này. Dân Đại Hàn không được dùng và lưu trữ hồng sâm. Các cửa hàng bán hồng sâm chỉ được quyền bán cho du khách, cấp giấy biên lai cẩn thận và chỉ nhận mỹ kim. Hồng sâm không phải là một loại sâm riêng nhưng là loại sâm được lựa chọn kỹ càng. Tất cả các nhà sản xuất sâm trên toàn quốc mỗi khi đào sâm phải để cho nhân viên chính quyền tới lựa lấy những củ sâm tốt nhất.

Thường họ chỉ lựa vào khoảng 5 phần trăm số sâm đào được. Số sâm được lựa này chính là hồng sâm được coi như tài nguyên quốc gia. Hoàng sâm và bạch sâm được dân chúng dùng và sản xuất thành trà, rượu hoặc cao mà ta thấy bán đầy dẫy ở Việt Nam. Trẻ con Đại Hàn được cho uống sâm từ năm lên ba tuổi nên thường cao lớn khỏe mạnh. Giá các loại sâm thường ở Đại Hàn rất rẻ. Duy có hồng sâm bán cho du khách thì tương đối mắc. Khoảng từ 20 tới 50 mỹ kim một hộp chừng 4 hoặc 5 củ.

Mỹ-Kim là thứ mà Đại Hàn rất cần. Họ tìm đủ mọi cách để vơ vét mỹ kim của du khách. Chính vì sợ mất nguồn lợi mỹ kim nên khi Mỹ đòi triệt thoái 50 ngàn quân đóng ở Đại Hàn, chính phủ Đại Hàn đã làm dữ không chịu. Binh sĩ Đại Hàn sang chiến đấu ở Việt Nam cũng được Hoa Kỳ trả lương bằng mỹ kim. Chính phủ Đại Hàn thu số mỹ kim này. Những đồng mỹ kim tới Đại Hàn bằng đủ mọi lối đã đẻ ra một thành phố Hán Thành hoàn toàn canh tân. Chỗ nào cũng thấy những tòa nhà đồ sộ đang được xây cất. Trông thấy họ mở mang mà thèm. Đường sá được làm lại mới hết. Những con đường có những ngã đường cao thấp nhiều tầng khiến xe cộ khỏi phải tránh nhau được thấy rất thường. Đường nào đường nấy rộng rãi khang trang như xa lộ. Ngọn núi nằm ngay ở Hán Thành là núi Nam San. Người ta đã xẻ được hai đường hầm đi xuyên qua núi. Mỗi đường dài tới hai cây số có trang bị những ngọn đèn không chói mắt. Xe cộ đi qua hầm đều phải trả tiền. Đầu các xa lộ cũng có những trạm thu tiền. Mỗi một xe 200 *won*. Tiền thu được sẽ dùng để mở mang thêm đường xá. Các đường hầm và xa lộ, ngoài những lợi ích thiết thực hiện tại, còn được trù liệu để dùng khi có chiến tranh. Hai đường hầm có trù tính ống thông hơi đầy đủ để, nếu có bị oanh tạc, dân chúng có thể chạy vào đó để tránh bom. Các xa lộ sẽ được dùng làm sân bay khi chiến tranh xảy ra. Chiến tranh vẫn còn là một mối ám ảnh của Đại Hàn. Phải nhìn thấy những tấm hình chụp từng khu vực của Hán Thành bị phá tan hoang không còn một viên gạch nào chồng lên nhau trong hai lần bị xâm chiếm khi còn chiến tranh mới thấy Hán Thành đã được kiến thiết lại một cách qui mô vĩ đại đến thế nào.

Du khách tới Đại Hàn được chiều chuộng để nhả mỹ kim ra. Nơi "đấm bóp" du khách nhất là khu Walker Hill. Ngọn đồi này nằm trên một vị thế rất đẹp cách Hán Thành vài chục cây số. Đường từ Hán Thành đến Walker Hill quanh co uốn khúc bên những dòng sông và những cây thông bên đường làm tôi có cảm tưởng như đang leo những ngọn đồi Đà Lạt. Walker Hill là khu ăn chơi sang trọng ở Hán Thành. Tên của khu cũng như tên của mỗi nhà trong khu đều là tên những người Hoa Kỳ đã có công với Đại Hàn trong trận chiến vừa qua. Người ta thấy có nhà James, Lyman, Maxwell, Matthew. Mỗi nhà ở rải rác trong một khu rộng mênh mông có những thú vui lành mạnh, cũng như không lành mạnh. Tiền vào cửa hoặc xem *show* trả bằng mỹ kim và người Đại Hàn phải trả bằng một giá cao hơn người ngoại quốc. Mục đích của họ là lấy mỹ kim và ngăn cấm người dân Đại Hàn vào chơi ở đây.

Nhưng mặc dù bị gián tiếp ngăn cấm hình như người Đại Hàn rất khoái tới đây. Trong một buổi chiều thứ bảy tôi thấy có tới ba cái đám cưới. Đám cưới của họ có vẻ giản dị. Mỗi đám chỉ có hai, ba chiếc tắc-xi. Chiếc tắc-xi có cô dâu ngồi có treo giấy xanh đỏ ở ngoài xe. Cô dâu mặc quốc phục Đại Hàn màu hồng. Mỗi đám chỉ lèo tèo năm bảy người. Tôi nghĩ rằng cưới ở Walker Hill có lẽ là một cái "mốt" của người dân Hán Thành.

Một cái "mốt" khác mà người dân Đại Hàn không theo không được là "mốt" làm *kim chi* trước khi mùa đông giá lạnh trở lại Đại Hàn. Mùa đông có nghĩa là có rất ít rau cỏ bán ở chợ. Giá cả dĩ nhiên là mắc kinh hồn. Vì vậy ngay từ khi rau cỏ còn nhiều và rẻ, nhà nào nhà nấy lo làm *kim chi* để dự trữ ăn trong khoảng sáu tháng trời rét mướt. Mọi thứ rau trái đều có thể làm kim chi được cả. Nhà nghèo thì chỉ muối rau không. Nhà giàu mua thêm sò, ốc, thịt để có thêm chất đạm cho *kim chi*. Dĩ nhiên loại *kim chi* "nhà giàu" bao giờ cũng ngon hơn *kim chi* thường rất nhiều. *Kim chi* thường được cho rất nhiều ớt nên ăn vào cay đến bỏng miệng. Mặn và cay, *kim chi* Đại Hàn chính cống đã làm du khách không bao giờ quên được lần ăn thử đầu tiên.

Có lần đầu tiên nào mà lại có thể dễ dàng quên được đâu? Phải không, hỡi Hán Thành của lần đầu gặp gỡ?

Thời Nay số 273,
ngày 1/3/1971

ĐÔNG KINH, ÔNG BẠN CŨ.

Ông bạn cũ học chung tại Đại học Văn Khoa Saigon hồi xưa ôm chầm lấy tôi tại phi trường Haneda tíu tít hỏi: "Khỏe không?". Rõ khéo hỏi. Không khỏe sao lại bò sang được tới đây để gặp ông. Trên chiếc taxi từ phi trường về thành phố tôi hỏi thăm ông bạn: "Sao, Đông Kinh bây giờ có gì khác không?" Câu trả lời thật gọn: "Mắc thấy bà!". Rồi như sợ tôi chưa đủ hình dung được cái "thấy bà" nó lớn lao đến thế nào, ông nói thêm: "Cậu có thể tưởng tượng được giá gạo tới 20.000 *yen* một tạ không? Bữa nào tụi Mỹ để cho một bao gạo thì mừng như gặp người thân. Hạt tròn hạt dài gì cũng quí hết!" Đấy là anh bạn tôi đã có công ăn việc làm đàng hoàng tử tế mà còn phải xót xa với giá cả như vậy. Còn các sinh viên Việt Nam ở Đông Kinh thì chịu sao nổi. Phần lớn trong số khoảng 800 sinh viên Việt Nam ở Nhật là du học tự túc. Số tiền gia đình được phép gửi qua mỗi tháng chỉ đủ cho một cuộc sống hết sức tần tiện vất vả. Một sinh viên sau hai năm sống ở Nhật đã than thở: "Anh bảo mấy tụi ở nhà đừng có dại mà qua đây học. Không ở nơi nào mà sinh viên Việt Nam lại phải sống khổ sở như ở đây. Đời sống vật chất đã nhọc nhằn, đời sống tinh thần cũng khó khăn. Tụi sinh viên Nhật ở đây kỳ lắm. Khó giao thiệp với tụi nó thoải mái được". Tôi đã có dịp gặp một nữ sinh viên Nhật ở đây khi cô tới *nightclub* ở trong khách sạn tôi trú ngụ để giải trí. Thấy người ngoại quốc, họ xà vào nói chuyện vui vẻ lắm. Họ có vẻ là những người hiếu khách. Anh bạn đã có bốn năm ở Đông Kinh mỉm cười khi được hỏi về chuyện sinh viên Việt Nam ở Nhật: "Tụi nó sống khổ sở thật. Trời trở lạnh mà thiếu tiện nghi, ăn uống không đủ chất bổ là dễ nhào lắm. Còn mấy ông thuộc loại vãng lai như ông, ở năm ba ngày thấy vui vẻ lắm, nhưng ở đây ít năm mới biết đá vàng".

Một sinh viên Việt Nam tại Đông Kinh, con của một người quen, đã tới tìm tôi tại khách sạn. Tôi hỏi dò về đời sống của sinh viên Việt Nam tại đây, anh nhìn quanh khắp căn phòng tôi ở, cặp mắt buồn buồn bất cần đời khẽ chớp chớp: "Nhật Bản đâu có phải là khu Ginza! Tới Nhật mà chỉ ở New Otani thì nước Nhật là nhất rồi!" New Otani là một khách sạn thuộc loại sang trọng nhất ở Đông Kinh. Một ngàn một trăm phòng khang trang nằm giữa một khu vườn xinh xắn với những ngọn giả sơn, những cây cảnh rộng tới 10 mẫu tây. Giá phòng ở đây từ 3.200 *yen* cho một phòng độc thân hạng xoàng tới 70.000 *yen* cho một phòng có phòng khách sang trọng. Muốn tính ra tiền Việt Nam thì chỉ cần tính là 1 *yen* hơn 1 đồng bạc Việt Nam chút đỉnh. Khách sạn tự hào đã cung cấp cho khách trọ tất cả tiện nghi ngoại hạng kể cả một hệ thống vô tuyến truyền hình riêng chỉ phát hình cho khách ở trong khách sạn coi. Trên nóc khách sạn là một phòng uống rượu, nghe nhạc đặc biệt. Phòng hình tròn đường kính khoảng 20 thước. Phần giữa dành cho ban nhạc và quầy rượu là một chiếc sàn cố định. Phần chung quanh có hình vành khăn chuyển động theo vòng tròn được kê bàn cho khách ngồi ngắm cảnh chung quanh Đông Kinh. Giữa những âm thanh thánh thót nhẹ nhàng của ban nhạc thính phòng, một ly rượu nhỏ hoặc một chai la ve Đức hay Đan Mạch trước mặt, cả thành phố Đông Kinh ở dưới chân, những phút ngồi đây thoải mái thập phần.

Thế cho nên khi anh sinh viên Việt Nam "chê" tôi chỉ biết Nhật Bản qua New Otani, tôi không nói được gì cả. Một buổi tối, tôi đã được anh ta dẫn tới nhà trọ để coi một sinh viên Việt Nam sống ở Nhật như thế nào. Chúng tôi lội bộ ra một bến xe lửa ở gần khách sạn. Bến nằm trên một con đường vắng và tối mò, lúc đó lại đã hơn 10 giờ đêm nên vắng hoe. Trên tường có một dãy hộp sắt gắn dính, mỗi hộp có một chỗ bỏ tiền vào. Trên hộp có những hàng chữ Nhật để tên từng bến và giá tiền tới bến đó. Muốn lấy vé chỉ việc bỏ tiền kim loại vào hộp sẽ nhận được một chiếc vé bằng bìa cứng từ trong hộp thò ra. Máy cũng có thể thối lại tiền lẻ nếu còn dư tiền. Ngay từ khi đến Nhật, tôi đã thắc mắc về những đồng tiền Nhật Bổn. Từ 100 *yen* trở xuống tiền bằng kim loại. Từ 500 tới 10.000 *yen* mới có tiền giấy. Hối xuất là 360 yen một mỹ kim. Cứ tưởng tượng Việt Nam có đồng tiền kim khí giá 100 đồng và giấy bạc 10.000 đồng mới thấy ngạc nhiên. Làm gì mà coi rẻ đồng tiền quá vậy! Nhưng nay nhờ mua vé xe lửa tôi mới hiểu công dụng của những đồng tiền kim khí.

Qua chiếc cửa có một ông soát vé ngồi bấm lỗ trên vé, chúng tôi tới bến đỗ của chiếc tầu chúng tôi phải đi. Mỗi lộ trình có một chỗ đậu nhất định cách nhau khoảng chục thước. Bảng chỉ dẫn toàn bằng tiếng Nhật nên nếu không có người hướng dẫn thì đành chịu chết. Cứ ba phút có một chuyến tầu chạy. Mỗi chuyến kéo tới gần hai chục toa dài dằng dặc. Tôi nhớ đã được coi trong một phim thời sự ở Saigon cảnh chen chúc lên tầu đến nỗi hỏa xa đã phải thuê sinh viên chuyên đứng ở ngoài đẩy nhét khối người vào trong tầu để tầu có thể đóng cửa được. Tôi đi tầu giờ khuya nên không được "thưởng thức" trò "đóng hộp người" của con cháu Thái Dương Thần Nữ. Tầu không còn chỗ ngồi. Người đứng ôm cột, kẻ đứng giơ tay nắm những chiếc móc treo lơ lửng trên tầu. Ở đây không có trò nhường chỗ cho phụ nữ. Người nào kiếm được chỗ ngồi là lo ngủ. Hầu như mọi người đi tầu đều có biệt tài ngủ. Một ông ôm toòng teng chiếc móc gật lấy gật để. Một cô ngồi trên ghế cũng sẵn sàng gật đầu lia lịa đồng

Đường vào chùa Asokusa, Tokyo (12/1967)

ý với mọi người về mọi vấn đề. Mặt người nào người nấy khờ câm. Con tầu khuya ra ngoại ô có lẽ chỉ có toàn những người suốt ngày đầu tắt mặt tối trong các sở làm nên mới có cảnh tượng buồn nản, bạc nhược như thế này chăng? Có toa tầu chỉ có mấy tên sinh viên Nhật đi chơi khuya về dạy nhau câu tiếng Anh *"I love you"* rồi cười lên hô hố. Anh L., tên anh sinh viên Việt Nam đi với tôi, cũng gật gù ôm một chiếc cột sắt trong dáng điệu thẫn thờ mệt mỏi. Tầu cũ kỹ và sóc như xe lửa Việt Nam. Lắc lư một hồi, tôi được anh L. ra hiệu xuống. Tầu dừng bánh là phải chen ra liền không thì cửa sẽ đóng lại ngay. Tôi tưởng đã tới nơi nhưng anh L. lắc đầu bảo: "Đâu có gần quá vậy. Còn phải đổi tầu hai lần nữa mới tới!" Thất tha thất thểu đi tới chỗ chờ đoàn tầu khác, tôi thấy cái nhộn nhịp của Đông Kinh không còn nữa. Những căn nhà gỗ thấp lè tè đã hiện ra hai bên đường. Khu ngoại ô buồn tênh với những ngọn đèn vàng leo lét trông mới thảm não làm sao. Chúng tôi đi bộ vòng vèo qua những con đường nhựa nhỏ xíu xe hơi đi không lọt. Tôi thốt kêu lên: "Trông giống như xóm Bàn Cờ của mình!". Giống thì có giống nhưng phải nhận là sạch sẽ hơn nhiều. Nhà anh L. ở được làm bằng gỗ thấp lè tè. Bước chân vào tới cửa đã thấy cả chục đôi giày để ngổn ngang ở chân cầu thang. Anh L. khẽ bảo tôi đi nhè nhẹ. Anh chỉ ở một phòng nhỏ trong cả chục phòng cho thuê của căn nhà. Nhà gỗ ọp ẹp dễ gây tiếng động làm phiền những phòng khác. Tôi rón rén leo thang. Chiếc thang gỗ rung theo mỗi bước đi. Chẳng cần anh dặn tôi cũng chẳng dám mạnh chân. Anh L. khẽ mở cửa phòng, bật đèn. Căn phòng mỗi bề chừng ba thước nhỏ xíu lại còn phải dành một khoảng làm bếp. Một chiếc bàn học, một chiếc máy thu băng và một vài món đồ vặt vãnh nằm rải rác chung quanh phòng. Vách bằng gỗ mỏng thật bất tiện. Tôi nghe tiếng đàn bà cười ở phòng bên cạnh và nhướng mắt ngầm hỏi anh L. Anh cười trả lời: "Một cặp vợ chồng Nhật thuê ở phòng bên đó."

Trời lạnh, ở nhà gỗ có thể rét run lên được. Tôi mới ngồi một chút mà đôi chân đã thấy lạnh ngắt. Tôi hỏi lạnh vậy sao chịu được. Anh lơ đãng trả lời: "Khi nào lạnh quá thì có cái lò sưởi điện kia nhưng không dám dùng nhiều sợ tốn tiền điện". Tôi nhìn thấy chiếc lò sưởi điện nhỏ ở góc phòng. Từ khi mới gặp tôi đã thấy anh L. phải chắt chiu từng đồng bạc một. Nhìn mấy chiếc bát lổng chổng và chiếc bếp giản dị tôi hiểu rằng những bữa ăn của anh chắc không lấy gì làm phong phú lắm. Ăn ít, ở thiếu tiện nghi, làm sao chịu nổi với trời lạnh khủng khiếp trong những tháng đông giá?

Tòa Đại Sứ Việt Nam ở Đông Kinh nằm ngoài thành phố. Muốn tới phải tốn nhiều tiền xe và không ít thời giờ. Sự đi đứng bất tiện phải chăng là nguyên nhân chính của sự xa cách giữa sinh viên và Tòa Đại Sứ. Anh L. đã tỏ ra không "sốt sắng" gì khi được hỏi về sự giúp đỡ của Tòa Đại Sứ. Khi tôi tới Nhật thì được biết khoảng tháng giêng năm 1971, một Trung Tâm dành cho sinh viên Việt Nam do Tòa Đại Sứ thiết lập sẽ hoạt động. Đó là Trung Tâm Phan Sào Nam. Nơi đây sẽ có những buổi họp mặt, những bữa cơm Việt Nam và những phòng trọ cho các sinh viên ở tạm khi mới chân ướt chân ráo tới Đông Kinh. Tòa Đại Sứ hy vọng Trung tâm sẽ giúp rất nhiều cho sinh viên Việt Nam tìm thấy tình đồng bào và hương vị quê hương nơi xứ người.

Hương vị này những người có tiền có thể hưởng được

Đền Meiji Shrine, Tokyo (12/1967)

phần nào nơi quán ăn Saigon. Trong thời gian ngắn ngủi lưu ngụ tại Nhật, tôi ân hận là không có dịp tới quán ăn này xem sao. Trên tấm thiệp quảng cáo nghe cũng xôm trò lắm. Chả giò, bún chả, cơm Việt Nam và nhiều món mà khi sống xa đất nước mới nghe đã thấy xốn xang trong lòng.

Ăn cơm với người Nhật là một kinh nghiệm lý thú. Như uống nước trà chẳng hạn. Họ bỏ trà vào mỗi tách rồi chế nước sôi. Tách có nắp đậy kín cho nước khỏi bay hơi. Đậy thế này sao mà uống? Bỏ nắp đậy ra thì trà chui tọt vào miệng ngay. Phải nhìn ông Nhật ngồi bên mới thấy họ chỉ hơi kênh chiếc nắp lên một chút cho nước chui ra được nhưng cũng vừa đủ để chặn những cọng trà khỏi "di cư" vào miệng mình. Vừa ăn vừa nói chuyện bô bô, cười cợt um sùm, có lẽ họ chỉ thua cái "vui tính" của họ hàng ba tàu. Tục lệ của họ là khi ngồi ăn luôn luôn phải để ý tới ly rượu của ông bạn bên cạnh. Lúc nào nó cũng phải đầy. Ly rượu có lớn gì cho cam. Chỉ khoảng ba đầu ngón tay cái chụm lại. Ực một cái là hết. Tôi đã có lần được ngồi bên cạnh một ông Nhật uống hơi nhiều rượu. Cứ ăn một miếng là ông thanh toán xong ly rượu bằng một hớp gọn gàng. Tôi phải vội vàng nhấc chiếc bầu rượu bằng sứ "tiếp tế" cho ông ta. Ông ta gật gật đầu cám ơn. Tôi cũng gật đầu đáp lễ. Bữa tiệc đã kéo dài ba tiếng đồng hồ. Tôi về khi cánh tay phải và chiếc cổ đã mỏi nhừ không muốn nhúc nhích! Ngoài cái "tục lệ" nhiều vất vả trên, người Nhật còn có tục tặng quà kỷ niệm một cách khá bất ngờ. Cũng trong một bữa ăn, sau chừng gần một giờ ngồi cạnh nhau nói chuyện vui vẻ, một thanh niên Nhật tự nhiên hì hà hì hục tháo chiếc cài cà vạt ra cài vào áo tôi và bảo giữ để kỷ niệm.

Trước Hoàng thành Nhật Bổn tại Tokyo (12/1967)

Tôi cũng vội vàng tháo cái cài cà vạt của tôi ra định tặng lại anh ta. Nhưng khi trông thấy chiếc của tôi bằng ngọc trai Nhật Bổn anh vội hỏi có phải tôi mua ở Đông Kinh không. Tôi bảo là một người Nhật ở Hoa Kỳ đã tặng tôi trước đây. Anh vội từ chối và bắt tôi giữ cả hai cái vì cả hai đều là vật kỷ niệm. Tôi vội lục soát xem có gì đặc biệt Việt Nam ở trong người để tặng lại anh ta không. Rất tiếc không có một thứ gì Việt Nam ngoài chính con người tôi! Cuối cùng tôi mới thở phào vì nghĩ ra trong ví còn sót lại ít tiền Việt Nam. Tôi vội rút một tờ giấy năm trăm Việt Nam tặng anh ta. Anh tỏ ra vui mừng khôn cùng và khoe khắp bàn tiệc tấm giấy bạc Việt Nam lạ mắt này.

Ở Nhật có rất nhiều chỗ lạ mắt với người ngoại quốc. Như rạp hát Nichigeki chẳng hạn. Họ trình diễn liên tục từ trưa tới tối. Mỗi suất khoảng 2 giờ. Tất cả các nữ diễn viên đều ăn mặc hở hang và phần lớn để trần cặp nhũ hoa. Và tất cả các màn trình diễn đều mang nặng chất tính dục. Phải nhận là họ nhiều sáng kiến trong lĩnh vực chuyên môn này. Chương trình thay đổi hoài hoài, mỗi màn trình diễn đều có những nét hấp dẫn riêng. Họ dựng lại từ những khung cảnh thời cổ như cảnh trong cung điện của một vị vua bất lực tới cảnh Giáng Sinh hiện đại mà sự vui chơi được biểu diễn khá táo bạo. Một màn giản dị điển hình cho loại trình diễn tính dục nhưng không khiêu dâm, số sàng này là hoạt cảnh trong căn phòng một cặp vợ chồng. Sân khấu tối thui khiến khán giả chỉ thấy một khối đen hoàn toàn. Giữa sân khấu có bốn bàn chân làm bằng giấy phản chiếu ánh sáng màu da người. Dĩ nhiên ai cũng thấy rõ hai bàn chân đàn ông và hai bàn chân đàn bà. Bốn bàn chân đưa lên đưa xuống, chạy ngang chạy dọc, khi chồng vào nhau, khi đá hoặc gãi nhau, khi rớt từ trên giường xuống. Chỉ có bốn bàn chân bằng giấy mà làm cho khán giả theo dõi được những hoạt động của một đôi vợ chồng trong phòng riêng để lặng lẽ "thông cảm" khi chân đàn ông gãi gãi chân đàn bà và cười ồ khi một bàn chân đàn ông bị hất ra khỏi giường. Cuối cùng đèn bật sáng để trông thấy bốn người mặc quần áo đen, mặt bôi lọ nghẹ, mỗi người cầm một bàn chân nhe răng cười hết sức khôi hài. Giá vé vào cửa là 700 *yen* và 1000 *yen*. Khán giả dĩ nhiên phần lớn là đàn ông nhưng cũng có tới vài chục bà sồn sồn.

Có một nơi không lạ mắt lắm vì đã được chụp hình quá nhiều nhưng đã đến Đông Kinh thì phải tới thăm là hoàng thành. Gọi là tới hoàng thành cho oai chứ thực ra chỉ là tới bên ngoài vòng rào. Mỗi năm dân chúng chỉ được vào trong thành một hai lần chi đó vào ngày đầu năm hay ngày sinh nhật hoàng đế.

Hoàng thành chiếm một diện tích rộng tới 250 mẫu tây, được bao bọc chung quanh bằng bức tường dày tới 5 thước. Ngoài bức tường là một con kênh đào rộng tới 60 thước chạy bao quanh bên ngoài. Giòng nước xanh biếc uể oải yên tĩnh được tăng thêm phần thơ mộng với những chú thiên nga trắng toát nhẹ nhàng bơi từng đàn. Những chú chim có thân hình và cái tên đẹp như mộng này được đưa từ Thụy Sĩ sang. Ngoài con kênh là những khoảng vườn rộng mênh mông với những cây thông, những thảm cỏ được cắt tỉa, chăm sóc cẩn thận. Tất cả những loại cây này đều có xuất xứ ở Đại Hàn. Tôi tới đây nhằm mùa đông nên thân cây được bao một lớp rơm chung quanh. Thoạt đầu tôi nghĩ là trời lạnh phải bao cây nhưng khi thấy họ chỉ bao chừng nửa thước tôi nghĩ là những tấm bao này có công dụng gì khác. Hỏi mãi mới được biết là họ bao như vậy để trừ sâu. Mùa lạnh sâu cũng phải tìm những chỗ ấm để chui vào. Không đâu ấm bằng những chỗ phủ rơm. Thế là cả một mùa đông họ hàng nhà sâu rủ nhau tới chỗ cây có phủ rơm hết. Cuối mùa đông ông làm vườn chỉ việc gỡ tấm rơm đầy sâu mang đi đốt là đã diệt trừ sâu bọ. Hoàng thành nằm giữa Đông Kinh với lối kiến trúc thuần túy Nhật Bổn luôn luôn cung cấp cho du khách những bức hình tuyệt đẹp. Không lúc nào là không có du khách đứng chụp hình. Những đoàn người đủ quốc tịch tham dự những cuộc du lịch tập thể theo sau các cô hướng dẫn viên Nhật cầm cờ hiệu luôn luôn thấy có mặt ở khu vực này.

Kỹ nghệ du lịch của Nhật Bổn là nơi móc tiền du khách lý tưởng nhất. Tất cả mọi khách sạn đều có phòng du lịch cung cấp cho du khách đầy đủ mọi chi tiết kỳ thú. Có những *tour* một tháng đi khắp nước Nhật, nửa tháng đi thăm những nơi nổi tiếng, một tuần đi về cố đô Kyoto, ba ngày đi xe lửa tốc hành *Tokaido line* hoặc một ngày, nửa ngày đi thăm Đông Kinh. Xe của hãng du lịch tới từng khách sạn đón khách và trả về tận nơi tận chốn. Chính sự tiện lợi và những ân cần săn sóc từng người làm du khách không thể nào không tham dự một vài *tour* trong thời gian lưu lại Đông Kinh.

Chính trong một *tour* du lịch mà tôi đã có dịp được coi kỹ nghệ làm ngọc trai nổi tiếng của Nhật Bổn. Họ biểu diễn cho coi từ khi vớt trai ở bể lên, đặt chiếc nhân bằng hóa học vào, thả lại dưới biển, đủ ngày đủ tháng vớt lên lại, tách ra lấy ngọc. Họ bán cho du khách những con trai có ngọc đóng hộp để làm kỷ niệm và mang về quê hương biểu diễn cho bà con xem chơi cách lấy ngọc trai khỏi con trai. Giá tiền mỗi hộp chỉ bằng giá tiền một hạt ngọc trai trung bình. Du khách sẽ có cái hên xui khi con trai nằm trong hộp có thể có hột ngọc lớn, có thể nhỏ và nhiều khi lại có tới… hai hạt ngọc. Dĩ nhiên không phải trai có hai hạt ngọc là… trai đực! Họ còn có chiếc máy thử hạt trai giả và thật. Đó là những chiếc máy có tia hồng ngoại tuyến. Để ngọc trai vào sẽ nhìn thấy suốt qua. Nếu ở giữa có cái bóng mờ của chiếc nhân là ngọc thật. Không có là ngọc giả. Du khách thi nhau tháo ngọc trên người ra thử. Nhiều bà có những chuỗi ngọc thật đẹp nhưng tái mặt khi được chuyên viên tuyên bố là ngọc giả.

Tôi cũng phải nhiều phen tái mặt với những chiếc taxi Nhật Bổn. Ngồi trong xe mà tưởng như mình sắp hút vào xe khác. Họ chạy phía tay trái trong khi mình quen phía bên mặt nên ngồi lên xe là chẳng bao giờ yên tâm. Đi taxi ở Nhật phải cái nạn xếp hàng làm đuôi. Chỗ nào cũng phải xếp hàng mới có xe. Nhiều khi đã quá nửa đêm, trời lạnh dễ sợ, mà vẫn phải đứng sau một hàng người ngoằn ngoèo như một con rắn dài vô tận. Vậy mà người nào người nấy đều kiên nhẫn chờ tới lượt mình chứ không bao giờ "làm xấu" lẻn lên trên. Chính những lúc chịu đựng như vậy là những giây phút đầy kỷ niệm kỳ thú sẽ trở về trước nhất mỗi khi nghĩ lại những ngày lưu lại Đông Kinh.

Tôi có một kỷ niệm khó quên với thành phố lớn nhất Á Châu này. Lần trước tôi tới đây vào dịp lễ Giáng Sinh. Lần này, bốn năm sau, tôi trở lại và cũng ở đúng thời gian lưu lại đây lần trước. Trong lần đầu đặt chân tới Đông Kinh tôi đã mua một đôi giầy tại một cửa tiệm ở khu Ginza. Một người bạn hỏi tại sao không mua thêm một đôi nữa, giầy ở Việt Nam đắt và không bền bằng giầy ở đây. Tôi nói đùa:" Để khi nào rách thì trở lại mua đôi khác!". Lần này tôi trở lại khi đôi giầy vừa rách. Tôi tìm tới tiệm bán giầy cũ. Cửa hàng vẫn như xưa. Chỉ có cô bán hàng cũ không còn làm việc ở đây.

Tôi mua một đôi giầy mới và bỏ lại đôi cũ. Cũng như tôi đã bỏ lại Đông Kinh, một ông bạn cũ hai lần gặp gỡ, để trở về quê hương vào đúng buổi chiều trước lễ Giáng Sinh. Và tôi sẽ chờ cho tới khi đôi giầy này rách.

Thời Nay số 274,
ngày 15/3/1971

HƯƠNG CẢNG,
NGÔI CHỢ CỦA THẾ GIỚI

Bước chân tới Hương Cảng là đã mặc nhiên tham dự vào một trò thể thao hấp dẫn mệnh danh là trả giá. Đây là một trò chơi cút bắt dễ làm người ta say mê, thả bộ suốt ngày ngoài đường, la cà vào hết cửa hàng này tới cửa hàng khác và … nhập cuộc đấu trí với nhau. Ông Tàu bán hàng cười hề hề có vẻ xuề xòa cho một giá xem chừng như hợp lý nhưng thực sự cũng mắc gấp đôi hoặc gấp rưỡi trị giá thực của món hàng.

Bạn phải làm bộ chê ỏng chê eo một tý, ra vẻ không cần mua món hàng và đưa ra một cái giá "khiêm nhượng" hơn cái giá của nhà hàng. Ông Tàu sẽ làm bộ trợn mắt trợn mũi nhìn bạn như nhìn một quái vật không có một ý niệm gì về giá trị món hàng của ông ta nhưng rồi ông cũng nhỏ nhẹ bớt cho bạn chút đỉnh. Bạn vẫn phải tỉnh bơ duy trì lập trường. Rồi sau những phút đấu trí sôi nổi, bắt giò bắt cẳng nhau đã đời, cuối cùng thế nào người mua kẻ bán cũng sẽ đồng ý với nhau ở một cái giá nào đó. Và cả hai người cùng hả hê. Hai bên đều thắng. Một người bán được hàng dĩ nhiên có lời. Một người mua được món hàng chắc chắn rẻ hơn ở quê hương mình dù quê hương đó có nằm ở bất cứ nơi nào trên thế giới.

Không có một nơi nào trên thế giới lại có nhiều mặt hàng và giá lại rẻ như Hương Cảng. Thượng vàng hạ cám, hàng của bất cứ nước nào, đều có thể góp mặt tại đây. Cộng Sản hay không Cộng Sản, Tây phương hay Đông Phương. Không ai lý gì chuyện đó. Miễn là hàng tốt và rẻ là được.

Tôi tới Hương Cảng vào buổi chiều ngày lễ Giáng Sinh vừa qua. Ba giờ chiều lấy xong căn phòng của một khách sạn trên đường Nathan Road, tôi nhào ra đường ngay. Ngày hôm sau là lễ Giáng Sinh và tiếp theo đó là thứ bảy, chủ nhật. Tôi chỉ ở Hương Cảng tới chiều chủ nhật vậy mà nếu họ đóng cửa hàng liền tù tì ba ngày thì buồn quá. Tôi đổi tiền địa phương tại quầy khách sạn và leo lên tắc xi bao tới bến *ferry*. Khách sạn tôi ở bên phía Cửu Long có ranh giới dính liền với Trung Cộng. Bên kia bờ biển là đảo Hương Cảng. Muốn qua eo biển này phải đi *ferry*, một loại phà đặc biệt. Anh tài xế tắc xi hỏi tới bến *ferry* nào, tôi ngẩn người chẳng biết trả lời sao. Có biết bến nào với bến nào đâu. Tôi nói liều: " Bến nào cũng được miễn là qua được khúc giữa Hương Cảng thì thôi". Anh ta gật đầu nói: "Vậy tới *Star ferry*".

Xuống tắc xi tôi theo dòng người kéo xuống phà. Thấy tấm bảng chỉ đường đi hạng nhất 25 xu và hạng nhì 15 xu, tôi theo mũi tên chỉ tới quầy bán vé hạng nhất. Tôi đưa ra nửa đô la Hương Cảng. Mỗi mỹ kim trị giá 6 đô la Hương Cảng. Anh bán vé như cái máy lấy tiền vào và đưa ra một lô những đồng tiền vàng nhỏ xíu. Nhìn những thanh sắt chắn lối xuống phà tôi tưởng phải có những đồng kim loại bỏ vào mới mở lối đi nên tôi hỏi anh bán vé đồng kim loại này. Giữa cái ồn ào của buổi phà chiều ngày lễ, anh chẳng nói chẳng rằng đưa cho tôi một số đồng tiền vàng khác. Tôi đành cầm lấy và đi. Tới chỗ thanh sắt mới biết chẳng cần bỏ gì vào cả. Cứ việc mở đi qua. Nhìn lại những đồng tiền nhỏ trên tay tôi mới đếm và thấy 10 đồng 5 xu. Như vậy là tôi chẳng mất xu nào cả. Biết là anh ta lộn nhưng chẳng thể quay lại trả 25 xu được nữa. Tôi bỏ đi và coi như mình may mắn đi *ferry* lần đầu tiên không tốn tiền.

Tôi tất tưởi xuống *ferry* để qua Hương Cảng gặp một ông Tàu quen ở Saigon nhiều năm trước đây. Chỉ sợ sang sau giờ đóng cửa nhà hàng thì chẳng biết đằng nào mà lần vì không biết địa chỉ nhà ở của ông ta. Tôi vừa tìm chỗ ngồi trên phà vừa giơ tay coi đồng hồ. *Ferry* có hai tầng. Tầng trên là hạng nhất có ghế ngồi sạch sẽ, có phòng kính dành cho những người hút thuốc. Tầng dưới là hạng nhì có vẻ dơ dáy hơn nhiều. Hai tầng cách biệt hẳn không có cầu thang. Khi lên và xuống hành khách cũng theo hai cửa khác nhau.

Tìm được chỗ ngồi tôi nhìn sang hai bên và tự nhiên thấy như cảnh này mình đã gặp ở đâu rồi. Tôi chợt nhớ tới một phim trinh thám chẳng hiểu là OSS số mấy đã coi ở Saigon có cảnh này. Tôi cũng đảo mắt láo liên, luôn luôn coi đồng hồ vì sợ trễ hẹn, vạt áo vét cũng phần phật theo gió biển, tôi bất thần có cảm tưởng mình cũng là một điệp viên đang hoạt động trong giờ phút sinh tử nhất của một điệp vụ quan trọng ở Cảng Thơm. Cái ý nghĩ trẻ con này kéo dài không lâu. Tiếng còi rúc trì trệ u buồn vào chiều cuối năm báo hiệu phà đã tới Hương Cảng sau năm phút chạy.

Trời lất phất mưa. Tôi chạy theo những mái hiên, vừa dở bản đồ vừa hỏi thăm đường tới nhà người quen. May mà đường Queen's Road Central của ông bạn tôi ở là đường chính ở Hương Cảng nên kiếm thấy ngay. Gặp ông ta, tôi thở phào nhẹ nhõm vì đã có hướng dẫn viên trong mấy ngày ở Hương Cảng. Cuộc đời như thế kể ra cũng đỡ vất vả lắm. Hai người cháu của ông, cũng trạc tuổi tôi, là thổ công của hòn đảo này. Muốn hỏi bất cứ cái gì họ cũng biết. Muốn thăm đâu, muốn mua gì, họ đưa tới tận nơi.

Chiều tối hôm Giáng Sinh, chúng tôi tới ăn ở tàu nổi Thái Bạch. Đường ra bến vòng vèo quanh co uốn mình theo từng ngọn núi. Giàu tưởng tượng chút xíu là có quyền nghĩ mình đang đi vòng núi ở Vũng Tàu. Những con đường ở Hương Cảng thật hẹp. Đường nào đường nấy chỉ vừa đủ chỗ cho hai xe chạy sát nhau. Thế mà nhiều đường lại còn kềnh càng một chiếc xe điện chạy ở giữa. Từ ngày rời bỏ Hà Nội đến giờ tôi mới trông thấy lại chiếc xe điện. Cũng những tiếng chuông leng keng, cũng những tia lửa xẹt trên đầu chiếc cần

Nhà hàng nổi Thái Bạch thắp đèn ở phía sau.

câu điện, cũng ông tài xế già nhẫn nại đứng ôm bánh lái. Tôi nhớ lại những ngày vừa chập chững bước lên bậc trung học đi xe điện trốn vé chạy luồn từ cửa nọ sang cửa kia.

Chúng tôi tới một chiếc cửa xanh đỏ mái cong có gắn đèn màu. Từ chiếc cửa này khách sẽ dùng đò máy hoặc đò chèo tay của nhà hàng để ra ngoài tàu đậu giữa biển. Những chiếc đò đưa khách này cũng được vẽ xanh vẽ đỏ. Một vài chiếc thuyền thúng của những người ăn xin cặp sát đò để xin tiền. Tàu ăn Thái Bạch được trang hoàng như một cung điện nguy nga. Những chiếc cột chạm trổ rồng phượng nhiều màu dưới ánh đèn điện sáng trưng hợp cùng những tấm thảm, những đồ cổ tạo cho du khách một cảm tưởng khó tả. Tàu có hai tầng, tầng trên để toàn bàn ăn, tầng dưới vừa ăn vừa đánh mạt chược. Đánh mạt chược trên sông nước chắc phải

Trên nhà hàng nổi Thái Bạch (12/1970)

thú vị lắm. Kiếm bàn xong, chúng tôi ra cạnh tàu để chọn thực phẩm. Tất cả hải sản đều còn sống mạnh. Một anh bồi cầm chiếc vợt sẵn sàng xúc cá lên cho du khách coi và lựa. Lựa xong đưa vào nhà bếp làm liền. Chỉ ít phút sau chú cá đã nằm trên bàn ăn trong một tư thế ít hoạt động hơn lúc trước. Nhà hàng móc tiền của khách hết sức tận tình. Họ bày một bàn thờ Quan Công ở trên tàu và cho thuê vương miện hoàng đế và hoàng hậu để du khách chụp hình kỷ niệm. Đầu đội vương miện mà vẫn mặc âu phục trông chẳng giống ai. Tôi phải cố nín cười khi thấy một ông tây đen đội vương niệm chụp hình trước bàn thờ. Trông thật không ổn tí nào.

Người Trung Hoa ở Hương Cảng ăn suốt ngày. Mỗi ngày họ ăn tới sáu bữa. Năm sáu giờ vừa ngủ dậy đã ăn, tám chín giờ lại ăn, cơm trưa vào lúc 12 giờ, chiều bốn năm giờ cũng ăn, khoảng 8 giờ tối lại ăn cơm tối. Mà mỗi bữa họ ăn đâu có ít. Cái cảnh ngồi ăn sáng của họ hấp dẫn lắm. Vào tiệm kiếm bàn ngồi sẽ có một tên bồi mang ra cho một ấm nước trà to tướng. Và chỉ có một ấm nước trà. Còn muốn ăn gì thì cứ việc chờ các cô các cậu bán đồ ăn đeo chiếc giỏ trước mặt hay đẩy cái xe trên có bày đủ thứ từ cháo tới bánh, xíu mại… Ăn thứ gì thì cứ tự tiện cầm lấy. Khi đứng dậy nhà hàng tính tiền luôn. Tôi thấy những ông Tàu ngồi cầm hết món này tới món khác không biết mệt. Họ ăn sáng cật lực chứ không phải lót lòng sơ sơ. Ăn sáng mà có người cũng ăn năm bảy món nặng như người Việt ăn thồi đám cưới vậy. Đặc biệt là món ăn sáng của họ không bao giờ thấy mì và hủ tiếu cả. Tôi đã có một buổi sáng lang thang suốt hai tiếng đồng hồ tìm một cửa hàng mì hoặc hủ tiếu mà không kiếm đâu ra.

Tại một góc phố Hương Cảng.

Ăn đã nhiều, dân Hương Cảng uống cũng dữ. Nước trà là món uống chính trong tất cả các bữa ăn. Muốn uống gì thì uống nhưng cũng phải có tách trà đầy ắp trước mặt. Trà của họ cũng có nhiều thứ lắm. Đặc biệt là họ có loại trà nhiệt và trà không nhiệt. Người trẻ uống trà nhiệt, nóng trong người nhưng ngon hơn. Người già uống trà mát. Mỗi bữa ăn mỗi người uống gần hết cả ấm. Món ăn của họ đại khái giống những món ăn của các nhà hàng tàu ở Saigon nhưng rẻ hơn nhiều. Sống ở Đại Hàn hoặc Nhật Bản rồi qua Hương Cảng thì mới thấy ăn uống ở Hương Cảng ngon và rẻ đến như thế nào.

Nhìn chung Hương Cảng giống như Chợ Lớn. Khác chăng là có vẻ chật chội hơn nhiều. Vỉa hè dành cho người đi bộ nhỏ xíu lại còn bị người bán hàng rong và những cửa hàng lấn ra gần hết. Ở trên một hòn đảo nên đất đai rất khan hiếm. Nhà cầm quyền bây giờ phải thiết lập những chung cư ở cao trên triền núi. Việc xây cất thật vất vả. Chỉ nội đưa được vật liệu lên cũng tốn của rồi. Thú giải trí "thời trang" của những người có tiền của là đi chơi đảo. Hương Cảng là một hòn đảo lớn nằm giữa hàng trăm hòn đảo nhỏ khác.

Tại những hòn đảo nhỏ này có những nông dân trồng rau cung cấp cho Hương Cảng. Đời sống tại những hòn đảo nhỏ cũng giống như đời sống ở miền quê. Thoải mái hơn nhưng cũng nghèo nàn hơn. Các tay nhà giàu ra các hòn đảo nhỏ trong những ngày nghỉ để câu cá, chơi thể thao.

Đứng chơ vơ giữa biển cả nên Hương Cảng chẳng thể nào tự cung cấp được gạo, rau và các thứ trái cây. Những thứ này phải nhờ tới ông láng giềng kềnh càng Trung Cộng. Như đã trình bày ở trên, Hương Cảng có hai phía là Cửu Long và Hương Cảng. Cửu Long là một mẩu đất dính liền vào lục địa Trung Hoa. Biên giới giữa Cửu Long và Trung Hoa ở cách bờ biển khoảng 50 cây số. Những thứ trái cây của Tàu mà người Việt rất quí được bày bán thả dàn ở Hương Cảng. Hồng tàu, đào, mận đủ hết. Sự giao thương giữa Trung Cộng và Hương Cảng có vẻ bình thường. Các cửa hàng đặc biệt của Trung Cộng tự do buôn bán ở Hương Cảng. Tất cả có khoảng 30 cửa hàng Trung Cộng.

Đi ngoài đường thấy một cửa hàng Trung Cộng là biết liền. Cái đập vào mắt đầu tiên là màu đỏ chói chang và hình ảnh chàng thanh niên Trung Cộng đội mũ nỉ giơ tay trong một thế đứng hùng mạnh. Mặt cửa hàng bao giờ cũng là những tủ kính lớn dành gần hết chỗ cho việc trưng bày những hình ảnh tuyên truyền từ quảng cáo một cuốn phim, một vở tuồng đến những hình ảnh ở Trung Hoa lục địa và ở Việt Nam. Bữa tôi ở Hương Cảng hình ảnh kỷ niệm giáp năm Hồ Chí Minh tại các mật khu Cộng Sản ở miền nam và hình ảnh sinh viên Saigon biểu tình là những đề tài chính của các cửa hàng này. Phải đọc được những lời chú thích và xem cảnh thanh niên Saigon giơ tay giơ chân giữa làn khói lựu đạn cay mới thấy sự tai hại của những cuộc biểu tình của một thiểu số hoạt đầu gây náo loạn ở Saigon. Những người ngoại quốc từ muôn phương đổ về "cửa ngõ thế giới" sẽ nghĩ gì thấy những tấm hình này?

Bước chân vào một cửa hàng Trung Cộng là thấy ngay được cái không khí rờn rợn lạnh lùng. Các người bán hàng đều mặc đồng phục màu xanh dương của công nhân. Những cán bộ điều khiển đi đi lại lại, mắt đảo láo liên dò xét. Không một tiếng cười, không một lời chào mời, không có một sự ân cần nào cả. Hàng gì cũng có sẵn giá. Thuận mua thì lấy, không mua thì thôi. Không có trả giá lôi thôi. Họ lạnh như tiền làm bổn phận bán hàng. Họ có đủ mặt hàng sản xuất ở Trung Cộng. Nhiều nhất là quần áo. Hàng của họ không đẹp nhưng tương đối rẻ hơn hàng của các nước khác. Các vị thuốc bắc được bày ê hề. Các thứ thuốc đặc chế của Trung Cộng cũng có rất nhiều. Nhung nai được xếp từng đống. Sâm của Bắc Hàn cũng chiếm một diện tích khá lớn.

Như tại tất cả các cửa hàng ở Hương Cảng, cửa hàng Trung Cộng cũng tiêu đủ thứ tiền. Mỹ kim dĩ nhiên họ cũng chẳng chê. Chống "con hổ giấy Hoa Kỳ" ở đâu không biết chứ tiền của Hoa Kỳ không có dính tí tư bản, đế quốc nào cả. Bạn có thể tiêu đủ mọi thứ tiền kể cả tiền Việt Nam ở Hương

Cảng. Giá tiền Việt Nam cao thấp tùy theo loại giấy bạc. Nếu là loại giấy năm trăm thì "hối xuất" sẽ là 70 đồng Việt Nam ăn một đô la Hương Cảng. Nghĩa là 420 đồng Việt Nam ăn một mỹ kim. Điều đặc biệt là tiếng Việt là một sinh ngữ phổ thông ở Hương Cảng. Hầu như tiệm bán hàng nào cũng có người biết nói tiếng Việt. Tiếng Việt sở dĩ có địa vị "cao quí" như vậy ở Hương Cảng có lẽ là nhờ công lao của các ông các bà Việt Nam chuyên buôn lậu đường Hương Cảng. Cửa hàng nào bán được, loại hàng nào không được ưa thích để nếu bạn muốn kiếm tí tiền lời thì cứ việc dốc hầu bao và mua mang về.

Tại phi trường Kai Tak, cứ thấy chỗ nào những va li lớn va li nhỏ, sọt to sọt bé chất như núi thì biết ngay đó là địa điểm quầy cân hàng của Hàng Không Việt Nam. Không biết họ buôn những gì mà kềnh càng dữ vậy. Người nào người nấy cả chục va li hoặc giỏ hàng. Họ sẵn sàng trả cước phí phụ trội đến vài tạ! Hàng Không Việt Nam đã phải hạn chế để mỗi hành khách chỉ có thể được mang theo số hành lý phụ trội vừa phải. Tôi chẳng hiểu số "vừa phải" này là bao nhiêu? Quanh quầy hàng lúc nào cũng có những người nhờ bạn nhận cân dùm vài chục ký nếu bạn có ít hành lý. Dĩ nhiên bạn sẽ được "đền ơn" một món tiền nào đó. Đấy là sau khi chính phủ đã quyết định đánh thuế cẩn thận các hàng nhập nội vào Tân Sơn Nhất rồi. Chẳng hiểu trước đó còn nhộn nhịp đến thế nào nữa.

Những người Hương Cảng đã ở Việt Nam rồi vẫn còn lưu luyến Việt Nam ra phết. Tôi đã thấy một con đường mang tên đường Hải Phòng ở Cửu Long. Một người Trung Hoa cho tôi biết còn có đường Hà Nội, đường Saigon nữa. Đường phố ở Cảng Thơm lúc nào cũng có xe buýt: loại lớn hai tầng và loại nhỡ có khoảng 15 chỗ ngồi. Tắc xi cũng đầy dẫy không lúc nào thiếu. Loại xe kéo màu đỏ *rickshaw* mà các ông Mỹ quay phim ở Hương Cảng thế nào cũng mang vào phim hiện nay hầu như biến mất. Chỉ tại các bến phà mới thấy đậu vài chiếc. Nhìn các bác phu xe còm cõi ngồi chờ khách mới thấy cái tàn nhẫn của luật đào thải. Những chiếc xe cuối cùng lạc lõng trong rừng xe động cơ hoạ chăng chỉ còn quyến rũ được những du khách Âu Mỹ thích chụp hình những cảnh lạ.

Hương Cảng nhộn nhịp của những cảnh bán buôn kèm giữ du khách tiêu hao giờ khắc trong những cửa hàng mời mọc. Ít khi du khách thoát ra được những cánh tay bạch tuộc của một Hương Cảng thương mại để có những giờ phút thong dong vãn cảnh. Nơi cửa ngõ của thế giới không thể có những "nhà hiền triết" bỏ mặc thế sự để sống trong khung trời mộng mơ riêng lẻ. Có một buổi chiều tôi đã ra được một bờ bể thanh vắng, ngồi uống một chai la ve, thả hồn về quá khứ. Tôi nghĩ tới những ngày Đông Du nhộn nhịp của các cụ xưa mà bâng khuâng tự hỏi chẳng biết trong những ngày mờ ảo đó, giữa lúc thế nước đang ngả nghiêng đến chỗ mất còn, các cụ dứt áo ra đi tới nơi xa xôi vạn dặm này để mưu đồ quốc sự, có lúc nào sầu xa xứ nổi dậy, các cụ đứng ven bờ biển này dõi tầm mắt ra ngàn khơi sóng gió vọng tưởng về cố hương nghìn trùng xa cách chăng?

Thời nay số 275,
ngày 1/4/1971

GÁI PHI

Bạn bè tôi đều là những người quan tâm tới nền thẩm mỹ của thế giới nên khi tôi vừa trở về sau một thời gian khá lâu lưu ngụ tại Manila mọi người đều xúm xít thăm hỏi về đường nhan sắc của "ghế" Phi dài hay ngắn. Họ có lý do để hỏi như vậy vì bằng vào các đấng phụ nữ Phi lưu ngụ tại Việt Nam thì không thể bảo là gái Phi đẹp nhưng theo tin tức trên báo chí về các cuộc thi hoa hậu thế giới thì gái Phi đã nhiều lần được đội vương miện. Ngay trong cuộc thi Hoa hậu Hoàn Vũ được tổ chức vào tháng 7 năm 1973 vừa qua, cô Maria Margarita Moran mà dân Phi âu yếm gọi là Maggie đã đoạt chức… bá chủ làm dân Phi ăn mừng um sùm cả lên. Trước đó vào năm 1969, đại diện Phi Gloria Diaz cũng đã nhận được vinh quang này. Trong các cuộc thi Hoa hậu Quốc tế được tổ chức hàng năm thì cô Gemma Cruz đã "toàn thắng" năm 1964 và cô Aurora Pijnan về đầu vào năm 1970. Năm 1971 cô Nelia Sancho đã đoạt chức Hoa hậu Thái Bình Dương. Chức này cũng đã vào tay cô Marita Rita Santiago vào năm 1965. Tất cả những thành tích chói lòa đó khiến Manila đã được chọn làm địa điểm tổ chức cuộc thi Hoa hậu Hoàn vũ từ ngày 6 đến 21 tháng 7 năm 1974. Bà Tổng thống Phi Marcos đã đích thân thành lập một ủy ban tổ chức và đôn đốc mọi công việc sửa soạn cho cuộc thi này. Một rạp hát sắp sửa hoàn tất nằm ngay sau Trung Tâm Văn hóa trên đường bờ biển Roxas đẹp nhất Manila, đã được chọn làm nơi cho các người đẹp trên thế giới khoe hương sắc.

Lựa người đẹp "mang chuông đi đấm xứ người" là một công việc mà Phi làm hết sức "đứng đắn". Những cuộc thi sắc đẹp để tuyển hoa hậu Phi đã được sự tham gia của các "con nhà lành" nghiêm trang đàng hoàng. Học vấn là một điều kiện bắt buộc để dự thi. Trong thời gian ở Phi tôi không được coi một cuộc thi hoa hậu nào, nhưng trong một bữa ngồi ăn mì tại Phố Tàu ở Manila, tôi đã tình cờ đọc được một tấm "áp phích" quảng cáo cho cuộc thi Hoa hậu *Chinatown* và thấy, ngoài những điều kiện về tuổi, chiều cao tối thiểu, độc thân còn có điều kiện phải học xong bậc trung học. Như vậy có thể suy đoán ra là các điều kiện để được dự tranh hoa hậu toàn quốc Phi chắc phải khe khắt hơn. Mỗi năm Phi "sản xuất" được vài hoa hậu để gửi đi dự tranh các cuộc thi trên thế giới.

Cô hoa khôi Hoàn vũ Maggie đã làm dân Phi hãnh diện khi đoạt vương miện vào tháng 7 năm 1973 vừa qua. Các báo ra ngày có kết quả đã loan tin trên trang nhất với những hàng tít rất bắt mắt. Vừa được tin, Tổng thống Ferdinand Marcos vội đánh điện qua chúc mừng và khen ngợi hoa hậu đã làm rạng danh xứ sở. Những bài phóng sự, điều tra, tường thuật chiếm những chỗ quan trọng trên tờ báo được đăng dài dài trong suốt tuần lễ. Hình cô Maggie từ ngày còn bé tí teo, hình gia đình, hình "bà già" của cô gái tốt phước, hình cuộc thi được in tưng bừng hoa lá. Ngày về của hoa hậu, cả thành phố Manila như lên cơn sốt. Dân chúng đứng đón ở hai bên đường như đón Thủ tướng Tanaka và Lý Quang Diệu mới đây. Hoa hậu được các tai to mặt lớn tiếp đón niềm nở ở phi trường, lên xe hoa chạy giữa hàng rào người tiếp đón về thẳng Dinh Malacanang. Tổng Thống Marcos và bà cựu hoa hậu Imelda Marcos tiếp cô Maggie ngay tại dinh Tổng Thống. Lời nói nào của hoa hậu cũng đầy ắp tình cảm cho quê hương xứ sở. Sau đó là những buổi tiệc tùng, những lễ ra mắt, những buổi họp mặt được tổ chức lung tung cho Hoa Hậu có dịp khoe người khoe của.

Hoa Hậu mà khoe thì nhất định phải đẹp. Không phải bàn gì nữa. Cựu hoa hậu Imelda Marcos bây giờ là Đệ Nhất phu nhân của Phi cũng là một người đẹp. Tôi đã có dịp vào dinh Tổng thống Malacanang trong một buổi tiếp tân kéo dài vài tiếng đồng hồ nên đã có cơ hội để ngắm bà Marcos. Bà ta quả thật đẹp như một pho tượng cẩm thạch. Vì đẹp như tượng nên từ bà toát ra cái vẻ hơi lành lạnh một chút. Một anh cận vệ của Tổng thống Phi đã từng ở Việt Nam cả chục năm, nói và hiểu được tiếng Việt dễ dàng, thấy tôi là người Việt Nam, đã ghé tai nói thầm: "Bà này và bà Nguyễn Cao Kỳ là cái tên rất nổi ở Manila". Thấy người Việt Nam là dân Phi đều hỏi ông bà Kỳ. Dân Phi biết tới tên ông bà cựu Phó Tổng thống từ hồi có Hội Nghị Thượng Đỉnh giữa các nước đồng minh tham chiến tại Việt Nam được tổ chức tại Manila mà ông bà Kỳ đều có mặt.

Trở lại với bà Marcos, trái với cái vẻ "tượng" bên ngoài, bà ta là một người nhiều tình cảm ra rít. Trong buổi tiếp tân hôm đó, khi một ban hợp ca nổi tiếng của Phi trình bày bản *Because of you*, bà ta đã ngồi yên lặng hai giòng nước mắt chảy không ngừng trên mặt. Hỏi ra mới biết đây là bản nhạc bà ta thích nhất và thường hát trong khi vận động tranh cử cho chồng trong kỳ ứng cử Tổng Thống đầu tiên của ông. Bà ta đã chảy nước mắt vì nhớ lại thời gian đó. Cuộc tình của bà với Tổng thống Marcos là cả một tình sử… chớp nhoáng. Một cuốn sách viết về bà ta đã kể là xưa kia hai ông bà gặp nhau thật tình cờ. Bà là cháu của một ông nghị sĩ. Ông lúc đó là một nghị sĩ trẻ của Quốc hội Phi. Ông tới thăm ông nghị sĩ già và thấy bà quanh quẩn trong nhà. Ông ta yêu cái rụp. Nghe tin ngày hôm sau bà sẽ đi Hong Kong, ông ta tức tốc mua vé máy bay đi theo. Ra tới phi trường mới biết là bà đã bãi bỏ chuyến đi và đang trên đường đi nghỉ mát tại Baguio, một thành phố giống hệt như Đà Lạt của Việt Nam. Ông ta cho xe chạy lên Baguio gấp để… xin cưới. Bà vội phản đối vì đã yêu đâu mà cưới. Ông ta dụ là cứ cưới đi rồi sẽ "phải" yêu ông ta. Cái kiểu tán gái "cha chú" của ông thế mà ăn tiền. Họ cưới nhau một tuần sau đó. Trong lễ cưới ông dám tuyên bố sẽ làm bà trở thành… Đệ Nhất phu nhân. Lời tuyên bố đó đã thành sự thực. Có một chi tiết hay hay về cuộc đời của bà là khi còn bé nhà bà ta ở gần dinh Malacanang và vẫn thường ra chơi thơ thẩn dưới những bóng cây trên vỉa hè của dinh.

Những người đẹp ở Phi có vẻ hiếm hoi. Muốn thấy gái đẹp và sang phải tới các khu "nhà giàu" như Makati hoặc Greenhills. Ở nước nào cũng vậy gái nhà giàu thường thường trông rất mát mắt tuy không phải tất cả đều đẹp. Những cô gái Phi lai Tây Ban Nha hoặc Mỹ có một sắc đẹp trội hơn gái Phi chính cống rất nhiều. Ít nhất nước da của họ cũng trắng trẻo dễ thương hơn. Gái bản xứ "nguyên chất" thường có nước da nâu hoặc ngăm ngăm đen, chân tay hơi thô lại nhiều lông, nhiều nàng lại có "ria" mép. Phần lớn gái Phi đều có răng vàng. Nhiều cô trông có duyên ra phết nhưng khi nhe miệng ra cười là thấy nản ngay.

Thời trang của các cô bây giờ vẫn là váy ngắn. Ngắn theo đúng nghĩa. Nghĩa là không thể ngắn hơn được nữa mà không làm mất công dụng của chiếc váy. Cô nào cũng nghễu nghện mặc váy ngắn mới chết người! Một ông công chức Việt Nam sang dự hội thảo một tuần lễ thấy "tình cảnh" như vậy đã khều một sinh viên Việt Nam hỏi nhỏ: "Bên này tụi nó mặc váy ngắn quá cậu nhỉ?". Anh sinh viên Việt Nam thở một cái thật dài trả lời một cách ỡm ờ: "Trông như vậy nhưng chả nước non gì đâu cụ ạ! Chúng nó bận quần đùi ở trong ấy mà!". Bạn muốn kiểm chứng cái sự nai nịt kỹ càng này thì dễ ợt. Phi là một xứ nằm giữa biển nên gió lớn quanh năm. Hơn nữa loại xe *jeepney* chở khách có mui thấp lè tè với hai hàng ghế ngồi đối diện nhau như xe lam ở Sài Gòn rất bất tiện cho các nàng leo lên leo xuống và thu xếp một thế ngồi gọn gàng.

Thực ra các cô nương Phi cũng chả cần giữ kỹ lắm. Phi là một quốc gia Á Châu nhưng dân chúng lại có cái lối sống tinh thần khá Tây phương. Các cô gái Phi thường rất bạo dạn so với các cô gái các nước Á Châu khác. Trong một lớp học hoặc một buổi hội họp họ phát biểu ý kiến và thảo luận rất hăng. Hăng còn hơn cả con trai. Họ có một lối sống khá phóng khoáng và tự do. Nhất là về phương diện tính dục. Thích anh nào là tìm đủ mọi cách bắt cho bằng được. Cô nào cũng có thể hẹn hò lung tung. Rất ít khi một cô gái chỉ có một bồ trong cuộc đời. Đưa nhau vào rạp hát ngồi ôm nhau tỉnh bơ. Tuy nhiên đối với giai đoạn cuối cùng của cuộc tình thì họ lại tỏ ra khá dè dặt.

Gái Phi nói chuyện về tình dục một cách tỉnh bơ. Coi như một chuyện khoa học thường thức. Họ cứ xăm xăm nói chuyện này. Cứ để ý nghe một chập là thể nào câu chuyện cũng quay về "nguyên thủy". Chính tôi đã có lần được mục kích một lối đùa khá táo bạo của một cô sinh viên Phi. Trong một lớp học, một anh sinh viên đang viết trên bảng bài giải của anh. Một anh sinh viên khác ngồi ở dưới nói lớn: *"Yours is too long!"* (Của anh dài quá!). Cô sinh viên ngồi ở hàng ghế trên quay xuống hỏi anh chàng vừa phát ngôn: *"How about yours?"* (Còn của anh ra sao?). Khi thấy có tôi là người lạ ngồi gần đó, cô ta đã quay sang tôi le lưỡi có vẻ mắc cở. Một câu chuyện khác do một anh sinh viên Việt Nam kể lại cho tôi nghe chứng tỏ các cô gái Phi rất bạo mồm bạo miệng. Anh sinh viên này một hôm được một cô gái Phi, nhân một câu chuyện nào đó, cho anh biết là bồ của cô ta đi tắm hơi tại một nhà tắm hơi mà các cô đấm bóp không mặc gì cả. Anh sinh viên Việt Nam vội hỏi địa chỉ và tìm đến. Sự thực không xảy ra như vậy. Hôm sau anh về cự lại, cô ta có vẻ ngạc nhiên và bảo sẽ hỏi kỹ lại anh bồ. Kết quả, sau khi hỏi bồ, cô ta đã xin lỗi và cho biết là cô nghe lộn: bồ của cô ta trần trụi chứ không phải cô đấm bóp!

Kế hoạch hóa gia đình là một vấn đề đang được chú ý nhiều ở Phi. Sinh xuất của Phi là 3,2 phần trăm đứng hàng thứ ba trên thế giới. Các bích chương và cẩm nang khuyến khích chuyện ngừa thai có thể tìm thấy ở bất cứ nơi nào. Thành ra các cô gái Phi nói chuyện này một cách hết sức chi tiết và tự nhiên. Họ thảo luận về các phương pháp ngừa thai rất thành thạo, chuyện mà các cô gái Á Châu khác chắc chắn hết sức lúng túng nếu phải đề cập tới.

Sự bạo dạn của các cô gái Phi phần nào bắt nguồn từ lối sống của họ. Hầu như không cô nào chịu ăn bám cha mẹ. Tới một tuổi nào đó họ kiếm việc làm tự nuôi sống dù gia đình nghèo hay giàu. Nhiều cô đi làm thư ký với số lương hết sức khiêm nhượng nhưng lại tới sở làm bằng xe Mercedes kiểu mới nhất có tài xế lái cẩn thận. Lối sống "nhào vào xã hội" này cũng là một cách để các cô gái dễ kiếm chồng. Đây có lẽ là một vấn đề khá lớn của các cô gái Phi ngày nay. Tỷ lệ nam nữ ở Phi rất chênh lệch. Chỉ cần đi ngoài đường cũng đủ thấy là gái nhiều hơn trai. Vào trong khuôn viên các trường Đại học lại còn thấy rõ hơn nữa. Tôi nghe nói là tỷ số trong các trường Đại học là 5 gái 1 trai. Cứ năm cô sinh viên mới có một cậu sinh viên. Một con số đầy đe dọa. Thành ra vớ được một cậu tàm tạm được là các cô mừng húm quyết lừa để dẫn tới trước bàn thờ mới yên chí lớn. Gái Phi có lẽ ít kỳ thị chủng tộc hơn cả. Họ rất khoái cặp bồ và lấy người ngoại quốc. Họ có thể theo chồng đi bất cứ đâu. Một vài ông Việt Nam ở bên đó đã bị "bắt xác" gọn bâng. Một anh viên Việt Nam ở Phi khá lâu, đã từng có cả chục cô bồ Phi, đã có lần bảo tôi: "Gái Phi bạc lắm. Đùa vui vui thì được. Lấy luôn chả nên".

Lối sống bạo dạn của gái Phi còn được biểu lộ trong các cuộc chơi thể thao. Bóng rổ là môn thể thao vua ở Phi. Có rất nhiều đội bóng rổ phụ nữ nhất là tại các trường trung và đại học. Trong hàng ngũ khán giả của các trận đấu bóng rổ tranh giải vô địch quốc gia hoặc quốc tế, các cô chiếm một phần đáng kể. Cũng hò hét, hoa chân múa tay, trợn mắt trợn mũi như đàn ông. Các ngôi sao bóng rổ được các cô ngưỡng mộ khá ồn ào. Trong cuộc tranh giải vô địch quốc gia vừa rồi đoàn bóng rổ Toyota đã đoạt chức vô địch. Ngày hôm sau các quán bán hình ở ngoài đường trưng hình các cầu thủ của đội banh này. Các cô xúm lại mua như điên. Các nhà dệt áo sợi tung ngay ra đủ kiểu áo có chữ Toyota và bán chạy như tôm tươi. Một cô khoe với tôi là đã được đi chơi với một cầu thủ của Toyota. Tuần tới anh ta sẽ tặng cô một vé mời đi xem anh ta đánh banh. Vé mời hạng nhất ngồi sát sân. Cô ta cố ý nói lớn câu sau và các cô gái khác xúm quanh xuýt xoa ra cái điều thèm thồng lắm.

Gái Phi có một cái tật không biết có đáng yêu không: tật hút thuốc lá. Cô nào cô nấy phì phèo như muốn đốt nhà người ta. Họ thi nhau hút. Một anh sinh viên Phi đã than thở với tôi: "Không hiểu sao tụi nó bây giờ hút thuốc lá dữ vậy. Đứa nào cũng có điếu thuốc trên miệng". Trong một lớp toàn nữ sinh viên, một bà giáo bị "hun" dữ quá đã phải nói xa nói gần: "Hút thuốc lá không những có hại cho người hút mà những người chung quanh chỉ ngửi khói không cũng có hại nữa". Các cô bị nhột mới tắt dần thuốc lá. Viết tới chuyện thuốc lá tôi nhớ lại một chuyện khá lạ lùng. Ba lần trên xe buýt tôi đã nhìn thấy ba bà già Phi hút thuốc lá… ngược. Họ để đầu có lửa vào trong miệng, ngậm kín rồi phun khói một cách thoải mái như người ta hút thuốc theo lối "chân truyền" vậy. "Trường phái" hút thuốc ngược này coi bộ không phổ thông lắm. Cứ tưởng tượng mấy cô gái trẻ măng, sạch sẽ mà hút thuốc kiểu đó! Dễ sợ!.

Kể chuyện lan man mãi mà chưa đi tới đâu. Câu hỏi của ông bạn tôi vẫn còn đó: gái Phi có đẹp không? Muốn cho có vẻ ngoại giao một chút người ta phải trả lời là gái Phi cởi mở, bạo dạn, hiếu khách và đôi khi rất dễ thương. Có như vậy ông Marcos mới khỏi buồn. Và các bạn tôi mới khỏi mất niềm hứng khởi.

Thời Nay ngày 4/3/1974

MỘT CHUYẾN PHI DU

Ở ngoại quốc có cái thú là muốn chửi nhăng chửi cuội, muốn nói tục nói bẩn, muốn phát ngôn bừa bãi ra sao cũng được. Cứ nói ông ổng ở giữa đường coi mọi người như điếc hết. Có nhiều tên Mít ma giáo đang lái xe bị một tên ngoại quốc chèn ép bèn vén mồm chửi vung xích chó nhưng mặt mũi vẫn cười tươi như hoa làm cho tên ngoại nhân tưởng đang nói lời âu yếm cũng bèn vén miệng cười góp. Có những tên Mít máu tếu đầy người dạy những tên ngoại nhân toàn những câu chửi tục rồi bảo đó là những câu chào tiếng Việt. Có một lần tôi gặp một tên bạn khá thân người Indonesia, hắn vồn vã bắt tay rồi phát ngôn: "Đ.M. mày!". Tôi đang sững sờ thì trông thấy cái mặt tươi rói diễn tả một sự bằng lòng quá mức của hắn mà bật tức cười. Hắn khoe ngay: "Tao mới học được tiếng Việt Nam do một tên Việt Nam ở chỗ tao dạy ". Thấy hắn " vô tội" quá tôi bèn nhắn nhủ: "Mày nên trở về đập cho tên " giáo sư Việt ngữ " của mày một trận vì nó dạy mày toàn những câu chửi tục không hà!". Tên Indonesia trợn tròn mắt ngạc nhiên hỏi lại có thật không. Tôi phải xác định hai ba lần rồi hắn mới khẽ than van: "Sao lại có thể như vậy được nhỉ? Thằng đó nó tử tế đàng hoàng lắm!". Tôi vỗ vai hắn bảo: "Vậy thì một là nó nghịch ngầm, hai là mày hỏi nó giữa lúc nó lên cơn nhớ nhà".

Cái thú chửi tục giữa chốn đông người mà biết chắc rằng chỉ có mấy tên Mít nghe không hề có ở Manila. Vì dân Phi có nhiều tên hiểu được tiếng Việt. Loạng quạng là vỡ nợ. Một bữa tôi và một tên bạn đang nói chuyện trên *jeepney* thì một ông Phi mặt sáng rỡ hỏi: "Các anh là người Việt Nam hả?". Rồi ông nói bằng một thứ tiếng Việt rất khó khăn: "Tôi ở Việt Nam năm năm. Ở Qui Nhơn, Cam Ranh, Nha Trang. Về được năm năm rồi. Nhớ Việt Nam lắm". Các anh Phi đã từng ở Việt Nam rồi đều kêu nhớ Việt Nam. Không hiểu nhớ Việt Nam thật hay nhớ cái thời kỳ huy hoàng ở Việt Nam khi các anh được lãnh lương Mẽo, sống một đời đế vương ở cái xứ sở chiến tranh này. Một ông Phi khác bây giờ lái tắc xi ở Manila có một niềm tâm sự tha thiết hơn nhiều: "Tôi còn một vợ và ba con ở Việt Nam. Muốn mang sang đây mà không có tiền. Người ta đòi nhiều tiền quá. Vợ tôi ở Cần Thơ". Hỏi mãi mới tìm ra cái nguyên nhân ông ta không đưa vợ sang nó sâu xa hơn nhiều: ông ta có một bà vợ lớn ở Manila. Mấy ông Phi qua Việt Nam phần lớn là công nhân nên cái lối ăn diện của các ông " xuất cảng " sang Việt Nam coi bộ ít khá. Bóng loáng từ đầu tới cuối. Đầu vuốt mỗi lần cả lọ bi-xăng-tin. Hàm răng có vài cái vàng lóng la lóng lánh. Áo thì xanh xanh đỏ đỏ nhìn muốn mệt mắt. Quần thì bóng loáng có thể soi gương được. Ở Manila dân thợ thuyền cũng ăn diện như vậy. Trông nản lắm. Nhưng giai cấp trí thức một chút thì đỡ hơn tuy vẫn có vẻ "Phi" thế nào ấy. Nghĩa là dù làm tới luật sư, khoa trưởng hay bộ trưởng đi nữa, họ vẫn mặc áo hoa hoét bỏ ra ngoài quần. Chiếc áo *barong Tagalog*, một thứ lễ phục của Phi, được mặc trong các dịp lễ lạc lớn nhỏ, nhưng nhiều người cũng mặc đi làm. Người Phi coi bộ ít chú ý tới việc ăn mặc.

Cái cảnh một ông trông khá bảnh bao trí thức ngồi lái xe hơi của chính mình nhưng lại mặc áo may-ô có tay trong khi chiếc áo *barong Tagalog* được treo lủng lẳng trong xe thường rất hay xảy ra. Khi tới nơi dự lễ họ mới choàng áo này ra ngoài áo may-ô. Mặc may-ô đi lung tung ở Manila là chuyện rất tự nhiên. Không ai cười và cũng chẳng ai để ý cả. Chắc quý vị độc giả đã nhiều lần trông thấy chiếc áo *barong Tagalog* quốc hồn quốc túy của Phi. Thường là màu ngà hoặc trắng. Một đôi khi có màu xanh nhạt. Loại áo này là loại đắt tiền nhất ở Phi. Thứ bằng vải thêu tùm lum ở phía trước bằng máy là thứ rẻ nhất. Rẻ cũng phải khoảng 4.000

Tại Quezon Memorial, Manila (10/1973)

đồng Việt Nam, nghĩa là đắt gấp đôi một chiếc áo sơ mi ngắn tay loại thường. Thứ thêu tay thì mắc hơn. Thứ mắc nhất là loại dệt tay bằng sợi tơ dứa. Mắc nhưng đáng tiền vì mặc vào thấy mát và nhẹ lắm. Cứ như không mặc áo vậy. Nhà hàng có thể "xin" bạn vài ba chục ngàn một chiếc áo này. Báo Phi mới đây đã hoan hỉ đăng ầm ĩ bản tin áo *barong Tagalog* đang "xâm chiếm" Quốc hội Úc. Các vị dân biểu Úc tự nhiên đua nhau mặc áo *barong Tagalog!*

Lễ phục của các bà là cái áo choàng dài tới gót chân cũng hoa lá cành tùm lum tà la. Đặc biệt là hai cái tay áo phồng lên ngang tới tai. Đẹp hay không đẹp chẳng dám phê bình nhưng tôi thấy cái áo này làm con người cứng ngắc như khúc gỗ và trông thấy cái đầu "bơi" ở giữa hai tay áo thấy cũng tội.

Cái lối mặc quần áo của dân Phi ở ngoài đường phố làm lòi ra những anh ngoại quốc người Á Châu như tôi. Cứ anh nào áo trắng, cổ cồn cà vạt hoặc bận đồ lớn thì có nhiều hy vọng anh ta là người ngoại quốc. Dân Phi mà thắt cà vạt thì có thể đoán anh ta làm ở ngân hàng, dù làm lớn hay làm nhỏ. Một ông Việt Nam ở Manila đã năm bảy năm, đã từng là nạn nhân của vụ ăn mặc này. Ông ta thường mặc áo dài tay trắng và thắt cà vạt mỗi khi ra đường. Mấy anh Phi đầu trộm đuôi cướp biết ngay là người ngoại quốc và theo dõi liền. Dân Phi luôn luôn nghĩ người ngoại quốc bao giờ cũng có nhiều tiền. Một bữa ông ta trên đường trở về nhà vào lúc nhá nhem tối, khi tới gần nhà thì hai tên nhảy ra dí dao, xin tí huyết liền và lục lấy hết tiền bạc.

Nếu bạn hỏi người Phi những chuyện đại loại như thế thì họ sẽ nói ngay đó là những việc xảy ra trước khi thiết quân luật. Thiết quân luật được ban hành vào tháng 9 năm 1972 và ảnh hưởng sâu đậm tới toàn thể đời sống của dân Phi. Ở một cái xứ có đầy đủ giới nghiêm, thiết quân luật, tình trạng chiến tranh như ở Việt Nam mà thấy dân Phi nhắc tới thiết quân luật cũng thấy… quan trọng. Bất cứ ở đâu, bất cứ lúc nào thiết quân luật cũng được nói đến. Từ những cuộc thảo luận trong các trường đại học tới các buổi mạn đàm trong cuộc tiếp tân, danh từ "thiết quân luật" được nhắc đi nhắc lại hoài. Quả thật người ta có cảm tưởng lệnh thiết quân luật đã chia nước Phi thành hai thời kỳ rõ rệt.

Tôi không có mặt ở Phi khi lệnh thiết quân luật được ban hành nhưng nghe kể lại cũng thấy thiết quân luật là thiết quân luật thật sự. Đêm hôm trước ngày thiết quân luật tự nhiên ti vi, *radio* đều im bặt hết. Những cuộc bố ráp các nhân vật đối lập diễn ra chớp nhoáng, báo chí không một tờ nào được phép xuất bản. Người dân không hiểu ất giáp gì cả cho tới lúc lệnh thiết quân luật được ban hành. Đóng cửa hết báo chí, đài ti vi, *radio*, giờ giới nghiêm từ 12 giờ đêm đến 4 giờ sáng, giải tán Quốc hội.

Trước đó Phi là một xứ hỗn độn, mỗi tỉnh trưởng như là một sứ quân, mỗi dân biểu nghị sĩ đều có lính riêng. Người dân nào cũng có thể mang súng đi khơi khơi ngoài đường, tham nhũng là chuyện công khai và ăn cắp ăn cướp là "quốc hồn quốc túy". Tôi được nghe kể những chuyện công chức, cảnh sát công khai ra giá biểu hối lộ, những chuyện người bị cướp giật ới ông cảnh sát đứng ngay trước mắt được ông cảnh sát thản nhiên mặc cả giá tiền làm môi giới chuộc lại, những chuyện dân móc túi hoạt động trên xe buýt như chỗ không người. Manila thời đó đã làm chùn chân rất nhiều du khách. Nhưng Manila "ngày xưa" cũng là đất của những tay chơi với những thú vui không ở đâu có. Tứ đổ tường ở nơi đây hấp dẫn hơn bất cứ nơi nào khác trên thế giới.

Sau thiết quân luật mọi chuyện đều chấm dứt. Người Phi nào cũng công nhận là thiết quân luật đã làm xã hội Phi sạch sẽ hơn rất nhiều. Nạn mang súng đi bắn nhau khơi khơi ngoài đường không còn nữa. Điều này ai cũng thấy rõ. Khi ban hành lệnh thiết quân luật, nhà cầm quyền đã ra lệnh nộp tất cả các vũ khí lớn nhỏ. Muốn cho dân chúng khỏi ngại ngùng, người ta đã cho để những chiếc thùng gỗ to tổ bố ở các góc đường, ai có vũ khí cứ việc quẳng vào đó, không phải khai báo lôi thôi gì cả. Tiện như thế nên mọi người đều vứt vũ khí một cách thoải mái. Tới bây giờ những chiếc thùng "lịch sử" này vẫn còn sót lại ở một vài góc đường.

Trước siêu thị Unimart (9/1973)

Để bài trừ nạn tham nhũng, nhà cầm quyền cho sa thải toàn thể công chức, phải làm đơn xin từ nhiệm chứ không phải bị sa thải xuông. Sau đó mới lọc lựa những người không có thành tích tham nhũng hối lộ để cho đi làm lại. Anh nào lem nhem tay hay dính lằng nhằng phú về đuổi gà cho vợ. Bắn thêm một vài anh tham nhũng gộc nữa là êm hết. Nạn tham nhũng được "giải tỏa". Nạn ăn cắp ăn trộm và ăn cướp cũng vậy. Bắn một hai anh là đâu vào đấy. Tôi không được lui tới nhiều với các công sở để coi các công bộc của dân có thật sự hết tham nhũng chưa. Một anh bạn tôi đã kể chuyện là bớt nhiều lắm nhưng đôi chỗ vẫn còn lai rai kiểu "làm dùm" nhanh và xin tí tiền trà nước. Nền hành chánh Phi, theo kinh nghiệm bản thân của tôi, khá nhanh chóng và ít vụ vào giấy tờ. Cái gì cũng có thể chờ lấy ngay và không hay bắt bẻ hoặc đòi giấy tờ nhiều. Quí vị độc giả có thể tưởng tượng là toàn dân Phi không có thẻ căn cước không? Trong suốt thời gian ở Phi tôi ra đường nhẹ như không vì trong túi chẳng có tí giấy tờ nào và cũng chẳng có ma nào thèm hỏi giấy tờ lôi thôi. Ngay khi tới ngân hàng lãnh tiền cũng chẳng cần giấy tờ chi hết. Ký toạch một cái là xong.

Tứ đổ tường cũng vậy. Coi như xong. Cái vụ này thì cần phải xét lại. Trên nguyên tắc Phi không còn cái vụ nhảy cởi truồng nhưng trên thực tế vẫn có ở vài nơi. Không hiểu những nhà hàng này có ăn chịu gì với cảnh sát không, nhưng họ làm ăn chẳng có vẻ gì dấu diếm cả. Phải công nhận *sexy show* ở Phi bây giờ "lịch sự" lắm. Các cô vũ nữ ra sân khấu múa nhăng múa cuội một hồi là bỗng nhiên thấy cởi trần trùng trục trên người chỉ còn mỗi cái xì líp nhỏ xíu. Cô ta đi vào trong cánh gà rồi trở ra ngay thì thấy cái xì líp biến đâu mất tiêu. Màn biểu diễn uốn éo kéo dài chừng ít phút. Tiếp theo là đóng màn chấm dứt để cho cô khác ra làm việc hoặc nhiều chỗ, chiều khách hơn, để cho các vũ nữ xuống từng bàn của khách uốn éo cho mỗi ông xem riêng một tí kiểu "chỉ hai đứa mình thôi nhé". Nghe nói ngày xưa biểu diễn rùng rợn hơn nhiều. Có những màn cắt chuối, uống rượu, lấy tiền trên miệng chai la ve, thảy banh, chơi cờ người… Quí vị độc giả nào có đủ "kiến thức" để hiểu được những cú biểu diễn này thi cứ việc suy luận và tưởng tượng. Quí vị nào không hiểu thì xin thông cảm. Cứ coi những món trên như những "danh từ kỹ thuật", đừng thắc mắc chi cho mệt.

Từ ngày có lệnh thiết quân luật, chuyện ăn cắp ăn cướp "quốc hồn quốc túy" của Phi hầu như không còn nữa. Tôi thường di chuyển bằng xe buýt và có cái tật để tiền ở túi áo trên, vậy mà trong suốt thời gian dài ở Phi tôi chưa bao giờ bị quí vị quái hỏi thăm cả. Không biết có phải quí vị đó đã đi làm ăn những nghề ngỗng gì khác mà Manila "bình yên" hẳn đi. Bạn bè tôi cũng chẳng ai được tiếp xúc với quí vị này cả. Trừ một lần một anh sinh viên Việt Nam một hôm đã "tường trình" là mới 7 giờ tối - 7 giờ ở Phi là coi như tối lắm rồi vì mặt trời đi ngủ rất sớm - anh ta ngồi ở dưới cuối xe buýt đã bị một anh bạn quái dí dao vồ mất chiếc đồng hồ. Thi hành xong "sứ mạng" vị quái mõi đã xuống xe ngay trạm kế đó mà toàn dân ngồi trên xe vẫn không hề hay biết nỗi khổ tâm của anh sinh viên Việt Nam.

Dẹp được những tệ đoan trên là khía cạnh tốt của thiết quân luật. Người dân Phi có thể vui mừng vì người ngoại quốc không nhìn dân tộc họ bằng cặp mắt khinh khi và ngờ vực nữa. Một trong những bích chương cổ võ thiết quân luật có vẽ một người Phi ngẩng cao lên trời trong dáng điệu tự tin và hãnh diện. Phía trên có hàng chữ: "Hãy tiến lên một cách kiêu hãnh vì bạn là người Phi".

Nhưng nhiều người Phi không kiêu hãnh hoàn toàn với tình trạng hiện nay của xứ sở họ. Thiết quân luật đã tước đoạt mọi quyền tự do căn bản của dân chúng. Manila hiện chỉ còn 4 tờ báo của chính quyền hoặc thân chính quyền được xuất bản. Ba tờ phát hành buổi sáng là *The Time Journal, Bulletin Today và Express Daily News*. Một tờ phát hành buổi chiều là *Evening News*. Hầu như không ngày nào là không có hình của ông bà Marcos trên báo. Tin tức, bình luận đều theo một chiều hết. Chiều hướng về dinh Malacanang. Cúc nào cũng là cúc vạn thọ như cụ Phan Khôi đã nói. Truyền thanh truyền hình cũng vậy. Những cuộc thảo luận, hội họp để phê bình tình trạng xứ sở cũng xin miễn. Cứ coi như đẹp đẽ hết cho được việc nhà nước. Phải công nhận bộ máy tuyên truyền của Phi nhanh và hoạt động. Như kỳ sinh viên Thái nổi dậy lật đổ chế độ của Tướng Kittikachorn thì lập tức một anh sinh viên Thái được mời phát biểu ý kiến cho rằng Phi và Thái có tình trạng hoàn toàn khác biệt nhau. Bất cứ bài diễn văn hoặc phát biểu ý kiến nào trong các cuộc hội họp cũng bắt được một đoạn ca ngợi *martial law* (thiết quân luật).

Trước ngày thiết quân luật đã có tin đồn là bà Marcos sẽ ra ứng cử Tổng thống vào cuối năm 1973 vì ông Marcos đã "hy sinh" xong hai nhiệm kỳ nên theo hiến pháp không được ứng cử nữa. Rồi lại có tin đồn là hiến pháp sẽ được sửa lại chế thêm chức vụ Thủ tướng và bà Marcos sẽ "ôm" lấy chỗ này. Ngay sau khi thiết quân luật, hiến pháp được sửa ngay và cuối năm 1973 đáng lẽ có một cuộc bầu cử Tổng thống thì lại có một cuộc trưng cầu dân ý. Trước khi có cuộc trưng cầu dân ý thì xứ Phi lại thiếu gạo. Chính tôi đã được vinh hạnh cùng toàn dân Phi ăn cơm trộn bắp. Hàng người xếp hàng mua gạo dài như một con trăn khổng lồ. Chính phủ bèn tổ chức bán gạo cho dân qua hệ thống làng xã *barrio*. Anh nào muốn có gạo đều phải tới các ông xã trưởng ghi tên hết. Không ghi là không có gạo. Đói là phải ghi tuốt. Bảng danh sách mua gạo này được dùng để làm danh sách bỏ phiếu. Ai không đi bỏ phiếu đều bị phạt tiền và tù. Lá phiếu chỉ có một câu hỏi: "Có bằng lòng cho Tổng thống Marcos tại vị sau năm 1973 không?". Có hay không, trả lời gấp. Thật gọn. Kết quả khoảng trên 90 phần trăm trả lời có. Thế là coi như ông

Marcos sẽ trị vì suốt đời. Cái chữ "sau năm 1973" thật lơ mơ không ấn định một thời gian nào rõ rệt cả.

Trong số đối lập bị bắt giữ sau lệnh thiết quân luật có Thượng Nghị sĩ Aquino là nổi danh hơn hết. Ông ta là người có thể giật chức Tổng thống khỏi tay ông Marcos nếu có bầu cử đàng hoàng. Nhiều quốc gia, nhiều nhân vật quốc tế đã phản đối vụ bắt bớ này. Cuối năm 1973, Nghị sĩ Aquino đã được đưa ra tòa xét xử nhưng sau vài phiên xử, tòa đã hoãn lại vụ này.

Đầu tháng 2 năm 1974 vừa qua, Thủ tướng Úc đã qua viếng thăm Manila và đã hỏi nhỏ Tổng thống Marcos về vụ Aquino. Ông cũng đã e ngại sẽ có nhiều rắc rối cho Phi khi Aquino chưa được đưa ra xét xử và trả tự do. Trong các lời tuyên bố tại Phi, Thủ tướng Úc đã nhiều lần minh xác là ông tới Phi không phải là để ủng hộ chế độ thiết quân luật hiện nay. Và ông hy vọng là chế độ này sẽ chóng được bãi bỏ.

Tại Phi có một tầng lớp người luôn luôn ủng hộ lệnh thiết quân luật và mong Chính phủ đừng bãi bỏ cái lệnh quí hóa này: đó là các bà vợ có chồng hay đi chơi khuya. Giờ giới nghiêm từ 12 giờ đêm đến 4 giờ sáng vẫn còn được duy trì cùng với lệnh thiết quân luật. Và cái bảng "quảng cáo" lệnh thiết quân luật đáng yêu nhất của các bà này là tấm bảng có vẽ chiếc đồng hồ và câu: *"Be home at midnight"* (Hãy về nhà lúc nửa đêm).

Thời Nay ngày 17/3/1974

MANILA LẮM CHUYỆN

Vốn liếng tiếng Tagalog của tôi chỉ đủ để giao thiệp với quí vị tài xế xe buýt hoặc tắc xi. Đại khái nếu muốn quẹo trái thì bảo *kaliwa*, quẹo mặt thì *mano*, đi thẳng thì *director* và muốn ngừng chỗ nào thì hét *bara*. Lúc nào ngại không muốn hét thì suỵt suỵt một hai cái cũng xong. Khi trả tiền muốn hỏi bao nhiêu thì phát ngôn *makano*. Nếu đi mua hàng muốn có tí ti mặc cả hỏi giá nhất định bao nhiêu thì nói: *"Makano*

last price". Thế là đã xảy ra một sự tiếng Tagalog đề huề với tiếng Mẽo rồi. Ngôn ngữ Tagalog nó vậy đó. Tôi để ý thấy hình như cứ gặp danh từ nào mơi mới một chút là y như rằng họ choang luôn tiếng Mẽo vào cho tiện việc nhà nước. Đỡ mất công lôi thôi. Cứ để ý nghe hai người Phi nói tiếng Tagalog thì chỉ trong ít phút thế nào cũng chộp được một vài chữ Mẽo "nằm vùng". Không phải họ chỉ mượn tiếng Mẽo không. Tiếng Á Rập, tiếng Tàu, tiếng Tây Ban Nha cũng đều được góp phần trong tiếng Tagalog. Những chữ *sulat* (lá thư hoặc viết), *alam* (biết) hoặc *salamat* (cám ơn)... chính là chữ Á Rập. Những tiếng Trung Hoa góp phần trong ngôn ngữ Tagalog như: *ate* (chị), *hibi* (tôm khô), *petsay* (cải bắp) vân vân và vân vân. Tiếng Tây Ban Nha thì khỏi nói vì đã có thời quốc gia này là "mẫu quốc" của Phi trong vài thế kỷ.

Sống ở Phi mà bạn gọi thứ tiếng của họ là tiếng Tagalog thì sẽ bị những người khó tính chỉnh liền. Tagalog là tên của một trong hơn 70 thổ ngữ được dùng ở Phi nhưng kể từ khi Tổng thống Quezon ban hành sắc lệnh nâng tiếng Tagalog thành tiếng chính thức của quốc gia vào năm 1937 thì người ta phải gọi cho chính danh là tiếng Pilipino. Sở dĩ tiếng Tagalog đạt được địa vị huy hoàng như vậy là vì nó là thứ thổ ngữ của thủ đô Manila và các thành phố phụ cận. Nó cũng là ngôn ngữ được đa số dân chúng dùng. Tôi không rõ đa số đây có tỉ lệ bao nhiêu nhưng một bài báo mới đây đã cho biết là sau gần 40 năm được chọn làm ngôn ngữ chính thức của Phi, số dân Phi dùng thứ tiếng này ngày nay đã được 70 phần trăm. Mới đây Tổng thống Phi đã ra một sắc luật dùng tiếng Tagalog làm chuyển ngữ trong các trường học ở mọi

Trong phòng riêng tại lưu xá Đại Học UP. (7/1973)

cấp. Chắc cũng phải mất vài chục năm chuyển tiếp mới xong được. Ngày nay từ các trường tiểu học đến đại học đều vẫn dùng Anh ngữ làm ngôn ngữ chính. Nhất là Đại học thì hoàn toàn dùng Anh ngữ.

Việc dùng Anh ngữ trong các trường Đại học ở Phi đã lôi kéo khá nhiều sinh viên ngoại quốc tới Phi để theo đuổi việc học. Nhiều nhất phải kể là sinh viên Thái Lan. Người ta ước lượng có khoảng 3 ngàn sinh viên thần dân của vua Bhumibol theo học ở các đại học Phi. Vì số lượng đông đảo này nên dân Phi cứ thấy sinh viên ngoại quốc là hỏi ngay có phải người Thái không. Vui thì gật đầu đại cho xong, nhất là khi đi vui chơi chẳng có lợi gì cho tổ quốc.

Sau Thái là Mã Lai và Nam Dương. Ngoài ra còn có các sinh viên Ấn Độ, Hương Cảng, Tân Gia Gia, Miến Điện, Nepal, Lào... Sinh viên da đen hiếm hơn nhưng cũng dễ thấy vì màu da nổi. Sinh viên Đức, Hoa Kỳ và một vài nước Trung

Lưu xá sinh viên quốc tế International Center trong Đại Học UP (7/1973)

Đông như Ba Tư, Thổ Nhĩ Kỳ cũng có mặt. Một khi Đại học Phi dùng tiếng Pilipino làm chuyển ngữ thì có lẽ số sinh viên ngoại quốc tại Phi sẽ không còn nữa. Chẳng ai mất công bỏ thời giờ ra học thêm tiếng Pilipino để vào Đại học Phi.

Nhưng Phi có lẽ phải hy sinh điểm "quốc tế" của Đại học này, vì tinh thần quốc gia là cái Phi đang rất cần. Phong trào xin sát nhập Phi thành một tiểu bang của Mỹ đã được vài triệu dân Phi ủng hộ phải chăng là một báo hiệu cho tình trạng nguy ngập của quốc gia Phi. Tôi đã từng đứng ngắm cảnh hàng đoàn người Phi xếp hàng trước cửa Tòa Đại sứ Mỹ trên đại lộ Roxas để xin chiếu khán nhập cảnh vào Hoa Kỳ. Họ kiên nhẫn xếp hàng từ buổi sáng tinh mơ để hy vọng tới lượt được gọi vào. Di dân qua Mỹ hầu như là ước vọng của mỗi người dân Phi. Giới đi đông nhất là bác sĩ và y tá.

Tôi đã nghe nói tới những con số bi đát là quá nửa số bác sĩ và hơn hai phần ba số y tá Phi hiện đang hành nghề ở Mỹ. Lý do là vì họ được trả lương hậu hơn và có một cuộc sống dễ chịu hơn về vật chất. Chỉ có vậy cũng đủ khiến hàng triệu người lìa bỏ quê cha đất tổ ra đi. Lương của một bác sĩ tại Phi được khoảng 100 mỹ kim mỗi tháng nhưng cũng chính vị bác sĩ này qua Mỹ sẽ được trả số lương mười lần cao hơn. Ngoài giới bác sĩ và y tá, số công nhân Phi xin sang Hoa Kỳ cũng đông đảo không kém. Các anh thợ Phi thì đâu chẳng đi miễn là kiếm được tiền để dành chút đỉnh. Một anh tài xế lái xe cho một cơ quan ngoại quốc tại Phi khi biết tôi là người Việt Nam đã than thở là anh ta không kịp qua Việt Nam giúp việc cho một hãng ngoại quốc mấy năm trước đây. Anh tiếc hùi hụi mãi về sự lỡ cơ này tuy đối với các tài xế Phi anh là người tốt số được làm ở một cơ quan trả lương khá hậu hỉnh

Kể ra chuyện tình quê hương không được đậm đà mấy của các anh Phi cũng dễ hiểu. Phi là một nước kết hợp bởi hàng trăm bộ lạc rải rác trên hàng ngàn hòn đảo. San bằng được những cách biệt này coi bộ đã khó. Tạo được một tinh thần quốc gia lại càng khó hơn nữa. Một điều vô cùng tệ hại là Phi đã từng mất vài trăm năm dưới ách đô hộ của Tây Ban Nha và cả một trăm năm khác bị Mỹ nắm đầu. Làm sao họ có một tinh thần quốc gia mạnh mẽ được? Từ khi nắm được nền độc lập trong tay, Phi còn gặp một trở ngại khác là sự cách biệt rõ ràng giữa các giai cấp xã hội. Chẳng cần đi về những miền quê hoặc "giang sơn" của các tỷ phú cho mệt, chỉ nhìn quanh quất ngay trên đường phố Manila người ta cũng thấy giàu nghèo phân biệt quá rõ ràng. Những dinh thự của các đại phú nằm nghênh ngang bên cạnh những "cái gọi là nhà" của giới bần cùng phơi bày một cách không e dè sự ngăn cách này. Các bạn có thể tưởng tượng là 90 phần trăm tài sản của Phi nằm trong tay 400 gia đình tỷ phú, 10 phần trăm còn lại thuộc về trên 30 triệu dân chúng cùng mằng khác không? Tôi đã nghe kể chuyện những ông nhà giàu Phi có máy bay riêng hoặc có cả một hòn đảo riêng sống như những ông hoàng thời xưa. Tôi cũng đã tận mắt chứng kiến những người có cuộc sống không ra con người. Làm sao có thể nói tới chuyện đoàn kết những thành phần cách biệt này?

Thành ra hun đúc cho người dân Phi có một tinh thần quốc gia là chuyện cần thiết nhưng không dễ thực hiện. Các tuần lễ văn hóa Phi được rầm rộ tổ chức, các hội thảo về nhân chủng, xã hội, giáo dục không phải là hiếm. Họ cố đưa ra những nét đặc thù của Phi để thoát ra ngoài những ảnh hưởng ngoại lai. Chào cờ trong các rạp chiếu bóng, hát quốc ca sau mỗi buổi lễ ở nhà thờ là một hình thức khác. Ngâm thơ bằng tiếng Phi, trình diễn các vũ điệu cổ truyền của dân tộc, quảng bá những cái hay của văn hóa Phi, cũng nằm trong cùng một mục đích.

Tôi đã có dịp đi xem một vài buổi trình diễn văn nghệ dân tộc của Phi. Hầu như buổi nào cũng có hàng chục màn đọc thơ bằng tiếng Phi. Dĩ nhiên là tôi trả lại cho các "ngâm sĩ" nguyên con vì chẳng hiểu gì cả. Không hiểu thì nhìn quanh và thấy khán giả có vẻ mê say với việc ngâm thơ. Họ nghe và cười hoặc trầm ngâm một cách hết sức thành thực. Những điệu vũ thì hơi nghèo nàn vì quanh đi quẩn lại cũng chỉ có một vài điệu quen thuộc. Đánh chết cũng có màn vũ *tinikling* mà vũ công nhảy lọc sọc trên mấy thanh tre đập ra đập vô. Màn vũ đánh cá kiểu "tiếng dân chài" thì buổi nào cũng có mặt. Ngoài ra là những màn vũ sơn cước mà chúng ta gọi nôm na là "múa mọi". Từ đoàn vũ Bayanihan nổi tiếng nhất nước Phi đã từng đi trình diễn trên một trăm đô thị trên khắp thế giới đến các vũ đoàn của sinh viên học sinh, quanh đi quẩn lại cũng chỉ có thế.

Từ vài tháng nay Chính phủ Phi đã phát động phong trào *Balikbayan* đưa những dân Phi làm ăn ở nước ngoài trở về thăm quê hương. Họ cho máy bay chở dân Phi từ Mỹ, Âu Châu, Hạ Uy Di về Phi với giá rẻ. Nhiều ông Phi tha phương cầu thực cả nửa thế kỷ nay trở về thăm quê hương tuyên bố nhiều câu rất cảm động. Các *Balikbayan* được tiếp đón nồng hậu ở mọi nơi. Tất cả các xóm ở Manila đều làm những bảng chào mừng ra rít. Dân chúng được lệnh phải săn sóc các *Balikbayan* thật ân cần. Báo chí - toàn của Chính phủ - tường thuật những lễ đón người thứ 1000, 2000, 3000 vân vân có kèm theo hình và những bài tiểu sử "nâng bi" kinh khủng. Cứ mỗi ngàn người trở về lại có một ông hay bà "trúng số" được tặng hoa tặng quà, được các tài tử thơm phưng phức ôm hôn, được phỏng vấn ồn ào... Những "tình sử" của các *Balikbayan* với dân Phi "nội địa" được khai thác tùm lum. Một ông già thất thập niên canh từ Mẽo trở về chơi đã lấy được một em bé 18 tuổi chưa biết sự đời là cái chi chi. Một ông khác chơi trò "kết bạn tâm thư" với một cô giáo Phi từ cả chục năm nay nhờ dịp may hãn hữu này được gặp cô nàng và hai bên dắt nhau tới trước bàn thờ cái rụp. Những chuyện tình "hữu ích" này được các cô gái Phi khai thác ngay. Có nhiều cô đã đăng báo kiểu "tìm bạn bốn phương" mong kiếm được một ông già *Balikbayan,* hoặc tốt phước hơn nữa được một ông trẻ "qui hồi cố hương" thì càng hay. Nạn gái thừa trai thiếu ở Phi đã khiến các cô phải vất vả như vậy.

Bữa tết vừa qua, mấy tên Mít tại Manila cổ cồn cà vạt lên nhà ông Đại sứ ăn tết. Trước khi đi chúng tôi kéo nhau vào một tiệm ăn ở khu Makati làm một chầu lai rai trước. Khi đi ngang qua một bàn có một lô em Phi ngồi với nhau, các em thấy chúng tôi ăn mặc "nghiêm trọng" đã bấm nhau cười duyên và nói "*Balikbayan* đấy".

Làm *Balikbayan* sướng thấy bà. Làm du khách cũng sướng chẳng kém. Ông Marcos rất ưu ái với các du khách vì đây là nghề dễ moi tiền thiên hạ nhất. Các thắng cảnh và di tích được o bế lại, khách sạn mọc thêm cho đủ chỗ chứa những cây tiền, những dịch vụ rút tỉa đô xanh từ túi du khách được triệt để khai thác. Du khách là vua không ngai ở Phi. Mọi người được lệnh chiều đãi du khách. Tỉnh nào mà bị du khách phàn nàn thì khó khá được. Xe chở du khách bao giờ cũng được ưu tiên và có xe cảnh sát dẫn đầu đàng hoàng. Số du khách trong những tháng vừa qua tăng vọt hẳn lên chứng tỏ chiến dịch "chiêu hàng" của Phi khá thành công. Du khách Nhật chiếm tỷ số lớn nhất. Những chuyến xe có máy lạnh chở hàng đoàn các ông các bà du khách xứ mặt trời mọc đi vãn cảnh chạy dài dài trên đường phố. Số du khách Nhật nhiều đến nỗi các khách sạn phải lập hẳn một quầy tiếp tân dành riêng chỉ tiếp du khách Nhật. Nhân viên của quầy này lẽ dĩ nhiên chỉ nói toàn tiếng Nhật. Đi du lịch mà cứ thoải mái như sống ở nhà vậy.

Một thứ xe khác cũng được xe cảnh sát dẫn đầu hú còi đàng hoàng là xe tang. Đám tang ở Phi hết sức gọn gàng chứ không nhiều tình cảm như đám tang ở các nước Á Châu khác. Người chết được để tại nhà, bệnh viện hoặc các nhà tang lễ. Nhưng trước khi đi ra nghĩa địa bao giờ họ cũng được mang vào để tại nhà thờ nguyên một ngày cho bà con và bạn bè tới thăm viếng. Quan tài ở Phi có lồng kính trên phân nửa nắp. Như vậy người thân thuộc lúc nào cũng có thể nhìn vào quan tài để coi mặt người chết. Khi liệm người chết được mổ bụng moi ruột, tắm rửa sạch sẽ, bận quần áo đẹp và đánh phấn thoa son trên mặt. Họ được nằm trong quan tài như nằm ngủ. Phía trên quan tài, đúng tầm mắt người chết, bao giờ cũng có để một hộp bông giả bằng vải để người chết nhìn lên cho... mát mắt. Xe tang là một chiếc xe kiểu nhỏ và thấp chứ không kềnh càng như xe tang Việt Nam. Chỉ nhìn những màn tím hoặc đen treo ở phía trong các ô kính mới biết là xe tang. Phía ngoài trông như một xe du lịch thường. Khi đám tang di chuyển, xe tang phát nhạc cổ điển êm dịu. Nhạc thường chứ không phải nhạc đám ma. Nhiều đám tang "thời trang" hơn còn phát nhạc giật gân inh ỏi cả đường.

Nghĩa địa ở Phi thường được chôn chìm. Không có "ngổn ngang gò đống" như các nghĩa địa của ta. Cả khu nghĩa trang là một thảm cỏ xanh rì. Chú ý nhìn người ta mới thấy những tấm bảng tên bằng đá gắn sát trên mặt cỏ. Nghĩa trang được gắn đèn rất mỹ thuật để làm thành một khu công viên luôn. Chiều chiều người sống vừa đi hóng gió vừa đi thăm mộ người chết. Và khi đã là một công viên thì các cặp nhân tình cũng mang nhau tới tù ti ngay trên mộ người chết. Sống chết đề huề không có biên giới ngăn cách. Chết chỉ là một hình thức khác của sự sống. Một đời sống thanh thản, an bình không vương hệ lụy trần gian.

Quan niệm chết như vậy là quan niệm của người Công giáo. Chết chỉ là một cuộc trở về. Hơn 90 phần trăm dân Phi là Công giáo. Một thứ Công giáo đậm đà từ thời kỳ bị Tây Ban Nha đô hộ nay đã phần nào vương màu sắc mê tín. Trong thời gian ở Manila tôi hay lang thang ở khu Quiapo và thường đi qua ngôi nhà thờ cổ lỗ sĩ của khu này. Tôi để ý thấy nhà thờ lúc nào cũng tấp nập người vào ra, phía ngoài nhà thờ là những người ngồi bán ảnh tượng, đèn cầy và những chai thuốc dơ dáy cùng lá lẩu làm thuốc. Vào trong nhà thờ thấy nhiều cảnh khá lạ lùng. Chẳng hạn như cảnh một đoàn người mặc áo choàng nâu buộc một sợi giây vàng ngay thắt lưng quì gối lết từ cuối nhà thờ lên, vừa lết vừa đọc kinh. Có lẽ đây là một cách đền tội của họ. Cái áo nâu có choàng sợi giây vàng cũng là y phục của một tượng Chúa bằng gỗ đen bóng lớn bằng người thiệt nằm trong một lồng kính đặt dưới cuối nhà thờ. Đây là tượng *Black Nazareth* được giáo dân rất sùng kính và tin tưởng ban nhiều phép lạ. Tượng nằm trong lồng kính nhưng dưới cuối có khoét một lỗ tròn để hai bàn chân lòi ra phía ngoài. Người người xếp hàng đông nghẹt đi qua bức tượng để sờ vào chân, hôn chân, cọ vai, cổ hoặc lưng vào chân tượng. Người nào cũng cầm một cái khăn để lau bàn chân Chúa không biết để lấy khước hay chùi cho sạch trước khi hôn. Có lẽ lấy khước thì đúng hơn vì đã có lần tôi bắt gặp một người đứng tuốt phía ngoài chuyền chiếc khăn tay vô xin lau chân tượng.

Dân Phi mỗi khi đi ngang qua một nhà thờ, dù ngồi trên xe buýt, xe nhà hay đi bộ, đều làm dấu thánh giá. Và trước mỗi buổi lễ không phải lễ đạo đều có cầu kinh dù là lễ khai mạc một cuộc hội thảo hay khánh thành một cơ sở của chính quyền. Màn cầu kinh này có nhiều "màu sắc" lắm. Có khi là một linh mục lên đọc lời nguyện, có khi một nghệ sĩ ngâm một bài thơ hoặc một ca sĩ hát một bản thánh ca. Hát là cái vốn của dân Phi. Trong các buổi lễ chính thức, xen lẫn giữa các bài diễn văn nghiêm trang, bao giờ cũng có một em ca sĩ hát *opera* lên biểu diễn ít bài. Gặp bài hứng chí khán giả không phân biệt địa vị đều hát theo một cách hết sức vui vẻ.

Công giáo là tôn giáo số một của Phi nhưng các tôn giáo khác cũng đang cố vươn lên. Tại các sân trường Đại học người ta luôn luôn bắt gặp các sinh viên Tin Lành truyền giáo hăng say bằng cách "đấu lý" hoặc phân phát sách vở tài liệu. Hồi giáo khá mạnh ở những tỉnh miền Nam Phi Luật Tân. Cuộc nổi dậy của dân theo Hồi giáo hiện đang là một vết nhọt nhức nhối của Phi. Những trận đánh lớn diễn ra trong thời gian gần đây đã khiến hàng giáo phẩm Công giáo lên tiếng chỉ trích chính phủ. Người Phi theo Hồi giáo vẫn có sự xa cách với những người dân Phi khác. Trong những tháng cuối năm 1973, Tổng thống Marcos đã cố ve vuốt bằng cách gặp các lãnh tụ Hồi, phổ biến nền văn hóa Hồi cũng như chấp thuận cho họ một số đặc quyền. Tôi vẫn nhớ mãi cô gái Hồi giáo tôi gặp trong hậu trường *Philam Life* trong một cuộc trình diễn văn nghệ quốc tế. Cô ta có một vẻ mặt nhẹ nhàng dễ mến. Nước da không đậm lắm. Thoạt đầu thấy cô ta trong bộ đồ múa tôi cứ tưởng cô ta là một người Indonesia. Câu đầu tiên cô hỏi tôi sau khi chào hỏi và biết tôi là người Việt Nam là: "Anh nghĩ sao về những người Hồi giáo? Anh có ưa họ không?". Tôi vẫn nghĩ cô ta là người Indonesia nên ngạc nhiên hỏi lại: "Tại sao cô lại hỏi tôi câu hỏi đó?". Cô ta hất mặt trả lời: "Để biết ý kiến của anh vậy thôi". Tôi dè dặt: "Tôi không có ý kiến". Khi cô bảo tôi đã tới giờ trình diễn của cô tôi mới thấy cô ngồi vào mấy cây tre do một số thanh niên khiêng ra sân khấu để vũ *Tinikling*. Đêm đó cô ta đóng vai cô công chúa Hồi giáo nhiều mặc cảm.

Thời Nay ngày 17/4/1974

LANG THANG GIỮA MANILA

Đi lang thang giữa Manila mà bạn nghe thấy quí vị bạn dân thổi tu huýt thì bạn cứ khinh khỉnh tiếp tục lộ trình. Đừng có thèm sợ hãi gì cả. Quí vị bạn dân ở đây thổi tu huýt văng mạng. Chẳng cần có lý do. Và cũng chẳng chú ý tới hiệu lực của tiếng còi. Tôi không hiểu muốn làm bạn dân ở Phi có phải thì thổi tu huýt không, chứ bằng vào lối thổi còi của họ thì ai cũng thuộc loại siêu quần cả. Tiếng tu huýt lanh lảnh

Tại một công viên ở Manila (9/1973)

vang lên khi trầm khi bổng như tiếng chim khiếu hót. Tôi đã mất nhiều thời giờ dừng lại chiêm ngưỡng tài năng của quí vị này và nhận thấy mỗi khi thổi các bạn dân đưa hai bàn tay lên úp vào chiếc còi rồi bóp bóp cho cung điệu lên bổng xuống trầm và tiếng kêu vang vang làm điếc tai mọi người. Tiếng còi dõng dạc như vậy mà xe cộ vẫn thản nhiên lui tới như không và bạn dân cũng chẳng tỏ vẻ tức giận sau khi đã phùng mang trợn má "độc tấu" một bài còi nỉ non ai oán.

Bạn dân tại Phi được chia ra làm hai loại: bạn dân của nhà nước và bạn dân tư. Bạn dân của nhà nước bận đồng phục màu vàng và bạn dân tư bận quần áo màu xanh. Mãi cho tới đầu năm 1974, Phi mới lập Đoàn Cảnh sát Quốc Gia. Trước đó các bạn dân nhà nước ăn lương của tỉnh, làm việc cho tỉnh. Tỉnh nào riêng rẽ tỉnh đó. Không có một cơ quan thống nhất cho toàn quốc. Bạn dân tư thì ai thuê cũng làm.

Gác ngân hàng, gác khách sạn, gác cửa tiệm. Cũng súng siếc như bạn dân "quốc doanh". Khi vào cửa tiệm mua đồ, lúc vào ngân hàng lãnh tiền bạn đừng ngạc nhiên khi bạn dân áo xanh cung kính mở cửa hay giữ đồ cho bạn. Họ được nhà hàng thuê để làm như vậy. Vào tiệm ăn cũng rứa. Ra khỏi tiệm ăn hay khách sạn, các bạn dân này còn thổi còi inh ỏi chặn tắc xi cho khách. Bỏ đồng tiền ra kể cũng mát mặt.

Tắc xi ở Manila thường là các loại xe Nhật kiểu lớn khá lịch sự và đẹp đẽ. Giá tương đối khá rẻ, leo lên xe 20 xu khoảng 16 đồng Việt Nam. Mỗi cú nhảy 10 xu. Tắc xi nào cũng bẻ cờ đàng hoàng chứ không xài đồng hồ miệng như Sài Gòn. Ngoài tắc xi còn có xe buýt rất tiện. Xe buýt chạy lung tung khắp thành phố như mạng nhện. Giá một cuốc ngắn nhất 15 xu và dài nhất 35 xu. Mỗi đường xe buýt có rất nhiều xe nên ít khi phải chờ đợi lâu. Xe *jeepney* là lối chuyên chở cũng rẻ tiền như xe buýt. Chắc các bạn đã hơn một lần chiêm ngưỡng dung nhan những chiếc xe *jeepney* quốc hồn quốc túy của Phi trên màn ảnh. Nó là thứ xe díp quân đội biến cải bằng cách đóng thùng dài hơn, sơn xanh đỏ tùm lum và trang hoàng một cách tận tình vô cùng. Thứ trang hoàng chính là một con ngựa bằng sắt đánh bóng loáng gắn ở mũi xe. Hầu như chiếc *jeepney* nào cũng có con ngựa này. Không hiểu đây là một lối hồi tưởng lại quá khứ khi xe ngựa còn thịnh hành hay chỉ là một lối ám chỉ cho hành khách biết là xe chạy nhanh như... ngựa. Những trang hoàng phụ thì nhiều vô kể. Những lá cờ đuôi nheo nho nhỏ treo hàng giây đủ màu xanh đỏ tím vàng, những chiếc còi to tổ bố sáng trắng chỉ để làm cảnh, những chiếc máy bay bằng sắt đủ kiểu, những thỏi sắt cái dài cái tròn được gắn loạn xà ngầu trông hoa cả mắt. Những thứ trang hoàng này trông rất bắt mắt nhưng hơi yếu về phương diện thẩm mỹ. Phía trong xe còn được bày biện lung tung xòe hơn nữa. Trước mặt tài xế thường là một tấm giấy treo lủng lẳng những vỏ trai mang những hàng chữ ca ngợi thượng đế tỉ như: "Chúng tôi tin tưởng vào Chúa" hoặc "Xin Chúa chúc phúc lành cho chúng tôi". Dưới đó là một bàn thờ nho nhỏ thường bày một cây thánh giá, một hình Đức Mẹ, vài cái hoa ny lông và hai ngọn đèn nho nhỏ. Tấm kính phía trước được dán tùm lum các loại hình. Hình vẽ cởi truồng cũng như hình thắng cảnh. Sau đầu tài xế là tấm bảng bằng sợi xanh đỏ hoặc bằng vải viết những câu ca ngợi tình yêu đại loại anh nhớ em, anh cần em, anh yêu em... Có những ông tài xế có lẽ bị quịt tiền nhiều quá nên chẳng cần tình yêu thì để câu "Chúa biết Juda không trả tiền xe". Hai bên tấm bảng là hai cái loa phóng thanh phát nhạc ồn ào suốt ngày. Một vài xe có gắn những nút bấm chuông điện thành hai hàng trên trần xe để khách bấm mỗi khi cần kêu ngừng.

Hai hàng chuông điện này có lẽ để… làm cảnh hơn là để cho khách dùng. Muốn bảo xe đậu ở chỗ nào khách chỉ cần suỵt suỵt vài tiếng là tài xế hiểu ngay. Cứ như là suỵt chó ở Việt Nam vậy. Tiếng suỵt này là một ngôn ngữ thông dụng có nghĩa kêu gọi. Bạn có thể suỵt như vậy khi ở trên xe buýt hoặc gọi bồi ở nhà hàng. Lúc đầu thì thấy hơi ngượng vì kỳ quá nhưng dùng dần thấy quen cũng suỵt tỉnh bơ.

Đường phố ở Manila rộng rãi và có khá nhiều cây chạy dọc theo hai bên đường. Xe hai bánh hầu như không có. Họa hoằn lắm mới thấy một chiếc *Honda* hoặc *Vespa, Lambretta*.

Các bác tài xế xe buýt, *jeepney* và tắc xi chạy bạt mạng không tưởng được. Nhiều ông lái ngoằn ngoèo qua mặt xe khác một cách dễ sợ. Ngồi trên xe cứ tưởng đụng là cái cẳng nhưng chiếc xe kia đã vội tránh khá tài tình. Hình như họ có qui ước với nhau là mạnh ai nấy húc và người khác phải tránh nên họ tránh đụng nhau cũng giỏi lắm. Người nào người nấy tỉnh bơ như không. Chẳng thèm mắng mỏ, lừ mắt hoặc tỏ vẻ giận dữ gi cả. Tai nạn rất ít khi xảy ra, nhưng đã xảy ra thì khá nặng. Chết người như không.

Trường hợp xe cán người đi bộ hơi hiếm xảy ra vì Manila có một lối hãm bớt tốc lực xe rất hữu hiệu. Chỗ nào cần bắt xe giảm tốc lực để "bò" qua thì họ kẻ sơn vàng chóe và đắp mô trên đường thành một cái ụ hơi cao. Xe đi qua không thể làm cách nào khác là "bò" qua một cách chậm chạp hết cỡ, không "bò" thì đầu có cơ hội đụng trần xe là cái chắc. Những nơi gần trường học hoặc những lối cho người đi bộ qua đường đều được "thiết trí" những "mô Việt cộng" này. Chẳng cần cảnh sát đứng canh cho mất công vô ích.

Manila có một khu đường phố khác hẳn các khu khác. Dân Mít gọi khu này là Phố Tàu. Dân Phi gọi là *Chinatown*. Phố Tàu là một khu khá rộng nằm gần khu "cựu" trung tâm thành phố Quiapo. Nếu mới tới Manila chắc chắn bạn không thể nào tìm ra khu phố... Chợ Lớn này. Nó nằm khuất nẻo không tiện đường xe di chuyển. Nếu bạn cần hướng dẫn viên tới khu này thì cứ hỏi mấy ông sinh viên Việt Nam là chắc ăn. Đường phố trong khu hẹp chút xíu và mang đặc tính muôn đời của các chú con trời là rất bẩn. Những đường cống rãnh đọng nước đen xì xông lên những mùi hơi khó ngửi một chút. Bẩn thì có bẩn thật nhưng Phố Tàu vẫn là nơi hấp dẫn đối với dân Mít. Mục đầu tiên là mục đớp. Rất ngon và rẻ. Rẻ nhất và ngon nhất là tiệm cơm Tàu Lido. Một người vào đớp toàn những món ngon căng một bụng đến không đứng dậy được chỉ phải chi khoảng hơn 10 *pesos* tương đương với 1 ngàn tiền nước ta. Tiệm mì Lingnam có món mì thịt bò ăn cũng... tàn nhẫn lắm. Chợ búa trong khu này cũng rẻ và có những món rất khoái khẩu đối với dân Mít. Bạn có thể tìm được đủ các thứ xí mụi, ô mai, có thể mua được những bìa tàu hũ và đủ mọi thứ lẩm cẩm khác thường đầy dẫy ở Sài Gòn, nhưng kiếm đỏ con mắt không thấy ở Manila. Muốn nấu phở cho đậm mùi quê hương là phải mua các thứ gia vị cho vào nước phở tại phố Tàu. Không đâu ở Manila bán những thứ này ngoài phố Tàu. Muốn có tí thuốc bắc uống cũng phải xuống cân ở phố Tàu, muốn mua tí dầu cù là Con Cọp trừ đủ thứ cảm hàn đau bụng lại phải xuống phố Tàu diễn tả bằng tiếng Anh mới có để mà dùng.

Dân Phi không ăn nhiều thứ. Chẳng hạn họ không ăn thịt vịt, không ăn hột vịt, nhưng lại rất khoái hột vịt lộn. Tối tối bạn thấy một người đội trên đầu một cái giỏ, tay xách cây đèn khí đá, vừa đi vừa rao *"balut! balut!"* thì là chính hắn đó. Tìm cả "nước" Manila không có được một con vịt mà xuống phố Tàu được ăn vịt tiềm thì còn nỗi khoan khoái nào sánh bằng.

Phố Tàu còn có con đường Ongping nổi tiếng về khoản "chị em ta". Ma cô ma cạo đứng đầy đường mời chào khách. Bạn đừng có ham hố. Nếu không có hướng dẫn viên sành điệu có ngày mang hận khổ não cả cuộc đời. Nếu bạn thích đánh mạt chược cũng có thể tìm thấy ở phố Tàu. Nhưng bạn phải quen một vài gia đình Tàu ở đây mới có dịp được so tài cao thấp. Mạt chược Tàu hơi khác mạt chược Việt Nam. Bài không hoa không khung. Phán phiếc tính cũng khác. Đánh không thú vị bằng mạt chược Sài Gòn. Nếu bạn ở chỗ đông người Việt Nam có thể mua một bộ bài chơi với nhau thú vị hơn. Muốn khắc bài thì cũng chỉ có con đường một chiều là xuống phố Tàu. Tiệm khắc đày dãy. Chẳng phải kiếm cũng ra. Những món lạp xưởng, thịt khô hoặc bánh nướng bánh dẻo ngày tết Trung Thu đều có thể tìm được ở nơi đây. Đi xem phim Tàu thì dĩ nhiên phố Tàu là nơi... đất lành chim đậu.

Nhưng phim Tàu không chỉ có ở phố Tàu. Một vài rạp ở Manila cũng chiếu phim Tàu - dĩ nhiên toàn phim chưởng. Phim nào có Lý Tiểu Long là ăn khách hạng nhất. Tháng 11 vừa qua, phim *Enter the Dragon* (Long Hổ sát đấu) đã được chiếu tại gần một chục rạp mà khán giả đông như kiến, xếp hàng dài dằng dặc. Lý Tiểu Long mang tên Anh là Bruce Lee. Một buổi sáng tôi vừa thức giấc thì nghe thấy mấy anh gác dan báo tin cho nhau một cách hốt hoảng là Bruce Lee đã... hui nhị tỳ. Một thần tượng vừa ra đi. Họ còn cho biết thêm là chưa rõ nguyên nhân vì sao Bruce Lee nhắm mắt, nhưng tin tức cho biết là chết tại nhà một cô bạn gái. Chỉ khoảng một tuần sau là hình Bruce Lee, áo có in hình màu Lý Tiểu Long đang phóng quyền cước được tung ra thị trường và bán chạy như tôm tươi. Rồi các rạp hát thi nhau tổ chức các tuần lễ tưởng niệm Bruce Lee bằng cách chiếu phim cuộc đời và đám tang Bruce Lee kèm với một lô phim cũ rích của tài tử

Tại Nghĩa Trang quân đội Hoa Kỳ tại Manila. (10/1973)

thời danh này. Những cuốn sách về cuộc đời họ Lý với hình màu in thật đẹp cũng được bày bán tại khắp các hiệu sách.

Đi xi nê tại Manila thú vị lắm. Trước hết là giá tiền khá rẻ so với giá xi nê Sài Gòn. Ngồi dưới nhà chỉ phải chi 2 pesos 25 xu, khoảng 180 đồng Giao Chỉ, vé *balcony* đắt hơn 1 pesos (80 đồng Việt Nam) và vé *lodge* sang nhất thêm 1 pesos nữa tức là 4 pesos 25 xu, chỉ vào khoảng 350 đồng Việt Nam. Rạp nào cũng lấy cùng một giá vé như vậy và chiếu thường trực suốt ngày. Các rạp hát ở Manila đều rất đẹp và sạch sẽ. Cỡ rạp REX ở Sài Gòn không đi đến đâu. Trong rạp tuyệt đối không ai hút thuốc lá. Mỗi rạp đều có một phòng hút thuốc lá và chờ đợi có ghế nệm êm ái, có quầy hàng bán nước, thuốc lá và bánh kẹo. Dĩ nhiên là máy lạnh chạy suốt ngày.

Dân Phi sống hơi giống Mỹ ở chỗ xài máy lạnh. Chỗ nào

cũng gắn máy lạnh. Các cửa hàng lớn nhỏ, hàng ăn, khách sạn, trường học, công sở đều có máy lạnh chạy vù vù suốt ngày. Khu Makati được mệnh danh là *Little New York (*Tiểu Nữu Ước*)* với những nhà chọc trời cái nào cái nấy vài chục tầng lầu có thể làm du khách có cảm tưởng đang đứng ở một thành phố Hoa Kỳ nào đó. Đây là giang sơn của các cơ sở thương mại lớn và các ngân hàng. Đây cũng là "khu nhà giàu", nơi hội ngộ của các giới lắm bạc nhiều tiền. Những rạp hát, siêu thị ở khu này có thể so sánh được với bất cứ cơ sở cùng loại nào trên thế giới. Dĩ nhiên giá cả ở khu sang trọng này bao giờ cũng "trên chân" những khu khác. Mua đồ ở những khu này chóng vơi hầu bao lắm nhất là du khách hay lò mò vào tiệm Rustan's ở đây thì có thể "vỡ nợ" hơi sớm.

Nhưng du khách biết nhiều tới khu *makati* được mệnh danh là "vòng đai du khách" hơn. Đây là khu nằm sát bờ bể Manila và tập trung phần lớn khách sạn, hộp đêm và các tiệm bán đồ kỷ niệm của Phi. Khu này được coi như "con tim" của Manila với công viên *Luneta* rộng mênh mông và vô cùng sạch sẽ. Lúc nào bạn cũng có thể bắt gặp những công nhân mặc áo thun vàng cầm chiếc chổi và cái hốt rác đi nhặt từng mẩu giấy, từng cọng rác nho nhỏ. Những vòi phun nước đủ kiểu đêm đêm được rọi đèn màu lộng lẫy cùng với những bồn hoa đầy màu sắc được chăm nom cẩn thận làm mát mắt khách nhàn du. Mộ tử sĩ vô danh và đài kỷ niệm nơi vị anh hùng của Phi Rizal bị xử tử đều nằm trong công viên này. Đây là nơi tụ tập của dân chúng Manila trong các ngày nghỉ hoặc khi chiều tối để hưởng gió biển và không khí trong lành. Đây cũng là đất tình tự của những cặp tình nhân dưới các bóng cây rậm rạp trong khu Nhật Bổn hoặc Trung Hoa. Vườn Nhật với những cây cầu đỏ cong vút soi bóng bên cạnh các cây cảnh Nhật là tặng phẩm của dân Nhật cho thành phố Manila.

Nghe tới cái tên Manila người ta lại tự hỏi nghĩa của nó là gì? Cũng như người ta đã "vấn" về cái tên Sài Gòn. Manila thật ra chỉ là tiếng đọc trại của câu *may nilad* có nghĩa là "có cây *nilad* ở đây". Ngày nay thành phố Manila rộng tới 17 dặm vuông rưỡi chia ra làm 14 quận. Nhưng nói tới Manila người ta thường nghĩ tới một khu vực rộng hơn nhiều mang tên Đại Ma Ní (*Greater Manila*). Đại Ma Ní bao gồm Manila, và các thành phố lân cận Caloocan, Quezon City, Pasay City, San Juan, Mandaluong, Makati, Paranaque và Las Pinas. Những thành phố này bao vòng quanh Manila và nếu không để ý thì du khách chẳng thể thấy "biên giới" của các thành phố này. Đường phố và nhà cửa liền tù tì nhau như Sài Gòn, Chợ Lớn hoặc Gia Định vậy. Thủ đô của Phi Luật Tân đã được dời về Quezon City.

Tò mò tìm hiểu thêm một chút thì Manila được thành lập vào năm 1571 do công lao của một ông lính Tây Ban Nha tên Miguel Lopez de Legaspi. Chính ông lính này về sau trở thành Thống đốc Toàn quyền của Tây Ban Nha tại Phi Luật Tân. Khởi thủy Manila được xây dựng trên một phế tích Hồi giáo tại cửa sông Pasig gần Vịnh Manila. Nó nhỏ hơn bây giờ nhiều. Ngày nay vẫn còn di tích là những bức tường bao quanh thành phố hồi đó. Phải mất 282 năm để xây những bức tường này. Từ khi được thành lập, Manila đã bị Trung Hoa xâm lăng vào năm 1574. Hòa Lan đánh phá vào các năm 1600, 1614 và 1617. Người Anh cũng đã chiếm đóng Manila trong hai năm từ 1672 đến 1674. Manila đã cùng nước Phi bị Tây Ban Nha đô hộ trong 300 năm rồi lệ thuộc Hoa Kỳ trong nửa thế kỷ kể từ năm 1898. Quân Nhật chiếm đóng tiếp theo từ năm 1942 đến 1945. Mãi tới ngày 4 tháng 7 năm 1946 mới được trao trả độc lập. Từ đó Manila càng ngày càng được mở mang và tô điểm như một cô con gái cưng của toàn dân Phi.

Thời Nay ngày 2/4/1974

CHẤT VIỆT NAM TẠI MANILA

    Nhấc chiếc ống điện thoại lên đặt vào tai nghe cái giọng ồ ồ là biết ngay người đối thoại là "ông" Nhơn: "Này "các cụ" ra ăn phở dùm đi nhé. Để lâu nó thối ra đấy". "Các cụ" đây là một nhóm sinh viên Mít đang theo học tại Đại Học Phi Luật Tân ở tỉnh Quezon nằm ngay sát nách Manila. Gì chứ ăn thì "các cụ" nhanh lắm. Tập họp ngay được vài tên nhét lên chiếc xe Volkswagen là tên Quý chạy long nhong tới đường Matapat "đớp" phở.

Anh Nhơn là một người nấu phở rất hậu hĩnh. Cứ vài ngày anh lại "sáng tác" được một nồi phở đại bự. Cả nhà già trẻ lớn bé - kể cả một liên tử người Phi - cứ đều đều ngày ba bữa ăn phở hàng năm bảy ngày mới hết. Khi nào tình trạng "căng thẳng" quá - nghĩa là cả nhà trông thấy phở nước mắt nước mũi chảy ròng ròng và đêm nằm ngủ mà phở vẫn lảng vảng trong những cơn ác mộng - thì anh phải cầu cứu tới "các cụ". Cái việc đi ăn phở làm phúc như vậy làm các sinh viên nhiều khi lên mặt quá đáng. Anh Yên đã có lần đớp căng một bụng phở còn bắt cả nhà chủ nhà vòng tay cám ơn đàng hoàng.

Phở ở Manila tương đối không là một món ăn hiếm hoi. Việt kiều nào cũng có thể nấu một nồi phở ăn được. Ngay sinh viên ở trọ trong khuôn viên các đại học cũng có thể tự tay nấu phở ngon lành. Dĩ nhiên không bằng được phở Pasteur Saigon nhưng cũng đỡ lắm. Về phương diện... phở, người Việt ở Manila so với các nơi khác không đến nỗi thèm thuồng chi. Gia vị để nấu phở, kể các thứ quế hồi linh tinh, đều có bán đày đủ. Rau cỏ cũng như Việt Nam. Thịt bò Phi và bò Việt Nam dĩ nhiên chẳng có gì khác biệt. Chỉ có bánh phở thì không có bánh tươi mà chỉ toàn bánh khô. Được cái dân Phi ăn thứ bánh khô tương tự như bánh phở khô Việt Nam nên các siêu thị có bán đày dãy. Mua bao nhiêu cũng có. Một vài gia đình người Việt Nam làm việc cho sứ quán còn có thể tráng bánh phở tươi. Hơi mất công một chút nhưng chắc chắn... phở hơn.

Bánh phở không thiếu nhưng bún thì kiếm đỏ mắt không ra. Phi không có bún. Chỉ có một thứ có thể tạm thay thế bún là *mi hon*. Tôi không rõ đây là sản phẩm của các anh Tàu hay Phi. Về hình thức *mi hon* được đóng vào hộp các tông như *spaghetti*. Về nội dung, sau khi được được trần nước sôi, sợi nhỏ, cứng, ăn khô hơn bún nhiều. Với thứ bún "giả mạo" này nấu gì cũng chẳng ngon. Thành ra dân Mít rất thèm bún từ quê hương mang qua. Sang Phi mà mang bún tươi Saigon qua làm quà thì nhất. Trăm cặp mắt đều sáng rực cả trăm. Và tình quê hương sẽ được diễn tả một cách tận tình không e ngại dấu diếm qua cách ăn bún của… đất nước ta. Trong một lần về thăm nhà, tôi đã tha sang Phi nguyên một va ly bún tươi. Con cháu Hùng Vương bữa đó mắt sáng như sao, nhìn va ly bún mà nuốt nước miếng không kịp.

Một hương vị khác của quê hương rất phổ quát cho các người Việt xa xứ ở bất cứ chân trời nào là… mắm tôm. Mùi vị quê hương đấy! Thật đậm đà nhưng cũng thật hiếm hoi. Mắm tôm từ Saigon gửi qua dĩ nhiên là nhất. Không còn phải bàn gì nữa. Chấm mút mãi thì cũng có lúc phải hết. Nhiều khi kẹt không có mắm tôm cũng buồn tình. Các cụ nói chẳng vứt đi câu nào. Đói thì đầu gối phải bò. Đây không phải là đói nhưng thèm thì cũng phải mầy mò đi kiếm. Một bữa kia một ông Việt Nam xô cửa đến rầm một cái chạy như một cơn gió vào báo động: "Moa mới tìm được thứ mắm Phi mùi giống mắm tôm của mình lắm!". Chiếc lọ ôm khư khư nơi tay nhà "thám hiểm" bèn được mở ra. Các "chuyên viên nghiên cứu" bắt đầu làm việc cật lực. Mỗi ông mỗi bà hít một cái, quệt một cái rồi mặt thộn ra… suy tư. Một bà phát ngôn:

"Tạm được nhưng không được... thối bằng!". Câu tuyên bố này được coi như kết luận chính xác nhất.

Bún và mắm tôm còn có thứ của Phi tạm thay thế được. Đến giò chả thì chịu. Chẳng có đường nào mang giò chả tới ngoài đường máy bay Saigon - Manila. Đâu có dễ dàng gì với các Việt kiều. Mong có người quen mang qua cho mà đớp thì còn...mòn mỏi con mắt phương trời đăm đăm. Chỉ có một lối thoát duy nhất là lên... nhà ông Đại Sứ. Dĩ nhiên không phải cứ khơi khơi lên hàng ngày, hàng tuần hoặc hàng tháng. Phải chờ dịp có lễ lạy đàng hoàng. Mà phải là những lễ có tiếp tân mới được. Việt kiều thuộc nằm lòng ba dịp quan trọng trong năm là Tết, Quốc Khánh và ngày Người Cày Có Ruộng. Một năm ba lần khăn áo mũ mãng chỉnh tề đi đớp. Chắc chắn có giò chả *made in Saigon* đàng hoàng. Giò chả bao giờ cũng là món được đặt trong tình trạng nguy hiểm. Vèo một cái là... qua cầu gió bay. Lâu lâu mới có một lần mà chỉ được nhìn thấy cái...đĩa đựng giò chả thì cuộc đời thêm nhiều quạnh hiu lắm. Chiến thuật chiến lược căn bản của "chiến trường" này gồm hai bước: tới sớm và chịu khó hòa mình với quần chúng một chút.

Quần chúng của những dịp này không phải hoàn toàn chỉ có Việt Nam, tuy rằng các buổi tiếp tân này chỉ mời toàn kiều bào. Sự có mặt của rất đông thần dân của ông Marcos và một số các chú Cờ Hoa không có gì là khó hiểu cả. Họ là "phụ tùng" của các nữ Việt kiều kết hôn với người ngoại quốc. Cái "đức" ăn của các ông Phi không có thể chê trách vào đâu được. Vừa mau, vừa mạnh, vừa...trường kỳ kháng chiến. Thanh toán hết mục tiêu này đến mục tiêu khác. Lúc nào cũng bận rộn cho tới khi mọi mục tiêu đều đã nằm gọn trong dạ dày.

Việt kiều ở Phi chẳng có bao nhiêu. Khoảng 200 người tất cả. Phân tích ra thì có khoảng 40 sinh viên, vài chục nhân viên sứ quán và gia đình, hai ba gia đình làm việc với Ngân Hàng Phát Triển Á Châu, còn bao nhiêu đều là các bà theo chồng không phải là người Việt Nam cả. Số lượng những mệnh phụ ly hương này lại được phân chia ra nhiều hạng tùy theo "nguồn gốc" ở Việt Nam. Có một số tế tử của Giao Chỉ là những ông nha sĩ, bác sĩ, kỹ sư thuộc hạng khá ở Phi. Những gia đình Phi Việt này sống khá đầm ấm và sung túc. Họ là những người hiểu biết. Nhất là những người vợ phần đông đều xuất thân từ những gia đình tương đối khá ở Việt Nam. Con số lớn các cặp vợ chồng Phi Việt còn lại coi bộ không được cái diễm phúc trên. Nhiều bà đã từng lăn lộn khá kỹ ở Việt Nam trước khi nhắm mắt lấy chồng và theo chồng về xứ. Những anh chồng Phi lại phần lớn xuất thân từ giới thợ thuyền ít học. Sang Việt Nam ăn lương Mỹ thì các anh có tí tiền ăn diện chơi bời có thể tạo được một "uy tín" nào đó. Về tới Phi thì các anh hiện nguyên hình. Họ hàng thì cũng chẳng khấm khá gì mà nhờ vả được. Một vài trường hợp khá thương tâm đã xảy ra. Một bà đang có mang bị cả nhà chồng đập hội đồng đã cuốn áo chạy lên Tòa Đại Sứ nhất định "tử thủ" không chịu về. Nhà chồng bị gọi lên sợ xanh mặt xin chừa um sùm. Bà ta cương quyết đòi về Việt Nam cho bằng được. Một bà khác theo chồng qua Manila được gần chục năm thì chồng chết. Gia đình nhà chồng không thèm ngó ngàng gì tới nên phải sống lây lất với một đàn con nơi xứ lạ quê người. Theo các sinh viên Việt Nam thì còn rất nhiều trường hợp thương tâm khác khiến nhiều khi họ không cầm được nước mắt.

Sinh viên Việt Nam ở Phi gồm một vài thành phần đặc biệt. Khoảng hơn hai chục người học về canh nông ở Los Banos, nơi có Viện Lúa Gạo Quốc Tế rất nổi tiếng ở Á Châu. Trường Thủy Lâm ở đây cũng qui tụ một vài sinh viên Việt Nam. Khoảng năm người nguyên là công chức được học bổng qua học về ngành công tác xã hội. Dăm ba người được một tôn giáo gửi qua học về y khoa. Con cái các nhân viên Tòa Đại Sứ thường học về ngân hàng. Tuyệt nhiên không có một sinh viên tự túc nào ở Phi cả. Người Việt vốn không quí trọng những cấp bằng do Phi cấp.

Chính đám sinh viên khoảng vài chục người này đã là những thành phần hoạt động "quảng cáo" cho xứ sở nhiều

Sinh viên Việt Nam tại Đại Học University of the Philippine (6/1973)

Trình diễn nhạc Việt Nam tại sân khấu Liên Hiệp Quốc ở Manila, tác giả đứng ở bìa trái. (10/1973)

nhất. Họ không từ một cơ hội nào để làm cho người ngoại quốc biết tới Việt Nam. Hoạt động thường xuyên nhất của họ là chia nhau đi nói chuyện về Việt Nam tại các trường học, nhà thờ, hội đoàn hay tại các buổi tiếp tân đặc biệt. Phải công nhận là dân Phi ưa tìm hiểu về các quốc gia khác. Họ mời các sinh viên ngoại quốc nói chuyện hoài hoài. Vài lá cờ Việt Nam, dăm ba chiếc áo dài đã được các sinh viên Việt Nam trao tay nhau để đi làm "đại sứ bất đắc dĩ". Có những lời mời hết sức bất ngờ được một nhóm học sinh tại một trường tiểu học nào đó năn nỉ đến hát các bản nhạc Việt Nam cho họ nghe. Việt Nam vẫn là một quốc gia họ nghe tên rất nhiều nhưng không được biết gì về phong cảnh, dân chúng và lối sống của xứ sở đã gắn liền với những chuyện chiến tranh. Nhiều người đã há hốc mồm ngạc nhiên khi thấy một sinh viên Việt Nam đứng trước mặt họ. Họ đã thú thật là thấy Việt Nam đánh nhau lâu quá cứ tưởng người Việt Nam phải dữ dằn lắm chứ ai ngờ trông mặt mũi cũng hiền lành dễ thương như vậy. Nhiều người khác vỗ tay thích thú khi biết Việt Nam có khí hậu và các thứ rau cỏ hoa trái giống như Phi. Một cô gái Phi đã có lần khoe tôi một đóa hoa *sampaguita*, nhấn mạnh đây là thứ hoa đặc biệt của Phi và họ vẫn thường xâu thành từng chuỗi quàng lên cổ để tiễn đưa hoặc *mabuhay* (đón chào) du khách. Tôi tỉnh bơ bảo Việt Nam gọi là hoa nhài. Cô gái Phi tiu nghỉu cố gỡ lại bằng cách đưa cho tôi một thứ hoa tượng trưng cho vẻ đẹp của người đàn bà Phi. Tôi cầm ngắm qua rồi cười bảo Việt Nam gọi hoa này là hoa lan, cô ta thất vọng hỏi lại: "Thế có cái gì mà ở đây có Việt Nam không có không?". Tôi cười trả lời không cần suy nghĩ: "*Filipina*!". *Filipina* có nghĩa là con gái Phi!

Hai nước có nhiều cái giống nhau như vậy mà khi sinh viên Việt Nam tại tỉnh Quezon tổ chức một ngày Việt Nam nhân dịp lễ Quốc Khánh vừa qua mới thấy nhiều việc không ngờ. Trước hết phải ngạc nhiên khi dân chúng cứ xúm xít vào tấm bản đồ Việt Nam mà bàn tán xôn xao. Đối với phần lớn dân Phi tới coi triển lãm thì đây là lần đầu tiên họ được biết nước Việt Nam hình thể như thế nào! Họ chú ý nhất tới sự liên lạc của Việt Nam vì đất nước họ bị phân thành những hòn đảo vụn vặt nho nhỏ. Những hình ảnh ghi lại tội ác của Việt Cộng đã khiến nhiều người tỉnh ngộ. Họ không ngờ Việt Cộng lại dã man giết người ghê gớm như thế. Một sinh viên đã nói với tôi: "Tôi không cần biết Việt Cộng là ai nhưng thấy những hình ảnh ghê gớm này là tôi ghét rồi!". Vải vóc, đồ sơn mài, đồ gốm và các vật dụng tiểu công nghệ khác đã được mọi người tán thưởng nhiệt liệt. Các cô cứ nhất định đòi mua cho bằng được. Từ sau ngày triển lãm cứ có người Việt Nam nào về nước là đều được gửi mua đồ sơn mài và vải may áo tơi bời.

Buổi tối ngày Việt Nam là màn chiếu bóng gồm phim Ngày Quân Lực và phim Giọt Mưa Trên Lá. Thấy hình ảnh quân đội Việt Nam diễu hành, khán giả Phi lác xệch cả mắt. So với quân đội Việt Nam, quân lực Phi chỉ là một loại *mini* với quân số khoảng 50 ngàn người và phần oai hùng coi bộ thua sút khá xa. Một buổi tiếp tân có bánh cuốn và chả giò Việt Nam đã để lại cho dân Phi một hương vị khó quên của "Ngày Việt Nam".

Cứ đi học lâu ở ngoại quốc là đều phải trở thành ca sĩ hết. Hát hay hay dở mặc kệ nhưng chắc chắn là phải hát. Các sinh viên Việt Nam thay nhau đi "trình diễn" luôn luôn. Hai bài hát "ăn khách" nhất là bài "Trèo Lên Quán Dốc" và "Mẹ Việt Nam". Cứ mỗi lần hát hai bài này là đều được hoan nghênh nhiệt liệt. Biết tủ như vậy nên đi hát đâu cũng cố nhét hai bài này vô. Sinh viên có hai điệu vũ Việt Nam trình diễn nát bấy cả Manila. Vũ múa nón và ươm tơ tầm. Các "nữ vũ công" mỗi lần được yêu cầu tập dượt đã nguây nguẩy không bằng lòng vì hai điệu vũ này được múa đến rách nát cả ra rồi. Nói thì nói vậy nhưng vũ múa nón vẫn ăn khách vì nó biểu dương được dân tộc tính Việt Nam. Ít nhất trong những năm gần đây nó cũng đã được trình diễn trong nhiều "tối" long trọng như tại Trung Tâm Văn Hóa trong dịp Đức Giáo Hoàng thăm Manila, tại dinh Tổng Thống Malacanang vào

Đám cưới cổ truyền Việt Nam trên sân khấu Liên Hiệp Quốc tại Manila (12/1973)

tháng 8 năm ngoái, trên đài truyền hình Phi theo lời mời của cơ quan này. Cũng hách lắm chứ bộ chơi sao!.

Nhưng hách nhất vẫn là dịp trình diễn của sinh viên Việt Nam trong ngày Liên Hiệp Quốc cuối tháng 10 vừa qua. Ban tổ chức mời tất cả các quốc gia có mặt tại Manila trình diễn mỗi nước một màn dài 10 phút. Chương trình diễn kéo dài một tuần. Sinh viên Việt Nam nhận trình diễn màn "Đám Cưới Cổ Truyền Việt Nam" dài 20 phút. Ban tổ chức thấy màn này có vẻ hấp dẫn nên sắp xếp cho Việt Nam là quốc gia duy nhất trình diễn trong đêm long trọng nhất là đêm bế mạc. Chương trình gồm những bài diễn văn, vài màn hát và múa của các ban nhà nghề Phi và "tiết mục đặc biệt do sinh viên Việt Nam trình diễn". Được thông báo vinh dự này các tên sinh viên uống thuốc liều đâm rét. Phải làm đàng hoàng cho

Tác giả trong vai bố vợ trong đám cưới đứng bên cạnh mẹ vợ (12/1973)

Bố vợ và bố chồng. (12/1973)

thiên hạ lé mắt. Xúm nhau lại bàn nội dung màn trình diễn và quyết định sẽ trình diễn màn rước dâu từ nhà gái về nhà trai với đầy đủ các lễ nghi cổ truyền gồm tế gia tiên, lậy bố mẹ, bước qua hỏa lò, uống rượu hợp cẩn… Màn lo "đồ nghề" lên sân khấu thật vất vả. Phải có một con heo quay cho xôm trò. Bàn thờ gồm lư đồng, nến đồng và đủ câu đối, bài vị được mượn của Tòa Đại Sứ. Vài anh phải làm một cái lọng cho cô dâu. Khăn đống được làm theo lối "tự túc tự cường" bằng cách mua vải đen quấn với giấy báo. Làm cả chục cái thật đẹp. Áo thụng của cô dâu, chú rể, trưởng tộc, bố chồng được may gấp rút. Hơn hai mươi người già trẻ lớn bé lên sân khấu đều ăn mặc đàng hoàng. Đàn ông khăn đống áo dài. Đàn bà áo tứ thân hay áo gấm. Trẻ em cũng áo gấm khăn vành giây. Cô dâu thì khỏi nói. Áo thụng vàng, khăn vành giây xanh. Bàn thờ khói hương nghi ngút. Khán giả mở to mắt nhìn một đám cưới hiếm có ở Manila. Những tiếng vỗ tay ròn rã cùng những tiếng cười khoái trá khi cô xướng ngôn viên giải thích những phong tục cưới xin ở Việt Nam đã chứng tỏ màn trình diễn thành công vượt mức. Sau buổi diễn, các "diễn viên" hể hả rút về "trụ sở" ngả con heo quay ra ăn mừng.

Một dịp mừng khác được các sinh viên Việt Nam chia sẻ với nhau khi anh Nguyễn Đắc Quý được chọn là một trong ba sinh viên ngoại quốc xuất sắc nhất tại Phi vào tháng 10 năm 1973. Cuộc tuyển chọn khá gay go. Đầu tiên mỗi trường đại học tại Phi đề cử sinh viên ngoại quốc dự tranh theo tiêu chuẩn cứ 100 sinh viên ngoại quốc chọn 1 người. Ban giám đốc mỗi trường hợp và chọn theo các tiêu chuẩn học vấn, lịch thiệp, có thành tích hoạt động. Khoảng bốn chục sinh viên trên toàn nước Phi được vào vòng trong. Vòng này gồm một cuộc họp báo để các ký giả chọn lựa người vào vòng sau nữa. Hai chục sinh viên được chọn đã phải qua một kỳ thi hùng biện ứng khẩu. Rút một đề tài và lên nói luôn trong 5 phút. Sau đó 10 người cuối cùng được chọn vào chung kết. Lại một màn nói biểu diễn trước công chúng nữa. Cuối cùng 3 người được chọn làm sinh viên ngoại quốc xuất sắc nhất. Lúc tuyên bố kết quả thật hồi hộp. Họ gọi tên ba người theo mẫu tự. Người nào người nấy căng mặt ngồi chờ. Không ai ngờ Việt Nam lại đoạt được vinh dự này trong năm nay nữa vì hai năm trước Việt Nam cũng đã đoạt giải rồi. Năm 1971 cô Bùi Thị Xuyến, sinh viên công tác xã hội, biệt danh Xuyến "bị gậy", ẵm giải. Năm 1972 anh Đặng Đức Cường đoạt vinh dự. Năm nay là lần thứ ba trong ba năm liền Việt Nam thắng. Sau khi tuyên bố kết quả một số khán giả đã ngạc nhiên hỏi nhau: "Lại Việt Nam nữa à?". Nhìn vẻ mặt họ tôi có thể đoán họ đang muốn tìm hiểu Việt Nam để biết con rồng cháu tiên đã có một lịch sử lập quốc ra sao. Sống ở ngoại quốc vào những lúc vẻ vang như vậy mới thấy tình yêu tổ quốc dâng lên theo nhịp tim đang múa may trong lồng ngực sung sướng.

Thời Nay ngày 2/5/1974

Những Bài Viết Sau Năm 1975

BA TUẦN Ở TRUNG QUỐC

Mùa Giáng Sinh 1971, 36 năm trước, tại Hương Cảng, tôi đã mấp mé nước Tầu. Ngày đó, Trung Cộng có một cửa hàng tại đây. Cửa hàng tọa lạc trong một tòa nhà rất lớn nhưng trông âm u và rờn rợn. Bên trong bán đủ mọi sản phẩm của đất nước Cộng Sản khổng lồ này. Nhân một chuyến đi làm việc bên Nhật, trên đường trở về, tôi đã ghé Cảng Thơm. Ngồi trước bùng binh có vòi phun nước trước cửa tòa nhà âm u này, tôi và một bạn đồng sự đi cùng băn khoăn bàn nhau xem có nên vào không? Vào không biết có "biến cố" gì không vì chúng tôi đi bằng *passport* công vụ bìa màu nâu của Việt Nam Cộng Hòa. Họ sẽ hỏi giấy khi trả tiền mua hàng, một cư dân Hồng Kông đã cho chúng tôi biết như vậy. Cuối cùng, đánh liều, chúng tôi vào. Nhìn các cán bộ bán hàng mặt lạnh như tiền, tim chúng tôi cũng chơi lô tô! Đi loanh quanh một lúc trong cửa hàng vắng hoe lạnh tanh, chúng tôi mỗi người mua một chiếc áo len đan bằng lông lạc đà với cái giá rẻ rề, mang ra trả tiền. Chị thâu ngân cầm *passport,* nhìn mặt để nhận diện. Rồi chị cũng nhận tiền. Ra tới cửa, hai tên phiêu lưu thở phào! Cũng biết cái không khí Cộng Sản ra sao!

Ngày đó, chẳng bao giờ tôi nghĩ có ngày mình sẽ đi Tầu. Xuống hỏa ngục coi bộ dễ hơn! Thời thế xoay vần. Vậy mà tôi đi Tầu. Lại đi bằng *passport* Canada. Cuộc đời nó tinh nghịch lắm. Chẳng biết mai này nó chơi trò gì. Nói trước…việt vị là cái chắc!

Ngày xưa các cụ đi sứ chẳng thèm nói tiếng Tầu. Cứ giở mớ chữ thánh hiền ra mà bút đàm. Ông vẽ loằng ngoằng một chữ. Tôi vẽ lại một chữ. Cứ thế mà bàn chuyện. Ngày nay tôi chẳng hơn gì các cụ. Cũng chẳng thèm nói tiếng Tầu. Mà Tầu chúng chẳng thèm nói tiếng ta. Chúng cũng chê tiếng…Canada! Tiếp xúc với nhau rặt một trò đực mặt ra cười. Khi vào chuyện cũng đành bắt chước các cụ: bút đàm. Bút đàm ngày nay khác thời các cụ. Các cụ còn mớ chữ thánh hiền để vẽ với dân Tầu còn tôi lại chê chữ thánh hiền. Ngày còn theo học Văn Khoa thiếu gì dịp học chữ Tầu nhưng tôi vốn không có tài vẽ nên chẳng thèm cầm bút lông. Chữ nghĩa chẳng có, bút đàm cái chi chi! Như tôi đã nói, bút đàm ngày nay nó khác lắm. Hiện đại hơn nhiều.

Khi phải tiếp xúc chặt chẽ với dân chúng, nghĩa là mua hàng, thì nhà hàng xách ra ngay một cái máy tính nho nhỏ. Chị bấm một con số. Tôi bấm một con số. Cứ thế kỳ kèo với nhau. Con số của chị bao giờ cũng cao, con số của tôi bao giờ cũng thấp. "Máy" đàm một hồi thì cũng tới điểm chung. Chị gật đầu một cái. Xong một cuộc…thương thuyết!

Tính tôi khá dở hơi. Chữ Hán chẳng có nhưng lại thích thơ chữ Hán. Bữa tại Thượng Hải, thấy một bức tranh có bài thơ chữ Hán đẹp quá, khung bằng bốn thanh gỗ cũ kỹ, nối với phần giữa bằng những sợi dây thừng sần sùi. Phần giữa là một miếng gỗ đen, gắn trên gỗ là một phiến đá trắng có khắc một bài thơ. Trông thấy là thích ngay. Đẹp nhưng có biết mô tê gì đâu. Thấy chị bán hàng ba hoa quảng cáo nghe loáng thoáng có chữ *Lẩy Pạch*. Bèn thông! Chắc là Lý Bạch chứ gì nữa. Bài thơ này của Lý Bạch? Muốn chắc ăn, chỉ từng chữ ra dấu bảo cô hàng đọc. May phước, cô bán hàng này có chữ! Cô chỉ từng chữ đọc. Nghe cũng ra thơ. Bèn mua. Mù chữ khổ như vậy đó!

Đi Tầu mà vừa mù chữ, vừa tơ lơ mơ lịch sử Tầu thì hết thuốc chữa! Tôi thuộc vào loại bệnh…cấp cứu này. Ừ thì nhà Minh, nhà Thanh, nhà Hán, nhà Đường, nhà Tần… Biết chứ nhưng nhà nào trước nhà nào sau thì chịu. Ngay lịch sử nước ta, ngày còn đi học, muốn kiếm điểm vấn đáp, tụng đến phát khùng mới nhớ được thứ tự Đinh Lê Lý Trần Lê Nguyễn! Vậy nên, trên đất Tầu, nghĩa chỗ này, coi chỗ nọ, cứ nghe cô hướng dẫn viên kể nhà này nhà kia ra mà lòng rối bời bời. Nhà nào nằm trên nhà nào? Nhà này, nhà kia là năm nào? Thời gian cứ lằng nhằng trong đầu.

Vậy thì, bởi vì rất chi là *handicap* khi đặt chân tới đất nước

Bài thơ "Phong Kiều Dạ Bạc" của Trương Kế trong Hàn San Tự

của các chú con Trời nên loạt bài "Đi Tầu" này nhất định không thể…bác học được. Cứ thấy sao nói vậy người ơi! Rao trước như vậy để quý vị nào có muốn cà khịa thì cũng không thể ngôn gì được. Kính cáo!

1. CHUÔNG

Cuối tháng 10, viết xong bài "Chuông", tôi tất tả đi tìm lại tiếng chuông. Trong trí óc tôi, chùa Hàn San là một ngôi chùa thanh tịnh nằm bên một dòng nước có liễu rủ. Trên dòng nước có những con thuyền lững lờ trôi. Mười ba thế kỷ trước, trong một đêm thanh vắng, tiếng chuông chùa đã vọng ra một con thuyền có nhà thơ Trương Kế đang ngồi thưởng trăng. Trong giây phút lâng lâng thả hồn vào thiên nhiên diễm ảo, bài thơ bất hủ *Phong Kiều Dạ Bạc* đã ra đời.

Trên chuyến xe buýt đưa tôi tới chùa, cô hướng dẫn viên, người Hàng Châu, rất xính thơ văn, đã đọc bằng cái giọng nhẹ nhàng Hàng Châu bài thơ bất hủ này. Những thanh âm líu lo nhè nhẹ luồn vào đôi tai điếc chữ Tầu của tôi cũng lâng lâng đầy cảm khái. Những câu thơ phiên âm Hán Việt nằm sẵn trong đầu tôi đưa tôi tới gần những vần thơ hơn. Tôi đọc bản phiên âm ngay sau khi cô gái Hàng Châu dứt giọng. Cô lắng tai nghe. Hình như có những chữ lai nhau với bản tiếng Tầu của cô. Cô hỏi tôi sao lại biết bài thơ này. Cô cười rạng rỡ khi được trả lời là rất nhiều người Việt Nam thuộc những câu thơ của Trương Kế.

Xe buýt vượt qua những phố thị. Những người là người. Dân số đã vượt qua hàng tỷ thì đông là phải rồi. Đùng một cái, xe thắng lại. Đi xuống. Trời đất! Chùa Hàn San đây rồi chăng? Dòng nước đục ngầu bên trái xe buýt nhỏ như một con rạch của miền Nam nước ta có những chiếc cầu cổ bắc ngang. Cầu có những bậc thang leo lên chỉ dung chứa được người đi bộ. Xe đạp dựng ngổn ngang bên cầu. Bộ nhà thơ Trương Kế neo thuyền nghe chuông ở đây sao? Vậy mà đúng. Cô hướng dẫn viên xác nhận như vậy. Đầu tôi như va phải tảng đá. Cảnh như thế này thì thơ ở đâu ra? Vòng ra phía trước chùa. Một bức tường trơ trụi chắn ngang trên có ba chữ Hán màu xanh lá: Hàn San Tự. Tôi chỉ đọc được mỗi chữ "san" nằm ở giữa. Hồi ông Trương Kế bộ cổng chùa cũng như thế này sao? Nếu đúng thì tội cho ông nhà thơ quá. Ông đã công kênh ngôi chùa lên quá lố. Nhưng nghĩ như tôi thì tội cho tôi quá. Mười ba thế kỷ trước cảnh vật chắc khác. Tôi đã đến trễ hơn một ngàn ba trăm năm! Ông Trương Kế chắc may mắn hơn tôi. Thời ông, vẫn còn cái tịch mịch đi vào lòng nhà thơ. Sông ngày đó khác. Nước ngày đó khác. Cầu ngày đó khác. Liễu ngày đó khác. Và chùa ngày đó khác.

Chùa nhỏ, còn nét rêu phong. Khách du lịch không đông như tại các địa điểm du lịch khác. Tôi không nhìn thấy những du khách Tây phương. Chỉ rặt những đầu đen. Đông nhất là những đoàn du lịch nội địa. Ngôi chùa không có gì đặc biệt mà chỉ nhờ một bài thơ trở thành một địa điểm thăm viếng ăn khách. Nếu ông Trương Kế còn sống, chắc chắn ông phải được chia tiền hoa hồng từ những chiếc vé vào cửa bán ra lia lịa. Tôi vào sân chùa, miết tay lên bài thơ bất hủ được khắc trên một miếng đá cao hơn đầu người. Tôi chẳng đứng được lâu. Người người đứng chờ tới lượt đứng cạnh bài thơ chụp hình kỷ niệm.

Tiếng chuông ở đâu? Phía bên phải bài thơ là một khoảnh vườn nhỏ xíu trang trí bằng đá và cây. Giữa vườn là một phiến đá trên khắc ba chữ Hán. Tôi chịu chẳng biết ba chữ đó muốn chỉ cái gì. Nhưng ngay đằng sau vườn là gác chuông thấp cỡ hơn chục thước, vuông vức mỗi bề chừng hơn hai thước. Tiếng chuông vang vọng hàng bao nhiêu thế kỷ trú ẩn trong một cái

Đánh chuông trong Hàn San Tự.

chuồng chim tầm thường này chăng? Tôi bước vào chiếc cửa nhỏ. Ông gác cửa chìa tay ra. Tôi hỏi theo tiếng của tôi. Ông trả lời theo tiếng của ông. Một người tiến tới phía sau tôi chìa ra một tấm vé. Tôi vốn không tệ lắm, hiểu ra ngay. Định cất tiếng hỏi mua vé ở đâu nhưng nghĩ là vô ích nên chẳng nói gì. Tôi đưa ánh mắt dò hỏi ông gác cửa. Ông ta cũng không đến nỗi tệ. Ông hiểu liền, chỉ tay ra phía hành lang một ngôi nhà nối với gác chuông bằng một hành lang ngắn có lợp mái ngói. Tôi nhìn mãi mới thấy một ô cửa sổ nhỏ có một ông ngồi bên trong. Chỗ ông ngồi tối hù. Ông này cũng không đến nỗi tệ. Thấy tôi lóng ngóng trước ô cửa, ông giơ nguyên cả bàn tay có năm ngón vươn ra dõng dạc. Tôi hiểu năm ngón tay của ông là 5 nguyên. Nguyên là đơn vị tiền của Trung Quốc, họ gọi là *yuan*, trị giá khoảng 13 xu Mỹ. Năm nguyên là 65 xu Mỹ. Tôi cầm tấm vé hiên ngang vào cửa. Ông gác cười toe. Ra cái điều ta đây biết nói tiếng…quốc tế! Trèo lên chiếc cầu thang nhỏ xíu có khoảng chục bậc sơn màu đỏ, tôi đụng ngay chiếc chuông treo toòng teng, phía dưới là một tượng Phật. Nói đụng là đúng phóc vì khoảng không gian này, ngoài chiếc chuông thì chỉ dăm ba người đứng là chật chỗ. Chiếc vồ đánh chuông được treo bằng hai sợi dây thừng lủng lẳng bên cạnh chuông. Mỗi người được đánh ba tiếng bằng cách thụi cái vồ vào thân chuông. Đánh xong tôi nán lại chụp vài bức hình rồi đi xuống. Mấy ông bạn đứng ngoài sân hỏi tôi đã đánh chuông chưa. Chẳng là ngay từ khi lên máy bay ở Montreal, tôi đã ba hoa là đi chuyến này chỉ cốt đánh được tiếng chuông chùa Hàn San cho thỏa lòng mong ước. Tôi gật đầu. Rồi! Sao chẳng nghe thấy gì cả? Tôi nghĩ trong bụng: nghe làm sao được! Chiếc vồ bằng cây ngày nọ qua ngày kia bị thúc vào đồng chịu sao nổi. Đầu vồ tét ra tua tủa như chiếc chổi, đánh làm sao kêu lớn được! Tôi đã vận dụng đủ mười thành công lực mà tiếng chuông nghe vẫn nhẽo nhoẹt! Tôi tiếc đã không được sống vào thời Trương Kế. Tiếng chuông ngày đó chắc phải khác. Khác xa với tiếng chuông mà tôi vừa đánh sau khi đã phải nuốt vạn dặm đường mới chạm được vào lớp đồng!

Nhưng gì thì gì tôi cũng phải có được bài thơ bất hủ của nhà thơ họ Trương ngay tại Hàn San Tự. Tôi rảo quanh chùa mong tìm ra được một cửa hàng bán đồ lưu niệm. Không có. Ra ngoài đường, bên hông chùa, là những cửa hàng bán đồ cho du khách. Hỏi mãi bà bán hàng mới được bà chạy vào trong nhà mang ra một cuộn giấy. Mở cuộn giấy ra, nhìn vào bài thơ, thấy ngổn ngang chữ Hán. *Nguyệt lạc ô đề sương mãn thiên.*

Nhớ được phiên âm chữ Hán câu thơ đầu, bèn *check!* Chữ thiên đâu? *Thiên* thì biết. *Thiên trời địa đất cử cất tồn còn!* Đúng là chữ thiên. Vớ được ông Trương Kế rồi. Bài thơ viết trên khung giấy lớn quá. Lớn thế này mà nhà thì bé tí tẹo, treo vào đâu? Bèn trở nên khó tính. Bản chợ thế này thì đích thị là chữ in chứ không phải chữ viết tay. Phải là chữ viết tay mới quý. Đành cáo từ bà bán hàng, đi tìm ông thầy đồ để xin chữ. Lang thang qua mấy cửa hàng chỉ toàn bà…đồ không biết viết. Cô hướng dẫn viên dục dã lên xe. Chặc lưỡi một cái. Trèo lên xe lòng vẫn cứ ngơ ngẩn.

Số tôi không đến nỗi tệ. Ngày hôm sau, khi đi thăm xưởng tơ lụa Tô Châu, bắt được ngay một ông thầy đồ nơi quầy hàng. Hỏi thầy có biết bài thơ *Phong Kiều Dạ Bạc* của Trương Kế không? Thầy dõng dạc gật đầu. Nói vậy chứ đây không phải là cuộc…bút đàm giữa tôi và nhà nho. Phải nhờ cô hướng dẫn viên làm cầu nối mới yên chí xin thầy múa bút. Thầy vung tay bút lông. Chữ nọ theo chữ kia. Chữ thầy viết khá tài hoa. Đó là theo mắt nhìn của người mù chữ Hán là tôi. Rồi tôi cũng có bài thơ chép tay trên đất Tô Châu của ông Trương Kế có dính vào bên lề câu: " Song Thao tiên sinh huệ tồn" đàng hoàng! Về tới Montreal hỏi ông đồ Hoàng Chiều Nhân mới biết chữ "huệ tồn" nghĩa là lưu giữ. Vậy là hỏng tiếng chuông, tôi được bài thơ viết tay *origine* cẩn thận! Cũng không tệ. Nhất là tiếng chuông tôi đã được ở một nơi khác!

Nơi khác đó là chùa Lạt Ma Tây Tạng *Yonghe Gong* ở Bắc Kinh. Đây là ngôi chùa Tây Tạng lớn nhất bên ngoài đất Tây Tạng. Chùa được xây từ năm 1694, rất lớn và đẹp. Ngoài cổng chùa vẫn còn nguyên tấm bảng đề tên chùa bằng bốn thứ tiếng:

Hán, Mãn Châu, Tây Tạng và Mông Cổ. Tuy đã có trên ba trăm năm tuổi, chùa lại rất văn minh. Văn minh thứ nhất, tôi nghe nói, là các lạt ma không ăn chay. Họ được phép ngả mặn đều đều. Văn minh thứ hai là khi mua một tấm vé giá 25 tệ để vào chùa thì được phát cho một đĩa VCD bé tí xíu. Tôi bỏ chiếc đĩa này vào *laptop* ngay buổi tối tại khách sạn thấy quay lại cảnh chùa và có hai lạt ma, một già một trẻ, ngồi nói rất lưu loát. Nói gì thì tôi không hiểu. VCD có phụ đề nhưng lại phụ đề tiếng Tàu. Bù trất!

Chùa gồm nhiều tòa nhà ngang dọc rất bề thế. Khi tôi bước vào tòa nhà chính thì đang có buổi tụng kinh. Khoảng năm chục lạt ma mặc áo vàng để trần một bên vai đang tụng. Tiếng ê a đều đều. Có lẽ là tiếng Tây Tạng. Đó là tôi đoán thế vì tiếng Tàu hay tiếng Tây Tạng tai tôi đều điếc cả! Họ ngồi quanh vòng bàn thờ chính khá lớn. Chiếc vòng cung áo vàng chạy tuốt tới phía sau bàn thờ. Những vị ngồi phía sau coi thơ thới hơn những vị ngồi phía trước. Họ là những người trẻ. Không hiểu có vụ xếp đặt chỗ ngồi theo tôn ti trật tự không? Trông vị nào cũng hồng hào khỏe mạnh.

Trên tấm bia đá khắc ngoài cổng vào có một đoạn như sau: *"Trước năm 1949, Yonghe Gong không được chăm sóc cẩn thận. Sau ngày thành lập Cộng Hòa Nhân Dân Trung Hoa, chính phủ đã bỏ ra một số tiền lớn để trùng tu chùa và các Lãnh Tụ Chính Phủ đã tới thanh tra nhiều lần. Năm 1961, chùa được liệt vào hạng di sản văn hóa quốc gia cần được bảo tồn. Trong thời kỳ mười năm xáo trộn được gọi là cuộc cách mạng văn hóa từ 1966 đến 1976, Yonghe Gong được bảo toàn tốt và tránh được tàn phá vì có sự quan tâm của Chủ Tịch Chu Ân Lai. Năm*

1981, Yonghe Gong được mở cửa lại cho công chúng."

Tấm bia ca tụng công đức của nhà cầm quyền Cộng Sản. Trước năm 1949 là thời cầm quyền của Trung Hoa Quốc Dân Đảng do Tưởng Giới Thạch cầm đầu. Sau đó, tôi tình cờ gặp được một anh hướng dẫn viên người Hoa nói tiếng Việt rất lưu loát đang dẫn một đoàn du lịch người Việt từ Cali đến tại một ngôi chùa khác. Chỉ những bức tượng Phật bị phạt mất đầu, anh cho biết đó là do Hồng Vệ Binh phá. Tôi nói chuyện với anh về vụ gọi là "bè lũ bốn tên" và lân la hỏi anh về việc các chùa chiền đều do nhà nước quản lý. Anh hỏi lại tôi: "Biết nhiều quá nhỉ?" Tôi sực nhớ là mình đang ở Bắc Kinh, sực nhớ là du lịch cũng là một dịch vụ của chính phủ, bèn ngậm miệng lảng đi chỗ khác. Bất cứ chỗ nào trong bất cứ một ngôi chùa nào, nếu có một chiếc ghế quỳ có phủ vải vàng cho thập nam tín nữ quỳ cầu nguyện là y như rằng có một thùng phước sương to tổ chảng. Tôi chưa bao giờ được thấy kích cỡ những thùng phước sương loại khổng lồ như vậy. Mỗi cái như một chiếc tủ chè trong phòng khách nhà các quan to ngày xưa. Tiền thập phương cúng sẽ đi về đâu? Tôi không biết rõ nhưng cũng đoán ra!

Ngoài hành lang của mỗi tòa nhà trong chùa đều có để những quả chuông treo trong một lồng bằng gỗ sơn đỏ. Chuông này không kêu! Khách thập phương có thể dùng tay xoay chuông theo vòng tròn để cầu phước lộc và may mắn. Chỗ tầm tay quay sáng lên màu đồng chứng tỏ đã có rất nhiều bàn tay quay chuông cầu may mắn. Tôi không thấy hứng thú gì với loại chuông…câm này. Nhưng khi ra những cửa tiệm bán đồ lưu niệm trong khuôn viên chùa tôi mới bắt gặp tiếng chuông vừa ý. Đó là những chiếc chuông đồng không mang hình dáng thông thường của những quả chuông ước lệ. Không thể gọi thứ chuông này là…chuông được vì dáng hình của chúng giống như một chiếc chén ăn cơm! Cô bán hàng bảo là chuông Tây Tạng. Chuông cũng có một cái dùi bằng gỗ nhưng không phải để đánh vào chuông cho ra tiếng kêu mà để tựa vào thành chuông rồi xoay vòng tròn. Khi xoay như vậy, chuông sẽ phát ra tiếng âm u càng ngày càng vang lên to hơn. Xoay càng mạnh tiếng chuông vang càng lớn dần lên rất lạ. Cô hàng xoay thoăn thoắt, âm thanh được nâng lên dần, cao vun vút. Tôi xoay thử. Chỉ được vài vòng chiếc dùi lại rơi xuống làm âm thanh đứt đoạn. Cô bán hàng trẻ tuổi vui tính cười ngoặt ngoẽo, dành chuông xoay lại. Cũng một cái chuông mà trong tay cô bán hàng nó có thần hơn trong tay tôi. Cô còn cho biết loại chuông lớn, nếu đổ nước vào, khi xoay cho âm thanh vọng lên thì nước bên trong

Ba ông lạt ma tóc dài rước chuông

cũng nhảy lên theo. Cô chỉ chiếc chuông lớn. Ôm chiếc chuông này lên máy bay sợ…chật máy bay nên tôi chỉ lặng lẽ nhìn.

Ba chúng tôi, anh Trương Sỹ T. anh Lê Văn N. và tôi, mỗi người…thỉnh một chuông. Trên con đường dài hun hút chạy giữa hai hàng cây dẫn ra cửa chùa, người ra kẻ vào tấp nập, ba ông lạt ma tóc dài một tay cầm chuông, một tay cầm dùi xoay, tiếng chuông hòa nhịp vào nhau vang vang làm các du khách tây đầm thích thú ngưỡng mộ một cuộc rước chuông đầy bất ngờ và ngoạn mục. Nhiều ông tây bà đầm còn giơ máy hình chụp lia lịa, đèn *flash* nhấp nháy làm nức lòng…chiến sĩ! Phái đoàn ta đi hộ tống bên cạnh được một mẻ cười nghiêng ngả.

Hai ngày sau, trên chuyến xe lửa đêm từ Bắc Kinh đi Tây An, vợ chồng tôi và vợ chồng anh N. chiếm nguyên một phòng 4 giường nằm. Buổi sáng, vừa thức giấc, nằm đối diện nhau trên hai giường cao, anh N. và tôi lại vác chuông ra…hòa nhạc. Bốn giọng cười oang oang làm phe ta bên các phòng bên cạnh vội chạy sang. Tưởng có chuyện…gì!

Về lại Montreal, anh N. phôn cho tôi, giọng buồn rõ: "Anh ơi, bữa đó trên xe lửa, xoay chuông với anh xong, tôi để quên chuông trên giường mất tiêu!" Nghe xong, tôi mang chuông ra …ngoáy. Tuồng như tiếng chuông vang lớn gấp đôi!

2. HỚ

Mãi tới sang năm Bắc Kinh mới có Thế Vận Hội. Dân Tầu có khác, rất tin vào bói toán phong thủy, họ sẽ khai mạc Thế Vận Hội vào ngày 8 tháng 8 năm 2008, vào lúc 8 giờ 8 phút tối. Có 8 giây không thì tôi không được biết. Con số 8 là con số hên! Mê tín như vậy nên tôi đã thấy các bà bán hàng đốt phong linh khi ế hàng. Điều này dân Việt ta cũng từng làm. Nhưng đối với khách mua hàng dân buôn bán Tầu không bao giờ mặt nặng mặt nhẹ hay chửi bới. Bạn trả giá bao nhiêu, tùy. Bán được thì họ bán, không bán được thì thôi. Nhưng thường là họ bán. Giá nào họ cũng bán được thì phải. Họ tốt với khách hàng như vậy có lẽ vì họ…biết lỗi. Cái lỗi nói thách quá đáng!

Tôi không định tới Bắc Kinh để tham gia Thế Vận Hội. Sớm quá! Nhưng tôi đã thực sự là một vận động viên. Đánh bài, chơi cờ được coi như một môn thể thao thì trả giá khi mua hàng ở Trung Quốc đích thị là một môn thể thao. Nó còn mệt trí não hơn là đánh cờ và đánh bài nhiều. Ba chiếc chuông anh em chúng tôi mua có giá khác nhau. Đầu tiên anh T. chạy vào chùa khoe với chúng tôi là đã trả giá và mua được chiếc chuông Tây Tạng với giá 180 nguyên. Cửa hàng nằm trong khuôn viên nhà chùa, tôi thắc mắc: bộ trong chùa cũng trả giá nữa sao? Cầm cái chuông trên quầy hàng, tôi thấy dán giá 415 nguyên! Anh T. đứng lớ ngớ cạnh đó. *Ông ra ngoài cho chúng em nhờ!* Anh T. đi ra. Cô hàng đưa ra chiếc máy tính, bấm theo đúng giá đã ghi. Tôi bấm lại: 100. Lắc đầu. Cô bấm tiếp: 350. Cuối cùng giá thỏa thuận là 150 nguyên. Anh T. lỗ 30 nguyên.

Phải cười trừ thôi! Chiêu này trước đó đã được thực hành tại một *shopping center.* Anh N. mua cái áo 400 nguyên. Đuổi anh N. ra, anh T. trả giá và mua được cái áo y chang với giá 300 nguyên. Bà xã tôi mua đôi giầy 150 nguyên, chị M. H. mua sau đó đôi giầy giống hệt có 130 nguyên! Hớ! Sang Tầu mà không hớ là…chưa sang Tầu!

Nói thách ở Tầu là một điều bình thường. Kinh nghiệm cho biết cứ trả khoảng một phần mười giá là vừa. Nhưng kinh nghiệm này có khi cũng sai bét. Tôi hỏi giá một bức tranh tại Thượng Hải. Cô bán hàng lấy máy tính ra. Bấm. 900 nguyên! Nghe vậy có nhiều bạn lơ mơ chưa rõ là bao nhiêu. Thưa: 120 đô Mỹ. Trả chơi một cái. Bấm: 70 nguyên. Cô hàng lắc đầu. Lại còn vùng vằng ra vẻ không bằng lòng. Không định mua, tôi ra cửa. Cô chạy theo. Bấm: 100 nguyên. Tôi lắc đầu, dợm đi tiếp. Cô kéo tay tôi lại. Bán! Tính ra chưa tới 10 đô!

Vào những cửa tiệm quốc doanh chuyên bán các thứ đá quý hay hàng loại có giá trị có trả giá không? Thấy cái hào nhoáng, to lớn và lịch sự của cửa hàng, rất ngại trả giá. Nhưng thấy thiên hạ trả giá như điên, mình cũng…điên. Hóa ra cũng một ruộc cả. Cũng máy tính bấm như thường. Có điều trả giá ở đây cũng có đẳng cấp hơn. Thường khoảng gần nửa tiền là

Quảng cáo ngọc thạch

Trong cửa hàng bán vàng bạc và đá quý.

họ bán. Mà họ không bán ngay đâu. Chạy ra hỏi quản lý. Quản lý lắc đầu. Cô bán hàng trở lại, lắc đầu theo. Đừng có dại mà trả thêm. Muốn mua lắm cũng cứ bình tĩnh! Trước sau gì cũng mang được món đồ về. Quả như vậy.Chờ cho tới lúc chót, lúc mọi người trong cùng một đoàn du lịch gọi nhau ra xe, họ mới kêu lại bán. Trả rẻ hay trả mắc, họ bán tuốt!

Cẩm nang khi mua hàng bên Tầu: không nên bấm máy tính lia lịa nhiều lần; nên bỏ ra cửa làm bộ đi!

Thêm một lời khuyên: nếu có mua hớ thì đừng buồn. Hại sức khỏe. Thiên hạ ai chẳng…lãnh thẹo!

Trả giá là một phản ứng rất nhậy. Thời gian đi…du lịch, chúng tôi cứ mê đi lúc nào cũng nghĩ tới chuyện trả giá. Chị M. H. ngồi trên xe buýt vừa nói chuyện vừa gọt táo. Nghe một câu nói tếu, chị cười. Con dao cũng cười theo. Cái cười của dao coi bộ sắc không kém gì người. Vết cắt trên ngón tay sâu tới xương. Vội di tản…thương binh vào bệnh viện cấp cứu. Khi cô hướng dẫn viên đưa bệnh nhân về bằng tắc xi, mọi người xúm lại hỏi thăm. Lại hỏi có chìa giấy bảo hiểm ra không? Có nhưng vẫn cứ phải trả tiền mặt trước về Montreal *claim* lại sau. Bao nhiêu? 250 nguyên! Chú nhỏ H., gọi là nhỏ nhưng cũng đã có vợ rồi, kinh nghiệm mua đồ đầy người, buột miệng hỏi. *Cô có trả giá không?*

3. GIẢ

Xe buýt trực chỉ một kho hàng chuyên bán đồ nhái ở Thượng Hải. Cô hướng dẫn viên trấn an. Đây là một nơi chuyên bán đồ nhái nhưng thuộc loại…cao cấp. Nghĩa là dùng được. Không giống như những thứ đồng hồ mắt kiếng thắt lưng ví da do các người bán dạo trước các khách sạn hay các địa điểm du lịch rao bán. Những người này, tôi thấy đầy rẫy ngoài đường phố. Họ chỉ có một tờ giấy in màu mè mọi thứ hàng, giơ ra cho khách coi, khi nào khách hỏi thì họ mới chạy lại một chỗ kín đáo nào đó lôi ra. Cô hướng dẫn viên tiết lộ thêm. Tuy là đồ giả nhưng ở Trung Quốc là hợp pháp. Quý vị thích thì cứ mua thoải mái, không có ai hỏi han bắt bớ gì cả. Đúng là như vậy. Nhưng khi quý vị về tới phi trường các nước…văn minh thì lại khác. Mang đồ giả sẽ bị đánh thuế lè lưỡi cho chừa cái tội tiếp tay với gian thương. Nếu tham lam mua số lượng nhiều thì có thể còn được giao du với cảnh sát rất là mất vui.

Cả một tòa nhà lớn đầy nhóc đồ, tha hồ mà lựa chọn. Các ông xúm vào quầy đồng hồ. *Longines, Rolex, Omega…* loại xịn, mỏng như lá lúa, mại dô chỉ có ba bốn chục đô Mỹ một chiếc, mặc sức mà le lói. Thật hay giả, khó mà phân minh. Các bà lục lạo quầy bán ví xách. *Coach, Louis Vuitton, Prada, Fendi, Tod's...* cứ y như thật. Vàng thau lẫn lộn một cách tuyệt kỹ, ít người có thể nhận ra được khác biệt. Giá tiền thì khác biệt. Thay vì phải trả hàng ngàn hay chục ngàn đô cho một chiếc ví xịn, các bà chỉ cần nhẹ nhàng móc bóp chi hai chục đô thôi.

Đường Nanking ở *downtown* Thượng Hải, tương tự như đường Tự Do của Sài Gòn, chỉ khác một điều là đường chỉ dành riêng cho khách mua sắm, xe cộ đi chỗ khác chơi! Đây là con đường huyết mạch của các cửa hàng bán lẻ. Hàng thiệt và hàng giả chung sống hòa bình với nhau. Một cửa hàng chuyên bán đồ thể thao của Pháp mang nhãn hiệu *Crocodile* có vẽ hình con cá sấu to tổ chảng trên bảng hiệu treo ngoài cửa tiệm. Xế bên kia đường, trên một bảng hiệu khác, cũng có hình con cá sấu lớn không kém. Tôi không có thời giờ đứng nghểnh cổ ngắm kỹ xem con cá sấu này khác con cá sấu kia ra làm sao, nhưng tôi biết chắc là phải khác, tuy chỉ khác một chút xíu cho ra cái điều ta đây không thèm ăn cắp nhãn hiệu. Cũng như cái tên tiệm. Tôi đọc được là *Cocodile!* Cần quái gì cái nghĩa của chữ!

Có một điều ai cũng công nhận: dù là hàng nhái hay hàng hiên ngang mang nhãn hiệu Tầu, quần áo của họ được may cắt cho vóc người Á châu nên chúng ta mặc vào là vừa y, đẹp hết xảy. Đường kim mũi chỉ rất đẹp, không chê vào đâu được. Vậy là quân ta mặc sức mà...vơ vét. Ăn nhằm gì cái mác lẩn khuất tận bên trong. Không định mua mà tôi cũng ôm một đống. Chú nhỏ H., người vốn hơi khiêm nhượng, ôm tới hai...đống. Chẳng là "chàng" chẳng thể nào mua được áo vét vừa người bên xứ Canada, sang tới Tầu mặc cái nào cái nấy vừa in, cứ như là hàng *sur mesure* thích chí là cái cẳng, vơ từ cửa tiệm này qua cửa tiệm khác cả chục cái, tha hồ mà le lói! Bởi vì hàng may cho khổ người Á châu nên kích cỡ cũng teo lại hơn. Mặc cỡ *medium* bên châu Mỹ thì phải *large* bên Tầu. Xem ra người có...lên giá! Tuy rằng lên giá giả tạo!

4. THIÊN AN MÔN

Thiên An Môn nổi tiếng một cách phiền lòng nhà cầm quyền Trung Quốc từ khi xảy ra vụ...Thiên An Môn. Cứ nói khơi khơi "Vụ Thiên An Môn" là ai cũng biết chuyện gì. Trong đầu cứ nghĩ như vậy nên tôi khơi khơi hỏi cô hướng dẫn viên chỗ nào là chỗ anh sinh viên đứng cản mũi xe tăng đàn áp sinh viên. Cô trợn mắt nhìn lại tôi, lắc đầu, trả lời không biết. Cái lúng túng của cô gái cho tôi biết là tôi đã...làm phiền cô với câu hỏi lẽ ra không nên hỏi. Có người đã nói cho tôi biết là các hướng dẫn viên nhiều phần là công an chìm. Cuối cùng, tôi cũng biết chỗ...vấy máu đó là chỗ nào. Thiên An Môn là một quảng trường rộng lớn. Rộng đến thế nào thì tôi e rằng sáng hôm đó tôi không ước lượng được rõ ràng. Bởi vì đông nghẹt khách du lịch. Từng đoàn từng đoàn kéo nhau đi như đi biểu tình. Mỗi đoàn có một hướng dẫn viên cầm lá cờ đi trước. Trông thì hết sức nhà quê nhưng lá cờ quả là thực dụng. Không thấy lá cờ...đoàn thì lạc như không. Người đâu mà đông thế không biết. Ngoài các đoàn du lịch ngoại quốc là chính, còn có các đoàn du lịch trong nước. Những đoàn du lịch do các xí nghiệp tổ chức cho công nhân đi thăm thủ đô cũng nhiều. Họ không mặc đồng phục nhưng đội cùng một thứ mũ rất dễ nhận ra. Công an mặc sắc phục lảo rảo nhịp bước đi qua đi lại cũng không ít. Hình như lúc nào họ cũng sợ những đám đông tụ tập. Quảng trường Thiên An Môn không có cửa, không có hàng rào, nhưng muốn vào phải leo lên vài bậc tam cấp. Đi trước tôi là vài người địa phương trẻ tuổi, mỗi người đeo một chiếc ba lô nhầu nát. Họ bị công an chặn lại, bắt mở ba lô ra khám xét. Tôi cũng đeo một ba lô và đinh ninh sẽ bị họ khám xét, nhưng họ để tôi qua dễ dàng. Có lẽ họ thấy cây cờ Canada do cô hướng dẫn viên cầm đi trước hay sao.

Trên quảng trường có một khu vực rộng lớn được trồng cây và hoa quảng cáo cho Thế Vận Hội Bắc Kinh 2008. Trên khắp đường phố, chỗ nào có thể quảng cáo cho Thế Vận Hội là có bảng, có cờ, có khẩu hiệu, có biểu ngữ ngay. Những vườn hoa quảng cáo này quả thật là một kỳ công. Họ uốn nắn cây cỏ cho thành điện *Pantheon* của Hy Lạp, nước khai sinh ra Thế Vận Hội, ở một đầu, đầu kia là Vạn Lý Trường Thành tượng trưng cho Trung Quốc. Rồi những tượng các lực sĩ cũng được uốn bằng cây tượng trưng cho các môn thi đấu trong Thế Vận Hội, ngọn đuốc Thế Vận… Chung quanh vườn hoa này là các cảnh sát mặc sắc phục đứng nghiêm canh gác. Cảnh sát thật chứ không phải được uốn bằng cây!

Bên cạnh vườn hoa này, trên con đường chạy giữa Thiên An Môn và Tử Cấm Thành, chính là chỗ anh sinh viên can trường đứng chặn đầu chiếc xe tăng đàn áp năm xưa!

Bao quanh Thiên An Môn là các tòa công thự nguy nga, trong đó có Nhân Dân Đại Sảnh, có lăng Mao Trạch Đông. Các đoàn công nhân du lịch xếp hàng dài chờ tới lượt vào viếng lăng. Từ chỗ tôi đứng, lăng khuất lấp phần lớn trong đám cây cao. Thấy hình dáng lăng cũng giống như lăng Hồ Chí Minh ở

Thiên An Môn những ngày chờ đón Thế Vận Hội.

Trang Hoàng chờ Thế Vận Hội.

Hà Nội. Không biết bên nào bắt chước bên nào. Có điều lăng ở Thiên An Môn với những cây cột cao, mảnh khảnh, trông nhẹ nhàng hơn và có nét Trung Hoa hơn. Dưới ánh nắng trưa, tôi ái ngại nhìn đoàn người xếp hàng vòng vèo quanh lăng. Tôi không nghĩ họ đang đi du lịch. Họ đứng theo đoàn ngũ giữa các toán du khách nhởn nhơ chụp hình kỷ niệm.

5. TỬ CẤM THÀNH

Từ Thiên An Môn chui qua một đường hầm ngắn là tới Tử Cấm Thành. Tử Cấm Thành là cung vua chúa ngày xưa khi Trung Hoa còn chế độ phong kiến. Chung quanh thành là những bức tường có lối đi ở trên để quân sĩ tuần phòng canh gác. Phía bên trong là một hào nước bao bọc quanh thành. Hào nước ngày nay được hoa lá cành bằng những vòi phun nước.

Lối vào Tử Cấm Thành.

sợ sệt như con mồi bị săn, "thực phẩm trần gian" nằm chình ình ra đó mất đi cái thú khám phá. Chán chết! Vậy mà lại tham lam tích trữ trong…kho cả ngàn cung nữ làm chi! Cô hướng dẫn viên giải thích rất dài dòng về một buổi…thiết triều loại thân thiết chỉ có hai người của nhà vua. Đại khái, cô nào may mắn được chọn sẽ được tắm gội thơm tho sạch sẽ. Sau đó, thân hình trần truồng của cô được quấn vào một chiếc khăn kín mít và được một quan thái giám…bưng lên cho vua. Vua chỉ việc ăn trái chứ không mất công bóc vỏ. Sau khi vua bẻ nhụy, một thái giám sẽ ghi vào sổ sách ngày tháng vua hưởng lạc để lỡ về sau có thai còn biết có đích thị là…tàn dư của thiên tử không.

Giữa cả ngàn cung nữ, chắc phải trúng số 6/49 mới được nằm trên vòng tay bưng của thái giám. Phần lớn cam phận… còn không cho tới cuối đời.

Tôi bước xuống gian nhà nhỏ bé nơi bao thiên kim chim sa cá lặn đã một thời giam mình chờ một đêm…trúng số. Hành lang tẻ ngắt. Từng chiếc cửa nho nhỏ như cửa chuồng chim bồ câu. Sợi dây chắn ngang không cho du khách vượt qua hành lang. Tôi nhớ tới những câu thơ của Ôn Như Hầu Nguyễn Gia Thiều trong *Cung Oán Ngâm Khúc*. Thì cung Việt hay cung Tầu cũng rứa!

Phòng tiêu lạnh ngắt như đồng
Gương loan bẻ nửa, dải đồng xẻ đôi.
Chiều ủ dột giấc mai khuya sớm
Vẻ bâng khuâng hồn bướm vẩn vơ
Thâm khuê vắng ngắt như tờ
Cửa châu gió lọt, rèm ngà sương gieo.
Ngấn phượng liễu chòm rêu lỗ chỗ

Dấu dương xa đám cỏ quanh co
Lầu Tần chiều nhạt vẻ thu
Gối loan tuyết đóng chăn cù giá đông.

Ước gì tôi vượt qua được hành lang, luồn người qua cánh cửa hẹp, đặt chân vào loan phòng để cảm thấy được cái giá lạnh của những thân phận tưởng là vàng son nhưng thực ra chẳng được làm người. Ánh nắng chiều vàng vọt soi rọi lên mảnh sân chỗ tôi đứng. Tôi nhìn xuống bóng mình nằm cô đơn trên những mảnh gạch lỗ chỗ khấp khuỷu. Lòng tôi chùng xuống. Lớp phế hưng như len lỏi vào sâu trong tôi. Đâu rồi những bóng hình tội nghiệp xưa?

6. BẮC KINH

Bắc Kinh đang lên cơn sốt xây cất. Đi chỗ nào cũng thấy cần cẩu vươn lên trời. Đường xe điện ngầm, xa lộ mới, tân trang đường phố…Chẳng là họ đang sửa soạn cho Thế Vận Hội 2008. Dọc theo phố phường, tôi thấy có những chỗ xây những bức tường dài, mới, kín mít với một hai lối ra vào. Tò mò nhìn vào bên trong mới thấy một khu nhà thuộc loại ổ chuột, lúc nhúc người. Có lẽ họ muốn che mắt du khách. Tôi nghĩ trong bụng nhưng ngại không muốn hỏi cô hướng dẫn viên.

Khu Thế Vận thì bụi mù trời. Tòa nhà chính của Thế Vận làm theo hình tổ chim tôi lại nhìn ra như một cuộn len rối bị đè dẹp xuống đã hoàn tất phần bên ngoài. Chung quanh khu này là những tòa nhà chọc trời đang vội vàng hoàn tất. Suy từ khu Thế Vận Hội 1976 của thành phố Montreal của tôi, tôi áng chừng đây là khu nhà ở cho các lực sĩ tham dự.

Thế Vận Hội là một biến cố lịch sử cho bất cứ một thành

phố nào được chọn tổ chức. Huống chi lại là thủ đô của nước Trung Hoa Cộng Sản, nơi mà người ta đặt rất nặng việc tuyên truyền quảng cáo. Tại tất cả các thành phố tôi đã đi qua, những bảng nhắc nhở Thế Vận Hội có mặt ở khắp nơi. Nhiều nhất là những chiếc đồng hồ chạy ngược ghi giây, phút, giờ, ngày, tháng, năm còn lại cho tới giây phút trọng đại Thế Vận khai mạc.

Đường phố Bắc Kinh sạch một cách không ngờ. Nói tới người Hoa, chúng ta thường nghĩ ngay tới đặc tính quốc hồn quốc túy là…bẩn! Vậy mà Bắc Kinh sạch tưng. Sáng sớm, chỉ mới khoảng 5 giờ, trời đất còn tối mịt mù, tôi nhìn qua cửa sổ căn phòng trong khách sạn. Dưới đường mới thấy vài ba chiếc xe hơi chạy, bà phu quét đường đã lia chổi quét trên vỉa hè cũng như dưới lòng đường. Bà chạy đuổi theo từng miếng giấy bay trên hè, nhặt từng cọng rác trong các vòng đất trồng cây. Bà cắm cúi quét chẳng thèm để ý đến xe cộ. Xe cộ phải tránh bà. Sống quen ở bên này, nơi người ta lo an toàn cho công nhân một cách tối đa, tôi mới thấy lạnh người khi thấy phu quét đường ở Bắc Kinh làm việc không có một chút an toàn nào. Họ như mặc tình để xe tránh người! Có một lần, ngồi trên xe ca chạy trên một xa lộ lớn ra ngoại thành Bắc Kinh, tôi hoảng hồn khi bỗng nhận ra phía trước mặt, một phu quét đường đang thản nhiên lia chổi. Không hàng rào, không che chắn, giơ thân mình ra giữa xa lộ xe chạy ào ào. Khi xe tới nơi, tài xế chỉ việc lượn ra để tránh!

Đường phố đã vậy, người dân thủ đô hình như cũng được giáo dục cho dịp…lễ lớn này. Họ không xả rác ra đường, không khạc nhổ. Điều này làm tôi ngạc nhiên. Đầu óc tôi vẫn còn hình ảnh những cuộc tiếp quốc khách của Mao Trạch Đông trong dinh thự với chiếc ống nhổ bằng sứ hay bằng đồng để tô hô ngay bên cạnh ghế chẳng cần dấu diếm!

Chỉ có một điều chắc nhà cầm quyền không làm nổi là trình độ ngoại ngữ của người dân. Hầu như họ không biết tiếng Anh. Ngay trong khách sạn tôi ở, khách phần đông là người ngoại quốc, mà nhân viên tại quầy tiếp tân cũng chỉ có một hoặc hai người biết tiếng Anh là cùng. Muốn giao thiệp với họ rất mỏi tay! Nhưng các hướng dẫn viên thì nói tiếng Anh rất nhuần nhuyễn. Cô hướng dẫn viên của chúng tôi ở Tây An thì lại nói giọng Ăng Lê rất nhẹ nhàng và êm tai. Hỏi ra thì cô chưa bao giờ ra ngoại quốc. Tiếng Anh cô học trong trường và bà giáo của cô là người Anh. Họ có một đội ngũ hướng dẫn viên du lịch rất đông đảo. Tiếng Anh, tiếng Pháp và tiếng…Việt Nam là những thứ tiếng tôi đã nghe họ nói. Còn các thứ tiếng khác tôi chắc cũng có. Tôi tò mò hỏi một anh hướng dẫn viên nói tiếng Việt. Anh cũng cho biết là anh học ngay tại Bắc Kinh. Giọng tiếng Việt của anh là giọng miền Bắc ngày nay.

Rất ít xe gắn máy lưu hành trên đường phố. Xe hai bánh thường là xe đạp điện chạy bằng bình ắc-quy. Trong khi đó, xe gắn máy chế tạo tại Trung Quốc nhả khói mịt mù trên đường phố ở Việt Nam! Cảm tưởng của tôi y hệt như cảm tưởng mấy chục năm trước khi tôi lần đầu tiên tới Tokyo. Lúc đó xe gắn máy Nhật được nhập cảng ồ ạt vào Việt Nam trong khi dân Nhật không được phép dùng xe gắn máy trong thành phố!

Người dân Bắc Kinh thường di chuyển bằng xe buýt. Giờ cao điểm tôi thấy những chiếc xe buýt hai toa chạy như mắc cửi. Vậy mà nạn kẹt xe vẫn trầm trọng. Bắc Kinh là một thành

Một hướng dẫn viên du lịch.

phố có rất nhiều xe hơi. Trái với ý nghĩ của du khách, xe chế tạo tại nội địa không có bao nhiêu. Xe ngoại quốc nhiều. Nhiều nhất là xe Volkswagen của Đức. Tôi thấy lạ nên tìm hiểu và được cho biết là Đức là nước giao thương với Trung Cộng từ rất sớm! Xe Honda hay Toyota của Nhật đứng kế. Xe Mỹ ít hơn. Nhưng xe Mercedes không phải là hiếm. Thường thì để ý nhìn một lúc là gặp anh…tư bản này! Cô hướng dẫn viên cho biết có khoảng 3 triệu xe hơi lăn bánh trên đường phố Bắc Kinh. Và mỗi ngày có thêm khoảng một ngàn xe! Tôi thấy lạ hỏi lại. Cô nhấn mạnh là mỗi ngày!

Tới Bắc Kinh có một thứ không thể bỏ qua. Thứ này cỡ Tổng Thống như ông Nixon, khi sang đi đêm với Trung Quốc để giải quyết chiến tranh Việt Nam vào năm 1972, cũng phải thử qua. Đó là vịt Bắc Kinh. Bữa tôi làm…Tổng Thống, nhà hàng cũng làm lễ…tế vịt trịnh trọng lắm. Chị xếp hầu bàn mặc

Trình diễn vịt Bắc Kinh

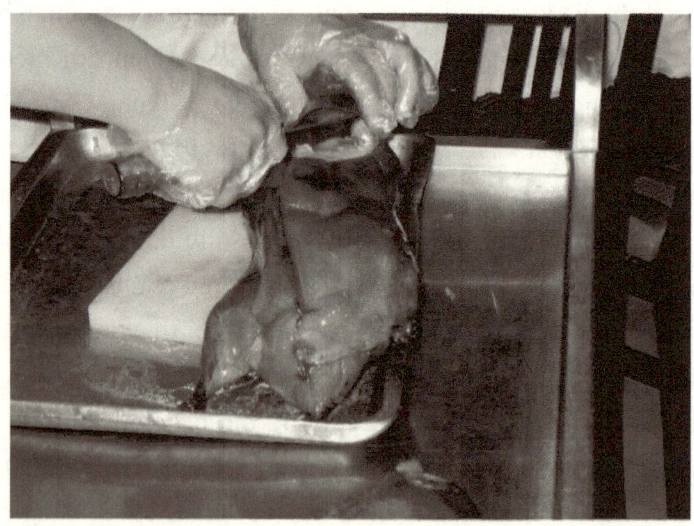

Vịt Bắc Kinh

bộ *tailor* đen cùng "trình diễn viên" ăn mặc trắng toát với chiếc mũ đầu bếp cao ngất đẩy một chiếc bàn có hai chú vịt quay bóng lưỡng ra. Anh đầu bếp xỏ găng tay, huơ dao. Chỉ một loáng chú vịt đã…chia ly. Miếng nào miếng nấy trông rất hấp dẫn. Nhóm hầu bàn vội dọn lên bàn bánh bao chay, bánh tráng cuốn, hành, nước sốt và các thứ phụ tùng khác. Ăn cũng thấy ngon hơn là ăn ở bên Canada hoặc Mỹ. Cái ngon hơn đó chắc là vì trong đầu có chút thú vị khi nghĩ đang ăn vịt Bắc Kinh ở ngay Bắc Kinh! Hay cứ tưởng mình đích thị là ông Nixon?

7. VẠN LÝ TRƯỜNG THÀNH

Người Trung Quốc có câu: muốn xem núi thì đi Quế Lâm, muốn xem người thì đi Thượng Hải, muốn xem mộ thì đi Tây An, muốn xem thành thì đi Bắc Kinh. Đại khái là như vậy. Nghe họ nói có vần có điệu, vui tai lắm. Cả bốn nơi này tôi đã đi xem. Như vậy, theo cô hướng dẫn viên, là có phúc lắm!

Phúc đâu chưa thấy nhưng xem Trường Thành thì thấy… ông bà ông vải. Vừa xuống xe, nhìn lên những bức tường nhấp nhô khi ẩn khi hiện trên núi như một con trăn nằm ngơi nghỉ, tưởng chừng ngon ăn lắm. Lòng quyết leo lên tới ngọn nguồn cho đáng đồng tiền bát gạo. Nhưng leo lên mới biết đá vàng. Từ dưới lên tới tường thành là những bậc thang dẫn lên. Có 4 trạm nghỉ chân thì lên tới đỉnh. Chụp xong bức hình kỷ niệm nơi có dựng tảng đá có khắc chữ lằng ngoằng đánh dấu bước đầu cuộc…trường chinh, tôi xấn xổ leo, tưởng như có thể bỏ cả trường thành vào túi ngon ơ. Lết tới trạm dừng chân thứ nhất, hơi thở đã tưởng đi đứt. Mệt không hẳn là vì leo lên cao nhưng vì những bậc thang…oái oăm! Mỗi bậc là một tảng đá nguyên

Leo Vạn Lý Trường Thành.

vẹn, bậc cao bậc thấp. Có bậc phải soải chân cao mới bước lên được. Hai bên tường thang có thanh sắt để nắm tay lên cho đỡ mỏi. Người nào cũng cần cái tay thang này cho dễ leo. Người đi nhanh, người đi chậm, muốn vượt phải buông tay ra giữa bậc thang leo lên. Nghỉ chân một lúc, ngước nhìn lên trên cao, lòng thấy ngại ngùng nhưng chí ăm ắp dâng lên. Lên nữa! Lấy tinh thần xong, chân bước thấp bước cao tiếp tục. Nửa đường thấy có những anh tây mập ú ngồi thở hổn hển như heo bị chọc tiết mà thương. Thương người nhưng mình cũng chẳng hơn ai. Hơi thở đã dồn dập, mồ hôi đã túa ra, chân đã chồn, miệng đã khát. Lòng dặn lòng: cố lên chứ, chẳng lẽ mình tệ vậy! Lại leo. Nhìn xung quanh, người nào cũng như chiếc mền rách. Cố lên tới trạm nghỉ thứ hai. Nghỉ xong rồi tính. Nghỉ xong cũng chẳng tính được gì. Vài trang thanh niên hè nhau lên tiếp. Máu thanh niên dâng lên trong người, chân cũng muốn leo nhưng gối đã…hết xí quách. Đành chờ cho thân thể bớt ê chề, lủi thủi đi xuống. Những bậc thang cái cao cái thấp lại hành cho thấu xương. Tưởng xuống thì dễ nhưng cũng chẳng dễ gì. Nghỉ vài hiệp mới xuống đến nơi. Ngồi cho hoàn hồn mới nhìn xung quanh. Trên tường sao thấy lủng lẳng những sợi dây xích treo đầy những chiếc khóa đồng. Thoạt nhìn cứ tưởng họ treo khóa

Từ trên Vạn Lý Trường Thành nhìn xuống.

Khóa tình yêu trên Vạn Lý Trường Thành.

bán. Ai mua khóa làm chi nơi đây mà bán dữ vậy? Rồi lại nghĩ chắc thân nhân những người bỏ mạng khi xây thành treo khóa tượng trưng sự tù đầy vất vả để tưởng niệm cha ông chăng? Cũng không phải! Hỏi ra mới biết đó là những lời thề thốt trăm năm của những cặp tình nhân. Trường Thành đã được xây từ hơn hai ngàn năm trước, vẫn tồn tại đến ngày nay và là công trình nhân tạo duy nhất có thể nhìn thấy từ trên không gian. Như vậy, thành tượng trưng cho sự bền vững. Những cặp tình nhân tin rằng, khi họ thề thốt yêu nhau trên bức thành này thì tình yêu của họ cũng bền vững như vậy. Họ mang những chiếc khóa tới, khóa vào vòng xích và vứt chìa khóa xuống chân núi dưới tường thành. Không còn chìa khóa nên không có cách nào có thể cởi bỏ được lời hẹn ước!

Vạn Lý trường Thành, đúng như tên gọi, dài đúng một vạn lý, tức 5.000 cây số, được xây dựng từ 200 năm trước Công Nguyên. Dân số Trung Hoa lúc bấy giờ là 20 triệu người mà đã có 2 triệu người được huy động đi làm cỏ vê xây thành. Biết bao nhiêu người đã bỏ xác nơi đây. Tôi ngồi nghĩ: mình chỉ có việc đi tay không leo lên mà đã ứ hơi, vậy thì ngày xưa, chẳng máy móc gì, làm sao mà người ta có thể khuân những tảng đá nặng như vậy lên một độ cao như thế. Lại còn xây cất cho thành đường thành lối? Phải có một độ tàn ác, nhẫn tâm đến thế nào mới bắt dân chúng làm công việc đội đá vá trời này. Tàn ác, nhẫn tâm: những thứ này thì Tần Thủy Hoàng có thừa! Phải đi tìm ông mặt sắt này!

8. MỘ TẦN THỦY HOÀNG

Tôi tìm tới mộ Tần Thủy Hoàng chẳng phải vì muốn coi mặt mũi bạo chúa nổi tiếng trong lịch sử Trung Hoa nhưng vì câu nói có vần có điệu của dân Tầu: muốn xem mộ thì tới Tây An. Mộ nói tới ở đây chính là mộ Tần Thủy Hoàng. Tây An, còn gọi là Tràng An, là cố đô của 11 triều đại Trung Quốc. Ngày

Tượng quân sĩ đang được khai quật.

nay Tây An vẫn tự hào là kinh đô của trí thức Trung Quốc. Toàn tỉnh có 52 trường Đại Học. Tất cả các Đại Học danh tiếng của Trung Quốc đều nằm tại đây. Vậy mà hơn hai ngàn năm trước, trớ trêu thay, vị vua trị vì lại là người phản văn hóa.

Cũng trớ trêu là ngày nay du khách kéo tới Tây An chẳng phải vì đây là một thành phố văn hóa mà vì nơi đây có mộ ông vua đã từng đốt sách và chôn sống học trò! Mộ nằm dưới chân núi Lishan cách Tây An 35 cây số về phía đông. Dĩ nhiên đây là cuộc đất do các nhà phong thủy ngày xưa chọn. Một bên là núi, một bên là sông. Mộ ngày nay vẫn nằm nguyên vẹn như xưa. Người ta chưa khai quật là vì kỹ thuật chưa đủ tinh xảo. Họ ước lượng phải đợi khoảng chục năm nữa mới có thể khai quật mà không làm tổn thương tới di tích này. Bạo chúa Tần Thủy Hoàng muốn cho ngôi mộ của mình phải là ngôi mộ lớn chưa tùng có nên đã huy động tới 720 ngàn nhân công xây cất. Chính ngôi mộ chưa được đụng tới nhưng quần thể chung quanh đã được khai quật. Phát giác ra quần thể này là một sự tình cờ. Trước đó người ta không ngờ là ngôi mộ có thể trải dài ra đến như vậy. Ngày 29 tháng 3 năm 1974, một nhóm nông dân gồm 7 người thuộc làng Xiyang, quận Lintong, đang đào một cái giếng thì thấy trồi lên những tượng bằng đất nung. Họ báo cho nhà chức trách. Sau nhiều cuộc khai quật, người ta tìm ra cả một đoàn quân lính, ngựa xe, lên tới sáu ngàn tượng. Không tượng nào còn nguyên vẹn. Đây là đội quân trấn giữ quanh mộ để bạo chúa yên nghỉ. Hóa ra trước khi chết, bạo chúa cũng đã rét, nên cho đúc tượng lính tượng quan và ngựa xe đông đảo để bảo vệ cho ông dưới cõi âm!

Ngày nay khu này đã được xây dựng thành Viện Bảo Tàng

Quần thể tượng được mang lên trưng bày.

Ngựa và các tượng bị cụt đầu.

Quân Sĩ và Ngựa bằng Đất Nung của Tần Thủy Hoàng Đế. Đây là một quần thể kiến trúc rất lớn. Nguyên ba di chỉ tìm thấy đã là ba tòa nhà rộng bằng những sân vận động cỡ lớn. Du khách được coi nguyên hiện trường đào xới với những tượng được hàn gắn và xếp lại ngay ngắn theo hàng lối giữa những lớp đất đỏ ngăn cách như những bức tường dày. Ngoài hiện trường được che kín, Viện Bảo Tàng còn nhiều tòa kiến trúc lớn lao khác.

Vào phòng tiếp tân chính, du khách sẽ choáng ngợp vì một cửa hàng lớn bán những tượng kỷ niệm đủ cỡ. Có cái nhỏ nằm gọn trong lòng bàn tay. Có cái lớn bằng kích thước thật. Cỡ nào cũng có, rất vừa với túi tiền của mọi người. Tại bàn bán sách nghiên cứu về mộ, in rất đẹp, khổ lớn, dày 130 trang, giá 120 *yuan* (khoảng 16 đô Mỹ), có một ông già ngồi ký sách cho du khách. Bộ tác giả cuốn sách nghiên cứu là ông này sao? Ông có đeo kính trắng nhưng trông không có vẻ là một nhà nghiên cứu. Trước mặt ông là một tấm bảng: "Cấm chụp hình." Ông cầm cây viết nỉ, ký một chữ to tổ chảng trên sách. Chỉ đúng một chữ thôi. Chữ gì thì tôi không biết. Ôm cuốn sách về Montreal hỏi tới "ông đồ" Hoàng Chiều Nhân coi đó là cái chữ chi chi. Ông Nhân cũng lắc đầu không đọc được!

Thấy chuyện hơi lạ, tôi hỏi cô hướng dẫn viên. Cô chạy đi hỏi, quay lại…báo cáo: đó là một trong hai người còn sống tới ngày nay của đám nông dân tìm thấy đoàn quân bằng đất sét của Tần Thủy Hoàng hồi 1974. Hai ông thay phiên nhau ngồi ký sách vung mạng mỗi ngày cho du khách. Cấm chụp hình thì không phải là vì bí mật quốc gia mà vì mắt ông già không chịu nổi ánh đèn *flash* thường xuyên của du khách. Đời ông nông dân đâm ra nhàn nhã, cầm bút thay vì cầm cuốc. Mà dân làng của ông cũng lên hương. Họ bán thổ sản và trái cây cho du khách. Tôi thấy họ vất vả hơn ông nông dân ngồi ký sách nhiều. Trời mưa hay nắng, họ phải chạy đón du khách mời mua mấy trái lựu, trái cam, trái táo. Có người chìa ra bán những tượng của chiến binh với giá rẻ mạt, rẻ hơn giá bán trong nhà rất nhiều. Chất lượng ra sao, tôi không được biết. Có điều muốn mua thì phải trả giá!

Du khách tới nơi đây sẽ được hướng dẫn vào phòng chiếu phim 360 độ về công cuộc xây mộ bạo chúa họ Tần. Phòng chiếu phim không có ghế, chỉ có rải rác ít thanh sắt cho du khách dựa lưng đứng coi phim. Màn ảnh choáng tất cả vòng tròn và trần nhà. Người xem như lạc vào giữa những con người thời xưa đang cực nhọc làm việc. Thấy phát mệt! Cần một chút tươi mát chăng?

Tượng Dương Quý Phi

9. BỒN TẮM CỦA DƯƠNG QUÝ PHI

Cũng tại mảnh đất cố đô này, di tích bồn tắm của Dương Quý Phi cũng thu hút được khá nhiều du khách. Nghe nói tới thứ tắm táp vương giả, tưởng là cành vàng lá ngọc lắm. Tôi vẫn nghĩ như vậy. Nhất là khi ở Bắc Kinh, tôi đã được coi mẫu thu nhỏ của chiếc bồn tắm này bằng ngọc thạch chạm trổ tinh vi. Háo hức tới nơi, chen vào một ngôi nhà nhỏ, đứng nhìn xuống bồn tắm. Thấy tàn tạ, tối tăm và tầm thường. Đành phải tưởng tượng. Chắc ngày xưa khi người đẹp trong lịch sử tắm táp thì chiếc bồn này phải gấm hoa lắm. Tôi chăm chú cúi xuống nhìn kỹ. Vẫn không thể tưởng tượng được tấm thân ngà ngọc nằm

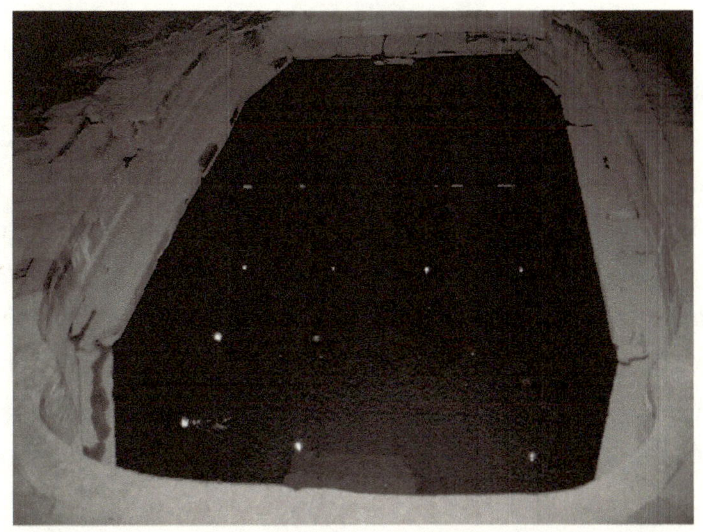

Bồn tắm của Dương Quý Phi.

Bồn tắm của Dương Quý Phi bằng ngọc tại cửa hàng ngọc.

trong chiếc bồn tắm không có gì hấp dẫn này. Đứng một hồi, chán, tôi bỏ ra ngoài sân.

Quả là có sinh khí hơn. Giữa sân là bức tượng người đẹp của vua Đường Minh Hoàng trắng toát hờ hững một mảnh vải che phần hạ thể. Đôi gò bồng đảo săn chắc phơi ra cùng đất trời. Dưới chân tượng là một hồ nước cạn. Nước ngàn năm trước giờ đã bôn ba nơi nao? Một đoàn người đứng xếp hàng ở một phía sân mua vé để giơ tay hứng dưới dòng nước chảy ra từ một chiếc vòi. Họ tin rằng dòng nước xuất phát từ mạch nước tắm ngày xưa của người đẹp họ Dương sẽ mang lại may mắn cho họ. Thứ nước thừa đó tôi chê. Tôi ra đứng dưới chân tượng chụp một tấm hình. Người đẹp hớ hênh cao trên tầm tay với. Cũng phải thôi. Tôi đâu có mang họ Đường!

10. QUẾ LÂM

Quế Lâm là một thành phố rất đẹp. Đây là nơi tĩnh dưỡng an bình của mọi lứa tuổi. Ngày xưa, khi các sứ thần hay nhà vua Việt Nam sang triều kiến các hoàng đế Trung Hoa đều phải dừng chân tại đây chờ lệnh cho tiếp kiến của triều đình Bắc Kinh. Trong thời chiến tranh, đây cũng là nơi dưỡng quân của bộ đội cộng sản Việt Nam. Dân thiểu số Trung Quốc chiếm tỷ lệ khá lớn cư dân. Sắc dân chính là người Dao. Cô hướng dẫn viên địa phương mặt hoa da phấn, trắng trẻo đẹp đẽ đã làm quà cho chúng tôi về chuyện tiếp khách của người Dao. Họ sẽ mời khách đi tắm và hỏi khách muốn chọn loại phòng nào: lớn, vừa hay nhỏ. Cô dặn là nên chọn phòng nhỏ vì phòng lớn sẽ chung cả nhà, phòng trung bình sẽ có 5 người và phòng nhỏ chỉ có cô con gái đẹp nhất nhà. Nói xong, cô đưa chúng tôi về…khách

Cảnh đẹp dọc theo sông Li Giang.

Các sắc dân thiểu số tại Quế Lâm.

Chim bắt cá.

sạn. Tôi đoán cô không phải người Dao!

Tại các địa điểm du lịch nơi đây luôn có các cô gái mặc sắc phục người thiểu số đứng để chụp hình chung với du khách. Dĩ nhiên du khách phải bỏ tiền ra thuê họ. Trông họ không "văn minh" như cô hướng dẫn viên có cái tên Mỹ Christina!

Phong cảnh nơi đây như tranh thủy mạc. Trên con tàu đi dọc theo dòng sông Li Giang, du khách đã tận mắt trông thấy không biết bao nhiêu bức tranh thủy mạc nằm hai bên bờ sông. Có những tảng đá nằm lắt lẻo như muốn rơi xuống mà ngàn năm vẫn không rơi. Có những chỗ người ta không tin nơi mắt mình. Tạo hóa sao lại có những kỳ công tuyệt diệu như vậy.

Trên đường tàu chạy có những cảnh từng đàn trâu vục đầu xuống nước để ăn cỏ chìm sâu dưới lòng sông. Có cảnh bắt cá bằng vịt nước. Người ngư phủ ngồi trên chiếc thuyền nhỏ, thả những chú vịt đã được tròng một chiếc vòng nhựa nhỏ nơi cổ chúi người xuống sông bắt cá. Khi trồi lên, miệng vịt đã ngoe nguẩy một thân cá. Đớp được cá nhưng cổ vịt bị tròng nên không nuốt được cá. Người ngư phủ chỉ việc giơ tay ra đón nhận thành quả của vịt! Trò…bóc lột lạ lùng này làm du khách thích chí. Cũng thích chí là ngồi trên tàu được thưởng thức tôm cua cá tươi rói chiên dòn đưa cay với bia Tsing Tao. Dịch vụ du lịch trên nước này đem lại khá nhiều lợi lộc cho Quế Lâm. Trên dòng sông, tôi đếm được không dưới hai chục chiếc tàu nối đuôi nhau, mỗi tàu chứa cả trăm du khách!

11. TÔ CHÂU

Trên xe từ Thượng Hải về Tô Châu, đầu tôi cứ quẩn quanh một câu nhạc. *Sống trong lòng người đẹp Tô Châu!* Tiếng cô hướng dẫn viên như đổ thêm dầu vào lửa. Tô Châu có bốn thứ thượng hảo hạng: cây, vườn, lụa và con gái! Tôi mường tượng mình sắp sửa tiếp cận được những vưu vật hạng nhất của Tạo hóa. Cô hướng dẫn viên cũng thuộc loại thông minh. Tuy kể ra bốn thứ theo thứ tự trên dưới, nhưng cô lại khai triển cái thứ cuối cùng trước.

Người đẹp Tô Châu đẹp ở chỗ nào? Câu hỏi của cô không chờ câu trả lời. Đó chỉ là một cách…tiếp thị cho câu chuyện thêm hấp dẫn. Mọi người há miệng ra chờ. Cô nhẩn nha. Trước hết là nước da. Nước da con gái Tô Châu trắng, sáng và mịn. Cứ nhắm mắt mà tưởng tượng. Đẹp ở giọng nói. Giọng nói nhẹ, thanh và rất êm dịu kể cả khi mắng chồng! Cô thử…mắng một câu bằng giọng Tô Châu. Nghe mát cả lỗ tai! Chị M. H. rất có khiếu về chuyện này. Chị lặp lại như hệt. Và chị còn nhớ cho tới khi về tận Montreal vẫn tiếp tục "mắng" theo kiểu gái Tô Châu! Người giả định được mắng là anh N. ngồi cười khì khì. Nghe thì êm tai nhưng khi cô hướng dẫn viên dịch nghĩa thì hết êm tai: *Anh coi chừng không em tát cho anh một cái bây giờ!* Nét đẹp thứ ba là đôi bàn chân. Gái Tô Châu có đôi bàn chân được bó lại nhỏ như bàn chân con nít. Càng nhỏ càng sang. Thứ này tôi không ham. May mà trời cũng chiều lòng người. Cô nói ngay: nhưng ngày nay không còn những bàn chân xinh xinh như vậy nữa. Có chăng chỉ là những bà già còn sót lại như bà hàng xóm của cô nay đã cửu tuần.

Sau những mô tả hấp dẫn về thứ con cái loại…xịn của Thượng Đế, cô đi ngay một tin buồn. *Khi tới Tô Châu, quý vị sẽ không gặp được những nhan sắc đã đi vào huyền thoại. Gái Tô Châu ngày nay có bốn hạng: hạng nhất đã đi lấy chồng ngoại quốc, nhất là Bắc Mỹ của quý vị hết trơn rồi; hạng nhì đã lên các thành phố lớn như Thượng Hải, Bắc Kinh; hạng ba đã dạt về các thành phố nhỏ để kiếm ăn. Dành cho quý vị tới Tô Châu chỉ còn hạng tư!* Cái thứ hạng tư đó có còn đẹp không? Tôi không để ý nên thú thật là không biết. Chỉ biết ngày xưa, khi còn đủ bốn hạng người đẹp Tô Châu, vua cũng phải cất công đi coi. Đường từ kinh đô Bắc Kinh tới Tô Châu, Hàng Châu dài ngót nghét hai ngàn cây số. Tôi từ Bắc Kinh tới Tây An đã mất nguyên một đêm nằm trên xe lửa. Từ Tây An tới Tô Châu là cả một đoạn đường dài thường phải cưỡi máy bay. Vua ngày xưa làm gì có xe lửa, có máy bay mà cưỡi. Nhanh nhất là đường thủy. Thế là vào thế kỷ thứ 7, không biết vị vua chịu chơi nào đã có một sáng kiến hào hoa phong nhã là đào một con kinh dài 1800 cây số từ Bắc Kinh đến Hàng Châu, Tô Châu chỉ để cho vua tới thưởng thức cảnh đẹp và gái đẹp của xứ…Châu. Cái nào là chính thì sử sách chắc chẳng chép được. Con kinh đào mất 60 năm mới xong nên vị vua khởi xướng đào coi bộ không được hưởng. Một là vua đã về với tiên vương, hai là vua đã ba chân khệnh khạng tiên phong đạo cốt không thích hợp với những hoạt động trên long sàng.

Tôi đã đến Tô Châu hơi muộn. Ngày xưa gái Tô Châu là một vưu vật. Suốt thời con gái, các cô không ra khỏi nhà. Vậy thì làm sao mà kiếm chồng? Xã hội thời đó đã có quy tắc riêng. Khi một cô gái được sanh ra, cha mẹ sẽ trồng một cây khuynh diệp nơi vườn trước của nhà. Cây sẽ lớn lên cùng cô gái. Khi cây cao tới độ cao nào đó thì cũng là lúc cô gái đã tới tuần cập kê. Các bà mối nhìn cây là biết có…mối. Họ mối mai với gia đình các chàng trai.

Tôi thắc mắc về sự giam mình trong nhà trong suốt thời con gái của các người đẹp Tô Châu. Nghe sao…tù đầy quá. Nhưng khi đi thăm một trong những nhà nổi tiếng của các quan lại ngày xưa mới hình dung ra thế nào là nhà. Đó là cả một cơ ngơi rất rộng, không biết cơ man nào là khu vườn. Mỗi khu một vẻ. Nước róc rách, cây ngả ngớn theo gió, đá đứng tạo dáng, những hành lang dài, những nhà thủy tạ. Các đệ tử của phim bộ reo lên: cảnh này có trong phim, cảnh kia có trong phim. Đây là khu vườn *Lingering Garden* rất nổi tiếng, lúc nào cũng tấp nập du khách và các sinh viên du khảo. Có giam mình trong bốn bức tường đắp nổi những thân rồng chạy dài suốt tường cũng không phải là tù túng lắm. Cảnh vườn nào cũng như mơ, nhất là những chiếc cổng tròn đặc trưng của văn hóa Trung Hoa. Nhà trên nhà dưới, nhà ngang nhà dọc, đi cho hết vườn cũng khướt

Khu vườn trong dinh cơ nổi tiếng Lingering Garden.

người!

Tô Châu là đất của tơ lụa, chắc ai cũng đã biết. Tôi có tới viếng thăm một nơi bán hàng có màn biểu diễn cách làm tơ lụa ở Tô Châu. Mỗi công đoạn đều có người ngồi làm mẫu cho du khách coi. Từ trồng dâu, nuôi tầm, kéo kén, kéo tơ cho tới dệt lụa. Thấy cũng hấp dẫn lắm. Nhất là màn làm mền bằng tơ tầm. Họ kéo từng lớp tơ ra cho rộng bằng bề mặt của mền. Phải hàng trăm lớp như vậy mới thành một chiếc mền. Càng nhiều lớp, giá tiền càng đắt. Mền tơ lụa là đặc sản của Tô Châu. Mua ngay tại chỗ mới yên tâm là đúng của thật. Tôi thấy tại Bắc Kinh, Quế Lâm cũng có bán loại mền này và du khách mua như điên. Tại phi trường, kèm theo các va ly là những túi mền đủ màu cũng được gửi theo hành lý.

Chiếc mền đang làm dở dang được đặt trên một chiếc bàn.

Mền biểu diễn thì đúng là toàn tơ tầm. Họ mời khách tham gia trong việc kéo tơ làm mền. Tôi cùng hai anh bạn T. và V. cùng cô thợ của nhà máy đứng ở bốn bề kéo một tấm tơ khổ bằng nửa tờ báo hàng ngày ra thành một lớp tơ khổ bằng chiếc mền. Thấy "nửa tờ báo tơ" mềm xèo, tưởng ngon ăn. Nhưng khi kéo mới biết đá vàng. Sao nó nặng thế. Cố công kéo như điên mà không ra đầy bề mặt mền. Chỉ có góc kéo của cô thợ là coi được! Mất mặt nam nhi quá! Mền này có tiếng là ấm trong mùa đông, mát trong mùa hè, đắp lên người nhẹ như không đắp. Nhẹ như tơ mà, các cụ ví von chẳng sai. Quần áo bằng tơ lụa sản xuất ngay tại chỗ cũng vậy. Cầm lên nhẹ hều. Tôi không mặc nên chẳng biết là có mặc hay không mặc cũng… như nhau không!

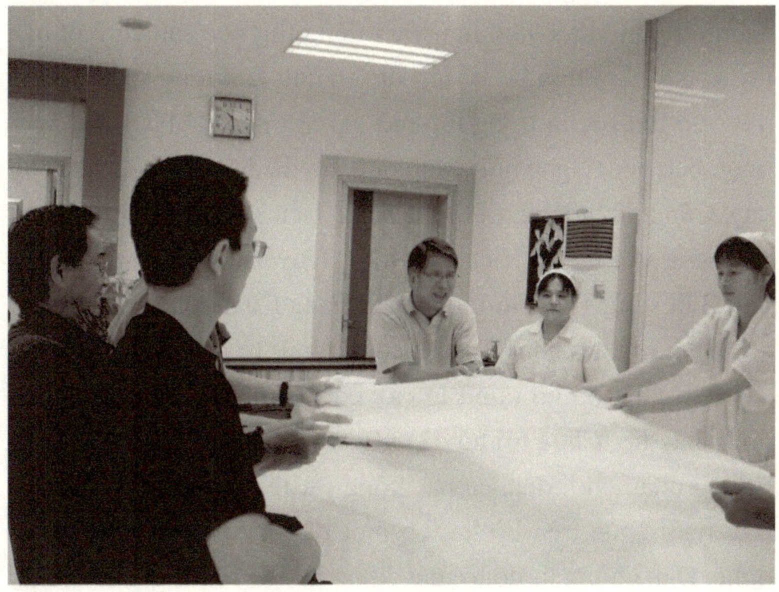

Cùng kéo mền tơ tầm.

12. HÀNG CHÂU

Hàng Châu, nằm cạnh Tô Châu, là thành phố sạch nhất nước Tầu. Đây là thành phố đẹp, khí hậu ôn hòa, người dân dễ mến, nơi lý tưởng cho những người hưu trí. Sinh hoạt của thành phố nằm hai bên bờ con kênh đào được gọi là hồ *West Lake*. Đây là khúc cuối của con kinh đào chạy từ Bắc Kinh về. Xe vừa tới trước một công viên bên kia bờ kinh, tôi trông thấy một… người quen. Đó là nhà thơ Tô Đông Pha. Bức tượng cao to lừng lững giữa rừng cây. Mặt nhà thơ ngước nhìn trời, hàm râu phất phơ, tà áo lộng gió. Tại sao nhà thơ lại đứng đây? Bởi vì đây là đất nhà. Ông đã từng làm Thị Trưởng Hàng Châu và rất được dân chúng yêu mến. Tại các nhà hàng ăn trong thành phố, hầu như nơi nào cũng có món ăn mang tên "thịt kho Tô Đông Pha". Món thịt này được kho nguyên miếng thịt heo lớn cỡ một bàn tay xòe ra, lớp trên là da, lớp dưới cùng là xương sườn. Dụng đũa vào thịt rục ra trong lớp mỡ. Ăn rất ngon. Mặn mặn, ngọt ngọt, beo béo. Nghe nói chính nhà thơ đã dạy dân kiểu kho thịt này. Cũng dính dáng tới thơ là sông Tiền Đường, một địa danh nổi tiếng với người Việt nhờ vào "Truyện Kiều" của Nguyễn Du. Biết sông Tiền Đường nằm ở Hàng Châu nhưng tôi không có dịp đi tìm nơi nàng Kiều gieo mình tự tử.

Bên phía bờ hồ rậm rạp cây cối. Đứng trên đường không nhìn thấy hồ. Chưa tới hồ đã nghe thấy tiếng nhạc. Dân chúng tụ họp nhau chơi đùa, ca hát trông rất thảnh thơi. Đặc biệt có một ngôi chùa trên bờ hồ, có một dãy hành lang dài rất văn nghệ. Dân chúng tự do tới đây khoe tài. Ai có tài gì cứ việc tới biểu diễn. Tôi thấy một ông cầm một cây chổi và một cái sô

Đứng với ông Tô Đông Pha.

trong đựng một thứ nước có màu nhàn nhạt. Ông biểu diễn vẽ chữ Tầu lên nền gạch của hành lang. Một bà mặc chiếc áo sặc sỡ, cầm chiếc *micro* hát theo nhạc đệm phát ra từ chiếc máy *cassette* chạy bằng pin. Bà vừa hát vừa múa như phường chèo. Một ông lủi thủi ngồi kéo nhị trên bờ tường thấp của hành lang chẳng cần biết tới ai. Họ ngồi xa nhau vừa đủ để âm thanh của người này không làm rộn người kia. Một ông yên lặng ngồi vẽ cảnh cây lá xôn xao ngoài trời. Một ông ngồi vẽ thư họa trông rất tới. Có người nhìn hay không họ chẳng cần biết. Nhưng nhộn nhịp nhất trong đám văn nghệ quần chúng này là một toán hợp ca. Đàn ông có, đàn bà có, họ cầm bài hát hát theo tiếng đàn và tiếng trống vang vang nghe rất hùng dũng. Nhìn mặt họ hát thấy phê vô cùng. Mắt sáng, mặt căng, họ vừa hát vừa nhìn người khác như muốn chia sẻ, muốn mời mọc chung vui. Vui thì vui, sợ chi. Tôi nghe qua một đoạn, thấy họ hát lập lại đoạn đó, tôi gân cổ hát hòa với họ. Cả đời có hát tiếng Tầu bao giờ đâu mà cũng ú ớ…Tầu theo. Hát xong phe ta phục quá cỡ, còn phe Tầu thì cứ *hầu hầu* lia chia.

Chơi hồ *West Lake* là một trong hai điều phải làm khi tới Hàng Châu. Điều kia là uống trà xanh. Trà vốn là thổ sản danh tiếng của Hàng Châu. Chúng tôi được đưa đến xí nghiệp trà Feng Qing Yuan nằm trên những ngọn đồi thẳng tắp những luống trà. Trong sân có tượng ông tổ của trà. Thấy ông đứng đó nhưng đâu có biết ông là ai. Trước lạ sau quen, cả bọn cũng xúm nhau lại chụp chung hình với ông già lạ hoắc sống từ thời nào chẳng biết. Đi du lịch có cái tính tham công tiếc của như vậy. Không ghi lại thì thấy thiếu, mai mốt về nhà có nhớ tới cái ông lạ hoắc này thì chẳng biết mặt mũi ông ra sao. Nhưng chụp thì cũng để đó, có khi chẳng bao giờ mở ra coi! Vào sân trong thì…cụ thể hơn. Giữa hồ nước là một cái ấm trà nghiêng đang đổ nước ra. Dĩ nhiên không phải là trà. Trà quý ai mà đổ khơi khơi như vậy. Cô bé giới thiệu trà với chúng tôi có khuôn mặt mũm mĩm dễ thương. Cô tự giới thiệu cô là người được sinh ra trong vùng trà này và từ nhỏ tới lớn sống tại nơi đây, chuyên uống trà…quê hương. Ý nói uống trà thì mũm mĩm dễ thương chắc? Vậy mà cô nói tiếng Anh như điên lại duyên dáng, biết

Đồi trà ở Hàng Châu.

pha…trò và hiểu ngay những câu chọc cười của chúng tôi. Bài ca tụng trà của cô dễ làm cho mọi người nghĩ là trên đời không có gì quan trọng bằng trà. Nơi đây không khí trong lành, đất đai hiền hòa, dân chúng chất phác nên trà cũng…số dách. Số dách nhất là loại trà "trinh nữ". Trà này không nhiều nên không bao giờ có sẵn. Cô giới thiệu với khách loại trà xịn thứ hai của xí nghiệp, trà Giếng Rồng *(Dragon Well)*. Loại trà này không xuất ra ngoài vùng trà này. Chỉ có du khách tới đây mới mua được. Cô mời uống thử, chỉ cách uống. Uống vào thấy cũng vậy vậy. Chẳng lẽ mình thuộc hạng…ngưu ẩm? Trà chưa trôi qua cổ cô đã mời mua. Giá 800 nguyên một ký. Khoảng hơn trăm đô Mỹ. Lưỡng lự một hồi rồi ai cũng móc bóp. Đã tới nơi đây mà không mua thì hận…ngàn đời. Làm sao mua lại được. Tính đi tính lại, có người mua tới bốn năm ký. Mua mà trong

Giới thiệu trà ở Hàng Châu

Hát đại với dân Hàng Châu.

bụng không biết có bị lừa không!

13. KIẾM ĐÔ

Tôi đã được dẫn tới hai xí nghiệp hạt trai, hai xí nghiệp ngọc thạch, một xí nghiệp làm đồ đồng khảm, một tơ lụa, một đông y và xí nghiệp trà nói ở trên. Chỗ nào cũng dùng chung một sách. Một nhân viên biết tiếng Anh, thường là một cô gái thuộc loại nhan sắc, ra đón. Cô đỡ lấy cây cờ đoàn từ cô hướng dẫn viên để dẫn đoàn vào trong. Tại đây có một màn giới thiệu các công đoạn để làm ra sản phẩm. Cuối cùng là thả vào trong đại sảnh có trưng bày các sản phẩm để du khách móc túi chi tiền.

Tất cả các nơi này đều do nhà nước làm chủ. Đây là nơi họ thu ngoại tệ của du khách. Nếu kể thêm các thùng phước sương đặt tại các chùa nữa thì đủ một dây chuyền kiếm đô. Thường thì du khách có khuynh hướng chi tiền. Đi chơi mà! Nhất là đi chơi xa, cả đời có khi chỉ đi qua đây một lần. Không có tí kỷ niệm mang về, không có tí quà cho thân nhân ở nhà là một thiếu sót đáng trách. Tại các phi trường, các du khách qui hối cố quốc người nào cũng tay xách nách mang. Nhiều người sẵn sàng trả cước phí phụ trội cho hành lý dư kí. Với những đoàn du khách đông đảo ồ ạt tới Trung Quốc, chính phủ kiếm bộn. Phải công nhận là họ giữ gìn được gần như nguyên vẹn các di vật lịch sử và văn hóa. Thăm Trung Quốc là một cuộc hành hương tới một nền văn minh rực rỡ ngày xưa rất đáng đồng tiền bỏ ra. Họ lôi kéo được đông đảo du khách là một điều dễ hiểu. Là một nước Cộng Sản nhưng ngày nay họ đã khôn ngoan hơn. Họ không phô trương, không tuyên truyền, chỉ nhẫn nại làm kinh tế. Trừ một ông tôi đã gặp.

Trong lần được dẫn tới thăm một viện Đông Y, chúng tôi

đã được một đông y sĩ nói tiếng Việt tiếp đón. Tiếng Việt của ông thuộc loại bập bẹ. Để giới thiệu cơ sở, ông đã viết sẵn một tờ giấy để đọc. Đọc mà có nhiều chỗ không ai hiểu ông nói gì. Vậy mà trong bài đọc, ông đã có lúc đi quá nhiệm vụ của ông. Ông tán dương những tiến bộ mà Trung Quốc đã đạt được. Ông hân hoan cho biết là so với thời chưa mở cửa, lương ông ngày nay đã tăng gấp ba chục lần. Hứng chí, ông ứng khẩu ca ngợi Việt kiều đã gửi tiền về giúp Việt Nam xây dựng kinh tế. Người nghe đã thấy nhột nhưng ông lại "vô tư" nhảy thêm một bước: ông phê bình Việt Nam ngày nay đang muốn theo gót Trung Quốc nhưng không thành công.

Ông Đông y sĩ này chỉ làm nhiệm vụ giới thiệu các…đại y sĩ tới bắt mạch cho thân chủ. Thấy cung cách của các cô phụ việc và của ngay ông y sĩ ấm ớ tiếng Việt này tôi ngờ rằng lòng tôn kính sợ sệt này chỉ cốt tăng uy tín cho các …thần y! Họ trịnh trọng tới, trịnh trọng bắt mạch, trịnh trọng phán. Phần giới thiệu thuốc phải dùng để chữa là phần của các cô phụ việc. Thuốc được bào chế thành viên như thuốc tây y. Họ vừa bán thuốc vừa cho địa chỉ liên lạc để mua thêm thuốc sau này. Khách bằng lòng mua thuốc thường phải chi ra vài trăm đô Mỹ. Cũng là một cách làm kinh tế!

Thấy ông y sĩ không có đủ trình độ tiếng Việt để bàn cãi, cũng không có thời giờ nhiều vì ông phải làm thông dịch cho các y sĩ bắt mạch, tôi tiếc không có dịp bàn sâu với ông về bước tiến triển kinh tế của Trung Quốc. Đúng là từ năm 1978, khi Đặng Tiểu Bình nắm quyền, ông này đã chủ trương phát triển trên hết và làm giàu là vinh quang, kinh tế Trung Quốc tăng trưởng rất nhanh làm cả thế giới ngẩn ngơ. Nhưng chủ trương "tất cả cho kinh tế" đã dẫn đến hậu quả tai hại mà người dân Trung Hoa đang bắt đầu gánh chịu hậu quả. Ô nhiễm không khí, ô nhiễm nguồn nước do khí thải và nước thải kỹ nghệ từ các nhà máy đang là cái giá mà dân Trung Hoa phải trả bằng sức khỏe và ngay cả cuộc sống của chính họ. Không những vậy, toàn thế giới bao gồm cả Hoa Kỳ và Nga, và nhất là các nước lân cận của Trung Hoa, đều đã bị ảnh hưởng từ sự phát triển kinh tế vô tổ chức và thiếu trách nhiệm của Trung Quốc. Theo tính toán của các nhà khoa học thì trị giá kinh tế của tình trạng ô nhiễm môi trường tại Trung Quốc càng ngày càng…đắt. Năm 2005 là 1.505,8 tỉ *yuan* (200 tỉ đô Mỹ). Ô nhiễm môi trường hình như đã xóa sạch mức tăng trưởng kinh tế của họ. Việt Nam ở ngay cạnh Trung Quốc cũng đang lãnh đủ những thiệt hại này. Các nhà máy gây ô nhiễm môi trường nhiều nhất như công nghệ thép, nhựa, điện tử, hóa chất…đã được họ mang qua đầu tư tại Việt Nam. Họ ngưng phá rừng Trung Quốc nhưng gia tăng việc nhập cảng gỗ từ Việt Nam. Năm 2004, Việt Nam thu được 900 triệu đô trong việc xuất cảng gỗ, phần lớn là qua Trung Quốc. Năm 2005, con số này lên tới 1,5 tỷ đô. Với số gỗ xuất cảng, Việt Nam phải phá khoảng 200 ngàn mẫu rừng mỗi năm! Một buổi sáng, tôi xuống phòng ăn của khách sạn tại Thượng Hải để ăn sáng, tình cờ ngồi cạnh bàn của ba viên chức Việt Nam sang công tác. Tôi mang câu chê bai về phát triển tại Việt Nam của ông y sĩ ra nói với ba ông Việt Nam. Một ông vênh mặt lên. *Ta có lối phát triển của riêng ta chứ!* Kể cũng lạ. Giờ này mà vẫn có những người chưa nhấc được cái bàn tọa ra khỏi đáy giếng!

11/2007

SAINT MARTIN: MỘT ĐẢO HAI QUỐC GIA

Tôi vừa đi tắm biển về. Vừa nói xong một câu tưởng là vô thưởng vô phạt ai ngờ ông bạn nhanh mồm nhanh miệng phang ngay một câu: "Lại khoe!". Thực ra chẳng có gì mà khoe. Cứ vào khoảng thời gian này, khi mấy nàng tuyết trắng tạm biệt dân Montréal là dân xứ lạnh chúng tôi cũng ra đi. Như một cách ăn mừng cho sự chấm dứt những ngày rét mướt da dẻ mốc thếch. Muốn da khỏi mốc thì đi tẩy trần ngoài biển. Chuyện thường tình mà rất nhiều bạn bè của tôi vẫn hay làm. Có chi mà khoe!

Dân Việt chúng ta khi mới qua định cư, đầu tắt mặt tối, người làm hai *job,* người chẳng bao giờ biết lắc đầu khi được hỏi làm *overtime* nên chuyện nghỉ hè nghỉ đông là chuyện của…tây. Ta chẳng thèm! Kịp tới khi đã chán làm nhiều, đầu đã biết lắc, có đồng ra đồng vào rủng rỉnh ta mới bước lên máy bay để đi thăm bạn bè, thân bằng quyến thuộc định cư ở những vùng xa xôi khác. Trải tấm nệm trong phòng khách, thêm bát thêm đũa trên bàn ăn làm ấm thêm tình thân. Cứ nhìn thấy nhau, trò chuyện thâu đêm đã là vui. Chuyện đi thăm danh lam thắng cảnh trong vùng là chuyện phụ. Tiến lên một bước nữa, chúng ta mới…du lịch. Đầu tiên là du lịch về Việt Nam thăm bà con cô bác, nhìn lại cảnh cũ, ăn món ăn quê hương. Du lịch nhưng vẫn chưa phải là du lịch. Phải tới ngày nay, sau vài chục năm cầy cấy, tuổi đã cứng, sức khỏe đã mòn, chúng ta mới nghĩ tới việc châm nước cho chiếc xe cũ. Vậy là du lịch chính hiệu con nai vàng, ăn nhà hàng, ngủ khách sạn, chụp hình quay phim lia lịa để một mai khi thân hình dính với chiếc ghế có cái mà…nhai lại. Chuyện thiên hạ làm hà rầm thì tôi có du lịch tí tỉnh có chi mà khoe!

Nơi tôi tới là một chốn khá rắc rối. Rắc rối đầu tiên là vị trí của nó trên bản đồ thế giới. Năm ngoái, khi anh bạn Trường Kỳ rủ tôi sang năm cùng đi đảo Saint Martin tắm biển, nghe nói là đẹp lắm, tôi gật đầu liền tuy chẳng biết nó ở nơi mô. Năm nay Trường Kỳ chẳng thèm đi nữa thì vợ chồng nhà thơ Hoàng Xuân Sơn rủ đi. Lại gật đầu liền. Lần này đi thật và đi liền nên phải chú tâm tìm xem cái đảo này ở đâu. Vào *internet* coi xem cái xứ mang tên ông thánh họ hàng với thứ rượu *cognac* rất thơm miệng này ở đâu thì biệt vô âm tín. Chẳng biết mô tê đâu mà tìm. Vô lý, chẳng lẽ nó ở trên… thiên đàng! Phôn qua phôn lại một hồi với người lo chuyện *book* vé là chị Sơn, tôi mới năm cổ được nó. Trời đất, muốn tìm Saint Martin thì phải tìm Sint Maarten. Nó nằm lẫn trong một đống đảo lộn xà ngầu gần Cộng Hòa Dominican. Đảo chỉ bằng cái đầu kim trên bản đồ, chẳng đủ chỗ để ghi vào được cái tên, lại chữ nghĩa rối bời như thế thì mần răng mà tìm. Chuyện chữ nghĩa lộn xộn như vậy là vì cái hòn đảo cỡ *đi dăm phút lại về chốn cũ* này bị chia làm đôi, một nửa của Hòa Lan, một nửa của Pháp, có biên giới đàng hoàng nhưng vượt biên thì chẳng ai thèm biết. Trên đường biên giới cắt ngang hòn đảo chỉ có ba lá cờ: cờ Sint Maarten ở giữa, hai bên là cờ Pháp và cờ Hòa Lan. Ngộ một cái là cờ Hoà Lan và cờ Pháp đều ba màu xanh trắng đỏ hệt như nhau, chỉ khác là anh thì ba vệt màu nằm ngang, anh thì ba vệt màu nằm dọc. Kể cũng là đối lập! Bên anh Pháp thì kêu là Saint Martin, bên anh Hòa Lan thì là Sint Maarten! Tiền thì bên phía Pháp tiêu tiền *euro,* bên phía Hòa Lan tiêu đồng *guilder* của Hòa Lan nhưng trên thực tế thì cả hai bên tiêu tiền đô Mỹ thoải mái. Cứ như đang ở bên Mỹ! Trị giá của tiền *euro* cao hơn tiền Mỹ nhưng bên phía Pháp muốn bán được hàng cho du khách thì phải nhận tiền Mỹ với cái giá ngang với tiền *euro.* Vậy là trên thực tế một đồng *euro* bằng một đô Mỹ.

Du khách thứ lèng xèng như tôi rất ngại đi *taxi* nên cứ xe buýt thẳng tiến. Đường nào cũng có xe buýt. Vậy mà ra đường chẳng thấy một chiếc xe buýt nào! Bởi vì cái gọi là xe buýt thực ra chỉ là những chiếc xe thường có khoảng trên dưới một chục chỗ ngồi, chẳng có chi phân biệt giữa xe nhà và xe công cộng ngoài tấm bảng nhỏ bằng cạc tông cũ mềm dắt trên kính xe phía trước. Mỗi xe có cả chục tấm cạc tông như vậy, mỗi tấm là một lộ trình. Tài xế muốn theo lộ trình nào thì trưng bảng tên lộ trình đó, rất tự do thoải mái. Khách đứng bên lề đường chỉ cần giơ tay ra là xe ngừng, chẳng bến đỗ chi cả, muốn đứng đâu thì đứng. Du khách như tôi thì tài xế chỉ cần nhìn cái mặt ngố cũng ngừng lại ngay, chẳng cần cái giơ tay, tay dùng để làm việc khác! Khách sạn nơi tôi ngụ ở ngay đầu các tuyến đường xe chạy nên khi nhìn thấy bốn ông bà khách, chiếm gần nửa xe, đã đủ sở hụi, xe nào cũng sẵn sàng mở cửa rước các chàng và nàng lên. Nói như vậy là một cách nói chứ thực ra khách phải mở cửa lấy chứ tài xế vẫn ngồi tỉnh bơ trên ghế. Cửa là cửa kéo giống như cửa các xe *minivan*, thường là cũ mềm, rất mất sức lao động khi kéo. Khi bốn ông bà du khách loại lèng xèng đã yên vị, tài xế mới hỏi đi đâu và trưng ra tấm bảng lộ trình thích hợp để đón khách dọc đường. Đi nguyên lộ trình giá 2 đô, đi một đoạn giá 1 đô hay 1 đô rưỡi tùy theo đoạn đường xa gần. Dân địa phương cũng trả tiền đô Mỹ, kể cả tiền xu, chứ chẳng thấy ai trả bằng tiền Hoà Lan hay tiền *euro*. Chỗ tôi ở là Maho muốn đi tới thủ đô phía Hòa Lan là Philipsburg tốn 2 đô, muốn đi tới thủ đô phía Pháp Marigot thì phải đổi xe đi làm hai chặng, tốn 3 đô rưỡi. Nhưng thường muốn đi Marigot thì bốn du khách loại không sang trọng chúng tôi, được tài xế mặc cả chở đi thẳng theo đường tắt gần hơn và xin 20 đô cho bốn người. Lúc đó bốn du khách lại làm sang gật đầu ngay. Mất thêm có 6 đô cho bốn người mà được tiếng sang là cái giá khá hời. Lời hơn nữa là cứ bô bô tiếng Việt một cách thoải mái trên suốt hành trình coi anh tài xế chẳng ra chi!

Tới Marigot là tới đất…tây. Những quán cà phê vỉa hè cùng những tấm bảng tên đường tây đặc : *Rue de la Liberté, Rue du Général De Gaulle, Boulevard de France, Rue de la République*… Và một thứ phẩm hết sức bất tiện của thủ đô Paris : *toilet* có một bà ngồi thu tiền mỗi lần giải tỏa là 1 *euro!* Còn cái thứ thơm tho hơn của tây là nước chấm *maggi* thì nhà thơ họ Hoàng tất tả đi tìm đỏ mắt không ra.

Theo quảng cáo thì thủ đô Philipsburg của Hòa Lan là "thiên đàng mua sắm". Giá trung bình một món đồ rẻ hơn bên Mỹ khoảng 40%. Nghe đã tai dữ! Cái thiên đàng này bé tí teo gồm hai đường là *Front Street* và *Back Street*. Nghe đã thấy…tí teo! *Back Street* tập trung các cửa hàng bán quần áo giầy dép, *Front Street* gồm các cửa tiệm bán đồ điện tử, đồng hồ và vàng bạc hột xoàn. Các bà thích đường…trước hơn. Hầu như tất cả các tiệm trên *Front Street* là của các anh Cà ri Ấn Độ. Mùi nhang ngột ngạt. Trả giá cũng ngột ngạt. Các anh chà này nói thách tới hơn nửa giá nên nếu lỡ miệng là lỗ trông thấy.

Shopping là thứ phụ. Nói vậy chắc không được lòng các bà các cô. Nhưng tính tôi cứ có sao nói vậy người ơi. Đi đảo là đi tắm biển thì tắm biển là…chính thống. Saint Martin bờ biển bao bọc chung quanh nên có tới 36 bãi tắm. Đường xá nhỏ hẹp, chỉ hai lằn xe chạy, một đi một về, cũng nằm bao quanh đảo. Nếu lái xe vòng quanh đảo chỉ mất độ 3 tiếng là

Đường phố St Martin

về tới chốn cũ. Đường nào cũng dẫn tới…bãi tắm. Tôi có ý định tìm coi diện tích đảo là bao nhiêu để xem có lớn hơn Pleiku không nhưng vì bận tắm nên khi về vẫn chưa tìm được. Nhưng cần chi, cứ vào *internet* là tỏ tường hết. Diện tích đảo Saint Martin là 87 cây số vuông, phía Pháp chiếm 53 cây số vuông và phía Hoà Lan có 34 cây số vuông. Dân số trên đảo, theo kiểm kê năm 2006, là 72.892 người. Phía Pháp gồm 35.263 người và phía Hòa Lan là 37.629 người. Đây là hòn đảo nhỏ nhất thế giới bị chia cắt làm hai. Số phận chia cắt đã giống nước ta, số phận chiến tranh cũng cay đắng không kém. Từ khi nhà thám hiểm Kha Luân Bố đặt chân tới hòn đảo này vào ngày 11 tháng 11 năm 1493, nhằm đúng vào ngày lễ thánh Martin nên ông lấy ngay tên ông thánh này đặt thành tên đảo, đảo đã trải qua nhiều cuộc chinh chiến. Khi

Chợ trời trên đảo St Martin.

thì Pháp chiếm hết toàn đảo, khi thì Anh, khi thì Hòa Lan. Mà đâu có phải chỉ một lần. Chuyện cù cưa chiếm đi chiếm lại này diễn ra luân phiên nhiều lần từ tay quân đội này qua tay quân đội khác. Mãi tới ngày 23 tháng 3 năm 1648 Pháp và Hòa Lan mới ký thỏa hiệp Concordia chia đôi sơn hà.

Đã nói là tới Saint Martin là để đi tắm mà sao tôi vẫn cứ vơ vẩn với những chi tiết khô khan về địa lý và lịch sử. Thấy lảng xẹc! Khách sạn *Sonesta Maho* nơi tôi cư ngụ nằm rất gần phi trường. Cô hướng dẫn viên khi ra đón khách du lịch về khách sạn đã tinh quái cười nói : "Bây giờ quý vị về khách sạn. Xe chạy đúng 5 phút là tới". Nói xong cô cười như vừa nói được một câu thú vị. Tôi chắc là cô bé xinh xinh này thuộc thơ Vũ Hữu Định! Tôi thường tắm tại bãi tắm Maho nằm ngay sau khách sạn. Bãi này nhỏ, ngắn, nhiều sóng và khá ồn ào với tiếng máy bay lên xuống tại phi trường quốc tế duy nhất của đảo, phi trường *Princess Juliana International Airport*. Bà công chúa này đã lên ngôi Nữ Hoàng Hòa Lan từ ngày 6 tháng 9 năm 1948 đến ngày 30 tháng 4 năm 1980, trị vì cả thảy 31 năm. Có điều đáng nói về bà Juliana này là bà có liên hệ mật thiết với đất nước Canada. Trong Thế Chiến Thứ Hai bà đã di tản qua thủ đô Ottawa để ở nhờ. Nơi ngụ cư của bà với các con là ngôi biệt thự *Stornoway* ở vùng ngoại ô Rockcliffe Park. Gia đình vương giả sống trong biệt thự sang trọng nhưng bà rất bình dân. Bà chỉ muốn sống như một gia đình Canada bình thường trong thời buổi chiến tranh khó khăn chứ không muốn nhận một biệt đãi nào cả. Bà cho hai cô con gái theo học tại một trường công lập, tự đi chợ lấy và mua sắm áo quần và các đồ gia dụng ở cửa hàng bình dân Woolworth! Bà thích đi xi nê và đứng xếp hàng trước quầy vé như bất cứ một người dân thường nào khác. Khi bà hàng xóm đi sanh ở bệnh viện, bà tình nguyện làm *babysitter* cho mấy đứa trẻ ở nhà. Tới lượt bà đi sanh cô con gái thứ ba tại bệnh viện *Ottawa Civic Hospital* thì Toàn Quyền Canada đã tuyên bố căn phòng sanh của bà là lãnh thổ của Hòa Lan để cô công chúa mới sanh được mang quốc tịch Hòa Lan. Cử chỉ đầy thiện chí của Toàn Quyền này đã tránh cho cô bé sơ sanh phải mang song tịch và mất quyền thừa kế ngai vàng. Năm 1945, Công Chúa Juliana trở về Hòa Lan. Bà đã làm một cử chỉ đền ơn tượng trưng đất nước đã cưu mang gia đình bà bằng cách gửi qua 100 ngàn củ hoa *tulip*. Năm sau bà lại gửi qua 20.500 củ khác và yêu cầu chia cho bệnh viện Ottawa Civic Hospital một số để trồng trước sân nơi cô công chúa Margriet được sanh ra. Từ đó, bà hứa mỗi năm sẽ gửi hoa *tulip* qua Ottawa để nơi đây tổ chức hội hoa hàng năm cho công chúng. Lời hứa này có giá trị trong suốt thời gian bà sống. Bà mất vào ngày 20 tháng 3 năm 2004, thọ 94 tuổi. Nhưng từ đó tới nay, Ottawa năm nào cũng vẫn có hội hoa *tulip* Hòa Lan. Tôi không nghĩ bà công chúa Juliana gửi hoa về từ thế giới bên kia!

Ấy, lại đi lạc mất tiêu vì bà Nữ Hoàng của Hòa Lan, tính tôi cứ lang bang như vậy, nhất là khi có bóng dáng phụ nữ. Trở lại cái bãi tắm ở cạnh phi trường, ngay sau khách sạn nơi tôi ở vậy. Cái tưởng là bất tiện vì tiếng máy bay ồn ào lên xuống suốt ngày lại được quảng cáo là một thú tiêu khiển. Dân buôn bán có khác, cách nào cũng moi được tiền thiên hạ. Chưa bao giờ du khách được coi phi cơ bay là là sát mặt đất gần đến như vậy. Lúc nào cũng có người đứng trên bãi cát ngắm, chụp hình hoặc quay phim các con chim sắt khổng lồ lên xuống. Thậm chí khi máy bay rú máy cất cánh thì cát trên bãi xô nhau dạt sang hai bên, người phải tránh xa những tấm bảng báo động cắm nơi khu vực…bão cát này. Tôi cũng đã say mê vác máy quay phim đi săn…máy bay. Thường thì chỉ săn được máy bay bà già, máy bay cánh quạt nhỏ xíu của các anh nhà giầu chơi ngông, lâu lâu mới trúng được Boeing 747 hoặc Airbus 310. Người ta đi biển câu cá, tôi đi biển câu máy bay, kể như hơn được thiên hạ rồi!

Máy bay dù sao cũng chỉ là những khối sắt, nếu chỉ say mê nhìn máy bay có khi bị thiên hạ hiểu lầm. Thôi thì qua bãi tắm khác. Bãi này chỉ mất mười phút đi bộ là tới. Bãi thật đẹp, sóng vừa phải, nước trong vắt màu ngọc thạch. Ngồi trên bãi cát nhìn ra, từng phiến màu xanh nhạt từ gần bờ tiếp theo bằng những vạch xanh đậm màu hơn, ra xa hơn nữa là màu xanh ngắt. Thỉnh thoảng có một cánh buồm trắng cắt những đám mây xanh trắng phía xa xa ngoài đại dương. Tôi hết nhìn xa lại nhìn gần. Nhìn gần thì có những thân hình thanh xuân hào phóng khoe ngực trần mát mắt. Mắt tôi đã qua thời kỳ cận thị nhưng vẫn cứ chỉ nhìn được gần. Mắt ông bạn nhà thơ Hoàng Xuân Sơn hình như cũng vậy.

Tôi biết được điều này khi chúng tôi đi tắm ở bãi biển *Baie d'Orientale* thuộc phía Pháp. Bãi tắm này rộng mênh mông, cát trắng thoai thoải, nước một màu xanh biếc. Những cánh dù đầy màu sắc có người treo toòng teng phía dưới được những chiếc ca-nô kéo chạy nhanh xô nước về phía bãi tạo nên những đợt sóng nhấp nhô. Bên hông những chiếc ca-nô này có kẻ con số 30 kèm theo dấu $ to tổ chảng. Ý nói muốn lên cao thì chi ra ba chục tiền. Tôi đã hết tuổi muốn leo cao nên lại chỉ nhìn gần. Nhìn gần có cái lợi là ngắm trái cây khỏi phải trả ba chục tiền. Cam, quít, bưởi, dừa gì thì cũng cứ hào phóng cho nhìn mà không biếu. Đi dọc theo triền bãi ngút ngàn về phía nam là một cảnh giới khác. Chốn…địa đàng này chỉ được đánh dấu biên giới bằng mấy cục đá chắn ngang bước qua cái một. Nhà thơ hấp háy mắt rủ tôi qua cửa vườn địa đàng. Chẳng cần chìa khóa, chẳng có người gác cửa, chỉ có tấm bảng đập vào mắt : *"No Camera, No Cellphone"*. Nơi đây con người trần trụi xác lìa khỏi quần áo. Đàn ông cũng như đàn bà cứ tênh hênh với trời với nước. Tưởng là vào vườn địa đàng hóa không phải, hình như chúng tôi đã lạc vào một vườn mướp và dưa leo loại thứ

Bãi tắm St Martin

cấp của những thứ cây già nua nhăn nhúm! Hoàng Xuân Sơn lắc đầu : "Không được dưa leo tươi nữa! Toàn một thứ dưa leo muối chun choe!" Tình thế dở khóc dở cười như thế này thì…thơ vào đâu được. Tôi làm tới. Ông không làm thơ thì tôi làm vè cho biết tay. Tính tôi xưa nay vẫn nói đâu có đó. Vè liền. *Đàn ông đi biển có phao / Đàn bà đi biển hai phao kém gì!* Vè nhưng cũng dính dáng chút ít tới thơ, nghĩa là cũng hư cấu. Chứ thứ mướp và dưa xẹp lép như vậy thì phao phiếc gì được!

Rõ chán! Nghe quảng cáo bãi biển loại trần trụi tưởng là bở hóa ra…thua. Vậy mà cũng bày đặt…khoe! Khoe như vậy là có tội với đất trời! Tôi là kẻ phải chuộc tội với đất. Trên bàn đêm khách sạn có để một tờ giấy xanh in lớn hàng chữ : *"Save Mother Earth!"*. Nội dung đại khái như sau :

"Khăn trải giường được giặt mỗi ngày tại hàng ngàn khách sạn trên khắp thế giới tốn hàng triệu gallons nước và hàng tấn bột giặt. Khăn trải giường thường được thay hàng ngày. Nếu quý vị thấy như vậy là không cần thiết thì xin đặt tấm giấy này trên gối vào buổi sáng. Giường sẽ được làm nhưng không thay khăn trải giường vào ngày đó. XIN QUÝ VỊ TỰ QUYẾT ĐỊNH!". Trong phòng tắm lại treo một miếng giấy khác kêu cứu : *"Save Our Planet"*. *"Thưa Quý Khách : Mỗi ngày có hàng tấn bột giặt và hàng triệu gallons nước được dùng để giặt khăn lông mới chỉ dùng có một lần. XIN QUÝ VỊ TỰ QUYẾT ĐỊNH. Một chiếc khăn trên móc có nghĩa : "Tôi sẽ dùng lại". Một chiếc khăn trên sàn nhà hoặc trong bồn tắm có nghĩa "Xin làm ơn thay dùm"*. Nhìn kỹ vào hàng chữ nhỏ bên dưới thấy đây là bản thông báo của hội "Khách Sạn Xanh". Như vậy không cứ tại khách sạn chỗ tôi ở mà hầu như toàn thể các khách sạn trên khắp thế giới đều báo động như vậy. Hóa ra mọi người đang xúm vào để cứu trái đất một cách tích cực. Thường thì chúng ta có tâm lý bỏ tiền ra thì xài thả cửa cho bõ. Không thì mất quyền lợi, cảm thấy thiệt thòi. Đó là suy nghĩ chung của mọi người. Thành ra chúng ta cứ xài thả cửa. Tội chi không…sướng. Hà tiện cho mấy anh chủ khách sạn bỏ tiền vô túi chăng? Còn lâu! Chúng ta không dành tình thương cho những anh móc túi chúng ta. Suy nghĩ đó giờ không còn hợp thời nữa. Xưa rồi Diễm! Bớt xài trong thời bây giờ có nghĩa là góp công vào việc lớn : cứu trái đất chúng ta đang sống. Dĩ nhiên khi chúng ta nhịn xài thì cũng cứu cái túi tiền của mấy anh chủ khách sạn, nhưng đó là chuyện nhỏ. Bỏ đi tám! Người quân tử thường nhìn

vào chuyện lớn mà làm lơ chuyện nhỏ. Tôi cũng học đòi làm một thứ quân tử chính danh. Khách sạn cung cấp mỗi ngày bốn loại khăn lớn nhỏ, mỗi thứ hai cái. Trước thì dại gì mà không xài tuốt cho đã tay, nay xài tuốt là không khôn. Người quân tử dại gì mà không khôn! Những ngày vợ chồng tôi ở, phòng ngày nào cũng có những chiếc khăn còn sạch vắt vẻo trên móc treo trong phòng tắm. Người vẫn sạch sẽ thơm tho. Có chết con ma nào đâu! Khăn trải giường thì sáng sáng cứ chịu khó đặt tấm giấy xanh trên gối. Trong suốt bảy đêm cư ngụ, tôi chỉ không đặt tấm giấy cứu…bồ đúng một lần. Có ngứa ngáy chi đâu! Nhưng đầu óc không những yên ổn mà còn hãnh diện vì…công ơn của mình.

Chuyện này tôi phải…khoe đứt đuôi đi rồi. Không khoe sao được! Nếu mọi người cùng…khoe thì trái đất chúng ta đang ở sẽ bớt nhức đầu sổ mũi. Bạn nghĩ sao? Chúng ta cùng nhau khoe chăng?

05/2009

CALI ĐI DỄ KHÓ VỀ

Cali đi dễ khó về / Trai đi có vợ gái về có con. Không biết ai cất tiếng đọc câu ca dao tân thời này khi chúng tôi vừa đặt chân xuống phi trường Los Angeles. Thực ra hơn ba chục mạng tới trong một đoàn du lịch do Cộng Đồng Người Việt Quốc Gia vùng Montreal tổ chức này chẳng còn ai nằm trong diện…mất mát này được. Cũng có người còn độc thân hay tái độc thân đấy nhưng tôi cam đoan khi về lại Montreal sẽ chẳng thêm bớt nhân số. Cứ đoán mò như vậy nhưng chắc trăm phần trăm trúng. Chắc ăn nhất là cứ phè ra mà du hí. Đi ăn Tết mà lị!

Tết Cali có gì khác với tết Montreal mà phải khăn gói leo lên máy bay như vậy? Khác chứ! Khác xa! Khác rõ nhất là tiếng pháo. Pháo nổ liên chi hồ điệp trong suốt mấy ngày tết. Chúng tôi tới Cali vào trưa ngày 29 tết. Vậy mà đã có tiếng pháo đón chào. Đêm giao thừa thì pháo đua nhau nổ như những ngày Sài gòn năm xưa. Mùi pháo khiến tôi gây gây niềm cảm xúc của những năm tháng cũ. Chùa Điều Ngự đêm trừ tịch rộn rã những người là người. Khi chúng tôi tới vào khoảng 11 giờ khuya thì cả một khoảng sân chùa rộng mênh mông đã kín người. Chỉ hẹn nhau được là sau khi xong lễ sẽ chờ nhau trước cửa chùa lên xe về là mọi người mặc sức đi tìm đất để…nghếch! Cao một chút thì đỡ, thước tấc khiêm tốn quả là vất vả. Thước tấc tôi cũng vào loại khá vậy mà vẫn phải mỏi cổ mới nhìn lên được sân khấu. Trên sân khấu, MC Nam Lộc và Thùy Dương của Trung Tâm Asia đang…hót. Chẳng là chương trình giao thừa này được trực tiếp truyền hình trên đài truyền hình SBTN. Cũng chính vì được trực tiếp truyền hình chắc sẽ hay nên anh trưởng đoàn mới quyết định tới đây thay vì đi chùa Huệ Quang như chương trình ban đầu. Các ca sĩ của Asia đang thay nhau hát những bài xuân ca. MC Thùy Dương xông xáo đi tới đám đông khán giả để phỏng vấn. Không biết thế nào mà cô MC này vớ ngay được chị T. của Montreal. Tôi đứng phía sau, giơ máy quay phim lên thu được toàn bộ cuộc phỏng vấn. Phục bà bạn đồng hành quá sức! Mang chuông sang tận Cali để…đấm!

Gần tới giờ Giao Thừa, các vị chức sắc của thành phố và các vị dân cử, vừa Việt vừa Mỹ lên chúc tết. Thượng Tọa chủ trì tụng kinh cầu an. Một vị thượng tọa da đen tụng kinh bằng tiếng Mỹ. Nghe cũng thấy lạ. Còn 10 giây tới giờ khắc giao mùa, MC Nam Lộc mời mọi người đếm ngược *count-down*. Tiếng đếm tập thể vừa dứt là…pháo. Trước đó tôi đã chĩa máy quay vào…rừng pháo bên cạnh sân khấu. Trên hai thanh sắt được gác cao khoảng hơn một thước và dài chừng 5 thước là dây pháo treo rủ xuống như một bức màn hồng điều. Rừng pháo rộn rã lên tiếng dài suốt 13 phút trong khi các ca sĩ hát vang bài "Ly Rượu Mừng" không biết tới bao nhiêu lượt để chờ tràng pháo dứt tiếng. Khói trắng mịt mù khắp cảnh chùa. Sân khấu như quyện trong khói. Tôi chỉ lo các ca sĩ bị nuốt khói ho khan. Họ chỉ được đàn lân cứu thoát khi tiếng nổ của pháo đã gần tàn. Tiếng trống lân rộn rã tiếp theo tiếng pháo giữa lời dặn dò công chúng không nên vặt cây lá trong sân chùa. Lộc được các vị sư trụ trì đứng ban phát rộng rãi. Mỗi người lãnh một trái cam và một phong bao lì xì. Cả rừng người tuần tự lên lãnh lộc mà lộc vẫn còn đầy trên bàn. Các thầy đứng ngóng từng người mà chẳng còn ai. Muốn lấy lộc…*extra* cho người thân ở nhà xin cứ tự nhiên. Ai thấy ngót bụng có thể lấy thêm một khúc bánh mì…thịt! Dĩ nhiên là thịt chay.

Sáng hôm sau, mùng một tết, tòa soạn báo Phụ Nữ Diễn Đàn và Chí Linh của ông bạn Phạm Phú Minh mở cửa tiếp tân mừng xuân mới. Cũng khởi đi bằng một cối pháo nổ rộn rã. Chung quanh, các văn phòng và cửa hàng thi nhau cho nổ. Mùi pháo xuân quyện trong không gian. Nhà thơ Thành Tôn

Làng Việt Nam tại Chợ Tết Sinh Viên.

đưa tôi tới dự vừa lúc cuộc tiếp tân bắt đầu. Tôi gặp lại ông bạn cùng xứ Quebec Nam Dao cùng các nhà văn Lữ Quỳnh, Phạm Quốc Bảo, Phùng Nguyễn, Dohamide, Đạm Thạch. Tiếng pháo át mất câu chuyện của chúng tôi. Xác pháo tung tóe khắp nơi. Trên đường phố, khắp những nơi tôi đi qua, từ Nam Cali tới Bắc Cali, chỗ nào cũng có những vụn giấy hồng bay tung tóe theo gió. Tôi bỗng nảy ra ý tinh nghịch tìm những chiếc pháo lép như những ngày còn nhỏ. Ngày đó, túi chúng tôi đầy ắp những chiếc pháo không theo kịp chúng bạn bị chúng tôi bắt xác. Thói phá làng phá xóm được dịp xả láng. Chúng tôi châm từng quả pháo rời vào chân khách bộ hành để mua vui bằng cái giật mình của thiên hạ. Khi thiên hạ là những tà áo hồng áo đỏ thì niềm vui của chúng tôi tăng lên gấp bội. Ngày đó chúng tôi chưa rõ được hết sự khác biệt nồng nàn của những người khác phái. Phải mãi tới sau này, khi đã hơi chững chạc trong chiếc ghế của trường trung học đệ nhị cấp, những bóng hồng mới có ý nghĩa.

Những ngày thơ mộng tương tư áo hồng áo đỏ đó được nhắc lại trong cuộc họp bạn cùng các bạn Chu Văn An cũ vào trưa ngày mùng ba tết. Nhìn nhau, người thì nhận ra, người thì mất hút trong ký ức. Phải xưng tên, xưng ngồi bàn nào, năm nào mới "ừ nhỉ". Nửa thế kỷ đã trôi qua chứ ít ỏi gì. Những râu tóc, những gậy gộc, những vết khuyết của răng làm chúng tôi lạ nhau. Nhưng khi nhắc tới những nghịch ngợm xưa, những cuộc tình vụng về dấu diếm cũ, những tật những tiếng, thì chúng tôi mới mường tượng được những ngày thanh tân cũ. Sáu bảy chục mạng nay co cụm được hơn chục mạng. Bom đạn như vậy, súng ống lềnh khênh mấy chục năm thì sự mất mát coi như chuyện dĩ nhiên. Hai chai rượu mang về từ Hạ Uy Di của một anh bạn đã hâm nóng không khí tụ họp của những chàng trai hăng hái tìm cửa vào đời năm xưa, nay đã muốn tìm đường xa lánh đời. Hẹn nhau khi chia tay sang năm sẽ gặp lại nữa. Hẹn thì hẹn. Hăng hái hẹn. Chẳng ai muốn lỗi hẹn. Nhưng biết ra sao ngày sau.

Ngày sau là một bài toán đố chưa có lời giải, ngày xưa là những tiếc nuối khôn nguôi. Trong cuộc diễn hành sáng ngày 30 tết trên đường Bolsa, tôi đã được nhìn lại chiếc xe *jeep* chỉ huy có cần ăng ten cao vòi vọi được vắt cong xuống kính xe, nhìn lại chiếc GMC màu lính. Chính chiếc GMC này đã đưa tôi từ Trung Tâm Tuyển Mộ và Nhập Ngũ số 3 tới quân trường Quang Trung chăng? Tiếng còi hụ của chiếc xe quân cảnh dẹp đường nhắc lại những đoàn GMC đầy nhóc những chàng trai lầm lì ra chiến trường. Tôi không đi tìm mà quá khứ vẫn hiển hiện đâu đây.

Chiều 30 tết, cuối năm con trâu, tôi tới Hội Tết Sinh-Viên. Quê hương nằm ngay trước mắt với những di tích lịch sử của kinh đô Huế xưa được dựng lại. Bên những Ngọ Môn, Thiên Mụ còn có quán trà Huế, quán bún bò và một gian nhà lá quê mùa có cây chuối, cây tre, có hàng rào thưa, có chiếc vó kéo cá ngoài sông, có bàn cờ tướng bên ngoài hàng rào. Các kỳ thủ vừa già vừa trẻ say sưa tìm những nước đi trên mấy chiếc bàn cờ dưới gốc cây. Không phải cây đa cây đề. Quê hương dựng lại vẫn hụt trước hụt sau cho đắng cay nỗi nhớ. Những em bé trong bộ quốc phục, những thiếu nữ áo dài, áo tứ thân tản bước du xuân, những chàng trai khăn đống áo dài lam, những em gái trong áo tứ thân sóng bước bên những bộ quân phục của đủ các sắc lính kể cả lính quân trường Thủ Đức.

Tôi đã qua nhiều cái tết xa quê. Chỗ này chỗ khác. Nhưng không có cái tết nào giống tết Cali. Đó là cái tết Sài gòn tìm lại được. Đoàn người trên ba chục mạng từ Montreal đi ăn tết Cali tản mác khắp nơi. Sau đêm giao thừa, chúc tết nhau xong là mạnh ai nấy…tết. Người có thân nhân bạn bè tại Cali tìm về ăn tết với người thân. Khách sạn Ramada trên đường Garden Grove dập dìu những chiếc xe tới đón bà con thân hữu. Số này coi bộ khá đông. Hầu như ai cũng vương chút dây mơ rễ má nơi thủ đô tị nạn này. Ông quản lý khách sạn lắc đầu than: quý vị chưa tới mà phôn đã tới tấp hỏi xem đoàn đã tới chưa! Khách sạn rất Việt Nam với cây mai vàng nằm giữa những chậu cúc đại đóa nơi tiền sảnh. Những bức tranh của Bé Ký trong các phòng. Ngoài hành lang tranh của các họa sĩ Việt Nam, nhất là tranh của Hồ Thành Đức, phu quân của họa sĩ Bé Ký, nằm mỹ thuật trên tường. Gặp Hồ Thành Đức tại cà phê *Factory,* nơi hội tụ mỗi sáng của giới văn nghệ quận Cam, tôi nửa đùa nửa thật khi được người họa sĩ tài danh này hỏi đang ngụ ở đâu: "Ở nhà ông chứ ở đâu!". Trước vẻ mặt ngơ ngác của Đức tôi nói tên khách sạn. Đức cười khì, trông rất hớn hở.

Nhóm không có thân nhân ở Cali là các vị lần đầu tới thủ đô tị nạn. Một bà được bạn dặn phải tới cầu nguyện ở một ngôi thánh đường rất linh thiêng ở San Jose đã cuống quít đòi thuê taxi tới ngay sau khi vừa đặt chân xuống phi trường Los Angeles! Ai cũng bật cười trước vẻ mặt ngơ ngác của đương sự nên chẳng cho bà biết là từ Little Saigon tới San Jose xấp xỉ từ Montreal tới Toronto. Một ông tỉnh bơ nói: "Chị phải đi xe đò. Có xe đò Hoàng đó!". Bà hấp tấp hỏi bến xe đò trước những khuôn mặt không nín cười được của cả đoàn. Một ông khác đứng coi diễn hành ngay trước Phước Lộc Thọ mà quay ngang quay ngửa tíu tít hỏi Phước Lộc Thọ ở đâu! Những "khách" của Little Saigon này được ban tổ chức đưa đi đón xuân trong buổi chào cờ đầu năm tại Đài Chiến Sĩ Việt Mỹ, coi pháo nổ, thăm Hội Tết, *shopping,* đi biển và…tới ăn tết tại nhà chị Ba! Đây là một nhân vật đặc biệt. Lẽ ra chị phải ở Montreal mới đúng. Không biết sao chị lại mắc nợ dân Montreal như vậy! Từ khi đoàn du lịch Montreal tới, chị cứ quấn quít với mọi người. Chị mang xe tới chở dân Montreal đi lung tung. Cần là có mặt chị, không cần chị cũng tới chỉ để ngồi nói chuyện, cười giỡn khan. Có những buổi chị lái xe đi đi về về nhiều lần như con thoi để chở hết lượt này tới lượt khác đến một nơi nào đó. Có lần chị mang "đặc sản Cali" gồm chè, bánh, xôi…tới chiêu đãi. Ai cần chi nhờ chị là chị mua mang tới ngay. Cali thứ chi chẳng có. Dân Montreal thứ chi chẳng thích. Nhất là trong dịp tết nhất.

Có một điều rất thú vị: nơi có nhiều dân Việt tị nạn cư ngụ nhất lại là nơi mà, trong những ngày tết, cây mai cây đào phơi phới nở hoa tứ tung từ ngoài đường đến trong vườn. Hình như thiên nhiên biết cái tết Việt Nam nên cho hoa nở tứ tung. Gọi là mai và đào nhưng thực ra trông chỉ từa tựa mai và đào ở Việt Nam thôi. Đào thì cũng màu…đào. Lại thêm thứ đào hoa trắng như hoa mai trắng trên Đà Lạt. Mai thì cũng vàng vàng. Cây đào đẹp nhất có lẽ là cây đào tôi được thấy nơi vườn nhà của anh chị Phạm Phú Minh. Một gốc nhưng nửa trắng nửa hồng. Hoa nở xum xuê. Cây cao tới khoảng ba, bốn thước. Đào Mỹ mà lị! Trên hành lang nhà ông bạn văn này tôi còn được coi một cây mai vàng năm cánh hẳn hoi được trồng trong một chiếc chậu lớn. Y chang thứ mai Sài gòn. Hỏi thì anh cho biết là do một người bạn biếu từ năm năm trước. Mỗi năm, đúng vào dịp tết, hoa nở vàng cả cây. Trông thấy "người di tản" đặc biệt này ai cũng thích. Máy hình lia lịa chụp…chàng. Các bà đứng vào bắt quàng làm họ với dáng cây độc đáo.

Phong vị tết nơi nhà của anh chị Võ Phiến mới thật là tết. Thủy tiên do chị Viễn Phố tự tay tỉa nằm trang trọng trên bàn thờ, đài các trên bàn tiếp khách, hợp cùng đào cùng mai trong từng góc nhà, ngoài lan can. Hai cây quít

Với nhà văn Nguyễn Trung Dũng và anh chị nhạc sĩ Vũ Đức Nghiêm.

Tại vườn của nhà văn Võ Phiến.

vàng óng trĩu quả, một trước nhà, một sau vườn chẳng có một chậu quất hay tắc nào sánh nổi. Dưới ánh nắng rạng rỡ ngày mùng ba tết, ngôi nhà xinh xắn của hai người tự nhận là già đã tươi mát không khí tết. Nét mặt hằn vết thời gian của nhà văn đã quá bát tuần từ lâu tươi tắn như không khí xuân. Anh luôn miệng xuýt xoa: tết này vui quá! Những ngày cuối năm cũ, nhà văn Võ Phiến đã cho trình làng cuốn sách thứ…không đếm được của anh mang tên "Cuối Cùng". Cuối cùng là tận cùng văn nghiệp. Nghe có chút phiền muộn. Nhà văn lẫy lừng nhất của chúng ta vẫn còn phong độ. Đi ra đi vào trong nhà ngoài vườn vẫn chẳng cần tới cây gậy. Cuối cùng sao được! Ba năm trước, trong dịp ghé thăm, nhà văn họ Đoàn đã dặn khi chia tay: lần này là lần áp chót nhé. Lần này vợ chồng tôi lại ghé thăm nhà cùng với anh chị Thành Tôn, các nhà văn Phạm Phú Minh và Đạm Thạch, tôi nghĩ vẫn là lần áp chót. Đã có "Thư Nhà" rồi "Lại Thư Nhà" thì "Cuối Cùng" cũng sẽ có "Lại Cuối Cùng"!

Ba ngày tết, đám dân Montreal đi tìm tết chúng tôi đã no nê mùi tết, đã đã tai tiếng pháo tết. Đúng theo phong cách các cụ dạy, đón tết xong phải du xuân, ngày mùng bốn tết chúng tôi lên đường du xuân. Trực chỉ Las Vegas. Gì chứ du xuân ở thánh địa bài bạc chỉ có lỗ. Tin quân ta tan tác được cập nhật hóa từng giờ từng phút. Từ chết tới bị thương. Nhưng tổn thất được coi là nhẹ vì quân ta chỉ chiến đấu với những anh mặt sắt vuông vắn dùng đạn 1 xu tới 25 xu là nhiều. Du xuân gặp mấy anh mặt sắt chán chết. Phải chơi xuân cỡ hai anh chàng Lưu và Nguyễn mới thỏa

Pháo Tết.

chí bình sinh. Một đoàn Lưu Nguyễn tân thời đổ bộ tới rạp hát trong *casino* Bally's để coi *show* nổi tiếng Jubilee. Nơi đó có các tiên nữ sẵn sàng dâng những trái đào tiên. Cả bầy tiên nữ thướt tha mang đào ra giữa sân khấu để *thiên thai chúng em xin dâng hai chàng trái đào tiên.* Hai chàng mà được dâng từng ấy đào chỉ có nước bội thực! Đào đủ cỡ đủ kiểu được ánh sáng nâng thêm vẻ hấp dẫn làm điên đảo đám Lưu Nguyễn Montreal. Nửa khuya, lếch thếch từ… thiên thai ra về, lòng dạ còn ngẩn ngơ, may mà không được ôm đào tiên trên tay ra về, chứ không thì húc đầu vào xe đang lũ lượt di chuyển trên đường phố là cái chắc. Las Vegas không có đêm!

Mất thiên thai, cũng đành! Thua me gỡ bài cào, đoàn di chuyển tới một công trình tuyệt diệu của hóa công: Grand

Canyon. Đất đá nhất định không bằng đào tiên nhưng đất đá được hóa công xếp đặt đến như vậy kể là diễm tuyệt. Mọi người say sưa thưởng thức nét đẹp của thiên nhiên. Nhìn những nét khắc họa trên đá đỏ của nhà điêu khắc lớn lao, ai cũng phải cảm thấy nhỏ bé phận người. Chúng ta có là gì trước thiên nhiên hùng vĩ!

Sáng ngày mùng bảy tết, chúng tôi xuống du thuyền *Sapphire Princess* để tiếp tục cuộc du xuân. Đây mới đúng là… du. Phè ra hết chơi lại ăn. Một bà sung sướng phát biểu: đi chơi sướng thật nhỉ? Câu nói khéo ngây thơ làm mọi người cười rộ. Nhảy nhót, bơi lội, đánh *tennis,* xem hát, coi kịch, nằm khểnh trên boong tàu đọc sách tiện thể ngủ luôn giữa sóng biển thuộc tiết mục chơi. Tiết mục ăn thì cứ nhà hàng Tây kéo ghế sáng trưa chiều tối. Toàn những món ăn loại 5 sao đẹp nhức mắt. Vậy mà mới vài ngày một bà đã ước: ước chi có tô phở ngay bây giờ nhỉ! Chị L., chủ một quán phở nổi tiếng ở Montreal, cười tươi như hoa. Tây cũng chẳng bì được với phở. Khi còn ăn tết ở Little Saigon, chúng tôi đã được thưởng thức nhiều món ăn Việt. Sao lại có thể ngon đến như vậy được nhỉ? Món gì cũng ngon kể cả khi vào tiệm cơm chay. Tôi thường không hầu với các món ăn chay. Rau dưa đâu có nuôi được cái miệng mặn mà, vậy mà đụng món chay Cali cũng phải xuýt xoa thay cho ông thần khẩu. Mà món chay cũng đắt như món mặn. Chỉ có phở là rẻ. Chẳng là các tiệm phở Cali đang cạnh tranh nhau đại hạ giá trong dịp tết. Phở bò có tiệm bớt 50%. Phở gà cũng 50% đại hạ giá. Đi ngang qua những bảng quảng cáo to đùng, mắt mọi người đều liếc bà chủ tiệm phở Montreal. Đi một ngày đàng học

Bầu cua cá cọp ngày tết trên du thuyền.

một sàng khôn, không hiểu bà này có học được chút khôn nào không. Bà lắc đầu lia lịa nhất định không chịu học hiếc chi cả!

Bảy ngày trên tàu du xuân, mặc cho tây tàu chạy đông chạy tây, cứ tối tối dân Việt nhất định không quên văn hóa Việt. Người bày ra việc trở về nguồn là anh S.. Thực ra việc trở về nguồn này cũng không có chi rắc rối lắm. Anh chỉ mang theo một bộ bầu cua cá cọp. Chạy vào tiệm ăn *buffet* mượn đỡ một cái đĩa, một cái bát là đầy đủ lễ bộ. Bàn cờ bịch rất tết này cũng rất văn nghệ. Chỉ được đặt tối thiểu 25 xu, tối đa 1 đồng. Lại rất hòa hợp hòa giải: đặt tiền Canada chung tiền Canada, đặt xu Mỹ chung xu Mỹ! Cứ cò con mua vui vậy mà vui đáo để. Khách tây khách Mỹ đi ngang qua đều ngừng lại coi cái trò lạ mắt này. Một ông Phi đứng coi

Tuyết trên Lake Tahoe.

một lúc, thông hiểu trò chơi, hỏi tôi: nếu xóc ra ba hột đều cùng một con thì sao? Thì chi gấp ba lần. Ông cười toe hiểu ra. Hiểu nhưng không thấy ông đặt tiền. Nếu ông đặt tiền thì bàn bầu cua cá cọp đã mang màu sắc quốc tế!

Bảy ngày…khoái lạc qua mau, mọi người khăn gói quả mướp xuống tàu trực chỉ phi trường Los Angeles qui hồi cố hương. Anh S. đếm đi đếm lại số người. Tôi đã nói trước rồi, có sai đâu. Đi bao nhiêu mạng về đủ từng ấy mạng. Không thiếu cũng chẳng thêm, mà có thêm thì hạ hồi phân giải, giờ chưa biết được! Không ai nhắc lại câu ca dao tân thời ngày mới đặt chân tới phi trường Los Angeles. Cali đi dễ ợt mà về cũng dễ ợt. Khó chi đâu nè!

Cũng khó chứ! Tôi chưa dễ dứt tình với Cali. Xuống tàu tôi vội khăn gói leo tuốt lên miền Bắc Cali. San Jose,

San Francisco và leo lên tận đầu Cali là thủ đô Sacramento. Leo tiếp lên cao hơn nữa tới tận Lake Tahoe lận. Tuyết! Tuyết nằm trắng xóa trên núi. Nhấc phôn gọi về cho ông Luân Hoán ở Montreal định trách ông sao không giữ tuyết lại dùm. Ông nhà thơ cười hề hề: từ ngày anh đi trời Montreal nắng ráo, ấm áp, chẳng có một vẩy tuyết nào cả. Nghe mà lộn tiết! Chẳng là khi đi, muốn học đòi làm sang như các ông bà *snowbirds* giầu có đi trốn tuyết khi đông về, tôi lỡ ba hoa với ông bạn là tôi đi trốn tuyết. Thiệt mất mặt! Bây giờ tôi mới thấm thía nghĩ ra là tuyết chúng đều biết bay!

03/2010

SAN JOSE, NHỮNG BẠN GIÀ

Trong chuyến tới Cali vào dịp Tết Canh Dần vừa qua, tôi có ghé San Jose. Hai ngày ở thung lũng điện tử nay đã hết… điện này tôi chỉ cốt gặp ông bạn Nguyễn Xuân Hoàng. Số là cách đây chừng nửa năm, tình cờ vào một trang *net*, thấy hình chàng tóc bạc như cước giống như các đại hiệp về già trong các phim kiếm hiệp tàu, tôi bỗng sững sờ. Bèn *mail* hỏi. Chàng trả lời là chàng nhuộm tóc! Gặp chàng, chàng thú thật là tóc chàng bỗng…tiên phong đạo cốt như vậy. Nhuộm khỉ gì đâu! Trong một buổi ăn tối, một chầu cà phê Starbuck vào sáng hôm sau, chúng tôi nhắc tới những ngày xưa cũ. Sài Gòn những ngày còn thanh xuân. Tòa báo Văn Học trên đường Lê Văn Duyệt, góc Nguyễn Du, nơi chúng tôi quen nhau. Mới đó mà tóc đã thành cước! Có lẽ báo bổ đã làm chàng trắng tóc. Chàng vẫn còn ao ước phục dậy được tờ Văn. Nhiệt tình vẫn còn đó, tài hoa vẫn còn đó, chỉ thiếu mấy tờ giấy xanh. Giờ thì vẫn giúp Vy làm tờ tuần báo *Việt Tribune* đó. Nhưng báo phải là báo văn học mới đã tay chàng.

Một buổi sáng, tới thăm tòa báo. Rộng. Sách ngập kệ, báo đầy phòng. Vơ vội vài tờ *Việt Tribune* mang lên máy bay coi. Mở tờ báo…chùa thấy cách trình bày mang đậm dấu ấn Nguyễn Xuân Hoàng. Gặp được bài của một cô bạn văn trẻ. Thu Thuyền. *Tháng Giêng Cuối Cùng Bên Bố*. Bố của Thu Thuyền là nhà thơ Hoàng Anh Tuấn, một nhà thơ tài hoa, rất tình.

Em vẫn bé, anh vẫn còn ngây ngất
Màu áo hường còn gợn sóng âm thanh
Mắt thuyền qua nên nón vẫn nghiêng vành
Chân cuống quít nên guốc ròn gõ cửa
Anh mở vội cả nghìn lần hớn hở
Cho hồn nhiên, mắc cở với hoài nghi
Em cúi đầu và lặng lẽ bước đi
Từ hôm ấy cửa nhà anh bỏ ngỏ

Nhà thơ của tình yêu ấy, trong *Tháng Giêng Cuối Cùng Bên Bố*, đã thành một ông già trong một viện dưỡng lão. Tuổi ông lúc *tháng giêng* đó vừa 74, chỉ nhỉnh hơn tuổi Nguyễn

Tết Cali với Nguyễn Xuân Hoàng.

Xuân Hoàng và tôi bây giờ chút ít. Hàng xóm của ông là những…quái nhân. *"Có ông bị bán thân bất toại, cực kỳ gàn dở khó tính. Lúc nào cũng gắt hơn mắm. Vợ con đến thăm phát điên đầu về những lời than vãn, nhiếc móc. Còn các cô nhân viên thì khổ "như chó" với ông này: "Các con có biết, ông già đó ác đến độ vừa tắm rửa xong, y tá bê lên giường nằm chưa được một giây đã nghiêng người bĩnh cho một bãi be bét rồi quay ra nằm ngửa. Bẩn từ lưng xuống đùi!"…. Vừa lúc ấy ông bạn cùng phòng của bố được đẩy vào. Tôi hỏi khẽ, có phải bác này là vua bĩnh không bố? Bố tôi cười ha hả. Không đâu con, ông ấy đi đứt rồi! Tôi ôm miệng để khỏi la hoảng. Thôi bố ơi, chết rồi thì để người ta yên. Bố tôi không nói về bác Bĩnh nữa thì quay qua nói về bác Nghịch. Bác Nghịch thích bấm chuông kêu y tá, đến lúc họ vào, bác tỏ vẻ ngơ ngác không hiểu chuyện gì xảy ra. Bố kể: "Có hôm bác rên rỉ nhờ bố bấm chuông dùm. Bố bấm xong, y tá vào. Bố chỉ qua bác ấy, bác lại chỉ qua bố kêu: Ông bấm sao lại chỉ tôi!".*

Nhà thơ nhìn quanh cũng có khác. Không thấy thơ thì cũng bắt được tiếng cười. Cuộc sống phải chăng là thứ vặt vãnh. Dại chi mà nghiêm chỉnh với nó. Cuộc sống gần tàn trong chốn cận kề cửa tử lại càng nhạt nhẽo. Nhà thơ Hoàng Anh Tuấn gửi những ngày tháng cuối nơi viện dưỡng lão *Mission de la Casa*. Chẳng còn chi vui thú ngoài những lần thăm viếng của người thân. Đó là những vui thú chắt chiu được từ đời sống bên ngoài. Họ luôn luôn ngóng ra cửa. *"Tôi đã dặn cả nhà đừng nói cho bố hay về chuyến đi của tôi, thế mà khi vào đại sảnh của Mission de la Casa, đã thấy bố ngồi chờ trên chiếc xe lăn. Mắt bố hướng về cửa chính, trên người khoác chiếc áo len xanh dương sọc trắng của tôi gửi biếu tháng trước. Tôi reo toáng lên: "Bố!". Đôi mắt bố lấp lánh. Cả khuôn mặt bố rạng rỡ. Sau này tôi vẫn nói với chồng, nhìn bố lúc ấy, thật không bõ công bay xa!"*

Nơi tôi ở thường diễn ra những cuộc bầu cử. Hết bầu liên bang, tỉnh bang, đến bầu nghị viên thành phố, đại diện các học khu. Phòng phiếu nhiều khi nằm trong khuôn viên các viện dưỡng lão. Mỗi lần vào viện dưỡng lão đi bỏ phiếu, tôi thường được đón tiếp bằng một hàng rào danh dự gồm những chiếc gậy, những chiếc nạng và những bánh xe lăn. Không có gì sáng bằng cặp mắt của những con người luộm thuộm, lếch thếch, chủ nhân của những thứ không muốn mà cứ quấn lấy họ đó. Mỗi lần có bỏ phiếu là một ngày hội của họ. Ngày có những người ở thế giới khác tấp nập đến với họ. Họ không trông mong gì hơn là một nụ cười, một câu chào của những người sống gần họ mà như tới từ một hành tinh khác. Nhìn họ đố ai không trùng lòng xuống. Họ cô đơn quá. Cảm thương của tôi được diễn tả trong truyện ngắn *"Người Đàn Bà Ôm Bó Hoa Trong Ngày Tết"* được viết từ cả chục năm trước: *"Bà Nhân ngồi trong phòng khách dễ chừng cũng đã hơn một tiếng đồng hồ. Con nhỏ sao hôm nay tới chậm thế. Lại bận rộn tết nhất ở nhà chắc. Ờ, lẽ ra tuần trước nó phải nói với bà là hôm nay không đến chứ. Con nít gặp ngày tết mừng như lân gặp pháo ấy chứ. Thằng Thắng, thằng Thịnh hồi bằng tuổi con nhỏ này mỗi lần tết đến lăng xăng phải biết. Đòi đủ thứ: quần áo mới này, tiền lì xì này, tiền mua pháo này, dẫn đi chơi sở thú này, đi coi xiếc này... Chỉ thiếu điều đòi mang ông trăng xuống chơi thôi. Trẻ con ấy mà. Có bao giờ biết thế nào là đủ đâu. Mi mắt bà Nhân xụp xuống mệt mỏi. Phải ráng chờ con nhỏ ít phút nữa vậy. Tuần trước nó không nói với bà là tuần này không đến được thì chắc nó sẽ đến. Con nhỏ này được cái rất trọng giờ giấc. Chẳng có tuần nào để cho bà phải chờ lâu cả. Vậy mà hôm nay sao vẫn chưa thấy mặt nó. Tết mà! Bà khẽ mỉm cười nghĩ đến ngày tết hôm nay.... Con nhỏ lách người qua chiếc cổng sắt lớn già nua cũ kỹ như những bà già trong Viện. Đôi mắt bà Nhân vừa bắt được hình dáng con nhỏ mảnh mai dưới trời tuyết thì chiếc miệng của bà đã khó khăn vẽ ra một nụ cười thiếu trước hụt sau. Mẹ mày! Để bà chờ bắt mệt. Bà khẽ mắng yêu. Con nhỏ co mình trong chiếc áo choàng sậm mầu, chiếc túi đeo lưng được vắt hững hờ trên một bên vai, đang *thận trọng tiến từng bước trên đường ngập tuyết trơn láng. Trông dễ ghét quá đi. Bà Nhân khẽ lầm bầm trong miệng, đôi mắt như muốn nuốt chửng con nhỏ".*

Con nhỏ là một thiện nguyện viên còn đang học trung học. Tôi lấy hình ảnh nói lên sự cô đơn của những người già sống biệt lập trong các viện dưỡng lão từ lời kể của con gái tôi. Dĩ nhiên có hư cấu thêm chút đỉnh. Thu Thuyền đến thăm bố Tuấn cũng vào một ngày tết. Tết là ngày hội ngộ, ngày đoàn tụ. Dù ở góc trời xa xăm nào người ta cũng lần mò về lại gia đình trong ngày đầu năm mới. Hình như sự cô đơn trong ngày tết làm nhà thơ của chúng ta…người hơn. Hình như nó quá sức chịu đựng của ông. Bởi vậy nên khi gặp con gái, ông cũng "người" như mọi người khác. *"Những giây phút mới gặp, bố tôi dường như còn bị choáng, cứ trả lời từng nhát một. Tôi thì muôn đời băng nhắng. Hỏi chưa nghe ra câu trả lời đã bắc sang câu kế, chưa kịp biết bố có đồng ý đã nhảy ngay ra Lee's Sandwich đem về lủ khủ cà phê sữa đá, chuối chiên, paté, bánh giò... Một ít xếp vào tủ lạnh. Còn lại bày đầy ra bàn. Hai bố con nhìn "mâm cỗ tết", không biết phải bắt đầu bằng món gì trước. Chợt có bà cụ lăn xe ngang phòng 128 của bố, thấy nhộn nhịp, dừng mắt lại vài giây: "Con ông Tuấn về chúc tết đấy à?". Bố tôi vênh vang gật đầu như thầm nói, "Tôi bảnh chưa? Con ở mãi tận Texas lặn lội về đây thăm đấy!". Bà cụ chặc lưỡi: "Con gái tôi hôm nay bận không thăm được nhưng hôm qua có tới đưa gói mứt, để tôi về phòng đem qua đây ăn cho vui". Nhưng bố tôi cản nhanh: "Thôi bà ạ. Cháu nó sắp đưa tôi ra ngoài rồi!". Nhìn khuôn mặt phúc hậu của bà cụ trùng xuống, tôi thấy thắt cả ruột!"*

Hơn nhau chỉ là sự quan tâm của những người bên ngoài, từ một thế giới khác. Tội nghiệp cho nhà thơ lúc chịu đựng tuổi già. Có lẽ sự lẻ loi là hình phạt phũ phàng nhất mà con tạo dành cho những người có cuộc sống dài dằng dặc. Họ cô quạnh trong cái kén của riêng họ để vờ vật nghĩ đến ngày xưa.

đêm qua trời trải mưa phùn
sáng nay hiển hiện một vùng dậy xuân
đất bồng cỏ trỗi lâng lâng...
nhớ ra, ta cũng có lần trẻ trung
đi như đi tới tương phùng
coi đâu là chỗ tuyệt cùng của tâm...

(Tô Thùy Yên)

Tiếng là "dưỡng lão" mà họ có dưỡng được chi đâu. Cân cấn trong lòng là những vơ vẩn tới những ngày xưa dập dìu nhộn nhịp. Cũng nằm trong viện dưỡng lão nơi được mệnh danh là Thung Lũng Hoa Vàng này là Phạm Huấn. Phạm Huấn của những ngày quân phục sĩ quan cấp tá Việt Nam Cộng Hòa đứng giữa lòng Hà Nội đặc sệt mùi cộng đỏ từ tháng 2 năm 1973 trong công tác chứng kiến cuộc trao đổi tù binh ở Gia Lâm để viết nên cuốn *"Một Ngày Ở Hà Nội"*. Hà Nội lúc đó còn xa tít mù khơi. Đó là quê hương mịt mù trong thế giới đỏ mất hút trong mắt của những người Hà Nội ly xứ. Phạm Huấn của những *Triệt Thoái Cao Nguyên, Những Trận Đánh Lớn Trước Khi Mất Miền Nam, Điện Biên Phủ 54 - Ban Mê Thuột 75* và *Trận Hạ Lào*. Khi về già, bệnh tật, người bạn thân của nhà thơ Hoàng Anh Tuấn cũng chôn vùi dĩ vãng trong một viện dưỡng lão ở San Jose này. Không phải viện *Mission de la Casa* có nhà thơ họ Hoàng mà là viện dưỡng lão do bác sĩ Nguyễn Văn Ngải thành lập. Cô Ngọc Thủy kể lại một lần cùng nhà văn Phan Nhật Nam tới thăm người phóng viên chiến trường sôi nổi năm xưa: *"Từ cửa chính văn phòng, được người nhân viên cho biết số phòng để rẽ tay mặt rồi mới quẹo trái để tìm số phòng với tên người thăm mà chúng tôi vừa mới được cho biết.... Tới trước cửa phòng bên tay mặt, chúng tôi dừng lại nhìn bảng tên được gắn trên tường xem cho chắc chắn rồi mới bước vào trong. Mỗi phòng có hai giường cho hai bệnh nhân. Ông cụ đang nằm phía ngoài thì có lẽ không phải rồi, còn bên trong nơi sát cửa sổ có người đang nằm ngủ trong tư thế một chân gác trên giường, một chân gần buông thõng xuống đất. Anh Phan Nhật Nam đứng sững lại, chăm chăm ngó người đàn ông ấy mà vẫn không nhận ra nên có vẻ tần ngần, cả hai đứng lưỡng lự một lúc khá lâu, bối rối không biết đánh thức người kia dậy thế nào. Một hai phút yên lặng trôi qua, tôi vụt gọi: "Anh Phạm Huấn ơi!" Một tiếng gọi ngắn nhưng người đàn ông choàng tỉnh ngay, mở mắt ra nhìn ngó hai người khách lạ đứng trước mặt, gương mặt tươi tỉnh với nụ cười như đã nở sẵn trên môi tự lúc nào, anh Phan Nhật Nam tiến nhanh đến sát giường vừa nắm tay vừa khẽ gọi: Anh Tư, anh nhớ em không? Người đàn ông vẫn ngó chăm chăm một lúc rồi từ từ nói, tiếng phát âm nghe có vẻ lọng ngọng khó khăn với từng chữ như người ngọng nghịu cà lăm: "Phan Nhật Nam đấy à...". Anh Phan Nhật Nam xúc động cầm tay anh Phạm Huấn áp lên mặt: "Vâng, em đây, anh Tư"! Giây phút cảm động giữa hai người bạn từng thân thiết, gắn bó chung một con đường phục vụ trong ngành báo chí quân đội, là phóng viên chiến trường cùng có mặt trên các mặt trận sôi bỏng, lẫy lừng năm xưa, nhất là thời điểm mùa hè đỏ lửa 1972 và 1973 trong chuyến đi Hà Nội theo phái đoàn trao trả tù binh hai bên của Ủy Ban Liên Hiệp Quân Sự Bốn Bên.v.v... đã làm tôi nghẹn ngào lây với những hạt nước mắt không kềm giữ được khi nghe họ cùng mừng vui thăm hỏi, nhắc nhở với nhau về một vài kỷ niệm khó quên trong những tháng năm đậm sâu ấy. Một lát, anh Phạm Huấn đòi ngồi dậy (vì muốn giữ cung cách lịch sự khi tiếp khách có mặt người phụ nữ). Tôi và anh Phan Nhật Nam phải mỗi người một bên đỡ anh dậy mà mãi một lúc sau, anh mới từ từ ngồi lên được. Khi chúng tôi tạm biệt ra về, anh Phạm Huấn nhất định đòi đưa tiễn khách, anh Phan Nhật Nam vội vàng ngăn cản vì biết anh đi đứng khó khăn, nhưng anh Phạm Huấn cũng một mực nói: "Phải để tôi đưa hai bạn ra cửa chứ"! Thấy anh đang vui, không nỡ để anh nói nhiều, anh Phan Nhật Nam ngồi xuống xỏ từng chiếc dép vào đôi chân đã mang vớ sẵn của anh. Rồi anh nhờ đưa cây gậy ở đầu giường, anh bảo phải chống gậy thì anh mới đứng lên và đi được (vì lưng anh đã bị cong gập lại mà sau này tôi được biết đó là hậu quả trong một khóa học huấn luyện về Nhảy Dù, anh đã bị thương khi đáp Dù xuống một gò mả. Những thương tích ấy khi còn trẻ thì lướt qua nhanh tưởng hết, nhưng khi đến tuổi già thì trở lại thành thương tật khó ngờ). Anh Phan Nhật Nam vừa đưa gậy cho anh vừa nói đùa để nén sự thương cảm xót xa: "Hồi trẻ anh Tư cầm gậy để chỉ huy bây giờ về già anh

Tư cầm gậy để đi đứng là chuyện thường thôi mà"! Cả ba người cùng cười rồi chúng tôi đỡ anh đi chầm chậm ra cửa. Đi thêm ra phía ngoài hành lang một chút, anh Phan Nhật Nam dừng lại: "Thôi anh Tư vào nghỉ đi, đưa em và cô ấy đến đây được rồi. Mai mốt em sẽ lên đây thăm anh Tư nhiều lần nữa. Anh vào nghỉ cho khỏe, đừng đi xa nhiều, mệt anh lắm"! Anh Phạm Huấn đã tiễn khách rồi thì bây giờ đến lượt chúng tôi lại dìu anh trở lại phòng nằm nghỉ. Sự nhiệt tình ân cần của anh khiến tôi và Phan Nhật Nam thấy thêm lưu luyến khi chia tay lần nữa!"

Nhà thơ Hoàng Anh Tuấn và nhà báo Phạm Huấn đều đã kẻ trước người sau bước vào vùng thiên cổ ngay tại San Jose này. Nhà báo họ Phạm đi trước vào tháng 10 năm 2005 và nhà thơ họ Hoàng theo sau vào mùa thu 2006.

Tới San Jose thăm bạn, vớ được tờ báo của bạn, đọc được bài viết của người bạn văn nhỏ tuổi viết về bố, tôi bỗng sa đà vào chuyện u uẩn cuối đời của những người viết tại vùng đất này. Bên ly cà phê sáng hôm đó chúng tôi chẳng có chuyện gì vui. Gặp nhau là cái vui duy nhất. Cái vui của những người kè kè tuổi trời bên cạnh, mỗi lần gặp nhau là một lần khó. Hoàng cũng là một thứ chủ mỏ than. Như các ông bạn Luân Hoán và Đinh Cường của tôi. Ba ông trấn ba mỏ than ở ba vùng…chiến thuật. Than chi cho ốt dột. Chúng tôi vẫn chưa phải…dưỡng. Vẫn còn cầm được cây viết cây cọ. Thế là đủ. Đời chi hơn nữa.

Bởi vậy tôi mới cố tình dùng chữ "chàng" để nói về ông nhà văn họ Nguyễn đang trấn vùng Thung Lũng Hoa Vàng. Để giỡn nhau một chút! Nguyễn Xuân Hoàng vốn dị ứng với hai chữ "chàng" và "nàng" trong các bài viết. Theo tôi đếm được thì đã hai lần chàng ra tuyên ngôn khai tử "chàng và nàng". Chụp được cái mũ "chàng" trên đầu người bạn từ những năm xưa tôi muốn nhắc Hoàng là "chàng" vẫn còn ngon. Không có ai gọi những bóng hình trong các viện dưỡng lão là chàng và nàng cả. Chàng và nàng tự chúng đã có nét xuân thì. Tôi thích nhìn thấy Hoàng trước mắt như anh chàng hào hoa, cao ráo, điển trai năm xưa mỗi chiều thứ bảy tụ tập đấu láo nơi tòa soạn báo Văn Học của vợ chồng Phan Kim Thịnh. Quên đi nhúm tóc bạc như cước trên đầu. Coi chúng như ngoại vật. Cái ở trong cái hộp khuất sau nhúm tóc đó mới đáng kể. Ngồi trong tòa soạn báo *Việt Tribune*, chúng tôi vẫn hồn nhiên "mày tao". Như những ngày Văn Học năm xưa. Có chi thay đổi đâu! Tôi muốn mượn câu thơ của Phạm Nhuận để tặng Nguyễn Xuân Hoàng. *Có hề chi vàng một chút rong rêu!*

03/2010

TRÁI CÂY NHIỆT ĐỚI Ở FLORIDA

Tôi vốn rất mê ca dao nhưng lần này bị ca dao dụ khị.
Chơi xuân kẻo hết xuân đi / Cái già xồng xộc nó thì theo sau.
Cứ đọc tới hai câu ca dao này là thấy sốt ruột. Lúc nào cũng
thấy cái già bám sát lưng như mụ nặc nô đuổi đòi nợ. Nay
còn đi được, mai chắc có đi được nữa không. Vậy thì cứ chơi
trước cho chắc ăn! Ngày xưa các cụ chơi sao tôi chẳng biết
nhưng bây giờ tôi chơi theo thời bây giờ: đi chơi! Nói là đi

nhưng chân đâu mà đường trường xa ta cứ cất bước. Leo lên máy bay cho nó chở đi là hợp mệnh trời nhất. Vậy thì tôi leo lên máy bay.

Nói vậy nhưng đâu có giản tiện như vậy. Trước khi đi phải lo bài vở cho ngon lành. Đi một tuần là một bài, đi hơn thì cứ làm tính cộng. Gò lưng cho xong đủ bài, vào *internet,* bấm vào nút *send* là thở phào. Nhưng sự đời đâu có giản dị như vậy. Chỉ vài phút sau là các vị chủ bút…bình luận liền. Toàn những câu không mấy êm ái. Đàn ông hay đàn bà, đã là con người thì nhân chi sơ tính bản…cà khịa nằm vùng sẵn. Có dịp là bày tỏ. Người thì cắm cúi làm, người thì xách va li đi chơi, chắc chắn sẽ nảy sinh ra mâu thuẫn. Thôi thì mọi sự cứ coi như hề hề hết. Coi như anh em ghét yêu vậy!

Rũ sạch nợ tôi thảnh thơi lên đường. Muốn cho cuộc đi du hí có chính nghĩa, tôi coi như mình đi trốn lạnh. Trời chưa lạnh lắm nhưng một hai tuần sau ắt sẽ lạnh. Cứ trốn trước cho chắc ăn. Nơi tôi tới là miền nắng ấm Florida, hang trốn lạnh hàng năm của các cụ già xứ Montreal. Các cụ tây thường chơi luôn sáu tháng mùa đông rồi mới qui hồi cố hương. Tôi chưa già, chỉ nhiều tuổi, nên chưa cần tới sáu tháng. Trời đất chi mà phước đức. Tháng mười một vẫn cứ phong phanh một tấm áo mỏng, một chiếc quần cụt, đôi dép lẹp xẹp, sướng cách chi đâu. Này hoa giấy, này hoa tim vỡ của T.T.Kh., lại thêm nhãn, mít, cóc, ổi, thanh long. Tôi nhìn lại được cây bàng, cây muỗm.

Mục tiêu của những ngày nắng ấm Florida là các vườn trái cây của người Việt. Bấm GPS, tới một vườn nhãn. Cũng thấy nhãn đấy nhưng đã cuối mùa, không còn bao lăm. Dưới một mái nhà tôn bốn bề trống hốc trống hoác, một đám thợ Mễ đang ngồi lựa những chùm nhãn còn dính đầy lá để đóng thùng. Chúng tôi (người là một con vật bầy đàn nên chúng tôi rủ nhau đi tới chín mạng!) xà vào nếm thử. Nhãn tươi mới hái từ cây xuống ngọt lịm, khác xa với thứ nhãn đông lạnh đắt như vàng tại Montreal. Bê ra xe mỗi người vài cân, ăn cả tuần chưa hết. Vậy mà cũng không chán. Chỉ phải cái tội ních nhiều nên nóng. Nóng thì nóng, thần khẩu vẫn thắng nên ăn vẫn cứ ăn. Không thấy ai báo cáo về chuyện trục trặc nơi đường nhập cảng và xuất cảng của đường ruột nên tình hình không rõ ràng.

Nhãn chỉ là một tiết mục, chúng tôi lên xe trực chỉ một vườn trái cây khác của người Khmer. Vườn này không chuyên trị như vườn nhãn mà trồng lung tung đủ thứ. Ông chủ vườn vui tính (có lẽ vì trong đoàn có một ông trước kia lập nghiệp ở xứ Chùa Tháp nên tiếng Miên nói giòn như bắp rang) dẫn đi khắp chốn trong vườn. Những trái ổi còn toòng teng trên cây như mời gọi. Nhà chủ vui vẻ mời mọi người tự nhiên hái ăn. Có lẽ từ ngày rời xứ sở tôi mới lại được ăn những trái ổi ngọt ngào thơm tho hái trên cây xuống ăn liền y như thời xưa. Ổi nhập cảng từ Thái Lan có bán tại các tiệm thực phẩm ở Montreal lạt lẽo vô duyên, sánh sao đặng. Ngay cả những lần về thăm nhà sau này, ổi bán đầy rẫy, trái lớn, tươi, nhưng trái thì sâu, trái thì lạt thếch, không giống như ổi ngày trước. Ổi trồng ở Florida đúng là thứ ổi…kỷ niệm. Ăn vào thấy như gậm nhấm quá khứ.

Vào khu thanh long, ông chủ vườn cho biết đây là loại thanh long ruột hồng, ăn thử biết khác ngay. Quả là khác với loại thanh long ruột trắng chúng ta thường ăn. Sao lại có thể ngọt lịm người như vậy! Giá cả của loại thanh long này cao hơn gấp mấy lần loại thanh long ruột trắng. Nhưng quả rất xứng với đồng tiền bát gạo!

Những cây mít thấp lè tè đeo nặng những trái nặng tới cả chục kí. Mít trên cây trông tư cách hơn mít nằm trên quầy hàng. Dân Montreal chúng tôi thực ra có bao giờ được trông thấy trái mít nguyên vẹn đâu, chỉ thấy những miếng mít đã được xắt ra, bọc *plastic,* giá cao ngút ngàn ngoài tầm tay với. Vậy là những bàn tay của dân xứ lạnh rối rít chỉ. Trái này, trái kia, ông chủ vườn chỉ biết cười trừ. Cuối cùng cũng đi tới đồng thuận nhờ ông chủ vườn cắt cho trái mít mà ông cho biết là ba ngày nữa sẽ ăn được. Trái mít lớn như con heo sữa rời thân cây mà lệ trắng tràn lan. Ai đó đọc lớn câu thơ của nữ sĩ họ Hồ. *Xin đừng mân mó nhựa ra tay.* Bỏ vào chiếc thùng cạc tông lớn, bê lên xe mang về, nhựa tuôn ra dầm dề ướt hết đống báo lót. Ba ngày sau, vẫn chưa thấy mùi mít. Nắn vẫn chưa thấy mõm. Ai bảo không nghe lời bà Hồ Xuân Hương. Làm thân mít vỏ xù xì múi dầy, muốn chín thì phải *quân tử có thương thì đóng cọc.* Quân tử thì có, chúng tôi có tới bốn quân tử lận. Nhưng cọc có đóng được hay không là chuyện khác. Đành chờ vậy.

Chúng tôi trực chỉ đi *Kennedy Space Center* nằm ở mũi Canaveral trên đảo Merritt Island, nơi các phi hành gia bay vào vũ trụ. Từ West Palm Beach, nơi chúng tôi trọ, mất khoảng ba giờ lái xe để tới chiêm ngưỡng đất thánh của khoa học không gian. Nhìn tấm bảng lớn ghi giá vé vào cửa tới 65 đô 67 xu một người, đầu óc hơi chao chao. Tặc lưỡi một

Cổng vào NASA

cái, đã tới đây thì giá nào cũng phải vào. Vậy là hiên ngang xếp hàng theo dòng người đông đảo. Khi tới cửa bán vé mới hay đó là giá bao gồm người hướng dẫn, giá không có người hướng dẫn chỉ có 43 đô 41 xu. Vậy là…lời được 12 đô rồi! Mua vé phải xuất trình thẻ có hình để kiểm soát an ninh. Thấy ngày sinh tháng đẻ trên thẻ thuộc vào loại trên 55 tuổi, bà bán vé xé vé giá…già chỉ có 37 đô. Lại lời! Mới tới cửa mà đã hai lần lời, người lâng lâng như đang ở không gian!

Qua lần khám xét an ninh như lên máy bay, cả một trung tâm rộng lớn bày ra trước mắt. Biết coi gì đây? Cứ làm một tua xe buýt đi coi vòng quanh khắp trung tâm cho tỏ tường ngọn ngành trước. Xe lần lượt chạy qua các địa điểm phóng phi thuyền. Ngồi trên xe buýt của trung tâm mới được vào khu giới hạn này. Xe dừng lại trạm đầu tiên: Khu phóng 39.

Huy hiệu NASA

Đây là một bệ phóng phi thuyền nay dùng làm kiểu mẫu cho du khách coi. Coi một đoạn phim phóng phi thuyền, viếng phòng triển lãm xong lại leo lên xe đi tiếp. Trạm dừng thứ hai nhiều màu sắc hơn: Trung Tâm Apollo-Saturn V. Hỏa tiễn Saturn V được treo dài theo tòa nhà. Đây là hỏa tiễn thiệt thụ. Tôi đi quanh, nhìn vào cây hỏa tiễn khổng lồ đến mỏi cổ. Lần đầu tiên giáp mặt với đồ thiệt thấy choáng. Sao nó lớn và kinh khủng đến vậy. Tưởng tượng chiếc hỏa tiễn khổng lồ này vun vút lao vào không gian xa thẳm thấy đầu óc sáng tạo của con người sao vĩ đại thế. Vậy mà trong các đầu óc loại xịn này có nhiều đầu óc con rồng cháu tiên chúng ta. Như Giáo sư Toàn Phong Nguyễn Xuân Vinh, nhà khoa học nghệ sĩ, văn võ toàn tài mà ngày xưa, khi còn là chú nhỏ học sinh trường Chu Văn An Sài Gòn, tôi vẫn nhìn với ánh mắt ngưỡng mộ mỗi lần thấy chiếc xe hơi của ông tới trường. Ngày nào có cô Phượng của *Đời Phi Công* ngồi trên xe thì cả trường nhốn nháo. Ngày đó tôi theo ban Văn chương, môn tôi sợ nhất là toán. Khả năng toán học của tôi tuyệt…vọng đến nỗi khi đi thi Tú Tài Phần Một chỉ cốt làm được câu hỏi giáo khoa kiếm vài điểm, còn bài toán thì trả cho thầy dù là toán đại số hay hình học không gian. Cái thứ hình học không gian mà cũng chẳng ra chi như tôi thì đụng vào cái không gian thực thụ này lé mắt là đúng chỉ số. Ngoài Giáo sư Nguyễn Xuân Vinh, còn biết bao nhiêu con dân đất Việt đóng góp đầu óc vào công trình vĩ đại này. Người nổi nhất có lẽ là người đã thực sự bay vào không gian: Tiến sĩ Trịnh Hữu Châu, sanh năm 1950, mà báo chí Mỹ và thế giới gọi là Eugene Trịnh. Ngày 25 tháng 6 năm 1992, con dân đất Việt tên Trịnh Hữu Châu đã có mặt trên phi thuyền con thoi Columbia. Bay trên không gian, Eugene Trịnh đã nhìn về tổ quốc: "Chúng tôi đã bay vòng quanh thế giới, bay nhiều lần ngang vùng Đông Nam Á. Tuy phần lớn thời gian vùng này bị mây che phủ, song tôi nhớ đã ba lần chúng tôi bay bên trên Việt Nam. Những lúc ấy làm tôi nghĩ đến sợi dây liên hệ của mình, đến đất nước quê hương, nơi mình đã sinh ra". Tiến sĩ Châu đã theo gia đình định cư tại Pháp từ năm 1953, khi ông mới được ba tuổi.

Hai phòng chiếu phim chính trong Trung Tâm là hai rạp chiếu phim nổi IMAX. Dĩ nhiên những hình ảnh về không gian trên màn hình nổi đã làm du khách thú vị đến thế nào. Ngoài ra còn một rạp kết hợp phim và sân khấu diễn tả cuộc đổ bộ xuống mặt trăng của phi thuyền Apollo 11. Trước màn hình là một sân khấu mà nền là bề mặt mặt trăng. Khi màn ảnh đang chiếu tới lúc đổ bộ thì một mô hình tàu không gian từ phía trên trần nhà được thả xuống trong ánh lửa xịt ra cháy rực của phi thuyền đổ bộ. Phi hành gia bước ra, lá quốc kỳ Mỹ tí hon được cắm lên trên sân khấu mặt trăng.

Chuyện chi cũng có hai mặt. Chuyện con người lên không gian cũng vậy. Có mặt thành công và mặt thất bại. Thất bại là những phi thuyền bị nổ cháy trên bầu trời và những phi hành gia đã hy sinh mạng sống cho khoa học. Đài Tưởng Niệm các phi hành gia, được biết tới dưới cái tên Gương Không Gian là một kiến trúc nổi bật trên nền trời Trung tâm. Đây là một tấm gương khổng lồ bằng đá *granite* đen khắc tên các phi hành gia đã tử nạn trong khi thi hành nhiệm vụ chinh phục không gian!

Một tuần thăm thú Florida kết thúc bằng chuyến xe chở chúng tôi tới bến tầu để lên du thuyền *Carnival Valor*. Phè cánh nhạn ăn và chơi trong bảy ngày trên biển. Chuyện phe ta đi du thuyền nay đã là chuyện thường thường bậc trung. Trong chín người chúng tôi thì cả chín người đã từng có kinh nghiệm với chuyện đi *cruise*. Lên tầu đi loanh quanh một hồi lại gặp nhiều người Việt khác. Nghe thấy tiếng quê cha đất tổ là xúm nhau lại. Một bà ở San Francisco đi với hai cô con gái lớn. Bà có tài nói chuyện rất duyên dáng và dai dẳng. Cái tài đó không được hai cô con chung phòng thưởng thức. Thấy nhóm chúng tôi, bà bám riết, nói không kịp thở, cười bể bụng. Hai cô gái thấy mẹ có bạn mới mừng như bắt được của, tha hồ tự do đi chơi theo ý thích. Mẹ cũng thích vì "mấy đứa con khó thương nhăn nhó với mẹ suốt ngày".

Trên du thuyền

Thế hệ nào ra thế hệ đó. Trên tầu có đủ hoạt động giải trí cho từng thế hệ. Dân về hưu như chúng tôi chỉ loanh quanh hết nghe nhạc sống lại coi *show* có các em múa hát như Thúy Nga Paris By Night! Quên, còn *shopping* nữa chứ. Hết *sale* này tới *sale* khác, chạy theo vất vả. Ở thì phòng ốc đẹp đẽ, tiện nghi ngoại hạng, ngày hai lần phục vụ vào làm giường. Ăn thì lê la hết ở nhà hàng *buffet* lại gặp nhau trong các nhà hàng có kẻ hầu người hạ, cơm tây chính thống mỗi ngày mỗi *menu*. Ăn xong vác bàn tọa đứng dậy, chẳng tiền bạc, chẳng *tip* chi cả. Ăn kiểu này có một điều nguy hiểm. Không, tôi không nói tới việc lên cân. Chuyện đó là bắt buộc, nhưng chơi mà, cứ bình tĩnh mà thưởng thức, về nhà kiêng khem lại mấy hồi. Chuyện nguy hiểm tôi muốn nói là thói quen ăn xong đứng dậy thơ thới ra về chẳng thèm biết tới tiền bạc.

Thói quen này khi xuống tầu đi ăn tiệm mà không bỏ được sẽ biến thành thứ ăn quịt!

Ăn như vậy, chơi như vậy, không hiểu làm sao họ kiếm lời được với chi phí vài trăm bạc chúng tôi trả cho bảy ngày ăn ở phè phỡn. Nếu trên tầu toàn là khách cỡ chúng tôi chắc tầu đã sập tiệm. Nhìn du khách vứt tiền trong *casino,* trong các *bar* rượu, trong các dịch vụ mua bán trên tầu từ đấu giá tranh, chụp hình tới *massage* và trong các *tour* khi tầu ghé các đảo, mới biết họ kiếm lời từ đâu. Ba ngàn bốn trăm du khách mà có tới 1400 người phục vụ gồm gần 100 quốc tịch, phần lớn là người Á châu và Nam Mỹ. Dân Phi Luật Tân chiếm đa số. Vậy mà người phụ trách dọn phòng cho tôi là một anh chàng trẻ măng, trắng trẻo, lúc nào cũng cười ra vẻ rất yêu đời. Trong những lần gặp gỡ trên hành lang trước cửa phòng, tôi tò mò về chàng trai vui tính này. Anh là người Thái Lan, mới làm việc được ba tuần. Thảo nào yêu đời dữ! Tò mò thêm, tôi biết anh có được *job* này, một *job* đối với anh là quá thơm, là nhờ dịch vụ tuyển người xuất cảng lao động ở Thái Lan. Anh đã chi hai ngàn đô Mỹ gồm tiền vé máy bay và tiền dịch vụ. Anh chỉ trả một lần vậy thôi. Lương tháng anh bỏ túi hết. Ăn ở trên tầu *free,* mỗi hai tuần anh lãnh được 500 đô chưa kể tiền *tip.* Vậy thì chỉ hai tháng anh đã gỡ lại được chi phí qua Mỹ làm việc. Làm sáu tháng anh sẽ được nghỉ hè hai tháng, sau đó lại qua làm tiếp sáu tháng khác mà không phải trả thêm tiền gì cả. Tôi nghĩ tới thân phận những công nhân Việt Nam xuất khẩu lao động. Bị lừa bịp, bị ăn chặn tiền này tiền khác, bị làm việc trong các hãng xưởng thiếu tiện nghi, không bảo đảm, tai nạn lao động là…

cái số ráng chịu. Thân phận người công nhân Việt Nam thật nghiệt ngã. Tôi cho anh công nhân Thái Lan này biết chuyện công nhân xuất khẩu lao động Việt Nam, anh luôn miệng nói: *"I am lucky!"*. Nụ cười anh tươi hơn.

Theo chương trình thì tầu ghé bốn bến thuộc bốn nước khác nhau: Grand Cayman thuộc Anh, Cozumel của Mễ Tây Cơ, Belize thuộc Anh và Roatan thuộc Honduras. Nhưng tới bến ghé cuối cùng, gió to và mưa lớn đã cầm chân du khách trên tàu không xuống được. Bàn chân đành lỡ bến. Bù lại du khách được trả lại mỗi người gần 10 đô tiền dịch vụ xuống bến.

Tại mỗi bến cuộc đổ bộ của du khách trên tầu là một hoạt cảnh vui. Số du khách quá khổ rất nhiều. Mỗi lần một ông hay một bà phục phịch xuống tầu là một vất vả cho những người đứng đỡ du khách xuống bến. Chiếc cầu tròng trành như muốn chìm xuống biển. Khi về cũng vậy. Có lần tôi trở về tầu sớm, đứng trên boong cao nhìn xuống cảnh du khách từ bến trở về tầu, tôi bỗng nghĩ tới cảnh chuyển người vượt biên từ *taxi* lên tầu lớn. Không biết đã có bao nhiêu dân vượt biên chúng ta lỡ chân rớt xuống biển. Tổ chức qui củ thế này mà còn trật vuột, vội vàng trong những chuyến chuyển người vượt biên, nghĩ mà kinh!

Đảo Cozumel nổi tiếng về phế tích một làng Maya thuộc thời cổ đại hơn một ngàn năm trước Thiên Chúa Giáng Sinh. Bỏ ra 7 đô Mỹ mua vé vào cửa, du khách gặp một điều khó chịu. Ngay trên bàn soát vé rất thô sơ có một thông báo nhỏ. Du khách có thể mang máy chụp hình vào nhưng máy quay *video* thì phải đóng thêm 4 đô mới được mang vào. Nếu mang vào lén lút, bị bắt gặp đang quay lậu thì sẽ bị phạt 8 đô. Tôi nhìn vào tấm bảng thấy hết sức khôi hài. Đây chỉ là một lối làm tiền du khách. Nếu vì lý do nào đó mà cấm quay thì cấm luôn, sao lại đóng tiền thì được quay, không đóng tiền thì khỏi quay! Tôi không muốn đóng 4 đô kệch cỡm này nên gửi lại máy quay, chỉ mang máy chụp hình vào. Trong chuyện làm tiền họ khôn mà không ngoan. Máy hình cũng có thể quay được chứ! Vậy là líp lơ quay! Cảnh là những phế tích bằng đá trắng, đường đi cũng lát bằng đá trắng gập ghềnh. Bước lên mà nghe thấy nhiều ngàn năm ấp ủ dưới chân.

Đảo Belize nghèo xác xơ. Thuê xe *taxi* dạo quanh đảo chỉ thấy những căn nhà cũ kỹ. Khang trang nhất có lẽ là tòa đại diện chính phủ Đài Loan. Đã lâu lắm tôi mới thấy lá cờ Trung Hoa Dân Quốc phất phới trên trời. Theo lời anh tài xế thì đây là đất đầu tư của Đài Loan. Xe chạy ngang qua một sân vận động thô sơ, anh tài xế cho biết sân đang xây dở dang thì hết tiền phải nhờ tới chính phủ Đài Bắc tiếp viện. Lá cờ Dân Quốc phấp phới trên sân vận động. Anh tài xế hỏi tôi với bộ mặt tự hào có biết cô lực sĩ người Belize đoạt huy chương vàng Thế Vận Hội không. Anh nói ra cái tên. Tôi nghe mà không bắt được nhưng tôi nhớ có lực sĩ người Belize đoạt huy chương vàng, chẳng biết bộ môn nào, trong kỳ thế vận nào. Tôi gật đầu. Anh ta hài lòng ra mặt. Không biết có phải vì vậy mà khi đi qua một đường phố có những trái dừa lăn lóc trên đường, anh dừng xe lại, chạy tới gốc dừa. Lúc đó tôi mới nhìn thấy một người gầy gò đen nhẻm tuột vội từ trên cây xuống. Hòn đảo này có lẽ là đảo dừa. Chỗ

Tài xế taxi chặt dừa trên đảo Cozumel, Mexique.

nào cũng thấy dừa. Anh tài xế móc tiền đưa cho người hái dừa, lượm chục trái về xe. Tới một nơi có cái quán cóc rách nát, anh chạy vào mượn dao, mua ống hút, chẻ phớt đầu trái dừa, tặng mỗi người chúng tôi một trái. Nước dừa tươi thật ngọt. Uống vào tỉnh cả người.

Nhưng khi từ tầu trở lại Miami chúng tôi tỉnh người hơn nữa. Vừa mở cửa phòng, mùi mít nồng nặc. Trái mít nằm cô đơn trong phòng bảy ngày rực rỡ thơm lừng. Cũng may là chúng tôi thuê *condo* nên có chỗ cho trái mít nằm chờ. Nếu ở khách sạn chắc mít đã vô thùng rác trong sự ngậm ngùi của mọi người. Các bà xúm nhau lại làm thịt trái mít. Được tới ba đĩa bự tổ chảng. Tối hôm đó, sau chầu ăn tối tại một quán ăn Việt Nam lai Nhật Bổn có tên là Saigon-Tokyo, chúng tôi giở mít ra tráng miệng giữa sự ngỡ ngàng của nhà hàng.

Sáng hôm sau ra phi trường, mít cũng theo ra. Ngồi chờ máy bay qui hồi cố quốc mà tay vẫn cứ bốc mít. Sao nó ngon lạ ngon lùng.

Khi leo lên máy bay thì mít đã mất tăm mất tích, chỉ còn áo trong áo ngoài. Chúng tôi nai nịt kỹ càng trở về miền đất lạnh. Xuống phi trường Pierre E. Trudeau, trời vẫn chẳng thèm lạnh. Gỡ bớt áo quần mà bụng không vui. Rêu rao với bà con là đi trốn lạnh mà Montreal chẳng chịu lạnh cho. Cứ như đứa trẻ chơi trốn tìm núp trong xó tối mà chẳng có đứa nào chịu đi tìm! Trời chẳng chiều dân trốn lạnh thì đành chịu thôi, coi như thua trời một bàn. Thắng một bàn, trời làm…trời. Chỉ vài ngày sau, trời cho một vố vừa tuyết, vừa lạnh cóng, vừa *freezing rain*. Cho đáng đời bọn bày đặt trốn lạnh!

Trời không thương hay trời có máu phiếm? Làm sao biết được bụng trời!

12/2010

MỖI NĂM HOA ĐÀO NỞ
TẠI HOA THỊNH ĐỐN

Cái *e-mail* của cô em họ gửi từ Buôn Mê Thuột làm tôi ngạc nhiên. Cô chuyển cho tôi bản tin năm nay hoa anh đào ở Hoa Thịnh Đốn sẽ nở sớm hơn thường lệ. Sao cô em ở tuốt tận Buôn Mê Thuột lại chú ý tới việc hoa anh đào ở một nơi tít mù khơi nở sớm? Đọc lướt qua một số báo mạng ở Việt Nam tôi cũng thấy những bài báo dài nói về thời điểm ra hoa của anh đào tại thủ đô nước Mỹ. Hoa anh đào là của Nhật, cớ sao di tản qua Mỹ lại được mọi người để ý hơn? Chắc tại vì chúng đã nhập quốc tịch Mỹ!

Năm nay là năm đánh dấu 100 năm hoa anh đào có mặt tại Mỹ. Tôi vốn ham vui, cứ những chốn vui vẻ là tìm đến. Hoa anh đào Hoa Thịnh Đốn năm nay vui như vậy dĩ nhiên tôi phải tìm tới. Như các năm trước, thường thì anh đào nở vào tuần lễ cuối tháng 3 đầu tháng 4. Năm nay anh đào sốt ruột mở lòng ra sớm nên chương trình đi coi hoa anh đào của chúng tôi hồi hộp cho tới phút chót. Cuối cùng được tin chính xác của nhóm chụp ảnh Việt Nam tại Hoa Thịnh Đốn cho biết đích xác ngày hoa nở, chúng tôi vội lên đường ngay. Nói cho có vẻ khó khăn vậy chứ nhóm tám người chúng tôi, ngồi gọn trong một chiếc xe van loại lớn, đã giã từ cầy cuốc nên đi lúc nào cũng được. Hú nhau một tiếng là chúng tôi lên đường. Xe phom phom nuốt đoạn đường xa mười tiếng, tới Hoa Thịnh Đốn mà mặt trời còn chưa kịp đi ngủ. Kể ra là nhanh, thường thì phải mất 12 tiếng mới nuốt hết đoạn đường dài. Nhanh có lẽ vì tài lái xe của anh S. vừa khỏe vừa dẻo dai. Nhưng nhanh có lẽ cũng vì những tiếng cười đã đẩy xe đi nhanh hơn. Giã từ cầy cuốc thì đã hẳn, nhưng giã từ vũ khí coi bộ chưa ai chịu. Trên xe, chuyện súng ống đạn dược vẫn nổ inh ỏi. Một vị nữ lưu bị trúng thương đau cuống họng vì cười quá lố!

Sáng sớm ngày hôm sau, gọi nhau dậy từ sáu giờ sáng, tới gặp…đào. Đi coi hoa mà như đi cầy là vì sợ đường kẹt xe và không có chỗ đậu. Đúng tim đen là như vậy nhưng để cho có vẻ văn nghệ, phải lấy lý do là đi sớm để coi mặt trời mọc xuyên qua hoa anh đào. Nhưng coi mặt trời mọc giữa cảnh hoa tràn lan khắp nơi quả thật là đáng đồng tiền bát gạo. Cũng bõ công dậy sớm. Đậu được chiếc xe cồng kềnh bên bờ hồ, bỏ cả ăn sáng, chúng tôi chạy theo những về hoa kín hồng ven hồ Tidal Basin nơi dòng sông Potomac. Dân ái mộ anh đào chắc đều thấp thỏm thức sớm như chúng tôi. Mới sáng tinh sương, mặt trời còn ngái ngủ mà chung quanh những gốc anh đào đã dầy đặc toàn người là người. Hình như không ai không có máy hình hay máy quay *video*. Dân chụp hình nghệ thuật coi bộ cồng kềnh nhất. Họ mang vác đủ các dụng cụ để cố thu được những góc cạnh đẹp nhất. Chúng tôi tíu tít chạy từ góc này qua góc khác. Cứ như lạc vào thiên thai, gặp các tiên nữ, nàng nào cũng chim sa cá lặn, chẳng biết nên kết nàng nào. Loanh quanh đuổi nhau một hồi, điện thoại cầm tay liên lạc liên tục, chúng tôi mới bắt tay được nhóm bạn thuộc một hội nhiếp ảnh nghệ thuật Việt Nam tại Hoa Thịnh Đốn. Khoảng chục người tay xách nách mang, cồng kềnh những chân máy ảnh, bề bộn những túi đeo lưng. Chúng tôi bỗng trở thành người mẫu của những tay săn ảnh nhà nghề này. Tôi đứng bên một gốc anh đào cổ thụ, thân cây xù xì có dáng rất đẹp. Cả chục chiếc máy hình chễm chệ trên chân đứng chĩa vào chụp. Cứ như mình là tài tử đang ăn khách. Du khách đi ngang qua nhìn vào với con mắt thích thú. Chắc họ tưởng tôi là một thứ múa may trên sân khấu chi đây. Không có chiếc gương trước mặt, tôi không biết mặt tôi có vênh lên không. Nhưng chắc chắn là mặt tôi đã mòn đi chút đỉnh!

Có tất cả trên ba ngàn gốc anh đào trong khu di tích và

Anh đào bên dòng Potomac.

Anh đào trước Washington Memorial.

tượng đài đẹp nhất thủ đô Washington. Tất cả đến từ xứ Phù Tang. Năm 1910, cuối thời Minh Trị Thiên Hoàng, Nhật đã gửi tới thủ đô Mỹ một món quà đặc biệt: hai ngàn cây hoa anh đào. Hai năm sau, vua Minh Trị thăng hà, hai ngàn gốc anh đào cũng héo hắt chết. Ngay lập tức, Nhật gửi qua ba ngàn gốc anh đào thay thế. Năm 1965, 3800 cây khác được gửi sang để thay thế những cây già nua. Chính phủ Mỹ đã trồng những gốc anh đào này dọc theo bờ sông Potomac và khu vực hồ Tidal Basin. Anh đào Nhật nằm cạnh những đài kỷ niệm lừng danh của Mỹ: *Lincoln Memorial, Jefferson Memorial* và *Washington Memorial.* Nổi nhất là *Washington Memorial* vươn cao lên nền trời mà dân Mít ta thường gọi là Tháp Bút Chì vì hình dáng giống như cây viết chì. Phải công nhận là dân ta có óc thực dụng! Đã có lần ở Montreal, tôi nghe thấy dân ta gọi một đội *hockey* là đội Chim Đứng. Truy nguyên ra tôi mới biết đó là đội *Penguin* với hình tượng trưng là một chú chim cánh cụt đang đứng nhìn về phía trước. Năm nay, 2012, đúng trăm năm anh đào trụ tại Hoa Thịnh Đốn. Du khách tới nườm nượp chen chân không lọt. Giới truyền thông cho biết là có khoảng một triệu người tới với lễ hội trăm năm này. Khi chúng tôi tới thì lễ hội đã diễn ra từ ngày hôm trước, trong lúc chiếc xe cõng chúng tôi còn đang bon bon trên đường thiên lý. Hụt lễ hội nhưng chúng tôi vẫn gặp những phóng viên các đài truyền hình làm phóng sự tại chỗ. Tôi dừng lại nơi đài *Fox* đang giới thiệu con tem kỷ niệm được Bưu điện Mỹ phát hành vào ngày 24 tháng 3. Hai xướng ngôn viên, một nam một nữ, đứng giữa khoảng chục kỹ thuật viên với những dụng cụ kềnh càng vừa nhìn vào hình con tem được phóng to vừa trò chuyện. Đây là một bộ tem ghép gồm hai phần. Phần bên trái là một vòm anh đào nở hồng bao che cho hai thiếu nữ Nhật mặc *kimono* đang đi dạo bên hồ Tidal Basin, hậu cảnh phía sau là…cây bút chì. Phía bên phải là hai du khách, một nam một nữ, cũng đang đi dạo dưới vòm anh đào màu hồng phấn. Hậu cảnh là đài kỷ niệm vị Tổng Thống thứ ba của Hoa Kỳ Thomas Jefferson. Ghép hai con tem này lại, chúng ta có một kết nối từ chiếc áo *kimono* đặc trưng của Nhật Bổn tới bộ âu phục của con dân Hoa Kỳ.

Dân Nhật gọi hoa anh đào là *sakura*. Đây là thứ quốc hoa của Nhật. Thực ra Nhật Bản có hai thứ quốc hoa. Hoa anh đào tượng trưng cho nước Nhật và hoa cúc vàng tượng trưng cho hoàng gia. Anh đào được dân Nhật coi là tượng trưng cho sắc đẹp, sự mong manh và trong trắng. Là một thứ hoa thoắt nở thoắt tàn, rụng khi còn đang tươi thắm nên được các *samurai* yêu mến vì nó tượng trưng cho con đường chết của người võ sĩ. Đó là biết chết một cách tươi đẹp như tinh thần võ sĩ đạo. Dân Nhật có câu: *a flower is a cherry blossom, a person is a samurai* (nếu là hoa, xin làm hoa anh đào, nếu là người xin làm một võ sĩ đạo). Hoa anh đào nổi tiếng trên khắp thế giới như một thứ hoa…phù tang. Không ai nghĩ khác hơn được. Dân Nhật đã tặng anh đào cho nhiều nước trên thế giới như một biểu tượng hòa bình của nước Nhật. Điều đặc biệt là anh đào chỉ có hương thơm khi được trồng ở Nhật. Di cư qua các nước khác, hoa chỉ có sắc nhưng không hương. Đi giữa mấy ngàn cây anh đào trĩu nặng hoa ở Hoa Thịnh Đốn, chúng tôi không ngửi được hương hoa. Có lẽ vì

Đào về bên sông.

hoa đã chọn quê hương và chỉ tỏa hương nơi quê hương thân yêu đó.

Anh đào có một huyền thoại…giáng thế. Tại một ngôi làng nho nhỏ nằm ven ngọn núi Phú Sĩ có một cậu bé được sanh ra. Năm cậu vừa đầy tuổi tôi, có một đạo sĩ ghé qua nhà, nhìn cậu bé mỉm cười và trao cho cha cậu một thanh sắt đen bóng rồi vội vã ra đi. Lúc đó là mùa đông, tuyết phủ đầy trời, vị đạo sĩ đã khuất trong màn tuyết mà người cha vẫn thẫn thờ nhìn theo. Quay vào nhà, ông trao thanh sắt cho người vợ trẻ và dặn: "Hãy cất kỹ và giao thanh sắt này cho con khi nó tròn 14 tuổi. Số phận đã chọn nó trở thành một kiếm sĩ lừng danh". Sau đó người cha quy tiên. Người vợ trẻ ở vậy nuôi con. Năm cậu bé 14 tuổi, thanh sắt đen bóng được trao cho cậu đúng như lời dặn dò của người cha. Khi cậu hồi hộp vuốt ve thanh sắt huyền bí trong tay thì một sức mạnh kỳ lạ và một khao khát lạ lùng dấy lên trong người cậu. Người mẹ chưa kịp nói gì thì cậu đã thốt lên: "Ta phải trở thành một kiếm sĩ nổi tiếng nhất đất nước này!". Cậu tìm tới thụ giáo với một *samurai* nổi tiếng. Vị kiếm sĩ này ngắm nhìn cậu bé từ đầu tới chân, trầm ngâm suy tư, ngồi bất động trong nhiều giờ, rồi thốt lên: "Oan nghiệt!". Ông thu nhận cậu bé làm đệ tử. Sau bốn năm luyện tập, khi đúng 18 tuổi, cậu trở thành một kiếm sĩ tài ba khiến tất cả các *samurai* kiêu hùng nhất nước cũng phải e dè. Cậu mang thanh sắt ra rèn thành một cây kiếm sáng ngời. Nhưng chưa được. Cây kiếm phải được tắm máu mới trở thành báu vật. Biết tìm máu ai bây giờ? Cậu không có kẻ thù, chưa hề đối mặt với những tên cướp và chưa có lý do gì để gây chiến với những kiếm sĩ khác. Lúc đó, cả mẹ cậu và vị *samurai* thầy của cậu đều đã khuất núi. Người thân duy nhất còn sống trên đời là cô gái con của vị kiếm sĩ đã truyền cho cậu những đường kiếm tuyệt diệu. Mỗi ngày, khi nắng đã lụi tàn trên núi Phú Sĩ, cậu buồn bã ngồi bất động, trầm tư bên bếp lửa, đôi mắt lạnh như tuyết, ôm thanh kiếm để mơ tới một ngày nó được nhuộm máu để trở thành bảo kiếm. Cô gái biết tâm sự của cậu. Thanh kiếm là sự nghiệp, là cuộc sống của cậu nhưng nó chưa được nhúng máu người. Cậu trách thời buổi thanh bình cậu đang sống. Không có kẻ cướp bóc xóm làng, không có kẻ ngông cuồng thách đấu, lấy đâu ra máu để kiếm trở thành kiếm báu. Cô gái nói với chàng trai: "Anh cho em cầm thanh kiếm một chút thôi". Cậu uể oải trao kiếm cho cô gái. Cầm thanh kiếm, cô gái nhìn chàng trai bằng ánh mắt buồn thảm và ẩn mũi kiếm vào tim. Máu trào ra ướt đẫm thân hình cô, nhuộm hồng chiếc áo *kimono* trắng nõn trinh bạch. Cậu hốt hoảng hét lên, nhào tới rút thanh kiếm khỏi lồng ngực cô gái. Dưới ánh lửa bập bùng, thanh kiếm ngời lên sắc xanh rực rỡ, hào quang lóe lên đẹp lạ thường. Kiếm đã no máu để trở thành bảo kiếm. Có bảo kiếm nhưng cậu hoàn toàn cô độc. Không *samurai* nào thèm kết bạn với cậu. Họ tránh cậu trong những phòng trà, trên đường đi. Họ phớt lờ khi cậu thách đấu. Một buổi chiều mùa đông tuyết rơi nặng, cậu ôm kiếm tới mộ cô gái. Cậu quỳ trước mộ nói với người dưới mộ: "Tha lỗi cho anh, anh đã hiểu ra rồi!". Rồi cậu ấn sâu mũi kiếm vào bụng, rạch một đường dài, rút kiếm ra cắm lên mộ. Cậu lả người nằm ôm mộ. Tuyết không ngừng rơi. Qua một đêm, tuyết chôn vùi cả cậu trai lẫn ngôi mộ. Nhưng từ ngôi mộ bỗng mọc lên một cây hoa lạ, mơn mởn vươn lên, tươi mát hồng thắm. Không ai biết hoa hoá thân từ cây kiếm báu đó. Người ta đặt tên hoa là *sakura*. Chỉ có anh đào mọc nơi vùng núi Phú Sĩ là đẹp và thơm nhất.

Anh đào nay đã lan ra khắp nơi. Hầu như nước nào cũng có. Tại Montreal, tôi chỉ thấy có một gốc anh đào cổ thụ nằm trong sân một ngôi nhà vùng Côte des Neiges. Có lẽ thời tiết giá lạnh vào mùa đông không dung được những cánh anh đào mong manh. Nhưng ở Vancouver thì rợp bóng anh đào. Số gốc anh đào ở thành phố được tôn vinh là nơi đáng sống nhất thế giới này lên tới 37 ngàn cây. Vượt xa Hoa Thịnh Đốn. Anh đào ở Vancouver được trồng trong các công viên nổi tiếng như Stanley Park và Queen Elizabeth Park và đặc biệt là dọc theo một số dãy phố. Trong những lần tới thành phố diễm lệ này, tôi đã có cái thú lái xe chen giữa những về hoa từ hai bên lề giao nhau làm thành một cái cổng hồng che kín trời xanh. Trong dịp Thế Vận Hội Mùa Đông được tổ chức tại đây vào năm 2010, Nhật Bản đã tặng thêm một số anh đào nữa. Tôi chưa có dịp tới Vancouver trong hai năm gần đây nên không biết số anh đào mới toanh này được trồng ra sao. Mỗi lần tới thành phố đáng yêu này, tôi đều gặp nhà thơ Nguyễn Đức Tùng. Sống với vài chục ngàn cây anh đào, nhà thơ của chúng ta dĩ nhiên có thơ…anh đào.

Hoa đào đã rụng hết rồi
Vừa gặp em. Mới một trời đầy hoa
Cho anh làm lại hôm qua
Thì anh vẫn sẽ như là hôm nay

Anh đào tràn trề như vậy, dĩ nhiên Vancouver cũng có ngày hội hoa anh đào được gọi là *Sakura Days Japan Fair* với hoa, các màn trình diễn và các món ăn. Tuy lui tới Vancouver khá thường, tôi chưa bao giờ được dự ngày hội hàng năm này.

Hoa Thịnh Đốn, Vancouver đều có ngày hội anh đào, lẽ nào Nhật Bản không có. Có nhiều là đằng khác. Ở nơi chôn nhau cắt rốn, anh đào nở rộ vào mùa xuân dọc theo chiều dài nước Nhật từ Okinawa vào cuối tháng 1 tới Hokkaido vào đầu tháng 5, với khí hậu ấm dần theo chiều Nam- Bắc. Mỗi nơi đều có lễ hội khi anh đào hé nở. Nhưng lễ hội anh đào chính thức của Nhật diễn ra hàng năm tại thủ đô Tokyo vào tháng 4 dương lịch. Năm nay dự kiến sẽ tổ chức tại công viên Shinjuku Gyoen vào ngày 14/4. Tuy nhiên, ngày 23/3 vừa qua, chính phủ Nhật đã thông báo là lễ hội hoa anh đào năm nay sẽ bị hủy bỏ "để chuẩn bị cho các tình huống bất ngờ". Chánh Văn Phòng nội các Nhật Osamu Fujimura đã nói rõ: "Chúng tôi đã quyết định hủy bỏ lễ ngắm hoa anh đào được dự kiến vào ngày 14/4 để chuẩn bị cho tất cả những tình huống bất ngờ liên quan tới tuyên bố phóng vệ tinh của Triều Tiên". Nước cộng sản Triều Tiên vừa có anh lãnh tụ nhí đã thông báo sẽ phóng một hỏa tiễn để đưa vệ tinh vào quỹ đạo trong thời gian từ ngày 12/4 đến ngày 16/4 nhân kỷ niệm 100 năm ngày sinh của cố lãnh tụ Kim Nhật Thành. Mỹ và các nước đồng minh nghi ngờ vụ phóng vệ tinh chỉ là tấm bình phong cho hành động thử hỏa tiễn tầm xa. Cũng ngày 23/3, Bộ Quốc Phòng Nhật đã cho triển khai hệ thống phòng thủ hỏa tiễn nhằm cho phép lực lượng phòng không Nhật bắn hạ hỏa tiễn tầm xa của Triều Tiên nếu được phóng như đã loan báo. Vậy là tiêu ngày lễ hội hòa bình của Nhật.

Năm ngoái lễ hội này cũng đã bị hủy bỏ vì vụ sóng thần tàn phá nước Nhật. Kể từ lễ hội đầu tiên vào năm 1952, Nhật đã hủy bỏ không tổ chức bốn lần tất cả. Ngoài hai lần năm ngoái và năm nay, hai lần khác là vào năm 1960 vì có biểu tình bạo động chống Hiệp Định An Ninh Mỹ - Nhật và vào năm 1965 vì trận động đất ở Kobe.

Hội hoa anh đào ở Hoa Thịnh Đốn năm nay cũng có nỗi buồn *mini.* Vì thời tiết ấm bất thường nên anh đào nở sớm. Tám người chúng tôi đều là những tên đã quy ẩn, chẳng bận bịu chuyện chi, cứ ba lô lên đường giờ phút nào cũng đặng nên mới đuổi kịp ngày rộ nở của anh đào. Nhiều người khác không được cái may mắn như vậy. Cứ như mọi năm, các chuyến đi ngắm anh đào thường được tổ chức vào cuối tháng

3 đầu tháng 4 nên năm nay nhiều người bị lỡ bộ. Vì chỉ một ngày sau khi chúng tôi nhởn nhơ bên hồ Tidal Basin, trời bỗng đổ mưa hai ngày liền làm tan tác những cánh hoa mong manh. Chán anh trời già, tôi đã bỏ đào đi tìm…kép.

Kép là ông bạn Đinh Cường đã hơn một thập niên chúng tôi chưa gặp nhau mặc dầu vẫn liên lạc thường xuyên bằng *e-mail.* Đúng là nhờ đào mà chúng tôi lại hội ngộ. Ông bạn họa sĩ rất dễ thương vì cứ mỗi lần tôi in sách mà hỏi thì ông lại hoan hỉ gửi cho cái bìa. Cho là *free* nhưng cũng than thở (ông này là chủ mỏ than!): "Chán các ông văn nghệ thứ thiệt này quá! Cứ văn nghệ quần chúng lại hơn!". Chả là văn nghệ quần chúng thì bạn tôi có tí ti bỏ túi!

Anh kép Dzương Ngọc Hoán là biên tập viên đài VOA nay đã hưu. Bạn học cũ từ thời Chu văn An và Đại Học Văn Khoa Sài Gòn. Hai mươi bảy năm trước, khi tôi mới chân ướt chân ráo tới Montreal, ông bạn lâu năm này đã vội gửi mẫu đơn cho tôi ứng tuyển làm biên tập viên đài VOA "để ngày ngày tôi và bạn lại gặp nhau như hồi ở Sài Gòn". Tôi nộp đơn cho vui lòng ông bạn đã nghĩ tới mình nhưng thấy có tới trên 160 mạng dự thi tranh nhau ba chỗ, tôi thấy chẳng hy vọng chi. Rồi cũng bỏ nguyên một ngày đi thi. Kết quả lại có tên mình. Điện thoại qua ông bạn hẹn gặp. Nhưng có lẽ tôi vốn họ Tạ nên bị sao quả tạ chơi xấu, gặp đúng lúc Đài bị cúp giờ phát thanh nên việc tuyển dụng bị hủy bỏ. Anh ơi nếu mộng không thành thì sao? Thì cứ theo ý trời. Trời không cho đành chịu. Gặp nhau thấy bạn còn đi đứng ngon lành là vui. Cái vui của những tên đã vượt ngưỡng cửa "cổ lai hy".

Với họa sĩ Đinh Cường tại tiệm phở của ông Toàn Bò.

Với biên tập viên đài VOA Dzương Ngọc Hoán.

Với ông bạn Nguyễn Tường Đằng, con trai nhà văn Thạch Lam.

Kép còn là anh bạn mạt chược hồi còn độc thân vui tính Nguyễn Tường Đằng. Anh con trai của nhà văn Thạch Lam, sau bốn chục năm không nhìn thấy nhau, vẫn cứ hề hề vui tính như xưa. Hóa ra anh thời gian nhiều khi cũng điệu đàng vẫn còn dành sức khỏe cho bạn tôi ngày ngày đi đánh quần vợt và chơi *golf*.

Cũng bốn chục năm không gặp, anh bạn phóng viên nhiếp ảnh làm việc cho NBC ngày nào nay vẫn nhanh nhẹn như hồi ra chiến trường, ngực đeo chữ *"press"*, thí mạng cùi để có được những tấm hình đẹp của một thời chinh chiến. Ngày xưa, hồi còn ngồi ở Chu văn An, Võ Sửu và tôi là cặp bài trùng. Năm tôi thi Tú Tài 2, vào vấn đáp môn Pháp Văn gặp Giáo sư Võ văn Lúa nổi tiếng là hắc ám. Gặp ông này coi như…lúa. Vậy mà trời đất nâng đỡ làm sao mà kỳ thi đó tôi không…lúa. Cũng may. Nếu tôi bị ông giáo sư khó khăn có tiếng này đánh rớt thì không hiểu tôi có can đảm tới dự đám cưới của tên bạn nối khố này không. Vì bạn tôi đã cả gan lấy con gái ông Lúa!

Đào đã điệu đàng dẫn đường cho tôi gặp lại những tên kép nhiều năm không nhìn thấy nhau. Vậy mà đào lại tang thương ngày tôi trở lại Montreal. Những cánh anh đào còn tươi màu hồng phấn rớt xuống nằm từng vầy trên những thảm cỏ, bên những bờ nước. Nhiều cánh hoa đào lìa cây còn vương vấn trên chiếc xe cõng chúng tôi qui hồi cố quốc. Tiễn nhau tận tình như thế, kể ra đào cũng chung tình đấy chứ!

04/2012

PHÁP, MỘT VÒNG PROVENCE

1.

Tôi muốn đặt tên cho loạt bài này là "Paris" nhưng bài viết lại đề cập đến những nơi khác trên đất Pháp ngoài Paris nên rất khiên cưỡng nếu cứ khư khư theo ý thích của mình. Tội do các ông nhà thơ Nguyên Sa và Cung Trầm Tưởng mà ra. Khoảng cuối thập niên 1950, hai ông nhà thơ này đã mang về Sài Gòn một Paris rất lồng lộng nhưng cũng rất gần gũi đáng yêu làm say mê lũ sinh viên chúng tôi. Paris trong lòng chúng tôi như một người yêu bé nhỏ, rất xa cách nhưng cũng rất gần gũi.

Paris có gì lạ không em?

Mai anh về em có còn ngoan

Mùa xuân hoa lá vương đầy ngõ

Em có tìm anh trong cánh chim

Paris có gì lạ không em?

Mai anh về giữa bến sông Seine

Anh về giữa một giòng sông trắng

Là áo sương mù hay áo em?

Đó là em Paris của Nguyên Sa. Cung Trầm Tưởng cũng mang về Sài Gòn một em Paris.

ga Lyon đèn vàng

tuyết rơi buồn mênh mang

cầm tay em muốn khóc

nói chi cũng muộn màng

hôn nhau phút này rồi

chia tay nhau tức khắc

khóc đi em. khóc đi em

hỡi người yêu xóm học

để sương thấm bờ đêm

đường anh đi tràn ngập lệ buồn em...

Vậy là chúng tôi, mỗi người, đều ôm một em Paris trong lòng như ôm một ánh trăng. Rất xa nhưng rất gần. Tới Paris, tôi lần theo bước chân của hai nhà thơ đã làm mê muội thời thanh xuân tôi. Bỏ ra hai ngày lân la ở khu Saint Michel và Saint Germain, lúc đi dọc theo bờ sông Seine, lúc vào sâu trong những đường hẻm chật chội không có xe cộ lưu thông giữa lòng Xóm Học, tôi đã thực sự thỏa mộng ước thời sinh viên. Chỉ phải cái hơi muộn. Tuổi trẻ đã bỏ tôi từ lâu. Để tự an ủi, tôi nghĩ là phải tới tuổi tôi bây giờ mới thấm với những hồi ức. Khi hồi ức hiển hiện ra trước mắt, nó có cái vị mặn mà của một chút tiếc nuối, một chút vấn vương, một chút thỏa mãn. Nếu tôi tới đây vào những ngày còn xuân, tính ham vui sẽ cuốn tôi theo nhịp sống xô bồ, thơ thẩn đâu còn trong đầu, tội cho hai ông thi sĩ đã mang Paris về cho tôi. Như ông bạn Kiệt Tấn chẳng hạn. Ông cũng từ Quebec, Canada tới Paris như tôi nhưng ông tới vào những ngày ông còn là sinh viên, tuổi còn xanh, nên ham chơi, có nghĩ ngợi chi đâu. *Hồi đó Mít nhảy đẹp hết xẩy, nổi tiếng ở Xóm Học (Quartier Latin). Đặc biệt có một cô đầm vóc người nhỏ nhắn thon gọn, mặt mũi xinh xắn, nhảy với Mít ăn khớp như đã có tập dượt với nhau từ trước. Cô ta nhảy với một anh đoạt giải "bi-bốp", nhảy với một anh khác đoạt giải "cha-cha". Cô ta quay hai vòng, đứng lại thật gọn gàng rồi quay một vòng ngược lại, chiếc váy màu xanh lục thẫm xòe ra thấy mê luôn. Dù đoạt giải nhưng không thấy cô ta nhoẻn miệng cười, chỉ nhếch mép lên một chút tượng trưng. Tài nghệ tôi xoàng xĩnh nên đêm đó phần lớn tôi chỉ ngồi coi*. Ông bạn nhà văn Kiệt Tấn của tôi không nhảy mà vẫn thắng cuộc. Cô đầm dễ thương đó chính là Diane, *Người Em Xóm Học* của anh. Cứ tưởng tượng bây giờ mà tôi có một Diane thì…chắc chết! Chết thì chết, tôi vẫn xông xáo trong những đường hẻm của Xóm Học. Tôi len lỏi giữa những quán cà phê và những tiệm ăn được trang trí bằng những đồ tầm tầm cũ rích. Một

Xóm học

bánh xe bò, mấy cái bình đựng nước, chiếc đồng hồ cổ lỗ sĩ, vài ba bức tượng mang dấu rêu phong, cộng với những chiếc bàn chiếc ghế kiểu xưa rích xưa rang. Những đường hẻm ăn uống, mặt đường lát bằng những viên đá nho nhỏ có cái thân mật như con hẻm Casino Sài Gòn xưa. Những nhà hàng kích thước khiêm nhượng, trước cửa treo những bản thực đơn to lớn với giá tiền cũng dễ nhìn không kém. Họ cạnh tranh nhau từng chút một nên giá cả cũng ăn khớp với nhau. Loanh quanh một hồi, tôi bước vào một quán ăn có lối trình bày bắt mắt. Tôi khoái những chai rượu đưa đít chai ra ngoài nằm chật những ngăn gỗ ô vuông làm thành một thứ trang trí lạ mắt phủ kín một phần bức tường. Chẳng hiểu xưa kia có văn nhân vua biết mặt chúa biết tên nào đã từng ngồi nơi chiếc ghế tôi đang ngồi không?

Tôi ghé nhìn vào những sập báo trên lề đường cổ kính với cái vòm rất Paris. Giữa nắng hè chói chang tôi bước bên tả ngạn sông Seine, khu *Quartier Latin*, nhìn vào từng chiếc quán nhỏ cố tìm xem ngày xưa những Jean Paul Sartre, Ernest Hemingway, Pablo Picasso, Paul Verlaine, F. Scott Fitzgerald đã lê la trong những quán nào. Tôi chỉ thấy những ly rượu, những chai bia ngổn ngang trên bàn và những ông tây già ngồi ngắm thiên hạ đi qua đi lại.

Tôi còn toan tính đi tới ga Lyon coi đèn của ga vàng ra sao mà ông Cung Trầm Tưởng đã làm chúng tôi dệt mộng khi *lên xe tiễn em đi.* Nhưng khi đi tới *Gare de l'Est* tôi đã kinh hoàng với sự xô bồ nhộn nhịp và với cái nhớp nháp của khung cảnh một nhà ga nên tôi đã không tới ga Lyon. Sợ mất đi bến ga trong lòng tôi.

Tôi trở lại Xóm Học và tới coi Đại Học Sorbonne. Mùa hè, trường đóng cửa. Chiếc tháp cao của trường khuất lấp sau dàn giáo của nhà thầu sửa chữa. Chẳng một bóng sinh viên lai vãng. Chỉ có các du khách tấp nập nghển cổ nhìn ngôi trường hầu như ai cũng nghe nói tới. Muốn thấy sinh viên phải tới những tiệm *fast food* như McDonald hay Burger King. Đó là những em bé, *tóc vàng sợi nhỏ,* chắc thuộc dạng túi rỗng nên không có hè, phải làm thêm để kiếm sống. Nhìn cái lúng túng của các em khi tiếp khách mà thấy thương. Thương thiệt! Vì dân sinh viên chúng tôi ngày xưa đâu có hè, cũng làm như điên. Nhưng đó là ở Việt Nam. Ở bên tây khác. Nghỉ hè là một điều bắt buộc. Đó hình như là luật không thành văn. Tháng tám, Paris chỉ còn du khách. Cửa tiệm cái đóng cái mở, khập khiễng như hàm răng méo mó

Đại Học Sorbonne

của người già. Đường về miền Nam nước Pháp xe cộ mắc kẹt đến sốt ruột. Vậy nên các em bé sinh viên không có hè mới đáng thương nhiều hơn nữa.

Đến Paris, với tôi, đã là nghỉ hè, nhưng tôi cũng theo đoàn xe đông đảo xuôi Nam làm một cú nghỉ hè đúp. Ra vào Paris phải qua một cái cửa, tiếng tây gọi là *Porte*. Tôi thích dịch là "cửa ô". Nghe cho ra vẻ Hà Nội. Hà Nội chỉ có năm cửa ô mà Tạ Ty và Phạm Đình Chương đã xưng tụng trong thơ và nhạc. Paris thì vô số cửa ô. Tôi ra vào Paris bằng cửa ô *Porte d'Orleans*. Cuộc Nam tiến đưa tôi tới thành phố Lyon. Thành phố lớn và đẹp. Tôi thích nhất phương tiện lưu thông công cộng của thành phố. Đó là những đoàn tàu buýt chỉ vài toa, chạy bằng điện, sạch như lau như ly. Từ tầng cao của khách sạn, đoàn tàu bóng loáng đẹp đẽ, nhất là vào buổi tối khi lên đèn, trông đẹp như một món đồ chơi. Tôi không có dịp…ngự trên những con tàu xe buýt sạch sẽ này. Nhưng ở Paris thì tôi lên xuống đủ các phương tiện di chuyển công cộng như tàu RER, *métro,* xe buýt xoành xoạch suốt ngày. Du khách có vé gọi là *Paris Visite* có thể mua để dùng cho một, hai, ba hoặc năm ngày là tối đa. Vé dùng cho tất cả các loại phương tiện công cộng. Hoạt động của các phương tiện giao thông này được chia thành từng vùng. Thường thì mua ba vùng, từ *zone 1* tới *zone 3,* là có thể đi thăm khắp vùng trung tâm Paris với các thắng cảnh và di tích nổi tiếng. Muốn thăm thú xa hơn như Điện Versailles, Disneyland Paris, Fontainebleau…thì phải mua vé bao gồm tất cả các vùng. Tôi mua vé 3 vùng cho 5 ngày phải trả khoảng 31 *Euro.* Tàu RER dơ dáy hơn *métro* và xe buýt nhưng rất tiện lợi. Du khách tới và rời Paris có thể dùng RER để đi tới ngay hai phi trường Orly và Charles de Gaulle mà không phải đổi ga phiền phức với những va ly hoặc túi xách lỉnh kỉnh. Khoảng vài năm nay, Paris có thêm loại tàu điện vòng đai chạy vòng quanh thành phố. Loại tàu này nối tất cả các cửa ô và các đường xe buýt và *métro.* Tàu chạy chậm nhưng rất sạch sẽ. Tất cả các phương tiện giao thông công cộng của Paris đều nối kết với nhau thành một mạng lưới đi tới đâu cũng được. Nhìn vào bản đồ nối kết thì thấy rối mắt nhưng đi vài lần là quen. Cái làm tôi phục nhất trên các phương tiện này là bản thông tin điện tử. Tại các ga có bản thông tin báo trước cho khách hàng biết thời gian phải chờ cho chuyến tàu hoặc xe kế tiếp làm cho hành khách rất yên tâm. Đúng giờ ghi là tàu hoặc xe tới. Đúng bóc không sai một phút! Ngay tại các trạm xe buýt cũng có những bản thông báo này. Lên xe hoặc lên tàu, khách còn được thông báo thời gian tới cho từng trạm. Vậy là yên chí lớn, chẳng sai hẹn một ly.

Cuộc Nam tiến còn đưa tôi qua những địa danh làm nức mũi các đệ tử của Lưu Linh: *Sauvignon, Chateauneuf, Bourgogne, Beaujolais*. Toàn những thứ đóng chai màu hổ phách. Xe chạy nhanh không làm mùi rượu bám được vào người tôi nhưng từ nay nhấp ly rượu chắc tôi sẽ có thêm được hình ảnh những cánh đồng nho xanh rì hai bên đường.

Nhìn tấm bảng ghi khoảng cách của nơi sắp tới có tên Avignon, tôi bỗng giật mình, vội sửa soạn sẵn máy chụp hình. Tôi phải nháy được cây cầu đã nằm trong bài hát đồng dao quen thuộc từ thời nhỏ dại. Xe chạy qua, chẳng thấy cây cầu đâu, chỉ thấy nằm chình ình cửa tiệm *Ikea* với hai màu xanh vàng đã thành ước lệ. Phải coi cho được cây cầu danh tiếng này, nhất là mấy đứa cháu trên xe đã nghêu ngao bài đồng dao. Xe vào thành phố. Đây là thủ đô của vùng *Côte du Rhône*. Cây cầu bắc qua sông Rhône tràn đầy du khách tuy nó chẳng đưa họ tới đâu. Cầu đã gẫy mất một nhịp sát một bên bờ. Tôi nghĩ chắc nhiều người còn nhớ bài hát mà chúng ta đã từng hát trong trường học. Tôi chép lại hai khổ đầu của bài hát để biết đâu có thể nhắc lại chúng ta những ê a ngày nhỏ.

> *Sur le pont d'Avignon*
>
> *L'on y danse, l'on y danse*
>
> *Sur le pont d'Avignon*

L'on y danse tous en rond

Les beaux messieur font comm'ca

Et puis encore comm'ca

Sur le pont d'Avignon

L'on y danse, l'on y danse

Sur le pont d'Avignon

L'on y danse tous en rond

Les bell' dames font comm'ca

Et puis encore comm'ca.

Bài hát làm tôi nhớ lại một quãng đường khổ nhọc sau khi trở về từ những trại gọi là "học tập cải tạo". Được gọi là "tạm tha" cho trở về với gia đình nhưng chúng tôi bị công

Múa bài "Sur le Pont d'Avignon" ngay trên cầu.

an địa phương nơi cư trú hành cho nhỏ xác bằng các chuyến đi thủy lợi và bằng những hăm dọa khi trình diện mỗi tuần. Hăm dọa lớn nhất là phải đi vùng kinh tế mới nếu không có việc làm ổn định. Ai dám thuê những người có án "cải tạo" nên chúng tôi thường phải bỏ tiền để chui vào những tổ hợp tre nứa, mành sáo, bột mì nay còn mai mất. Cuối cùng, chịu không thấu những lo toan dằn vặt, chúng tôi phải kiếm cách thoát ra khỏi tình trạng nửa sống nửa chết này. Hầu như những người có bằng cấp Đại học trước đây đều chui vào cái gọi là Hội Trí Thức Yêu Nước cho yên thân. Hội đã đưa chúng tôi đi dạy tại các trường trung học sau khi tham dự một khóa gọi là "bồi dưỡng chính trị Mác Lênin" trong sáu tháng. Sáu tháng ròng rã chúng tôi nín thở qua sông cho tới ngày được gọi là tốt nghiệp. Ngày lễ tốt nghiệp, mỗi tổ phải có một màn trình diễn văn nghệ mãn khóa. Tổ Pháp văn đã trình diễn một màn gồm liên khúc các bài dân ca Pháp trong đó có bài *Sur le Pont d'Avignon*. Các bạn tôi phải vẽ râu vẽ ria, lên sân khấu nhảy múa như những đứa con nít nhiều tuổi! Nhìn các bạn nhảy, tôi thấy xót xa trong lòng. Thôi thì cũng gọi là gian nan, gian nan nào chẳng nhuốm mùi đắng cay.

Đứng trên chiếc cầu gãy nhịp, tôi nhớ tới cái loi choi của các thân già hóa thân làm con trẻ năm xưa. Tại sao chiếc cầu này nổi tiếng? Có lẽ chỉ nhờ bài hát. Nó chẳng có một…chiến công gì trong lịch sử nước Pháp. Vậy mới biết sức mạnh của văn nghệ. Tưởng như chơi chơi mà hóa ra sống đời.

Cầu Avignon, còn có tên là cầu Saint-Bénezet, được xây vào khoảng từ năm 1171 tới 1185, nối liền vùng Avignon và Villeneuve-les-Avignon vốn cách nhau bằng con sông Rhône. Cầu bị hư hỏng nhiều lần vì những trận lụt và hoàn toàn bất khiển dụng từ năm 1668 sau một cơn lụt lớn tai hại. Chiếc cầu sở dĩ mang thêm tên *Pont Saint-Bénezet* là vì chính ông thánh này, khi còn là một mục đồng trong vùng, đã có ý nghĩ xây chiếc cầu nối liền hai bờ sông. Theo truyền thuyết thì chính các thiên thần đã điều khiển việc xây cất. Cũng vẫn theo truyền thuyết thì ý tưởng viển vông của anh mục đồng Bénezet thoạt đầu đã bị dân chúng trong vùng chế giễu nhưng anh đã chứng tỏ một cách hào hùng bằng việc nâng một tảng đá thật nặng. Vậy là các nhà có máu mặt trong vùng đã ủng hộ anh hoàn thành công trình nặng kí này. Khi anh chết, thi hài của anh được chôn ngay trên cầu, trong một nhà nguyện được thiết lập ngay giữa cầu. Tôi bước vào nhà nguyện nay chỉ còn chiếc bàn thờ đá. Nhà nguyện này do dân thuyền chài trên sông xây dựng và vì thánh quan thầy của họ là thánh Nicholas nên nhà nguyện được đặt tên là Nicholas. Nhà nguyện bị bỏ hoang không có hành lễ vì sự… lạnh cẳng của các tu sĩ. Họ lo sợ chiếc cầu sẽ sụp bất tử nên không cử hành lễ trên cầu. Khi tôi đang quay hình trên cầu thì có hai cô gái dắt tay nhau dựa vào thành cầu hát bài *Sur le Pont d'Avignon.* Tiếng hát nho nhỏ không đủ vang lên trên dòng sông Rhône đang hững hờ chảy phía dưới nhưng cũng làm các du khách tấp nập trên cầu dừng lại nghe. Tôi chĩa máy quay vào hai ca sĩ tài tử nhưng hai nàng khoát tay không đồng ý. Hai đứa cháu tôi, một trai 7 tuổi và một gái 5 tuổi, cầm tay nhau nhảy theo tiếng hát điệu vũ chúng đã được học trong trường. Tiếng vỗ tay cổ võ khi điệu nhảy chấm dứt.

Chúng đã có một kỷ niệm thích thú về chiếc cầu mà có lẽ chúng tưởng không hiện diện trên trái đất này.

Tính cho rốt ráo thì chiếc cầu cũng có tí lịch sử. Đó là nó đã từng là chiếc cầu xây duy nhất nối liền thành phố Lyon và vùng biển Địa Trung Hải. Vào thế kỷ thứ 14, nó là chiếc cầu sông…Gianh chia đôi hai vùng lãnh địa. Một bên được gọi là *Comtat Venaissin* do các Giáo Hoàng kiểm soát và một bên là nước Pháp dưới quyền cai quản của các triều vua Pháp. Hồi đó hai bên đầu cầu đều có các pháo đài do binh sĩ canh giữ cẩn thận. Bên phía lãnh địa của các Giáo Hoàng, đầu cầu dẫn vào một chiếc cổng thành lớn được xây cất vào thế kỷ thứ 13 đâm thẳng vào cấm thành, nơi các Giáo Hoàng dùng làm Tòa Thánh từ năm 1309 khi Giáo Hoàng Clement V, được bầu vào năm 1305, không muốn đối đầu với vụ khủng hoảng ở La Mã sau khi ông được tấn phong. Thời kỳ này được gọi là thời "Giáo Hoàng Avignon". Cấm thành *Palais des Papes* vẫn sừng sững tới ngày nay, phủ bóng trên thành phố nhỏ.

2.

Nói tới Công giáo, chúng ta thường nghĩ ngay tới những Giáo Hoàng La Mã. La Mã là thủ đô của Ý đồng thời có một xẻo đất được cắt ra làm thành một nước gọi là Vatican. Tôi đã từng có dịp tới "biên giới" của Ý và Vatican. Đó là một hàng rào đơn sơ chẳng cần lính tráng canh gác. Buổi tối một ngày tháng 8 năm 2008, tôi tới biên giới này và đã tinh nghịch chơi trò...vượt biên. Tôi đứng bằng một chân bên phía Vatican và một chân bên phía nước Ý. Chẳng có tới một ông cảnh sát thổi còi tu huýt khi tôi chân Vatican chân Ý!

Vậy mà khi tới Avignon tôi mới biết là có một Tòa Thánh ngoài La Mã. Cả một công trình xây cất đồ sộ đập vào mắt tôi như muốn đè bẹp chiếc xe khi vừa lăn vào thành phố Avignon. Đó là *Palais des Papes*. Nơi đây đã có tới bảy triều Giáo Hoàng trị vì trong 67 năm từ 1309 đến 1376. Chuyện

Palais des Papes ở Avignon

bắt đầu vào năm 1305, khi Giáo Hoàng Clement V, người Pháp, được bầu. Vị này ở lì tại Pháp không chịu tới La Mã vì có sự tranh chấp nội bộ. Bốn năm sau, năm 1309, Giáo Hoàng Clement V cho dọn triều đình về Avignon. Cả bảy Giáo Hoàng nối tiếp nhau trị vì tại Avignon đều là người Pháp và chịu thần phục hoàng gia Pháp. Ngày 13 tháng 9 năm 1376, Giáo Hoàng Gregory XI mới rời bỏ Avignon trở về La Mã chính thức chấm dứt thời kỳ giáo hoàng Avignon. Nhưng chỉ hai năm sau, năm 1378, người kế vị của Giáo Hoàng Gregory XI là Giáo Hoàng Urban VI lại có tranh chấp với các Hồng Y nên lại bỏ La Mã về lại Avignon lập nên triều đại Avignon thứ hai. Triều đại Avignon…nối dài này không được coi là chính thống và chỉ tồn tại được 39 năm với hai vị Giáo Hoàng đối nghịch với La Mã. Vị cuối cùng là Giáo Hoàng Benedict XIII.

Khi tôi tới Avignon thì nơi đây chỉ còn là di tích lịch sử đã được tổ chức UNESCO của Liên Hiệp Quốc liệt vào loại di sản thế giới. Di tích này mở cửa hàng ngày cho du khách tới coi. Cũng là một du khách, dĩ nhiên tôi cũng muốn vào coi nhưng vì lúc đó đã hết giờ mở cửa tuy trời mùa hè còn sáng trưng. Di tích lịch sử đều là nơi bắt du khách mở hầu bao mua vé vào coi. Tôi không được mở túi tiền nên chẳng biết vé vào cửa giá bao nhiêu.

Nghỉ ngơi là một nét lè phè của dân Tây, vốn dĩ là một dân tộc thích nhàn nhã. Các cửa hàng và công sở đều đóng cửa nghỉ trưa cho nhân viên làm một cú la-siết. Mỗi tuần làm việc có 35 tiếng. Sang tới Paris tôi mới biết là tất cả các ngày lễ mà người Công giáo gọi là lễ trọng như lễ Thăng Thiên,

Hiện Xuống, lễ Các Thánh…đều là ngày nghỉ. Nói chi tới lễ Phục Sinh và Giáng Sinh, nghỉ quá đi chứ! Lối nghỉ lễ này ngày xưa, khi nước ta còn dưới quyền đô hộ của Pháp đều có, y chang như mẫu quốc. Tới khi Tổng Thống Ngô Đình Diệm cầm quyền ông mới ra lệnh dẹp các ngày lễ mang tính cách tôn giáo này. Những ngày nghỉ rơi vào ngày thứ sáu hoặc thứ ba là một dịp nghỉ bắc cầu mà dân tây gọi là *"faire le pont"*. Làm việc khỏe re như vậy mà tuổi về hưu chỉ có 60 chứ không phải 65 như dân Mỹ và Canada. Chính phủ Pháp định nâng tuổi về hưu lên 62 thì toàn dân biểu tình phản đối. Trong khi đó bên Mỹ và Canada đang nâng dần tuổi về hưu lên tới 67 mà dân chúng ngậm câm chịu trận. Làm dân tây sướng thật! Thôi thì kiếp sau xin làm ông tây cà lồ cho nhàn nhã tấm thân.

Nhàn nhã thiệt chứ không nói chơi. Cứ leo lên xe buýt ở Paris là biết ngay. Trên xe chỉ có mỗi ông tài xế mà ông này chỉ biết lái xe, không cần biết tới hành khách. Cửa lên của xe buýt có một cái máy *scan* cho thẻ xe hàng tháng và một cái máy cho những người đi vé lẻ. Cứ đút cái vé vào lỗ, chiếc vé chui vào rồi chui ra, cầm chiếc vé bỏ túi là xong. Hành khách lên xuống ai *scan* vé ai không *scan* vé ông tài xế không thèm biết tới. Đã nói ông chỉ có nhiệm vụ lái xe thôi mà! Cạnh hai chiếc máy *scan* là một tờ giấy nhắc nhở. Rất tây. *Tôi đã scan vé, bạn thì sao?* Có nhiều bạn tỉnh bơ coi chuyện vé viếc như pha. Tôi đã nhìn thấy, hầu như trên mọi chuyến xe tôi đã…kinh qua, nhiều hành khách rất coi thường chuyện vé. Họ tỉnh bơ lên xe, tỉnh bơ xuống xe trước mắt ông tài xế chỉ biết cái tay lái. Mấy ông tài xế xe buýt ở

Montreal thì khác. Ngoài việc lái xe, họ còn phải kiểm soát hành khách lên xuống. Ai làm lơ không có vé là bị gọi tới nhắc nhở liền. Có bạn sẽ thắc mắc: vậy thì ở Paris ai thèm mua vé làm chi cho tốn tiền. Không có vé cũng hơi hồi hộp một chút. Đó là nếu gặp các ông đi soát vé bất thần thì sẽ bị phạt 80 *euro*. Nhưng các ông này sao mà hiếm! Trong mười ngày leo lên leo xuống xe buýt tại kinh đô ánh sáng, tôi chỉ gặp các ông này có một lần duy nhất. Trông các ông này hãi lắm. Đồng phục, lon lá cứ như nhân viên công lực. Mỗi ông lại lủng lẳng một chiếc dùi cui và một máy *scan* vé. Họ đi hai người, chia nhau đi hỏi vé và nếu nghi ngờ là *scan* ngay tại chỗ. Thái độ hùng hùng hổ hổ của họ cứ như hỏi giấy tờ dân trốn quân dịch ở Sài Gòn thuở xưa. Trận đánh bữa đó của hai ông kiểm soát này là một thất bại. Trên chuyến xe ra miền ngoại ô Paris chỉ có bảy hành khách. Bốn tên Mít chúng tôi, một bà luốc luốc và một ông đen. Khi hai ông đang soát vé ở cuối xe thì có một ông đen leo lên, tỉnh bơ kiếm chỗ ngồi. Nhìn thấy hai ông nhà…buýt dưới cuối xe, ông tỉnh ngay, làm bộ tìm vé hết túi áo này tới túi áo khác. Dĩ nhiên có đâu mà tìm. Ông vội móc tiền ra mua vé nơi ông tài xế. Vậy là an toàn. Lớ ngớ ông này mà ngồi trên xe trước khi hai ông kiểm soát lên là dính chấu liền. Cứ tám chịch tiền phạt, đau hơn hoạn! Đợt…hành quân coi như thất bại, không nắm cổ được một tên trốn…quân dịch nào.

Say mê kể tội lè phè của các ông tây bà đầm, tôi quên ngắm cảnh hai bên đường trên xe đang xuôi miền *Provence*. Toàn một màu xanh rì của những vườn nho. Thỉnh thoảng vàng úa một vạt hướng dương. Sao họ trồng hướng dương nhiều thế, chắc không phải để bán hoa. Tôi đoán có lẽ họ trồng lấy hạt cho dân chúng cắn tí tách khi coi TV. Nhiều chặng có cảnh đẹp như tranh. Xe càng đi sâu vào miền Nam nước Pháp, cảnh càng hoang vu. Chiếc GPS trên xe chỉ loanh quanh đường tới căn nhà mà chúng tôi đã thuê trên *internet*. Nhiều quãng đường rất…nhà quê, thỉnh thoảng mới có một căn nhà nép mình sau những tàn cây xanh. Xe cứ vòng vèo trên quãng đường quê. Anh GPS coi bộ lúng túng. Xe thậm thụt lúc tiến lúc lùi. Trời đã gần tối, anh GPS dẫn tới một con đường đất lởm chởm. Căn nhà cho cả chục người ở, có *piscine* nước nóng ở trong, *piscine* nước lạnh ngoài trời, trông hình trên máy *computer* đẹp như mơ, mà sao lại ở nơi khỉ ho cò gáy này. Cuối cùng, Chúa ôi, cũng tới nhưng tới… bên hông nhà. Ông chủ nghe điện thoại vội mở chiếc cửa bé xíu nơi hàng rào bước ra. Ông chỉ cho đi vào lối cửa chính. Mèng đéc ơi! Hóa ra nhà người ta có chiếc cửa sắt rộng ngay bên lề con đường nhựa phẳng phiu. Ai mà ngờ được anh GPS lại chơi trò…du kích!

Căn nhà chúng tôi thuê trong một tuần oách thật. Oách một cách thôn dã. Trang trí toàn những đồ…phế liệu. Tôi nhìn lại được những chiếc nồi đồng được đánh bóng loáng treo lủng lẳng trong bếp, những chiếc xẻng cuốc xỉn trên tường, những chiếc bàn ủi xưa rích xưa rang chỉ là một miếng sắt có quai trên lò sưởi…cổ kính. Trong cái quê lại có những tiện nghi tân tiến. TV mặt phẳng loại 50 *inches* trong phòng khách, TV nhỏ hơn trong phòng ngủ. Phòng tắm trắng bong mới tinh. Điện thoại có thể gọi *free* về Canada và Mỹ. Và điều bất ngờ là có cả *wifi!*

Sáng sáng, ngồi ngoài vườn ngắm hoa muôn sắc khắp khu vườn rộng trước nhà, tôi được nghe tiếng gà gáy. Buổi trưa mùa hè nắng chói chang tôi nghe lại được tiếng ve sầu rôm rả. Giấc chiều chiều, mụ gà mái đẻ trứng la lối inh ỏi. Tôi ngẩn ngơ trước khu vườn trồng toàn *olive* lần đầu tiên thấy. Thứ trái đăng đắng bùi bùi trên bàn ăn, giờ lủng lẳng trên những thân cây rậm rạp lá nhọn như những mũi tên. Lại còn cây *figue*, thứ cây có trái như trái sung mà tôi rất thích. Mua ngoài chợ tại Montreal, thứ trái này mắc thấu trời, vậy mà tại vườn trong nhà trái *figue* chín mõm rụng đầy sân. Tôi mặc sức hái những trái chín cây ăn ngọt lịm. Thích như vậy mà chỉ được một hai bữa, nhìn thấy trái *figue* chín sẫm trên cây cũng không buồn hái. Ngán tới cổ!

Ve sầu, *olive, lavande* là…quốc hồn quốc túy của vùng *Provence*. Các thứ hàng hóa, vật dụng kỷ niệm của vùng này đều có mấy thứ trên. Nhìn vào là ra vẻ *provence* liền. Tôi mua một lúc tới ba cái khăn bàn ăn. Cái nào cũng dính nào *olive,* nào *lavande* nhưng không có mẫu khăn bàn nào có hình ve sầu. Tôi chẳng hiểu tại sao ve sầu lại không được leo vào bàn ăn. Nhưng các thứ khác thì ve sầu bám vào tùm lum. Ngay cả những chú ve sầu bằng sứ hay bằng kim loại đứng mình ên cũng được du khách mua ào ào.

Vùng tôi ở là vùng *Aix en Provence*. Nơi tôi ở là chốn quê mùa. Muốn đi chợ phải tính ngày có phiên chợ. Chợ chỉ họp mỗi tuần một ngày. Nói là một ngày chứ tới khoảng 2 giờ là đã vãn chợ. Chợ chồm hổm họp ngay trên đường phố. Mấy anh thanh niên, có lẽ là lực lượng…dân phòng, chặn hai đầu đường không cho xe cộ vào, vậy là có một cái chợ.

Chợ quê tại Provence

Dân quanh vùng mang đủ thứ cây nhà lá vườn ra bán xen lẫn với những người bán hàng rong chuyên nghiệp bán những thứ…cao cấp hơn như khăn bàn, *fromage*, quần áo, vải vóc. Rượu vang sản xuất tại chỗ rẻ rề. Mua về uống thử thấy ngon chẳng thua kém các thứ sản xuất chuyên nghiệp trong các cửa hàng. Rau cỏ và trái cây trông còi cọt, nhỏ hơn thứ bán trong các siêu thị, đúng là thứ trồng trong vườn. Lạ một cái là thứ đào dẹp mà chúng ta thường gọi là đào *donut* bán rẻ rề, Nhỏ trái, trông không bắt mắt nhưng ngọt ơi là ngọt. Tôi bắt gặp trong chợ một chiếc xe bán thức ăn bày toàn những món ăn Việt Nam lúc nào cũng đông nghẹt người xếp hàng. Món chả giò, được gọi là "nem", là món được chiếu cố nhiều hơn cả. Nem là tiếng Bắc để chỉ món mà người Nam gọi là "chả giò". Trên toàn nước Pháp món này đều được gọi là "nem".

Chờ tới lúc vắng khách, tôi mua hàng. Tôi thử nói tiếng Việt. Ông bán hàng, với giọng nói hơi khó khăn lúc đầu, nhưng khi vui chuyện đã bắt lại được tiếng Việt khá nhuần nhuyễn, vui như bắt được của khi gặp được đồng hương ở chốn nhà quê nước Pháp này. Ông cho biết tên là Phước, sang Pháp từ lâu. Ông xoắn lấy tôi nói chuyện mặc cho đám khách hàng đứng chờ tò mò theo dõi hai tên Việt Nam nói tiếng…ngoại quốc. Khi tôi từ giã, ông bùi ngùi như không muốn chia tay, tặng tôi hai túi bánh phồng tôm mà dân Pháp gọi là…*chip!*

Vùng *Aix en Provence* cũng có *downtown* như ai. Đó là một vùng khá sầm uất. Sáng Chủ nhật, dân chúng kéo về vui chơi nơi đây. Cũng đủ các trò chơi cho con nít, cũng những đường phố nho nhỏ có các cửa hàng cũng nho nhỏ và đặc biệt cũng có chợ chồm hổm. Chợ cũng họp ngay trên đường phố và cũng chỉ kéo dài tới trưa là cuốn gói giải tán. Nhưng chợ chồm hổm này không có thứ cây nhà lá vườn mà toàn những gian hàng vải, quần áo, trang sức, đồ chơi…Hàng quán hai bên đường la liệt, người ăn người uống nhộn nhịp. Tôi bắt gặp một cái tên Việt Nam: Nguyen Thanh. Phía dưới là hàng chữ nhỏ: *depuis 1972*. Dưới nữa: *cuisine Vietnammienne*. Không dấu nên không biết tên chính xác. Đây là một cửa hàng khá khang trang chuyên bán đồ ăn mang về. Một thứ…cơm chỉ. Các món ăn phần lớn là món Việt, dĩ nhiên không thiếu được món "nem". Bán hàng là một người đàn ông trung niên có nét lai và một cô đầm khá xinh xắn. Tôi hỏi anh thanh niên có nói tiếng Việt không? Anh lắc đầu xin lỗi. Anh cho biết cửa hàng này do bà ngoại anh lập, anh là người kế thừa. Thức ăn Việt thì còn nhưng tiếng Việt đã mất!

Tôi lựa mua một vài món và lấy thêm gói mè xửng *dessert*. Anh chàng hai giòng máu tiện tay lấy một gói mứt gừng tặng anh đồng hương…phân nửa!

Từ nơi tôi trọ tới Marseille mất hơn hai tiếng lái xe. Nghe cái tên đã muốn tới. Để ăn món *bouillabaisse* huyền thoại phát xuất từ thành phố này. Các ông tây rất khéo vẽ vời. Họ tôn vinh món ăn đặc biệt này được nhập vào Marseille từ thời cổ Hy Lạp 600 năm trước công nguyên lận. Đây là món do nữ thần Venus gửi cho chồng là Vulcan để ông này ăn xong là lăn quay ra ngủ cho nàng dễ bề ngoại tình với chàng Mars! Tôi nghĩ họ đặt ra truyền thuyết như vậy cho thêm phần quí phái chứ thực ra đây chỉ là một món ăn rất bình dân. Ngày xưa các ngư dân vùng biển này cho tất cả các hải sản không bán được vì có nhiều xương vào một chiếc nồi rồi hâm cho nhừ ra ăn kẻo phí của. Chắc cũng như món cơm trộn cuối tuần của các bà mẹ đảm đang Việt Nam ở hải ngoại. Cuối tuần, các bà vét hết đồ ăn dư trong tủ lạnh rồi trộn vào cơm, thêm mắm muối, đảo trên chảo để có một thứ cơm hầm bà làng chẳng tuần nào giống tuần nào. Vậy mà ngon. Cũng vậy, *bouillabaisse* là một món quốc hồn quốc túy được nhiều người ưa chuộng. Tôi đã nhiều lần được ăn món này bên ngoài Marseille. Rất ngon. Nhưng phải ăn món này ngay tại Marseille mới hết xảy. Chẳng thế tại sao lại có câu nói: tới Marseille mà không ăn món *bouillabaisse* là chưa tới Marseille. Ngon thật. Ngọt lịm và có mùi vị không một nơi nào khác có. Người ta bảo đó là vì họ dùng nước biển đặc biệt của vùng này, thứ cá nhiều xương đặc biệt địa phương, nấu trên bếp củi và các thứ gia vị như tỏi, *fennel* và cà chua được trồng ngay tại Marseille. Cái tên *bouillabaisse* được cho là bắt nguồn từ cách nấu. Đó là hai từ tiếng Pháp *bouillir* là nấu hầm và *abaissé* hạ thấp lửa, gộp lại thành. Một nồi *bouillabaisse* được hầm từ 24 đến 48 tiếng mới ra hết chất ngọt từ xương cá tươi đánh từ biển lên. Cá để trong tủ lạnh là vứt đi, không thể làm *bouillabaisse* được.

Khi món ăn đặc biệt Marseille này leo lên thành thứ… lịch sử, các nhà hàng địa phương không bỏ lỡ cơ hội vẽ rồng vẽ rắn cho thêm phần…trưởng giả. Năm 1980 các nhà hàng bán *bouillabaisse* họp nhau lại và ra một "tuyên ngôn *bouillabaisse*". Mở đầu tuyên ngôn họ công nhận là "không thể tiêu chuẩn hóa cách nấu". Nguyên văn : *Il n'est pas possible de normaliser la cuisine*". Nhưng họ cũng đưa vào tuyên ngôn là một nồi *bouillabaisse* phải có ít nhất bốn thứ cá trong các loại cá sau: *rascasse, araignée, galinette, fiela* và

Món bouillabaisse

chapon. Kiến thức về cá của tôi rất cà chớn. Vậy nên tôi cứ ghi nguyên văn tiếng Tây cho tiện việc sổ sách. Thực ra tôi chỉ biết rõ có mỗi thứ cá giếc. Đó là ngay từ ngày mới lún phún tí râu tôi đã đi câu loại cá này. Đối với tôi cá nào cũng là thứ bơi dưới nước cả! Gia vị của một nồi *bouillabaisse* gồm hành, cà chua, khoai tây, ngò tây, tỏi, dầu olive, nghệ tây và thì là tây *fennel.*

Chỉ có những người có bằng cấp về nấu *bouillabaisse* mới được chính thức sản xuất món này. Những người không có bằng, nếu nấu *bouillabaisse* bán, thì không được gọi sản phẩm của họ là *bouillabaisse.* Du khách muốn dùng món *bouillabaisse* bằng cấp phải đặt trước ít nhất 24 tiếng. Tôi không phải là du khách khó tính lại ít chuộng bằng cấp, nhất là bằng cấp nấu bếp, nên xà ngay vào một nhà hàng lộ thiên trên bến cảng Marseille để ăn *bouillabaisse.* Bếp nhà hàng chắc không phải là dân...khoa bảng nên trên thực đơn, nhà hàng chỉ dám ghi món ăn này là: *marmite des pêcheurs en bouillabaisse*. Âu cũng là một lối chơi chữ! Thứ *bouillabaisse* tôi ăn có đủ bốn loại cá, thêm tôm, hào, cua, mực cũng đủ ngon làm tôi nhớ đời. Bẻ miếng bánh mì chấm với nước sốt ngọt lịm vị hải sản tươi với các thứ lá gia vị bắt nhau chi lạ. Theo các bậc có kinh nghiệm về *bouillabaisse* thì thứ thức ăn này có mùi vị không thứ nào khác có là vì mùi lá thì là gọi là *fennel*. Nghe vậy biết vậy, ngon vì đâu tôi chẳng cần biết, cái miệng tôi mách bảo là đủ. Tôi nghĩ là thứ *bouillabaisse* do các đầu bếp có bằng cấp nấu cũng rứa thôi. Đó là một thứ vẽ vời cho món ăn thêm phần kỳ bí. Chỉ có một khác biệt: món *bouillabaisse* được chính thức ghi là *bouillabaisse* trên thực đơn có giá từ 50 đến 60 *euro* một phần ăn. Tôi chỉ phải trả phân nửa giá tiền đó cho thứ món ăn hầm bà làng gọi là *marmite des pêcheurs en bouillabaisse!*

Nếu cần thêm một chút chữ nghĩa cho món ăn này, tôi sẽ không ngần ngại chọn bài thơ của William Makepeace Thackeray, tác giả cuốn tiểu thuyết nổi tiếng *Vanity Fair.* Ông này là người Anh mà dân Anh và dân Pháp ít có cảm tình với nhau. Vậy mà ông cũng phải xưng tụng món tây chính cống *bouillabaisse.* Bài thơ có tên *"The Ballad of Bouillabaisse"* (Bài ngợi ca Bouillabaisse) gồm 11 đoạn, tôi chỉ xin trích ra một đoạn:

> *This Bouillabaisse a noble dish is -*
> *A sort of soup, or broth, or brew,*
> *Or hotchpotch of all sorts of fishes,*
> *That Greenwich never could outdo;*

Green herbs, red peppers, mussels, saffern,
Soles, onions, garlic, roach, and dace;
All these you eat at Terrés tavern,
In that one dish of Bouillabaisse.

Định nhờ ông bạn Luân Hoán dịch ra thơ cho le lói nhưng mình ăn mà bắt bạn dịch coi bộ không *fair*. Vậy xin dịch qua quít cho vui: *Bouillabaisse*, món ăn quý phái, là một loại súp, hay canh, hay hầm. Hay một món hổ lốn của mọi loại cá mà Greenwich cũng chịu lép vế. Rau xanh, ớt đỏ, hào, cá thu, hành, tỏi, cá chép, cá lăng. Bạn ăn tất cả tại một quán ăn, chỉ trong một đĩa!

Nhiều người khuyên khách du lịch không nên tới Marseille vì tình trạng an ninh không bảo đảm. Thành phố quả có lộn xộn khi tôi tới. Những đường phố chật hẹp, dơ dáy, có rất nhiều ăn mày là dân nhập cư từ các nước Phi châu. Những thanh niên tụ họp trên từng góc phố, nghênh ngang, ồn ào đầy đe dọa. Nhưng nếu bạn hỏi tôi có muốn tới Marseille lần nữa không, tôi sẽ không ngần ngại gật đầu. Chỉ để được ngồi trước món *bouillabaisse* trong một nhà hàng lộ thiên no đầy gió biển trên bến cảng Marseille!

Trong một lúc ngồi ngắm ông đi qua bà đi lại tại một công viên nhỏ ở Marseille, tôi bỗng suy nghĩ, sao bài quốc ca Pháp có tên là *"La Marseillaise"* vậy kìa? Bộ thành phố lộn xộn này là tượng trưng cho nước Pháp sao? Tôi không nghĩ vậy. Cái tính tếu của tôi làm tôi nhớ tới lời Việt của bài quốc ca mà không hiểu từ hồi nào, khi tôi còn rất nhỏ, lúc nước ta vẫn còn bị Pháp đô hộ, đã được người lớn dậy cho. Tới nay tôi vẫn còn nhớ được toàn bài. *"Thầy đồ ngày xưa quen thói nuôi móng tay dài, quần trễ tai hồng, đỏ đen mực son..."* Lời chế giễu vẻ nhếch nhác của một ông thầy đồ hết thời cắm vào nhạc của bài quốc ca của...mẫu quốc phải chăng là một lối phản kháng nhẹ nhàng của con dân đất Việt? Tìm hiểu thêm tôi mới biết chút lịch sử bài ca này. Nó...Marseille thiệt! Ngày 25 tháng 4 năm 1792, Thị Trưởng thành phố Strasbourg gợi ý cho một người khách của ông là Rouget de Lisle soạn một bản nhạc "có thể tập họp tất cả các chiến binh của chúng ta bảo vệ tổ quốc đang bị đe dọa". Khi đó Pháp đang bị quân Phổ và Áo đe dọa thôn tính. Chỉ trong một đêm, Rouget de Lisle viết xong bài hát đặt tên là *"Chant de guerre pour l'Armée du Rhin"*. Bài hát sau đó thành giai điệu tập họp của cuộc cách mạng Pháp và được đổi tên thành *"La Marseillaise"* sau khi được kháng chiến quân hát lần đầu tiên trên đường phố Marseille vào cuối tháng 5 năm đó. Chính những kháng chiến quân này đã tiến vào thủ đô Paris vào ngày 30 tháng 7 năm 1792 sau khi một kháng chiến quân trẻ tuổi tên Francois Mireur hát bản nhạc này trong một cuộc mít tinh tại Marseille. Anh kháng chiến quân này vừa tốt nghiệp y khoa và sau này trở thành một tướng lãnh dưới quyền Napoléon Bonaparte và tử trận tại Ai Cập lúc mới tròn 28 tuổi. Nghị Viện Pháp đã chấp thuận bản nhạc thành quốc ca Pháp bằng một nghị định được thông qua vào ngày 14 tháng 7 năm 1795. Nhưng sau đó, dưới triều Napoléon I bản nhạc bị...thất sủng. Mãi tới năm 1879, Quốc Hội Pháp mới chấp thuận lại bài quốc ca này cho tới ngày nay.

3.

Vùng *Aix en Provence,* nơi tôi đang tá túc có nhiều khu dân cư nhỏ. Một trong những khu này là *St. Rémy de Provence.* Dân số nơi đây chỉ có chưa tới 10 ngàn người nhưng là một nơi tấp nập du khách. Theo cẩm nang du lịch thì đây là một nơi phải tới. Tôi ở cách nơi đây chỉ hơn một giờ lái xe nên nhất định phải tới. Vì ông Van Gogh. Ông họa sĩ nổi tiếng thế giới đã vẽ trên một trăm bức phong cảnh đồng quê trong vùng St Rémy này. Một trong những bức nổi tiếng nhất của Van Gogh là bức *Vase avec Iris* đã được vẽ tại đây. Những phong cảnh mà Van Gogh đã đi qua, đã ngồi vẽ, hầu như còn nguyên vẹn: những cánh đồng hoa dại, cây *olive,* ven núi Alpin. Ngay gian phòng Van Gogh đã trú ngụ trong hơn một năm, từ tháng 5

Tượng Van Gogh trong khu cửa hàng ở Champs Élysées

năm 1889 đến tháng 6 năm 1890, cũng vẫn còn nguyên. Tôi hình như có duyên với ông họa sĩ này. Trong một lần đi dạo trên đại lộ Champs Élysées nổi tiếng tại Paris, tôi đã đi lần vào trong những hành lang ven đại lộ, kiểu như hành lang Eden trên đường Tự Do của Sài Gòn xưa. Lần này có nhiều thời gian nhởn nhơ ở Paris, tôi mới có dịp thực hiện được cái thú ngồi ăn trong những lều vải trên vỉa hè đại lộ ngắm ông đi qua bà đi lại, và cái thú la cà vào những hành lang của đại lộ này. La cà dí mũi vào các tủ kính thôi, chẳng nên bước qua ngưỡng cửa của những gian hàng kẻo bị chặt đứt cổ! Trong một hành lang sang trọng đó, tôi bắt gặp ông Van Gogh. Đó là một bức tượng cách điệu rất lạ mắt, được đúc bằng đồng, những thanh đồng mỏng tạo thành dáng đi của nhà họa sĩ. Gọi là bức tượng thì hơi khiên cưỡng vì tượng cho chúng ta hình ảnh một khối liền chắc. Nghệ thuật nhất là bức tượng được vạt một khoảng trống từ đầu gối lên tới bụng mang lại cảm giác mất đó nhưng vẫn còn đó.

Trên đường Hoche của *St Rémy de Provence* là nơi sinh của Nostradamus. Ông sanh năm 1503, mất năm 1566. Tên đầy đủ là Michel de Nostredame. Chắc ai cũng biết ông này là nhà chiêm tinh học đã để lại nhiều tiên đoán chính xác. Và tôi nghĩ chúng ta chỉ biết ông này với tư cách là chiêm tinh gia. Nhưng thực sự ông là một trí thức khoa bảng đàng hoàng. Ông là bác sĩ, nhà toán học, thiên văn học và giai đoạn cuối đời ông còn là một nhà văn nữa! Có thể coi ông này là một thứ trạng như Trạng Trình của chúng ta. Theo một bài viết của Rich Deem thì Nostradamus, tuy sống trong thế kỷ thứ 16 nhưng đã đoán trúng các sự kiện sau của thế kỷ 19 và 20: cuộc Cách

Mạng Pháp, Napoleon, Adolph Hitler, bom nguyên tử, vụ 9/11, các vụ ám sát hai anh em Tổng Thống John Kennedy và Thượng Nghị Sĩ Robert Kennedy và nhiều vụ khác. Tôi vốn không mặn mà với các thầy lốc cốc tử nhưng nhân đến sinh quán của Nostradamus thì tán chơi vậy thôi. Có một điều vui vui muốn ghi lại đây là Nostradamus cũng đoán bằng thơ như Trạng Trình của chúng ta. Thử trích một đoạn thơ Nostradamus tiên đoán cho năm nay, 2012:

The year 1999, seventh month,
From the sky will come a great King of Terror:
To bring back to life the great King of the Mongols,
Before and after Mars to reign by good luck.

Chữ nghĩa cũng đêm ba mươi như cụ Trạng nước ta để mặc cho con cháu tha hồ đoán già đoán non. Ông Rick Deem đoán như thế này: một sao chổi lớn hay một hành tinh di động sẽ chạm vào vùng Địa Trung Hải vào ngày 21 tháng 12 năm 2012 gây nên thảm họa lớn lao cho toàn thế giới. Ông Rick là một loại thầy bàn. Đúng hay sai tới cuối năm nay sẽ rõ. Nhưng câu thơ trên nói rõ thời gian là tháng 7 năm 1999 thì qua đứt đi rồi! Ông thầy bàn Rick cãi: sau khi Nostradamus qua đời vào năm 1566 thì vào năm 1582, người ta cho đổi lịch, từ lịch Julian qua lịch Gregory, nên ngày tháng chênh lệch như vậy! Thôi thỉ ráng chờ vậy. Nhưng tôi thấy ông Nostradamus đã không tiên đoán được việc đổi lịch chỉ xảy ra sau khi ông mất có 16 năm! Kể ra ông cũng khá sơ sót.

Sục sạo ở Saint Rémy tôi lại vớ được một cái tên Việt Nam. Tôi tình cờ lướt ngang qua một tiệm kim hoàn khá lớn có hai dãy tủ kính trưng bày toàn những thứ tiền ơi là tiền thì mắt tôi đập vào một góc tủ và thấy hai chữ: Dinh Van. Tôi ghi nguyên cái tên không có dấu. Đó là một lô đồ trang sức do ông (hay bà?) này vẽ kiểu. Đếm sơ qua thì bộ này cũng có tới khoảng bốn chục món. Chẳng biết người có cái tên này là ai nhưng thấy cái tên Việt ở vùng hẻo lánh cũng vui, bèn chụp tấm hình. Cũng chỉ cho vui!

Ngoài ve sầu, *olive, lavande* và hướng dương, miền Provence còn có các lâu đài. Cũng lềnh khênh khắp chốn. Ngay cạnh Saint Rémy là một lâu đài khá nổi tiếng tên *Château des Baux*. Du khách tới coi tấp nập, vé vào cửa là *8 euro*. Tôi cũng vui chân tới coi. Tưởng vào một chốn quyền quý hoá ra đây là một phế tích! Lâu đài được xây từ thế kỷ thứ 10 nằm trong vùng *Les Baux de Provence*. Chẳng biết ngày xưa thịnh vượng ra sao, ngày nay chỉ còn là những phế tích hoang tàn. Tôi theo chân du khách len lỏi vào những mảnh tường, những bậc thang, những căn phòng chẳng còn hình dạng chi. Tại mỗi nơi, người ta trưng một bức vẽ tả lại khung cảnh ngày xưa của những chốn hoang phế này. Nhìn vào bản vẽ, so với nét rêu phong trước mắt mới thấy cái sắc sắc không không của cuộc sống. Ngày xưa chắc nơi đây dập dìu tài tử giai nhân, giờ những bậc quyền quý sang trọng đang nằm ở đâu, xương cốt còn lành lặn chăng? Chợt nhớ tới thơ của Bà Huyện Thanh Quan: *Lối xưa xe ngựa hồn thu thảo / Nền cũ lâu đài bóng tịch dương*. Tôi bắt gặp một cái dàn gỗ được dựng ngoài trời. Tôi nghĩ đây là thứ làm lại chứ gỗ chi mà chịu đựng sương nắng được hơn chục thế kỷ. Dàn gồm hai mảnh ván dài có khoét ba lỗ được dựng trên hai

Cổng vào Château de Cazénac

chân gỗ chắc chắn. Một lỗ lớn ở giữa và hai lỗ nhỏ hai bên. Đây là một dụng cụ nhục hình giam người ngoài trời. Lỗ lớn vừa khít cho một chiếc cổ, hai lỗ nhỏ cho hai cổ tay. Người bị phạt đút cổ và tay vào và được khoá chặt khi hai tấm gỗ úp vào nhau. Du khách, cả người lớn lẫn trẻ em, thích thú tra cổ và tay vào để cười chơi. Ngày xưa kẻ bị hình phạt này chắc chẳng cười được. Họ là quân địch đột nhập vào lâu đài hay là người giúp việc trong lâu đài bị trừng phạt vì tội chi đó? Cả người ra lệnh phạt lẫn người bị phạt nay nằm nơi nao? Nghĩa lý chi đâu những tranh chấp ngày còn sống!

Lái xe trên những con đường rợp bóng cây, thỉnh thoảng tôi lại bắt gặp một tấm bảng chỉ hướng tới một lâu đài. Lâu đài đâu mà lắm thế! Liệu có cái nào dành cho mình không? Có! Tôi đã thực sự ở trong một lâu đài tên *Château de Cazenac*. Được xây cất từ thế kỷ 17, lâu đài này tọa lạc trên thửa đất rộng tới 25 mẫu tây. Vào một buổi chiều mát mẻ, tôi đã thử đi bộ quanh vòng rào lâu đài nhưng đành bỏ cuộc sau khi lưng áo ướt đẫm và đôi chân mỏi nhừ! Đã bốn thế kỷ hiện diện, lâu đài chắc đã phải qua nhiều đợt trùng tu, nếu không chắc nay đã thành phế tích. Sửa chữa có lẽ phần lớn nơi các *toilet*. Toàn những thứ hạng nhất trắng tinh. Mỗi nơi mỗi kiểu. Còn phòng ốc và các vật dụng hầu như còn giữ nguyên từ xưa. Sàn nhà vẫn là những đá cẩm thạch hai màu trắng đen bóng loáng với thời gian, cầu thang bằng đá tảng, bàn ghế xưa rích xưa rang, vật dụng trang hoàng từ lâu đời. Từ phòng khách, phòng chơi tới các phòng ngủ mà tôi chẳng coi hết, toàn những thứ cổ kính.

Điều đầu tiên tôi nhận thấy khi nhận phòng là tiếng ken két của cửa. Cửa ra vào, cửa sổ, cái nào cũng biết rên rỉ. Có cái còn ương ngạnh không khép kín được. Không biết những công tôn vương tử nào đã trú ngụ nơi đây trong hơn ba thế kỷ qua, có vị nào nhớ nhà không? Tôi vốn không sợ ma, không tin có ma, vậy mà đôi khi vẫn rờn rợn khi bước vào những cầu thang tối tăm, những căn phòng khuất nẻo, những hành lang mờ ảo. Tường là những phiến đá mà tôi đã tò mò ướm thử và thấy có lẽ phải dày tới nửa thước. Phòng bếp và phòng ăn hầu như còn nguyên vẹn dấu xưa. Cũng tối tăm âm u không kém.

Château de Cazenac tọa lạc trên đồi cao trong khu *Le Coux et Bigaroque* thuộc vùng Périgord. Không biết cái tên Périgord có gợi nhớ được nơi bạn đọc điều chi không? Đó là... quê hương của món *foie gras* nổi tiếng của Pháp. *Foie gras*

Một góc Chateau de Cazenac

ăn với bánh mì Paris thì không chê vào đâu được. Tôi nhấn mạnh bánh mì Paris! Cô em tôi, dân Paris đã nửa thế kỷ, nhất định cho là bánh mì Paris ngon nhất, bánh mì dưới Provence thua xa. Cái miệng tôi là cái miệng...Canada nên không bén nhậy như vậy được. Bánh mì Pháp là tôi thấy ngon rồi. Ít nhất cũng ngon hơn bánh mì Canada. Mà chẳng cứ bánh mì, trái cây, *yaourt*, bánh kẹo Pháp thứ gì sao cũng ngon thế! Bên Canada, gần Montreal có vùng Lac Brome cũng làm *foie gras* nhưng sao bì được với thứ chính tông của tây. Périgord lại là thánh địa của *foie gras* nên khi tới đây tôi đã vào đúng hang ổ. Ngay từ khi ghé vào một quán ăn bên đường, tôi đã thấy có món vịt hầm. Tôi là loại hảo...vịt nên *order* ngay một thố. Ngon tuyệt tuy thường ngày cái miệng tôi chỉ thích món bún măng vịt thôi. Vậy rồi trong thời gian ở vùng này nhà hàng nào cũng thấy món vịt, giá khá rẻ, tôi cứ hân hoan... bơi! Tới Périgord mới biết đây là đất vịt. Phố phường rặt một thứ cửa hàng bán *foie gras*. *Foie gras* được làm bằng gan vịt hoặc ngỗng. Vịt có bộ gan nhỏ xíu nên chẳng biết phải bao nhiêu gan mới làm được một hộp *foie gras*. Vậy là con người giở trò. Họ tạo nên những con vịt có bộ gan lớn hết cỡ. Tôi đã được coi những *video* chiếu công đoạn...to gan này. Họ nhồi nhét cho vịt ăn bằng những chiếc ống nhét thức ăn cho diều của vịt căng phồng lên. Dĩ nhiên trong thức ăn có những chất...bổ gan. Đúng ra là những chất tạo mỡ cho gan. Thành ra ăn *foie gras* bảo đảm sẽ giầu *cholesterol!* Thấy những chú vịt bị...ăn mới thấy cái ác của con người. Vậy nên giới bảo vệ súc vật mới phản đối. Họ đã thành công ở nhiều nơi. Ngay tại Âu châu, 35 nước đã cấm chế biến *foie gras* nhưng vẫn được bán và tiêu thụ. Chỉ còn năm nước vẫn sản xuất thứ món ăn ngon nhưng ác này. Đó là: Bỉ, Bảo Gia Lợi, Tây Ban Nha, Hung và, dĩ nhiên, Pháp. Luật lệ của Pháp nhấn mạnh: "*Foie gras* được bảo vệ như một di sản văn hóa và ẩm thực của Pháp". Ở Mỹ thì lệnh cấm bán *foie gras* đã được thông qua tại thành phố Chicago và mới đây, bắt đầu từ ngày 1 tháng 7 năm 2012, tại tiểu bang California. Vậy là các bạn tôi nơi thủ đô tị nạn tạm treo miệng trước món ăn... di sản này. Xin chia buồn!

Ngay tại chính giữa Périgord có bức tượng ba chú vịt bằng đồng đứng ngơ ngác nhìn người qua lại. Đây là tác phẩm của điêu khắc gia Francois Xavier Lalanne. Thấy ba chú vịt dễ thương này trong tôi dâng lên niềm ân hận: sao ta cứ thịt vịt mà thích! Lỗi không phải tại tôi mà tại...vịt. Ai bảo chúng bay ngon thịt!

Tôi chắc thuộc loại được thần khẩu để ý tới thì phải. Khi tới Limoges giữa buổi trưa một ngày tháng 8, các tiệm ăn cái mở cái đóng. Đóng nhiều hơn mở. Lòng dặn lòng là thôi kén cá chọn canh, cứ có cái *restaurant* nào hé cửa là vào. Thần khẩu đưa đường chỉ lối làm sao mà lại đưa ngay vào một tiệm có tên *Les Saveurs d'Asie* trên đường Élie Berthet. Nhìn bảng hiệu lại mừng rỡ hơn trước hàng chữ khẳng định *cuisine Vietnamienne*. Vậy là đúng phóc phe ta. Dân ta hay thật, chỗ nào cũng có mặt. Tiệm ăn *buffet* có cô chủ trẻ vui tính. Tiếp đãi đồng hương rất thân tình. Thực khách ngồi la liệt trong tiệm có tới 150 chỗ, vậy mà cứ bám riết lấy đồng hương để nói tiếng nước ta. Thức ăn toàn các món Việt Nam rặt. *Order* bốn ly cà phê sữa đá, cô chủ làm đúng thứ cà phê Sài Gòn, ngon hết biết. Ngon hơn là khi tính tiền lại tặng luôn bốn ly cà phê này. Vui thiệt vui. Chia tay nhau cô chủ còn cho biết là ngày hôm sau sẽ lên Paris, chắc gặp lại. Làm như Paris chỉ như cái lỗ mũi. Vậy mà gặp thiệt! Gặp ngay trước cửa siêu thị Tang Frère ở quận 13. Mừng như gặp lại cố nhân, cô chủ mời lên Limoges ăn nữa. Lần này không tính tiền. Ăn một bữa cơm phải lội ba trăm cây số, đành phụ lòng cô. Mải nói chuyện cô chủ nhà hàng ở Limoges mà quên phứt Limoges. Đây là thành phố nổi danh về đồ sứ. Điều này chắc có nhiều người biết nhưng Limoges là nơi chuyên sản xuất ra các thùng bằng gỗ sồi để làm rượu *cognac* thì chắc ít người biết. Tôi nghĩ ngay cả các bợm *cognac* cũng ít người biết! Cứ tự hỏi lòng mình rồi suy ra khắc biết lòng người!

Trên đường từ Limoges về lại Paris, khi còn cách thủ đô

đúng 122 cây số, thấy tấm bảng ghi Orléans, nhớ tới ông bạn vong niên Thái Tuấn. Thư nào cũng dặn đi dặn lại nếu có dịp tới Paris làm ơn bắt xe xuống Orléans chơi. Dặn mãi mà cũng chẳng thấy bóng dáng bạn, ông gửi một bức hình chụp ông đang ngồi một mình trước khay trà trên bàn. Ông đặt tên cho bức hình: Đợi Bạn! Nay có dịp ghé ngang Orléans thì nhà họa sĩ già đã ra người thiên cổ sau khi về sống tại Việt Nam. Chắc người vẫn...đợi bạn.

Rồi tôi cũng dừng bước chân giang hồ trở lại Paris. Paris ngày nay thay đổi rõ rệt so với hai kỳ tôi tới thành phố này trước đây. Tôi có thể an tâm nhìn trời Paris mà không sợ bước chân sa lầy vào những mớ sản phẩm của các anh chị cẩu. Thành phố sạch sẽ hẳn ra. Trước đây mỗi lần tới Paris là ôm theo một mối lo. Lỡ giữa đường mà...mót là cả một vấn đề. *Toilet* là một thứ hiếm. Nay coi bộ khá hơn. Cứ yên tâm vãn cảnh, hầu như chỗ nào cũng có những nơi giải quyết. Thường thì phải bỏ tiền. Ba chục xu, năm chục xu, giá cả tùy tiện. Có một nơi trong vườn *Luxembourg* lại phân biệt rất rạch ròi: quý bà bốn chịch xu, quý ông có hai loại, nếu vào phòng kín cũng bốn chục xu nhưng chỉ dùng bồn tiểu thì nửa giá, hai chịch xu thôi! Vậy nên đi giữa lòng Paris trong túi nên phòng sẵn tiền xu. Nơi có người ngồi thu tiền thì khỏe ru, nhưng những nơi phải bỏ tiền vào máy thì...khốn. Bụng kéo còi hụ mà không có xu bỏ vào cái lỗ thì cận kề đó mà sao xa cách! Dù sao cũng lựa chốn tốn xu mà vào vì có người chăm sóc vẫn hơn. Gặp những chỗ ra vô thong thả thì đỡ cho cái túi nhưng khổ cái lỗ mũi. Kinh hãi! Tôi đã có kinh nghiệm nơi tháp *Eiffel* khi lạc vào chốn không tốn tiền.

Paris ngày nay có rất nhiều *shopping center*. Cái nào cái nấy to đùng, mới mẻ, đi hoài không hết. Trong các trung tâm mua bán này đều có *toilet*. Nơi phải bỏ tiền nơi không. Thường thì ra vô thong thả nhưng vẫn có người săn sóc nên sạch bóng.

Đó là tiến bộ về...mỹ thuật. Về kỹ thuật Paris cũng làm tôi ngạc nhiên. Những cột sạc điện cho xe hơi nằm cả gần chục cái bên nhau tại một số góc phố. Tôi đã nhìn thấy hai nơi...hiện đại này. Siêu thị Leclerc làm tôi lác mắt. Khách hàng có thẻ của siêu thị có thể cà để lấy một máy *scan* đút vào chiếc lỗ trên chiếc xe đi chợ. Mua món nào, *scan* ngay món nấy, giá cả hiện ra, không lẫn vào đâu được. Máy sẽ cộng lại thành tổng số tiền đã mua. Cứ nhìn máy mà liệu cái túi tiền. Mua xong, ra quầy tính tiền, chỉ việc nộp lại chiếc máy và trả tiền, chẳng phải phiền cô *caissière* tính toán lôi thôi. Nhanh và gọn bâng! Vào nhà hàng McDonald's có thể *order* và trả tiền bằng máy, xong đưa *bill* cho nhân viên để lấy thức ăn. Hết rồng rắn lôi thôi!

Em Paris bây chừ văn minh vậy đó. Chẳng gì em cũng đã từng là kinh thành ánh sáng, cũng đã là...mặt trăng của thời trẻ chúng tôi. Đã tới với em, vào trong em, sống với em, khó mà chia tay nhau. Ngậm ngùi là cái chắc. Dễ dàng chi được khi chia tay một người đẹp. Thầy tôi, thi sĩ Vũ Hoàng Chương, trong một dịp tới Paris vào năm 1959, đã chết trong lòng khi chia tay người em kiêu sa.

Thạch dầu ngơ ngẩn bóng mây trôi
Thiết- tháp hờn trăng lạnh lẽo ngồi.
Anh ạ, Paris toàn sắt đá

> *Lòng đau, Sắt nọ Đá này thôi*
> *Anh hiểu! Vàng thu sẽ dậy men*
> *Lá rơi vàng kín mặt sông Seine.*
> *Hồn anh sẽ đọng dài trên lá*
> *Để giúp em màu đan áo "len".*

Thầy đã xót xa khi rời Paris, trò cũng không đành lòng quay đi. Hai thế hệ, nửa thế kỷ ngăn cách, mối buồn như nhau. Mai tôi sẽ lại xa Paris.

> *Mai tôi đi chắc Paris sẽ buồn*
> *Paris sẽ nhìn theo*
> *Nhưng nhìn thì nhìn đời trăm nghìn góc phố*
> *Con đường dài thẳng mãi có bao nhiêu.*

Paris buồn phải xa nhà thơ Nguyên Sa, người đã mang Paris về cho chúng tôi vọng tưởng. Nguyên Sa đã ăn ở với Paris, tôi chỉ là một lãng tử. Đến rồi đi. Paris nhớ gì tôi! Vì Paris là một em gái lang chạ. Nằm nập du khách tới rồi đi. Em là của mọi người. Riêng chi tôi!

08/2012

XUYÊN QUA VÀI NƯỚC ÂU CHÂU

1.

Lang thang nơi Quận 13 ở Paris tôi bỗng bắt gặp tấm bảng văn phòng du lịch và bán vé máy bay của người Hoa. Thử vào coi có chi lạ không. Anh nhân viên nói tiếng Việt đưa ra mấy cái tua ngắn ngày. Bắt ngay một cái. Vậy là lại làm va ly!

Tour theo định nghĩa của tôi là đi chơi có người dắt. Dắt là đưa một người ngu ngơ đi theo một con đường nào đó một cách an toàn. Cảnh chúng ta thường thấy là các cô giáo nhà trẻ dắt các em đi dạo phố. Mỗi em được khoác một chiếc áo đồng phục của nhà trường và tay níu vào một sợi dây cho khỏi lạc. Du khách là những người lớn, có thể tự túc được nhưng đi vào đất lạ rất có thể cũng bị lạc nên cũng phải có người dắt. Người lớn không bắt phải mặc đồng phục cho dễ nhận ra như con trẻ nhưng được phát cho một cái bảng đeo tòong teng trước ngực để dễ nhận ra khi vào những tụ điểm du lịch có đông người thuộc nhiều đoàn khác nhau. Người dắt chúng tôi trong chuyến du lịch bốn ngày này là một bà Trung Quốc khoảng bốn chục cái xuân xanh. Trông tướng đi người ta không nghĩ bà là đàn bà. Bà có hai niềm đam mê: hút thuốc và đánh bài. Những người được bà dắt đi chơi có vô ý tới đâu cũng biết được hai thú vui của bà. Hở ra là bà phì phèo điếu thuốc. Tối tối, lùa được năm chục con người vào khách sạn xong là bà biến đi *casino*. Được cái bà có tính khí…đàn ông. Rất thẳng thắn. Muốn nói chi là nói. Ông Bá Dương có cuốn sách *"Người Trung Quốc Xấu Xí"* kể những thói hư tật xấu của con dân xứ Tàu thì bà, cũng Tàu như ông Bá Dương, cho biết rất mắc cở khi phải dắt những đoàn du khách Tàu đi chơi. Ngặt cái là hãng du lịch bà làm việc là một hãng Tàu. Vậy mà bà không *care*. Tua này là tua nói tiếng Pháp nên du khách không có người Hoa. Cũng hầu như không có người Pháp. Rặt người Việt, Lào, Căm Bốt. Kể ra cũng có hai người Pháp chính cống đấy, nhưng một ông có vợ Việt, một bà có chồng Việt. Bà cho biết người Tàu ồn ào, hay xả rác, không cho tiền *tip* và hay ăn cắp vặt. Bà cho biết thường họ lấy khăn tắm trong các phòng khách sạn. Khi bị vỡ lở họ bảo lấy làm kỷ niệm. Bà lên giọng: "Kỷ niệm chi mà khách sạn có bao nhiêu loại khăn tắm, khăn lau người, khăn rửa mặt, họ lấy tuốt. Sau một chuyến du lịch, họ lấy đầy nhóc một va li toàn thứ của chùa!" Xỉ vả đồng hương như vậy là vì bà đang cơn giận. Buổi sáng, khách trả xong phòng, ngồi đầy đủ trên xe ca, vậy mà bà vẫn bặt vô âm tín. Mấy bà khách nhiều chuyện thả bong bóng: chắc tối qua "nàng" lại *casino* nên dậy trễ! Rồi bà cũng xuất hiện, cái mặt chầu bầu. Bà xả sú bắp: khách sạn bắt bà đi cùng họ kiểm soát khắp các phòng bà thuê coi có mất chi không!

Bà…Bá Dương này tạo thành tích ngay từ lúc khởi hành. Chúng tôi được dặn dò kỹ lưỡng có mặt trước *Palais de Congrès* trễ nhất là 8 giờ 15 phút sáng để điểm danh lên xe và khởi hành đúng 8 giờ rưỡi. Lại còn được dặn kỹ nếu đi *metro* thì xuống ga *Porte de Maillot*, ra cửa số 4. Chậm lỡ chuyến… xe đò thì ráng chịu. Năm chục nhân mạng có mặt đông đủ đúng giờ như một đàn gà con lạc mẹ. Hướng dẫn viên bặt vô âm tín. Mãi tới 8 giờ 45 "nàng" mới xuất hiện! Trễ còn hơn không, chiếc xe du lịch máy lạnh đầy đủ tiện nghi do anh tài xế người Áo lái trực chỉ đường ra biên giới.

Gọi là biên giới nhưng từ ngày có Thị Trường Chung Âu Châu với 27 nước hội viên thì biên giới có cũng như không. Chẳng ai xét hỏi. Anh tài xế cho biết từ khi các nước dùng chung đồng *euro* túi của anh đỡ vất vả hơn nhiều. Ngày trước mỗi nước đều có tiền riêng, qua biên giới là phải móc thứ tiền khác rất nhiêu khê rắc rối. Túi của anh luôn đủ các thứ tiền, chỉ nội phân chia tiền nào ra tiền đó cũng đủ thấy mệt. Mà biên giới có xa xôi chi. Cứ khoảng vài ba tiếng đồng hồ là xe đã lại qua nước khác, tiêu tiền khác.

Xe tiến vào nội địa nước Bỉ hồi nào không hay và đụng ngay ông Nã Phá Luân. Tôi thấy ông tướng lùn này đứng chót vót trên một cái cột cao. Biết được mảnh đất tôi đang đặt chân lên có tên là Waterloo, tôi nghĩ ông chẳng nên chót vót như vậy. Vì đây là nơi xảy ra trận chiến đưa ông tới ngõ cụt của cuộc đời.

Trận chiến xảy ra vào ngày Chủ Nhật 18 tháng 6 năm 1815. Vậy là khi tôi tới chỉ còn thiếu ba năm nữa là trận chiến đã có 200 năm tuổi. Ngày nay Waterloo nằm trong đất Bỉ nhưng khi trận chiến xảy ra nó thuộc vương quốc Hòa Lan. Trận chiến giữa hai bên, một bên là quân Pháp do Napoleon thống lãnh, bên kia là liên quân của bảy nước do Quận Công Wellington cầm đầu hợp với quân Phổ do Gebhard von Blucher chỉ huy. Năm 1815, Napoleon trở lại nắm quyền điều khiển nước Pháp khiến cho các nước lân cận lo ngại. Họ hợp nhau lại quyết trừ hậu hoạn. Liên quân bảy nước tiến đến sát biên giới Pháp. Napoleon cho quân ra ứng chiến để ngăn không cho đối phương tràn vào Pháp. Quân Pháp thua vì bị quân Phổ áp tới đánh vào sườn bên phải trong khi liên quân bảy nước hợp nhau tiến lên. Quân Pháp hỗn loạn. Liên quân thừa thắng tiến vào nước Pháp, phục hồi ngai vàng cho vua Louis 18. Napoleon đầu hàng, bị bắt và bị đầy ra đảo Saint Hélène cho tới khi chết vào năm 1821.

Bãi chiến trường xưa, nơi làm tiêu tan sự nghiệp của Napoleon, nay là một ngọn đồi nhân tạo hình tháp được đắp bằng đất lấy ở đúng bãi chiến. Trên đỉnh đồi là tượng một con sư tử. Khi tôi tới nắng chói chang. Du khách đua nhau leo lên đỉnh đồi. Đứng dưới chân đồi chụp hình, tôi thấy người người leo tít trên cao. Chỉ nội nhìn không đã thấy mệt. Vậy nên tôi chẳng có dịp đứng bên cạnh chú sư tử dũng mãnh. Ít khi có mặt tôi trong những chuyện đổ mồ hôi như vậy!

Waterloo là trận chiến cuối cùng của Đại Đế Napoléon. Điện Fontainebleau, nằm cách Paris 55 cây số, là nơi Napoleon vĩnh biệt đám cận thần của ông khi bị đi đầy vào năm 1814. Chỉ một năm sau ông trở lại và gây nên trận chiến Waterloo. Tôi đã tới thăm cung điện này trước đó. Đi tới xạc cẳng cũng chẳng hết được 130 mẫu tây vừa vườn tược vừa rừng săn bắn của khu cung điện này. Chỉ nội cung điện có tới 1500 phòng cũng đủ phờ râu thăm ngắm. Chẳng ai có thể thăm hết được. *Palace de*

Bãi chiến trường của trận đánh Waterloo xưa.

Fontainebleau được xây cất từ thế kỷ thứ 16 giữa một khu rừng đầy thú hiếm nhưng phải hai thế kỷ sau, khi Napoleon chọn nơi này làm…cung cấm thì cung điện này mới khởi sắc. Chính Napoleon đã rời cung về đây để tránh cung điện Versaille vốn đã có quá nhiều liên hệ tới dòng họ Bourbon. Vị quân vương này, trong một thập niên, đã biến đổi chốn hoang phế thành một nơi uy quyền, tượng trưng cho sự huy hoàng của triều đại Napoléon. Chính tại cung điện này, vào năm 1804, ông đã tiếp Giáo Hoàng Pius VII trong dịp Giáo Hoàng qua phong hoàng đế cho ông. Và từ năm 1812 đến 1814, cũng Giáo Hoàng này đã bị Napoléon giam lỏng tại đây.

Vào một ngày cuối tháng 7 năm 2012, gần hai trăm năm sau thời huy hoàng của *Palace de Fontainebleau,* tôi vẫn còn thấy tấm phướn lớn có vẽ hình Napoleon và Hoàng Hậu Josephine phất phới trong gió nơi lối vào cung điện. Mải mê với sân vườn, ao hồ vừa nhiều vừa rộng lớn của cung điện trong ngày hè nắng chói chang, khi tôi vào thăm các phòng ốc thì vừa hết giờ thăm viếng. Đứng ngẩn ngơ trước sợi dây đỏ chắn ngang lối vào với một ông gác y phục chỉnh tề nhất định lắc đầu trước đám du khách trễ tràng, tôi tiếc đứt ruột. Chẳng lẽ lại đổ tội cho những vạt nắng hè, tôi đành đấm ngực *mea culpa* nhận lỗi. Từ ngày học sử thế giới tại ngôi trường Chu Văn An Sài Gòn, tôi đã mến bà hoàng nhan sắc này. Nay tới chỗ thâm cung lại đứng vẩn vơ bên ngoài. Nhưng chỉ nội việc thăm thú phía bên ngoài cung điện nguy nga cũng đủ vớt được chút hương xưa của người đẹp!

Waterloo chỉ cách thủ đô Brussels của Bỉ có 13 cây số. Thoáng một cái, xe đã vào thủ đô. Nơi mà du khách nào cũng

Cổng vào Chateau de Fontainebleau

được đưa tới là vùng *downtown* với tượng chú bé đứng tè ở một góc đường. Lần trước tới đây, chú bé trần truồng chẳng áo quần chi. Lần này chú diện ngất ngưởng với áo sơ mi trắng, cà vạt trắng, áo khoác đỏ, quần màu cứt ngựa. Phía dưới là một vòng hoa. Con chim be bé không bao giờ ngừng làm mưa ló ra khỏi chiếc áo khoác trông mất tự nhiên. Du khách chen lấn chụp hình. Cảnh tượng này tôi đã thấy y chang như mấy năm trước khi tôi tới ngắm chú trần truồng dõng dạc đưa bửu bối ra vung vẩy trước mặt các du khách. Tôi chán chú bé ăn diện diêm dúa, thả bộ quanh những con đường nho nhỏ lát gạch. Tiếng nhạc hòa tấu bản *Symphonie số 5* của Betthoven làm tôi tìm tới những nghệ sĩ trình diễn ngoài đường. Họ gồm ba người chơi *violon* và *violoncelle* rất nhuần nhuyễn. Du khách vòng trong vòng ngoài nhún nhẩy theo nhạc, chụp hình và bỏ tiền vào hộp đàn đặt phía trước họ. Chưa bao giờ tôi thấy người ta tấp nập bỏ tiền sau mỗi bản nhạc nhiều như vậy. Âm nhạc vốn là tiếng nói chung của nhân loại nên những cái tai của du khách đều cảm được như nhau.

Còn cái miệng thì sao? Bỉ có hai đặc sản. Tôi khoái cả hai. Thứ nhất là bia Stella Artois có từ năm 1366 lận. Xe vào tới thủ đô Bruxelles của Bỉ thì những cái quảng cáo bia Bỉ này xuất hiện liên miên. Tôi thấy nó đập vào mắt ngay vì tôi vốn hẩu thứ bia này. Bia Stella Artois có vị khá lạ, không giống bia Mỹ, bia Canada hoặc bia Hòa Lan Heineken. Bia Bỉ chưa phổ biến ở thành phố Montreal nhưng được bán khá nhiều trong các siêu thị như Maxi, Métro, Loblaws... Mấy ông bạn tôi, vốn có tính a dua, thích theo thời, mộ mấy cái mác bia quen thuộc của Mỹ, Canada và Hòa Lan, thấy tôi tụng bia Bỉ, đã bóng gió: "Được cái…rẻ!". Thực ra giá của bia Stella Artois tại Montreal cũng xêm xêm như các thứ bia khác, nhưng thỉnh thoảng có *sale*. Nói là thỉnh thoảng nhưng quả thật cái thỉnh thoảng này cũng hơi nhiều nên tôi luôn luôn mua được giá *sale* mà chẳng phải canh me như những thứ bia khác.

Đặc sản thứ hai là nhà hàng ăn *Léon de Bruxelles*. Chuỗi cửa hàng ăn này đầy rẫy tại Paris. Hầu như bến *métro* hay *shopping center* nào cũng có. Trong những ngày lưu lại Paris tôi đã ba lần vào ăn tiệm này. Món đặc biệt của tiệm là món hào ăn với khoai tây chiên hoặc bánh mì. Và uống bia Léon của tiệm. Mỗi phần ăn là một thố hào khá lớn ăn mệt nghỉ. Có nhiều loại hào tùy theo liều lượng *fromage,* gia vị và ớt. Hình như tiệm này phát ngoài Bruxelles. Bởi vì tôi thấy ở

Bruxelles coi bộ hiếm nhà hàng này hơn ở Paris. Cái tên Léon lấy theo tên của người sáng lập, ông Léon Vanlancker. Tiệm đầu tiên vào năm 1867 chỉ có năm bàn, nhỏ bằng cái lỗ mũi, mang tên *A la Ville d'Anvers.* Năm 1989 mới mở tiệm đầu tiên ở Paris. Vậy mà ngày nay đã có tất cả 67 tiệm ở Pháp. Không thấy nói tới số tiệm ở Bỉ. Vậy là chắc ông này có số làm ăn nơi xa. Mới đây chuỗi nhà hàng này mới mở tiệm đầu tiên ở Anh.

Xe lăn bánh qua Hòa Lan hồi nào chẳng hay. Nói tới Hòa Lan hình như mọi người đều nghĩ ngay tới những chiếc cối xay gió, một nét đặc trưng của đất nước này. Bốn năm trước, tôi đã có dịp tới Hòa Lan, nhìn mỏi mắt hai bên đường xe chạy chẳng thấy một cái nào. Không hiểu sao tôi lại khoái cái cối xay gió này như vậy. Có lẽ vì chuyện anh chàng *Don Quixote* của nhà văn Miguel de Cervantes ngu đần đánh nhau với lũ cối xay gió mà anh chàng hung hăng này tưởng là những địch thủ khổng lồ. Hay có lẽ vì cái mô hình nho nhỏ một chiếc cối xay gió do cô bạn Hòa Lan chơi *correspondance* gửi cho chăng? Dám lắm. Cái thời học sinh ngây ngô đó! Lần này, thấy tua có mục đi thăm vùng cối xay gió, tôi bắt ngay.

Cối xay gió ở Hòa Lan được thiết lập vào khoảng năm 1600. Thoạt kỳ thủy các cối xay chỉ có nhiệm vụ làm khô đất để việc đi lại được dễ dàng. Làm sao mà cối xay lại làm được chuyện này là điều tôi không được rõ. Tôi chỉ nghĩ là cối xay lợi dụng sức gió để xay ngũ cốc. Nghĩ như vậy không sai nhưng chưa đủ. Tới nơi mới biết cối xay thì có xay bột để làm bánh mì nhưng cối xay cũng còn kiêm luôn việc chế ra dầu thắp đèn và dầu ăn, làm mù tạt, làm *fromage,* thuốc lá.

Chưa hết, cối xay còn xẻ gỗ, làm giấy và sơn!

Ngày nay cối xay gió hầu như…tuyệt chủng tại Hòa Lan. Nơi tập trung cối xay gió duy nhất còn lại ngày nay là vùng *De Zaansche Molen,* nằm bên bờ con sông *De Zaan,* cách thủ đô Amsterdam của Hòa Lan khoảng 15 phút lái xe. Nơi đây đã có lúc tập trung tới cả ngàn chiếc cối xay gió khiến vùng này được mang danh là vùng kỹ nghệ cổ nhất thế giới. Nhưng vào khoảng năm 1920 thì nơi đây chỉ còn độ 50 chiếc. Năm 1925, để giữ gìn hình ảnh chiếc cối xay gió đặc trưng của Hòa Lan, một tổ chức mang tên vùng này được thiết lập. Họ bảo toàn 12 chiếc cối xay.

Ngày nay nơi đây là một địa điểm thu hút nhiều du khách. Người người chen vai thích cánh trên những con đường đá nhỏ chen giữa những con rạch với những chiếc cầu nho nhỏ dành cho khách đi bộ. Thực ra trong khu cối xay này chỉ có xe đạp và người đi bộ. Quang cảnh như một nơi hội chợ với những gian hàng bán đồ kỷ niệm và thức ăn, những khu nuôi ngựa, dê, bò cho du khách coi. Người ta tổ chức đủ mọi thứ trò chơi cho con nít cũng như người lớn.

Bà hướng dẫn viên đưa chúng tôi vào một cối xay người ta đang biểu diễn làm *fromage.* Người người đông nghẹt. Đứng xem một lúc, tôi chuồn ra ngoài, lang thang giữa những chiếc cối xay, thích thú vì mộng đã thành. Vậy là tôi đã thực sự len lỏi giữa những chiếc cối xay thật.

Thấy một chiếc cối xay vắng du khách, có tấm bảng bảo đảm đây là một cối xay còn nguyên trạng. Tôi bỏ ra 3 *euro* mua vé vào coi. Chiếc cối xay này mang tên cối xay *De Kat,* nghĩa là Con Mèo! Tại sao lại là con mèo, tôi không rõ. Ngay

sản phẩm trước đây của nó cũng chẳng ăn nhậu gì tới…mèo. Nó chuyên chế bột màu. Trước khi chiếc cối này sản xuất bột màu người ta phải nhập cảng những số lượng lớn từ các xứ khác để nhuộm vải. Với cối xay, người ta có thể cắt gỗ thành từng miếng. Sau đó những miếng gỗ được nghiền nát bởi những phiến đá nặng từ năm ngàn tới bảy ngàn kí rồi chuyển vào những bánh xe để chế thành bột màu. Đọc tài liệu người ta phát cho trước khi vào thăm cối xay Con Mèo thấy nói vậy thì biết vậy. Còn họ làm ra sao, tôi đã tò mò quan sát từ dưới lên tới đỉnh cối xay cũng chẳng thể tưởng tượng ra được. Nhưng nguyên việc được chui vào chiếc cối xay đã đáng giá 3 *euro!* Đáng đồng tiền hơn nữa là trước đây chỉ có 55 chiếc cối xay làm màu nhuộm, nay chỉ còn chiếc này là chiếc duy nhất trên thế giới. Được leo lên leo xuống vào thứ độc đáo này, nghĩ đã thấy thống khoái. Những chiếc thang gỗ trong cối xay được dựng thẳng đứng, rất vất vả khi leo. Leo lên còn tương đối dễ, leo xuống mới muôn phần cay đắng. Phải dựa lưng vào những bậc thang, từ từ leo xuống. Leo như kiểu chúng ta thường leo là mắc kẹt. Vất vả vậy mà du khách hầu như ai cũng muốn thử. Nhỏ người như tôi còn dễ, có những ông bà thịt một đống, mồ hôi mồ kê nhễ nhại, xoay chuyển người sao cho lọt trong không gian chật hẹp của một chiếc lỗ vuông được khoét trên sàn nhà mới thập phần khó khăn. Lên trên tầng hai, tôi vòng ra lan can phía bên ngoài. Chiếc cánh cối xay sát sạt bên đầu. Chưa hả say mê, tôi leo lên tầng trên nữa. Sàn tầng này nhỏ tí teo. Các ông bà có thân hình phì nộn nhìn lên lắc đầu. Lên sao nổi. Tôi nghĩ ngày xưa tuyển thợ làm việc chắc người ta phải tính tới kích thước. Nhưng ngày xưa dân thợ thuyền chắc đâu có dư thịt dư mỡ như mấy ông du khách bây giờ mà lo!

Xuống phía dưới, tôi vào quầy bán đồ kỷ niệm. Tràn lan đủ thứ. Đại khái cũng giống như những nơi moi tiền du khách tại các địa điểm du lịch khác. Chỉ có cái là nơi đây cái chi cũng có dính tới cối xay. Và tất cả đều là thứ *made in China!* Tôi chọn mua một mô hình cối xay để về chưng trong nhà. Chiếc mô hình ngày xưa của cô bạn chơi viết thư *pen pal* gửi từ Hòa Lan qua đã mất qua những lần đổi dời. Tôi chẳng nhớ là mất vào lúc nào. Trông thấy chiếc cối xay gió bé tí teo giông giống như chiếc cối xay ngày còn trong tuổi học trò xưa tôi để trên bàn học, tôi cầm ra bàn tính tiền.

Cuộc đời nào chẳng là những cuộc xoay vần. Từ cả ngàn chiếc cối xay nay chỉ còn đúng 12 cái nơi tôi đang đứng. Cái thằng tôi, thoắt đó mà bây giờ tóc đã trắng, chân đã mỏi. Còn leo lên được những chiếc thang dựng đứng trong cối xay là phúc đức lắm rồi. Tôi bỗng có một ý nghĩ tếu tếu. Nếu bây giờ gặp lại cô bé học trò Hòa Lan gửi cho tôi chiếc cối xay nho nhỏ ngày xưa thì sẽ ra sao.

Vẽ chuyện! Làm chi còn cô nhỏ sau nửa thế kỷ đằng đẵng!!

2.

Sáng sớm, xuống phòng ăn sáng nơi khách sạn NH ở Amsterdam thấy người sảng khoái. Phòng ăn có những bức tường bằng kính trong suốt như chẳng có chút ngăn cách nào với khu vườn bên ngoài. Lấy chiếc bàn sát tường, nhìn những đóa hoa vừa thức dậy bên kia tấm kính, quay xuống đĩa đồ ăn trên bàn, thấy miếng khăn ăn bằng giấy có điều chi khác lạ. Cái *logo* của khách sạn chỉ một màu xanh nhạt giản dị nằm khép nép dưới góc phải khăn ăn. Hàng chữ bên cạnh: *Wake Up To a Better World*. Thức dậy cho một thế giới tốt đẹp hơn. Kể là vui. Nhưng những dòng kẻ màu đen nằm dài suốt miếng khăn giấy vui hơn. Như chờ đợi những câu thơ. Hàng chữ phía trên cùng mời mọc: *Inspiration can hit you at any time*. Cảm hứng có thể tới với bạn bất cứ lúc nào! Bỗng nhớ tới ông nhà vẽ Đinh Cường. Sáng nào ông cũng phải ra ngồi nơi quán cà phê Starbucks nhâm nhi. Tiện tay ông vẽ lên trên những chiếc khăn ăn bằng giấy của tiệm. Anh chủ tiệm chắc cũng có máu văn nghệ văn gừng sưu tầm những bức vẽ này, treo trên tường. Khách cà phê thích thú, người ngắm người mua. Vô tình ông họa sĩ của chúng ta tạo ra một trường phái mới: tranh…cà phê. Gần đây ông bỗng đổi tính thích làm thơ. Những bài thơ *mini* nhớ người này nhớ người kia, nhìn trước mặt, nhìn sau lưng. Tháng 3 năm nay, nhân sang Washington nơi ông cư ngụ, tôi vấn ông về việc…đổi nghề. Ông cười hiền lành: *moa* làm chơi cho đỡ bị *alzheimer* ấy mà! Trong mớ thơ…chống *alzheimer* của ông có mấy câu về phiếm:

> *tựa bài một chữ Song Thao đặt*
> *bao nhiêu là chuyện ở trên đời*
> *Phiếm xếp một hàng trên kệ sách*
> *lâu buồn đọc lại thấy như chơi.*

Tôi cất trong túi chiếc khăn ăn bằng giấy rất thơ mộng này vào túi. Để mang về tặng ông Đinh Cường. Mình không làm được thơ thì để cho ông họa sĩ làm thơ. Cho ông tập… nhớ! Tôi cũng nhớ. Nhưng không phải bỗng nhiên nhớ. Tôi nhớ tới ngày mấy đứa tụi tôi ngày ngày từ trường Đại học Văn Khoa, lúc đó còn ở trên nền Khám Lớn cũ, đi dọc theo đường Lê Thánh Tôn lên *passage* Eden, tới tiệm sách ngoại ngữ nho nhỏ canh mua cuốn *The Diary of a Young Girl* mà ông chủ ngày nào cũng nói sắp về. Tôi nhớ tới chuyện này khi tôi đang trên chiếc phà du lịch chạy trên sông dọc theo thành phố Amsterdam, bất chợt nhìn thấy cái tên Anne Frank trên một tòa nhà. Tôi sực nhớ là Anne Frank đã trốn tại Hòa Lan và viết những trang hồi ký này trong căn phòng trú ẩn. Anne Frank là người Do Thái có quốc tịch Đức. Tháng 5 năm 1933, gia đình Frank di cư tới Amsterdam tìm tự do sau khi Đức Quốc Xã lên nắm quyền ở Đức. Bảy năm sau, ngày 10 tháng 5 năm 1940, quân của Hitler tiến vào Amsterdam, gia đình của Anne lại lâm vào vòng nguy hiểm. Hai năm sau, họ phải trốn trong căn phòng bí mật ngay tại tòa nhà nơi ông Otto, cha của Anne, có văn phòng trước đây. Sau hai năm trốn chui trốn nhủi, họ bị phản bội và bị bắt. Hai chị em Anne bị đưa đi trại tập trung và mất vào tháng 3 năm 1945. Ông cha Otto Frank là người duy nhất sống sót sau khi chiến tranh chấm dứt vào cùng năm. Ông trở về nơi ẩn trốn cũ và tìm thấy tập nhật ký của Anne viết trong những ngày trốn tránh. Cuốn sổ nhật ký là quà tặng sinh nhật 13 tuổi và được cô viết từ ngày 12 tháng 6 năm 1942 tới ngày 1 tháng 8 năm 1944. Hai năm sau cuốn nhật ký nguyên bản bằng tiếng Hòa Lan được xuất bản và được dịch ra nhiều thứ tiếng sau đó.

Tòa nhà ngày xưa Anne Frank sống nay trở thành Bảo Tàng Viện Anne Frank, nơi cuốn nhật ký nguyên thủy được lưu giữ. Đây chính là nơi mà, từ dưới chiếc tàu trên sông, tôi đã nhìn thấy cái tên Anne Frank. Tôi muốn tới nơi đây để được tận mắt nhìn bản di cảo nổi tiếng thế giới này hết sức. Nhưng cái thân đi chơi có người dắt, mà người dắt không đưa tới, thì làm sao mà tới được. Đành hẹn cô bé hơn tuổi tôi nhưng vẫn muôn đời là một cô bé trong *Nhật Ký Của Một Cô Gái Trẻ* một dịp khác vậy. Tiếc đứt ruột!

Amsterdam đang vào hội. Hội *gay.* Khắp thành phố rợp bóng cờ năm màu của những người đồng tính. Những chùm bong bóng nhiều màu kết vào nhau lững lờ trước những tòa nhà. Đây là ngày hội đồng tính quốc tế. Tổ chức hội đồng tính ở đây là đúng chỗ vì Hòa Lan rất cởi mở. Cần sa ở đây được bán và hút tự do. Tôi đã vào thăm một cửa hàng bán ma túy. Mình không...nghề nên mắt cứ rối lên chẳng biết thứ nào ra thứ nào. Có những nơi công cộng, mùi cần sa khét lẹt. Rồi còn khu đèn đỏ. Các em bày hàng trong tủ kính mời mọc khách qua đường. Khu đèn đỏ là đặc trưng của Amsterdam. Du khách tới đây thường phải tới thăm các em. Phần lớn chỉ coi cho biết chứ chẳng mở cửa vô làm chi. Tôi cũng vậy. Nhìn qua tủ kính thấy hàng bên trong đủ màu sắc. Các em búp bê đứng trong tủ kính ở đây thường không phải là dân địa phương. Đa phần là dân nhập cư từ nước ngoài. Theo thống kê thì có khoảng 40% từ Trung Âu, 20% từ châu Mỹ La Tinh, 12% từ Tây Âu, 8% từ Phi Châu và 4% dân Á châu. Vậy nên khu chợ tình này mới đa sắc. Tìm hiểu cặn kẽ hơn nữa xem dân Á châu tới từ nước nào thì hai nước Thái Lan và Phi Luật Tân chiếm thế thượng phong. Kể từ ngày bức tường Bá Linh sụp đổ thì các em Đông Âu tràn qua làm khu này mang màu sắc mới. Chuyện phóng khoáng trong cuộc sống là chuyện nhỏ đối với dân thành phố có nhiều xe đạp nhất thế giới này. Hầu như ai cũng có xe đạp, ai cũng có thể đi xe đạp. Xe đạp lềnh khênh khắp đường xá. Góc phố nào cũng là nơi để xe đạp. Cứ y như cả thành phố là một tiệm bán xe đạp cũ khổng lồ!

Từ Amsterdam đi The Hague khoảng 50 cây số, dư sức đạp xe tới. Nhưng tôi không phải là dân Amsterdam nên đành cỡi xe ca có máy lạnh đàng hoàng. Cho ra vẻ du khách! Nói *The Hague* theo tiếng Anh hay *La Haye* theo tiếng Pháp để chỉ thành phố mà dân Hoà Lan gọi là *Den Haag,* không biết có gợi cho các bạn điều gì chăng. Đó là nơi đặt trụ sở Tòa Án Quốc Tế, một cơ quan của Liên Hiệp Quốc, có nhiệm vụ xét xử các tranh tụng pháp lý do các quốc gia đệ trình và cho ý kiến về các vấn đề pháp lý do các tổ chức, cơ quan quốc tế hoặc do Đại Hội Đồng Liên Hiệp Quốc đệ nạp. Đây là một thứ tòa loại xịn chỉ chơi với các tranh tụng của các chính phủ

Toà Án Quốc Tế La Haye

và các cơ quan quốc tế nên rất ế khách. Thành lập từ năm 1945, sau Thế chiến thứ hai, Tòa Án Quốc tế rất nhàn nhã. Nhưng kể từ thập niên 1980, số vụ kiện tụng tăng hẳn lên với các vụ kiện của các quốc gia đang phát triển đệ nạp.

Tôi tới toà án này chẳng với tư cách chi. Sức mấy mà được hầu tòa. Vậy nên vào một sáng Chủ Nhật, trời rất buồn, mưa sùi sụt, tôi lơ ngơ đứng trước tòa. Hai cánh cửa sắt có hoa văn rất cầu kỳ đóng im ỉm. Qua một khu vườn rộng, tòa nhà bên trong với những chiếc tháp cái lớn cái nhỏ nhô lên từ mái nhà sừng sững vẻ lạnh lùng. Du khách nườm nượp được các xe ca đổ xuống với những máy hình máy quay phim lỉnh kỉnh ra sức tìm góc cạnh chụp. Nhìn tòa nhà nghiêm nghị xa cách chừng dăm phút là thấy...cách xa, tôi chú ý tới đám du khách đang bao quanh một khu nho nhỏ bên phía phải. Họ làm chi vậy cà?

Ngọn lửa hoà bình trước Tòa Án Quốc Tế

Tôi chỉ nhìn thấy bên cạnh đám đông vài chiếc ghế đá vẽ hoa lá cành với màu sắc diêm dúa. Kể cũng lạ. Tôi đoán thâm ý của họ là mang màu sắc vào cho tòa nhà bớt vẻ nghiêm trang cô quạnh chăng. Tiến tới đám đông tôi thấy một kiến trúc nhỏ, thấp, có một chiếc lỗ tròn bên trong leo lét cháy một ngọn lửa. Quan sát một hồi mới biết đây là "ngọn lửa hòa bình thế giới". Ngọn lửa cháy vĩnh cửu này do 197 quốc gia đã phê chuẩn bản "Tuyên Ngôn Hòa Bình" chung sức tạo dựng vào tháng 4 năm 2004. Các tòa đại sứ của các quốc gia này tại Hòa Lan đã góp mỗi nước một viên đá đặc trưng của nước mình tạo thành một vòng tròn quanh tháp lửa. Tôi tò mò lần theo tên các nước. Cũng dễ vì họ xếp theo vần ABC. Cục đá của Việt

Nam nằm gần chót vòng tròn, nằm giữa Venezuela và Yemen. Nhưng hòn đá nào của Việt Nam, tôi không chắc chắn vì họ xếp so le. Tôi thấy có một tảng cẩm thạch xanh to hơn mấy hòn đá chung quanh đoán già đoán non là của nhà nước ta. Chẳng biết có đúng không. Thường thì nhà nước ta bao giờ cũng vẫn muốn...khẳng định!

Bỏ lại Hòa Lan mà tôi rất thích mỗi lần đặt chân tới đất nước phóng khoáng này, xe đưa chúng tôi vượt biên giới tới Koln. Dân Pháp gọi là Cologne. Cologne gợi nhớ ngay tức khắc tới thứ nước thơm *Eau de Cologne*. Tôi bắt gặp một tiệm mang tên *"4711 Original Eau de Cologne"*. Đưa máy hình chụp, tôi thắc mắc về...bí số 4711. Nó là cái chi chi? *Eau de Cologne* là thứ nước thơm do ông Giovanni Maria Farina, người Ý, tung ra thị trường vào năm 1709 tại Cologne. Trong một bức thư viết cho người anh, ông cho biết: "Tôi đã kiếm ra được một thứ nước thơm gợi nhớ tới một buổi sáng mùa xuân ở Ý, tới những đóa hoa vàng trên núi và mùi hoa cam sau cơn mưa". Để tạ ơn vùng quê hương mới, ông đặt tên cho thứ nước thơm mới tinh này là Cologne. *Eau de Cologne* được hầu hết các hoàng gia tại Âu Châu yêu thích và đặt mua. Năm 1797, khi người Pháp cho tự do mậu dịch với Cologne, *eau de Cologne* được các thương gia chế tạo riêng bán tùm lum khắp chốn. Nổi nhất là *Cologne 4711*. Bí số này chỉ là số nhà của xưởng sản xuất: Glockengasse No. 4711. Năm 1806, hậu duệ của ông tổ *eau de Cologne* là Jean Marie Joseph Farina, mới thành lập nhà sản xuất *eau de Cologne* nguyên thủy tại Paris trình bản quyền thứ nước thơm mang tên *"Eau de Cologne Extra Vieille"* ra cái điều ta đây mới là thứ *chính cống bà lang trọc.* Thứ sản xuất ở Cologne nay mang hỗn danh *"Original Eau de Cologne"*. Vậy là cái cửa hàng tôi chộp được ở Cologne là thứ đối lập với *eau de Cologne* do con cháu chính tông của cha đẻ ra thứ nước thơm này sản xuất tại Paris! Thế mới rắc rối tơ vò! Thứ *eau de Cologne* này ngày nay lại được các ông đực rựa xài nhiều hơn các bà. Lại thêm một rắc rối khác!

Bỏ cái mớ bòng bong *eau de Cologne* tôi đi tìm một thứ đặc sản khác tại Cologne. Đây không phải là đặc sản riêng của Koln mà là của chung nước Đức có tên *Schweinshaxe.* Đó là món đùi heo hầm. Nguyên một khúc đùi heo tròn vo được cắt từ đầu gối tới mắt cá của heo được dọn ra cùng với khoai tây chiên và món dưa cải chua *Sauerkraut.* Thêm một ly bia nữa là hết xảy. Đây là món ăn bắt buộc phải có trong mùa hội bia *Oktoberfest.* Đây cũng là món bắt buộc phải ăn của du khách tới Đức. Trong kỳ tới Munich bốn năm trước đây, tôi đã xực món quốc hồn quốc túy của Đức này rồi. Và đã đầu hàng! Bởi không ngờ cái đùi heo lớn đến như vậy. Lỗi tại tôi không nhìn chân cẳng của các bà Đức ngoài phố! Lần này tới Koln tôi lại...đùi heo. Thời gian bốn năm kể là dài. Đủ cho con người quên. Cũng như các bà lâm bồn lắc đầu lia lịa khi hỏi có tính vào nhà hộ sinh phùa nữa không, vậy mà có khi chỉ một năm sau lại lặc lè cái bụng.

Schweinshaxe ở Cologne tưởng là khác ở Munich. Nhưng cũng rứa. Nhìn cái đùi heo nằm choáng gần hết chiếc đĩa lớn, tôi biết mình lại gặp...nạn. Nhưng dân chịu chơi mà. Lần này nhất định phải quất hết cho dân Đức biết mặt. Tôi loại khoai tây chiên ra. Chỉ tổ tốn chỗ! Bắp cải chua thì OK.

Ăn đùi heo ở Đức

Nó giúp đưa cái đùi heo vào dạ dầy. Ly bia cũng là một trợ thủ đắc lực. Bà bạn đồng hành bên cạnh lần đầu tiên chạm mặt với đùi heo rùng mình hỏi với sang: sao hết được? Tôi khẳng khái: hết chứ! Tay dao tay nĩa, tôi cố gắng. Được hơn nửa cái đùi, cái bụng bảo ngưng. Ngưng sao được. Cứ tiếp tục nhét. Nhưng rồi cái miệng lên tiếng bảo thôi. Đành thôi. Gần nửa cái đùi heo đỏ au còn lại trên đĩa nằm nhởn nhơ như trêu ngươi. Nếu có thể vái được chắc tôi vái ngay. Xếp dao nĩa lên đĩa, tôi phất cờ trắng đầu hàng. Hai lần ra quân, hai lần thua trông thấy. Dân Đức mạnh thật! Bữa cơm chiều hôm đó tại Bonn là không cần thiết.

Từ Koln tới Bonn gần xịt. Có 25 cây số xa lộ. Nhưng đó là 25 cây số được coi là xa lộ đầu tiên trên thế giới. Trước khi xe rời Koln, bà hướng dẫn viên đã cho biết cung đường xe sắp vượt qua là cung đường lịch sử. Nghe vậy cũng thấy khoái. Mình sắp đi trên...lịch sử! Xa lộ này được hoàn thành vào năm 1932, dưới thời của Thị Trưởng Konrad Adenauer. Ông này về sau trở thành một Thủ Tướng tên tuổi của Đức. Tôi ngước nhìn những bảng chỉ đường và biết xa lộ nay mang tên xa lộ A555. Dễ nhớ như thuốc lá ba số năm!

Bonn là thủ đô của Tây Đức từ 1949 tới 1990. Từ sau ngày chế độ cộng sản tan rã tại Đông Đức với sự sụp đổ của bức tường Bá Linh, thủ đô của nước Đức thống nhất được dời về cố đô xưa là Bá Linh. Tôi tới Bonn muộn màng khi nơi đây không còn là thủ đô nhưng vẫn chạm mặt với một thành phố văn hóa có truyền thống. Nằm trên bờ sông Rhin, đây là nơi mà nhiều cơ quan của Liên bang Đức vẫn còn nằm lại khiến nơi đây trở thành thủ đô thứ hai của Đức. Bonn ngày nay mang danh hiệu "Thành Phố Liên Bang". Trong số 18 ngàn công chức liên bang đã có 8 ngàn người vẫn làm việc tại Bonn. Bonn vẫn duy trì địa vị quốc tế với 17 cơ quan của Liên Hiệp Quốc có trụ sở đặt tại đây. Nhưng niềm hãnh diện của Bonn chính là Đại học Bonn, một viện đại học đã có 200 năm tuổi được coi là một trong những đại học danh tiếng nhất của Âu châu với 29 ngàn sinh viên theo học năm nay. Theo học tại đây có các khuôn mặt nổi tiếng: đương kim Giáo Hoàng Benedict XVI, Karl Marx, Heinrich Heine, Friedrich Nietzsche và Konrad Adenauer. Đại học Bonn trước mắt tôi là một công trình xây cất vừa cổ kính vừa mỹ thuật. Lang thang trong khuôn viên rộng lớn xanh rì cây cỏ, con người cảm thấy an bình và sảng khoái. Ngồi trên thảm cỏ xanh rì, chúng tôi như quên thời gian.

Bonn còn hãnh diện là quê hương của thiên tài âm nhạc Ludwig van Beethoven. Ông sanh ra tại đây vào năm 1770

Tượng Beethoven

và mất tại Vienna, nước Áo, vào năm 1827. Nơi sanh ra của ông tại khu trung tâm của Bonn nay trở thành "Viện Bảo Tàng Beethoven". Ngay từ năm 1845, nhân kỷ niệm 75 ngày sanh của người nhạc sĩ tài ba của âm nhạc cổ điển Tây phương, một bức tượng của ông đã được khánh thành. Kể là muộn đối với nơi sanh quán của ông vì trước đó ba năm, năm 1842, thành phố Salzburg ở Áo đã dựng tượng của ông rồi. Tại Vienna, nơi ông mất, mãi tới năm 1880 mới có tượng tưởng niệm. Tôi không được tới coi ngôi nhà thơ ấu của Beethoven vì không được dắt tới nhưng tôi đã tới nơi có bức tượng của Beethoven tân kỳ hơn nơi công viên của đại hí viện Bonn. Tượng chân dung này chỉ có khuôn mặt của nhà nhạc sĩ nằm sát trên cỏ được ghép bằng những tảng xi măng nằm ngổn ngang mà nếu đứng từ xa trông không ra hình thù chi. Nhưng nếu đứng ngay

Tấm phướn đánh dấu nhà của Karl Marx

chính giữa nhìn thẳng vào thì những tảng xi măng lộn xộn này tạo thành khuôn mặt Beethoven rất có hồn.

Trong danh sách các cựu sinh viên trường Đại học Bonn có các khuôn mặt mà sau này hầu như đi vào những con đường triết học đối nghịch nhau. Có đương kim Giáo Hoàng nhưng lại có Karl Marx vô thần.

Karl Marx không có...hộ khẩu tại Bonn. Sanh quán của ông là Trier. Đây là thành phố cổ nhất của Đức, được thành lập từ năm16 trước công nguyên, nằm cách Luxemburg có 50 cây số. Nơi sanh của Karl Marx là một ngôi nhà trông rất tầm thường nằm trên đường Bruckenstrasse. Ngôi nhà hầu như lẫn lộn với những ngôi nhà khác dắt díu nhau đứng sát sạt trên vỉa hè. Không hàng rào, không vườn trước. Người ta ghi dấu nơi đây bằng một tấm phướn trắng in hình chân dung và hàng chữ *"Karl Marx Haus Museum"*. Gắn trên tường là một tấm bảng nhỏ, cũng có hình chân dung và câu tiếng Đức: *In Diesem Hause wurde am 5 Mai 1818 Karl Marx gebohren* (Nơi căn nhà này Karl Marx được sanh ra vào ngày 5 tháng 5 năm 1818). Ngôi nhà nay được làm bảo tàng viện Karl Marx.

Một nhóm du khách tụ tập trước cửa tuy đã hết giờ mở cửa. Giả thử còn trong giờ mở cửa, tôi cũng không vào. Báu gì mà phải bỏ tiền vào coi! Một người Việt trong nhóm cùng đi hỏi tôi: "Sao mình lại tới đây vậy ông?".

Ừ nhỉ! Sao đi chơi có người dắt mà còn đi lạc!

09/2012

TÂY BAN NHA, BỒ ĐÀO NHA: RƯỢU ĐỦ CHƯA?

1.

Olá tiếng Bồ Đào Nha có nghĩa là *hello*. Gặp nhau ngoài đường muốn ới nhau là *olá,* cửa tiệm muốn chào mời khách cũng *olá.* Chữ tương tự trong tiếng Tây Ban Nha là *hola.* Tôi cứ phân vân không biết nên đặt cái tít cho loạt du ký này là *olá* hay *hola.* Trong 18 ngày, tôi đã đặt chân tới cả hai xứ sở thuộc miền Nam Âu châu này. Chọn chữ *hola* có cái hay là có thể "dịch" ra tiếng Việt là "hò la" nghe rất có vẻ…ới! Trong suốt thời gian lê la ở hai nước…Nha này tôi không gặp được một người Việt hay một nét nào liên quan tới nòi Việt nên bỗng nhớ nhà. Vậy nên tôi săm soi trong chữ nghĩa Tây Ban Nha để tìm tiếng Việt. Tôi bắt gặp được hai lần. Một lần là cái tên của một tiệm cà phê: *O Xaxu.* Tôi chơi ngay thành tiếng Việt: ôi xa xứ! Lần khác là tên một tiệm ăn: *Vit.* Đích thị là…vịt tuy quán không bán thịt vịt!

Nhưng chọn chữ *olá* có cái hay khác. Đó là cái dấu sắc trên chữ "a". Nó Việt cách chi đâu. Cũng chẳng có gì lạ vì nó là chị em với các dấu trong tiếng Việt chúng ta. Chữ quốc ngữ của chúng ta do một tập thể các giáo sĩ sang nước ta truyền giáo hình thành vào thế kỷ thứ 16. Người có công đầu là linh mục Francesco de Pina, một giáo sĩ dòng Tên người Bồ Đào Nha, đến Đàng Trong vào năm 1617 và mất vì nạn đắm thuyền tại vịnh Đà Nẵng năm 1625. Chính vị giáo sĩ người Bồ Đào Nha này là người đầu tiên nói thạo và giảng đạo bằng tiếng Việt. Cũng chính ông đã hợp tác với nhiều người trong đó có một thanh niên Việt có tên thánh là Phê-rô để khởi thảo việc La Tinh hóa tiếng Việt. Vậy nên các dấu tiếng Việt mới chị em với các dấu tiếng Bồ Đào Nha. Tôi đã để ý những dấu trên chữ Bồ trong những ngày lang thang ở nhiều tỉnh của xứ Bồ. Tôi thấy chỉ có ba dấu: sắc, huyền và ngã. Vậy thì hai dấu hỏi và nặng do đâu mà có? Tôi nghĩ là đó là sáng chế của linh mục Francesco de Pina khi gặp cái uốn éo của âm Việt. Chính vì những cái dấu quen thuộc nên tôi mặn chữ *olá* hơn chữ *hola.*

Pác-sơ-cờ như vậy coi bộ đã ổn nhưng tôi còn một lý do

khác. Đó là tôi ở trong trạng thái có thể ngủ mơ thấy chữ *olá* hay *hola*. Tuy viết khác nhau nhưng khi phát âm thì hai chữ này nghe y như nhau nên nếu chỉ nghe thì chúng là một. Tôi nói ngủ mơ thấy chúng không phải vì nghe dân địa phương nói nhiều mà vì người nói nhiều hai chữ này lại là một ông Việt Nam. Anh S.. Anh là người tổ chức chuyến đi. Tới đâu anh cũng ôm tấm bản đồ dò đường. Cứ đi một quãng anh lại *olá* khi ở Bồ Đào Nha và *hola* khi ở Tây Ban Nha. Nắm được áo ai là anh nắm. Nam phụ lão ấu anh đều kinh qua hết. Anh *olá* và *hola* nhiều đến nỗi có thể rút được kinh nghiệm. Đàn ông chỉ đường đúng hơn đàn bà. Chúng tôi đã nhiều lần dắt díu nhau lếch thếch lội bộ loanh quanh vì những cái tay chỉ sai đường. Anh S. cầm tinh con cọp nên anh…hống như cọp. Bảo đảm là không ai trong chúng tôi không nghe thấy tiếng anh dù anh luôn thoăn thoắt bỏ xa chúng tôi một quãng đường dài. Cái âm mạnh mẽ của hậu duệ ông ba mươi đã chui vào giấc ngủ tôi đêm đêm! Thế nên khi định viết loạt bài này tôi chẳng cần nghĩ ngợi về cái tên. Nó đã nằm trong giấc ngủ tôi!

Chúng tôi gồm 9 người rủ nhau thuê một chiếc xe chín chỗ ngồi chạy rong trên khắp nẻo đường của bốn nước: Pháp, Tây Ban Nha, Bồ Đào Nha và Gibraltar. Cái…nước Gibraltar này là một lãnh thổ hải ngoại của Anh. Ngồi trên máy bay xuất phát từ Montreal, tôi rút cuốn chỉ dẫn có vẽ bản đồ thế giới trong chiếc túi sau ghế ngồi phía trước. Tôi liếc qua và bỗng thấy một con…chó. Đầu chó là nước Pháp đang gặm một cục xương bự tổ chảng là nước Ý. Thân chó là Tây Ban Nha và Bồ Đào Nha. Gibraltar bé tí tẹo bám vào Tây Ban Nha như một chú khỉ nhỏ trên lưng một anh chàng yêu thú vật.

Ngắm đi ngắm lại "con chó" để định hướng những thành phố mình sắp đặt chân đến tới phát chán mà vẫn chưa thấy máy bay chuyển động. Nửa giờ ì ạch trôi qua. Mọi người đã thấy sốt ruột. Thây kệ. Máy bay vẫn ì ra. Nửa giờ nữa trôi qua viên phi công mới lên tiếng. Chiếc cửa của khoang chứa hành lý không đóng khít lại được, máy bay phải vào *hangar* để sửa lại. Hành khách sẽ được di chuyển tới khách sạn Sheraton gần phi trường để nghỉ ngơi. Ai không muốn ở khách sạn có thể về nhà và giữ liên lạc với hãng British Airways. Ai muốn đi chuyến khác có thể điện thoại kiếm chỗ. Chúng tôi ít khi bỏ qua những chuyện *free* nên lên xe buýt trực chỉ khách sạn. Tưởng chỉ trú chân ít tiếng ai ngờ phải ở nguyên một đêm một ngày. Mất một ngày vàng ngọc nhưng được hầu hạ cơm bưng nước rót ba bữa. Kể là hên như trúng số độc đắc vì mấy khi được cưỡi máy bay hư!

Chín người chúng tôi là một bày ông già bà cả. Trẻ nhất là chị T., vợ anh S., cũng đã vác trên vai nửa thế kỷ. So với mọi người, đống tuổi tác chị vác trên vai không nhiều nhưng cũng làm chị chùng xuống. Tôi vẫn trêu ghẹo chị là từ đầu xuống tới chân gần xịt! Ông bạn nhà văn Võ Kỳ Điền cũng lụi đụi có mặt trong nhóm. Thêm một người nữa là chị C.. Chắc chẳng ai biết chị C. là ai nhưng nếu tôi nói ra thì hầu như ai trong lứa tuổi chúng tôi cũng biết chị là ai! Đó là chủ nhân của cửa hàng nước mía Viễn Đông ở Sài Gòn. Tôi giỡn với chị: "Ngày xưa chị ăn giỗ biết bao nhiêu tiền của tôi đấy, chị biết không?". Chẳng cứ tôi, lứa tuổi chúng tôi ai cũng có thể nói như vậy. Ai trong chúng ta không từng lê la trên đường Pasteur, nơi những chiếc xe bán thịt bò khô hay phá lấu tim gan phèo phổi ghim trên một que tăm chấm tương đen tương đỏ rồi kết thúc bằng một ly nước mía Viễn Đông mát lạnh nằm ngay đó. Khi một mình, khi cùng đám bạn học, khi cùng người tình, ly nước mía Viễn Đông ngày đó thật ngọt ngào.

Gần 10 giờ tối, chúng tôi mới thực sự ngồi trên chiếc máy bay Boeing tới Luân Đôn rồi bay tiếp để tới Toulouse vào lúc 4 giờ chiều ngày hôm sau. Trời mùa đông, 4 giờ chiều mà đã nhọ nhem. Khách sạn đều đã được *book* từ trước nên không thể trễ được. Một ngày trễ đã mất tiêu một đêm khách sạn ở Toulouse nên chúng tôi đành phải cướp thời gian. Lấy chiếc xe Opel số tay từ phi trường Toulouse, anh S. đã phải lái đêm vượt biên giới Pháp tới Bilbao ở Tây Ban Nha. Trời tối, xe số tay chưa quen, đường lạ lại đèo dốc, rặng Pyrénées sừng sững phía trước, sáu tiếng lái xe như đoạn đường chiến binh trong quân trường. *Hola* Tây Ban Nha!

Khi tham gia chuyến đi tôi nghĩ ngay tới một vùng đất đầy dấu vết lịch sử. Quả thật lịch sử bao vây chung quanh mỗi bước chân của chúng tôi. Nhưng điều trớ trêu là bắt đầu cuộc chơi, chúng tôi lại chạm trán vào văn minh hiện đại. Tôi muốn nói tới viện bảo tàng *Guggenheim Museum Bilbao*. Tòa nhà trông không giống ai lấp lánh dưới ánh mặt trời. Đó là một khối trông như hình một con rắn cuộn mình có lớp mạ *titan* trắng bạc để bắt ánh sáng mặt trời. Dưới ánh sáng nhợt nhạt của một buổi sáng trời không nắng, tôi thấy viện bảo tàng Guggenheim trông như một khối kim loại đặt nằm bên nhau một cách hỗn độn. Lạ thì có lạ nhưng cảm thì không. Nhưng đó là nghệ thuật. Mà nghệ thuật thì chỉ gật gù mà ngắm! Được khánh thành vào năm 1997, viện bảo tàng này là một công trình hiện đại của kiến trúc sư Frank O. Gehry. Ông kiến trúc sư này đã tiêu tốn tới 127 triệu rưởi đô Mỹ để hoàn thành kiến trúc chẳng bao lâu đã trở thành biểu tượng của thành phố công nghiệp Bilbao. Đây là một trung tâm nghệ thuật hiện đại quốc tế giới thiệu tới công chúng và du khách những tác phẩm nghệ thuật Âu Mỹ thế kỷ 20 và 21. Tôi đứng ngắm để cố tìm vẻ nghệ thuật nằm ẩn dấu dưới những hình thể ghép một cách hững hờ bên nhau. Thôi thì cứ kính nhi viễn chi cho chắc ăn. Nhưng tượng chú chó được đặt ngay tại cổng chính của bảo tàng thì chẳng cần phải tưởng tượng chi cho mất công. Nhìn vào ai cũng biết đây là con chó!

Viện Bảo Tàng Guggenheim

Chú chó mang tên Puppy có chiều cao 12 thước là công trình của Jeff Koons. Với bộ khung bằng thép không gỉ, da thịt chú chó là một lớp cây hoa. Khi chúng tôi tới vào mùa đông hoa đã tàn chỉ thấy lớp lá xanh còn cố bám vào thân hình chú chó cao nghều nghệu, nghểnh cổ tới rớt nón mới thấy cái đầu của chú. Đây là một tác phẩm chân phương nhìn vào biết ngay là một con chó nên chú được mọi người yêu mến ghé vào chụp hình lia chia.

Khi tới thành phố Segovia chúng tôi mới thực sự chạm vào lịch sử. Đây là một thành phố nằm trên độ cao một ngàn thước với những cánh rừng thông bạt ngàn bao quanh. Nhìn từ dưới lên, thành phố như một con tàu khổng lồ với lâu đài Alcazar là mũi tàu, nhà thờ chính tòa là cây cột buồm và hệ thống dẫn nước cổ xưa *aqueduct* là những cánh buồm. Ba công trình này là ba niềm tự hào của thành phố. Du khách tìm tới đây cũng chỉ vì những dấu tích cổ xưa này.

Du khách thích thú nhất với *aqueduct* chắc phải là ông Võ Kỳ Điền. Vừa tới khu dẫn nước được xây dựng từ thời hoàng kim của đế quốc La Mã này, ông nhà văn họ Võ đã muốn…xỉu! Bao nhiêu năm đọc sách, nghiên cứu về công trình tuyệt diệu này, nay mới được coi tận mắt, sờ tận tay làm chi mà không ngẩn ngơ. Ông chạy tới ôm một cây cột được ghép bằng những tảng đá lớn chồng lên nhau, nhờ tôi chụp hình. Với giọng tỉnh bơ, ông kể: "Ngày xưa tôi là một tên lính vác đá xây dựng công trình này đấy ông ạ!". Tôi nghe và nhìn vào mặt ông, chỉ sợ ông thăng lúc nào không biết! Phải công nhận hệ thống dẫn nước dùng cho toàn thành phố với chiều cao 28 thước rưỡi trên nền móng được đào sâu tới 6 thước, dài 726 thước mang nước từ sông *Fuenta Fria* nằm

Hệ thống dẫn nước thời La Mã aqueduct ở Segovia.

Một đoạn aqueduct ở Segovia

gần dãy núi Guadarrama, cách thành phố những 17 cây số, tới Segovia, được lắp ghép bằng 20.400 khối đá tảng là một quần thể vĩ đại. Ngày đó, cuối thế kỷ thứ nhất đầu thế kỷ thứ hai sau công nguyên, họ dùng phương tiện nào để mang những tảng đá chồng chất lên nhau tạo thành 120 cây cột và 166 đường vòng cung mà không trét xi măng, không có bất cứ một chất gì để làm dính những tảng đá với nhau. Ông nhà văn họ Võ chỉ cho tôi những cái lỗ nho nhỏ trên mỗi tảng đá. Tại sao có chúng? Có phải là chỗ bám cho một thứ dụng cụ xốc tảng đá lên? Tôi theo ông Võ Kỳ Điền tới một cây cột đá vuông vức, sờ tay vào khối đá mát lạnh, chắc phải tới chục người ôm không hết vòng mà đầu óc phân vân không hiểu làm sao mà người xưa lại tài tình đến vậy. Máy quay phim, máy hình tíu tít trên tay để cố thu những góc cạnh không thể nào tưởng tượng được do người xưa hoàn thành. Hai anh em

Dựa cây cột gần hai ngàn năm xưa.

tôi đứng ngẩn ngơ một hồi lâu, mắt không rời, chân không muốn bước. Chúng tôi đã tận tay sờ vào lịch sử.

Chẳng cứ hai anh em chúng tôi, tất cả các du khách người nào cũng tíu tít quay quay chụp chụp. Mọi người như lạc vào lịch sử. Chẳng thế mà anh S. loay hoay chụp, để chiếc túi xách tay xuống đất, khi rời qua vị trí khác quên lửng mất vật tùy thân. Phải cả gần một tiếng đồng hồ sau, khi máy hình đã no, máy quay đã đầy, anh mới sực nhớ ra chiếc túi. Chiếc túi màu đen mà anh thường nói với chúng tôi là cả gia sản trong đó. Anh nói không ngoa. Trong đó là máy hình loại xịn, máy quay phim, tiền bạc, giấy tờ quan trọng và nhất là *passport* của hai vợ chồng. Hai chiếc máy anh đã dùng còn dính trên tay không mất. Mớ tiền anh mang theo khá bộn vì phải lo thanh toán tiền chi phí cho cả đoàn, mất thì cũng đành, tiếc có tiếc nhưng tiền bạc là thứ ngoại vật không quan trọng. Hai tấm giấy thông hành thì rắc rối lớn.

Tây Ban Nha là xứ mà du khách được dặn dò luôn luôn phải đề phòng nạn móc túi. Vậy mà một…gia tài nằm khơi khơi trên nền đất mất là cái chắc. Khi phát hiện ra cái túi không còn trên lưng anh S., mọi người vội chạy tới nơi đồ chừng là anh S. bỏ quên chiếc túi. Không có. Vài người nhanh trí đi lục các thùng rác xung quanh vì nghĩ là kẻ gian chỉ lấy tiền rồi vứt các giấy tờ vào thùng rác. Thấy quân ta đi mở thùng rác, một người bản xứ mới chỉ tới đồn cảnh sát. Vậy mà cái túi đã nằm trong tay cảnh sát. Hú hồn. Cảnh sát hỏi vài chi tiết rồi trả lại với một mảnh giấy ghi tên người nhặt được. Tất cả tiền bạc và giấy tờ còn y nguyên! Theo cảnh sát đó là một ông bán vé số. Anh S. đi tìm ông bán vé số để hậu tạ nhưng ông đã đi về.

Hên không để đâu cho hết. Châu về hiệp phố ở Tây Ban Nha là một chuyện hiếm. Nhưng cái túi "gia tài" của anh S. đã hên ba lần tất cả. Ba lần mất, ba lần tìm thấy lại nguyên con không sứt mẻ. Có lần để quên trên máy bay ở Barcelona, Tây Ban Nha, ba ngày vẫn không thấy tăm hơi, anh phải lên du thuyền. Vậy mà khi đang ở trên du thuyền, máy bay trực thăng đã cõng cái túi ra trả ngay trên du thuyền. Cứ như tài sản…quốc gia! Tôi giỡn với anh S.: "Tôi nghĩ anh nên đổi cái túi thành màu đỏ cho hên, đỡ đau tim!".

Tây Ban Nha đang ở trong thời kỳ suy thoái kinh tế nặng. Chẳng thua kém chi Hy Lạp. Tỷ lệ người thất nghiệp đã đạt tới con số nhức nhối. Nghề bán vé số hình như là một nghề phổ thông. Họ đeo một tấm bảng trước ngực có gắn những chiếc vé số thuộc nhiều loại khác nhau đứng ở những chỗ đông người qua lại. Không rao, không mời mọc, họ như những hình nộm giữa thời tiết lạnh buốt. Ông đi qua, bà đi lại, ai mua thì dừng lại mua. Thấy họ đứng mà thương. Chúng tôi từ xứ lạnh Canada qua, tưởng ngon, ai ngờ cũng te tua. Khi ra phi trường Trudeau, chúng tôi mặc áo lạnh dày cộm dùng cho mùa đông Canada, tưởng sang tới Tây Ban Nha, nơi thời tiết chưa xuống tới độ âm, vào khoảng 10 độ dương, sẽ phải bỏ bớt. Vậy mà dù nai nịt kỹ càng như giữa tuyết giá Montreal cũng vẫn thấy lạnh cóng. Cái lạnh như lạnh từ trong người ra. Lạnh mà buốt. Có lẽ do khí núi. Chúng tôi vẫn đang kề bên dãy núi Pyrénées!

Kinh tế xuống, thất nghiệp nhiều nhưng dân chúng Tây Ban Nha vẫn nhậu nhẹt như chưa hề bị quả đấm của suy thoái. Tiệm rượu ê hề, hầu như mỗi phố đều có. Nhậu hình như là một tập quán không thể bỏ được. Vào các cửa tiệm tạp hóa, quầy rượu chiếm chỗ thượng phong. Rượu rẻ như bèo! Một chai rượu chát giá chỉ hơn một *euro!* Đúng là thiên đàng của các bợm nhậu. Bợm nhậu không phải là những người nhếch nhác, áo quần xốc xếch. Tôi đã từng thấy, vào một buổi tối, một cặp vợ chồng già, áo lông thú, lẩy bẩy dắt nhau vào tiệm rượu. Đứng ở quầy, kêu mỗi người một ly, một đĩa nhỏ trái *olive,* uống vội rồi dắt nhau ra. Đứng ở quầy uống giá rẻ hơn ngồi vào bàn. Họ uống, ăn và xả rác dọc theo quầy, dưới sàn nhà. Tiệm nào cũng vậy, trắng xóa những giấy ăn dọc theo chân quầy. Mỗi lần đi tìm tiệm ăn là một lần chúng tôi vất vả. Ít có tiệm có bàn ngồi ăn tử tế. Họ chú trọng bán rượu đứng uống quanh quầy hơn. Tờ thực đơn đưa

Trong một tiệm rượu ở Tây Ban Nha

cho khách có hai giá cho cùng một món. Thoạt đầu chúng tôi không hiểu tại sao. Hỏi thì ngôn ngữ bất đồng. Sau một hồi đàm thoại rất mỏi tay mới vỡ lẽ ra là một giá cho người ăn đứng và một giá cho người ăn ngồi!

Tờ thực đơn bằng tiếng Tây Ban Nha là một sự đánh đố rất tức cười cho chúng tôi. Thường thì một bữa ăn bao gồm một món ăn chơi và một món chính. Khách có thể chọn lựa nhiều loại cho mỗi món. Mỗi thực đơn đều có rượu, bia hoặc nước ngọt và món tráng miệng *free*. Có chỗ có thêm *pan* (bánh mì) khỏi trả tiền. Giá cho một phần ăn được ghi rõ ràng. Khoảng từ 7 *euro* tới vài chục *euro*. Thông thường ăn được thì khoảng 10 *euro*. Cái nhức đầu là có tiệm ghi *pan,* có tiệm không. Những ngày đầu, chưa có kinh nghiệm, chúng tôi không để ý tới cái lắt léo này, cứ chúi mũi vào những món ăn được ghi bằng tiếng Tây Ban Nha mà…đoán. Thường thì khi món ăn được mang ra chúng tôi mới biết mình đã kêu cái chi: thịt heo, thịt bò, cá hay mực. Đĩa thức ăn được đặt trước mặt mỗi người, từng đó con mắt xúm vào ngắm nghía, người vừa ý người không vừa ý, cứ như chơi xổ số! Dân Tây Ban Nha rất hiếm người nói được tiếng Anh. Trong các tiệm ăn càng hiếm hơn. Khác với Bồ Đào Nha, rất nhiều người nói được tiếng Anh hay tiếng Pháp. Có lẽ vì tiếng Tây Ban Nha là một trong những ngôn ngữ được nhiều người trên khắp thế giới sử dụng nên họ không cần học thêm ngoại ngữ. Ăn xong, tới màn tính tiền mới hồi hộp. Có khi họ tính thêm tiền bánh mì mỗi người gần 3 *euro*. Hỏi thì họ mang thực đơn ra làm…bản án. Không có ghi mục bánh mì trong đó. Đôi khi họ mang ra mấy đĩa bánh ăn chơi, quân ta cứ thản nhiên dùng, tưởng là một mục trong thực đơn, ai dè đây là món mang ra để không ăn thì thôi, ăn thì…chém! Cãi tới đâu thì quân ta cũng thua. Chữ nghĩa đâu mà cãi! Về sau, rút kinh nghiệm, đọc thực đơn phải đọc kỹ, có ghi đủ ba thứ *pan, vina, postre* (bánh mì, rượu, tráng miệng) mới chơi! Còn những thứ bánh linh tinh họ mang ra thì lơ đi. Muốn chắc ăn thì bắt họ dọn đi tức thời!

2.

Tôi ngờ rằng Tây Ban Nha mang đậm dấu vết lịch sử hơn Pháp. Đó là lịch sử của những cuộc can qua. Đi tới đâu cũng bị đập vào mắt những thành quách, những vòng rào phòng thủ vững chắc và những con hào sâu khó vượt qua. Thực ra tới bây giờ, khi trở về Montreal, tôi chẳng còn nhớ được là mình đã thấy được bao nhiêu thành quách. Hầu như nơi nào cũng có những dấu tích của chiến tranh từ thời nào thời nao.

Mảnh đất mà tôi đang đứng đã từng là sân khấu của những cuộc chiến liên tục trong quá khứ. Ngay từ năm 210 trước công nguyên, người La Mã đã đánh chiếm phần đất mà ngày nay là lãnh thổ Tây Ban Nha và cai quản suốt nửa thế kỷ. Thiên Chúa giáo đã lan tới đây ngay từ thế kỷ thứ nhất và hưng thịnh vào thế kỷ thứ 2. Ngôn ngữ, tôn giáo và luật pháp Tây Ban Nha phần lớn bắt nguồn từ giai đoạn này. Vào thế kỷ thứ 5, khi đế quốc La Mã bắt đầu sụp đổ thì các bộ tộc người Visigoth, Suebi, Vandal và Alan còn lạc hậu đã vượt qua dãy núi Pyrenées tiến chiếm Tây Ban Nha. Năm 415, người Visigoth đã tiếp quản Tây Ban Nha và cải đạo theo Công giáo La Mã. Thế kỷ thứ 8, người Berber theo đạo Hồi từ Bắc Phi đã nhanh chóng xâm chiếm xứ sở này. Đất nước phát triển vững vàng dưới chế độ Hồi giáo. Dân trong vùng đua nhau cải đạo theo Hồi giáo nên tới thế kỷ thứ 10 và 11, số người theo Hồi giáo đã vượt trội hơn Thiên Chúa giáo. Người Hồi giáo đã đưa vào Tây Ban Nha những nét văn hóa đặc sắc truyền thống của vùng Trung Đông và Bắc Phi. Nhiều công trình kiến trúc mang phong cách Hồi giáo còn tồn tại tới ngày nay mà tiêu biểu nhất là cung điện Alhambra. Đầu thế kỷ thứ 11, đế chế Hồi giáo suy yếu khiến Thiên Chúa giáo gây được ảnh hưởng rất lớn. Thế kỷ 12, Hồi giáo phục hồi trở lại. Thế kỷ 13, nhiều vùng Hồi giáo lại rơi vào tay người Thiên Chúa giáo. Người Hồi chỉ còn cứ điểm cuối cùng là Granada. Đế chế Tây Ban Nha trở thành một trong những quốc gia mạnh nhất châu Âu trong thế kỷ thứ 16 và nửa đầu thế kỷ thứ 17 do thương mại phát triển và sự thành công trong việc chiếm các thuộc địa trải rộng khắp Trung Mỹ và Nam Mỹ, Mễ Tây Cơ, phần lớn phía nam Hoa Kỳ, Phi Luật Tân và các vùng láng giềng miền nam nước Ý, đảo Sicile, phần đất ngày nay là các nước Đức, Bỉ, Lục Xâm Bảo và Hòa Lan. Tây Ban Nha là đế quốc đầu tiên được gọi là đế quốc mà mặt trời không bao giờ lặn! Từ trước tới giờ tôi nghĩ câu "mặt trời không bao giờ lặn trên đế quốc" là chỉ đế quốc Anh. Hóa ra đó là Tây Ban Nha. Tiếng Tây Ban Nha được khắp các thuộc địa của họ chính thức dùng làm ngôn ngữ chính đạt tới con số 400 triệu người nói và trở thành tiếng mẹ đẻ phổ biến thứ nhì trên thế giới chỉ sau tiếng Anh.

Tôi cố tóm tắt một cách gọn ghẽ lịch sử đầy biến động của vùng đất tôi đang đặt chân tới để hiểu tại sao xứ sở này lại có nhiều thành quách kiên cố còn tồn tại tới ngày nay. Hết thành lũy này tới thành lũy khác trải dài trước mắt tôi, trên đường di chuyển cũng như khi đứng tại một nơi nào đó trên khắp nước. Cái mà tôi còn giữ được nhiều ấn tượng có lẽ là thành quách nơi vùng Avila. Chỉ khoảng một giờ lái xe từ thủ đô Madrid là tầm mắt chúng tôi đã choáng ngợp với vẻ bề thế của thành quách Avila. Cả một thành phố nép mình trong bức tường thành kiên cố và mỹ thuật chạy dài hai cây số rưỡi với 80 ngọn tháp hình bán trụ và 9 cổng thành uy nghi cao lớn. Theo vận nước, thành phố đã trải qua nhiều cuộc can qua. Từ thế kỷ đầu tiên sau công nguyên, Avila theo đạo Thiên Chúa. Từ thế kỷ thứ 8 đến thế kỷ thứ 11 là thành trì của Hồi giáo. Năm 1090, sau khi người Hồi bị đánh

Trên đồi gió, tường thành quây kín thành phố Avila ở phía sau.

đuổi khỏi Avila, bức tường thành nổi tiếng này mới được xây dựng.

Chúng tôi lăng xăng chạy quanh để cố thu vào máy những hình ảnh của bức tường thành đồ sộ này. Nhưng máy nào thu cho hết được toàn cảnh bức tường chạy quanh thành phố được. Tôi dùng máy quay phim ghi lại một phía tường và tìm góc cạnh đẹp nhất để ghé mặt vào chụp tấm hình mang về khoe với mọi người. Trời mùa đông lạnh buốt. Nằm ở chiều cao 1130 thước trên mặt biển nên Avila có những cơn gió giật hung hãn mà chúng tôi đang lãnh đủ. Chẳng lẽ đã cất công tới nơi mà Liên Hiệp Quốc công nhận là di sản thế giới từ năm 1985 này lại chịu thua, chúng tôi lên xe tiến tới một ngọn đồi cao bên ngoài thành phố để ngắm toàn cảnh bức tường và thành phố bên trong. Nhìn từ đây phong cảnh thật hùng tráng. Gió cũng…hùng hục đánh bạt cả người. Đứng ngả nghiêng trên đồi thật vất vả nhưng dân chơi coi như chuyện nhỏ. Tôi leo lên tuốt tận đỉnh đồi, chụp một bức hình rất…khí thế với mái tóc bạc tung bay trong cơn lốc. Đã dấn bước tới đây, ai cũng mong muốn được chiêm ngưỡng những ngôi nhà thờ được xây cất theo kiểu *gothic* cuối thế kỷ thứ 12. Nhà thờ mà cũng…chiến tranh. Trên gác đàn còn có những lỗ châu mai phòng thủ! Tu viện San Thomas được xây cất vào cuối thế kỷ 15 có ngôi mộ của Don Juan, con trai duy nhất của Quốc Vương theo Thiên Chúa Giáo Ferdinand và Hoàng Hậu Issabella.

Tôi quen với chàng Don Juan này từ những năm còn học trung học qua vở kịch của Molière và bài thơ của Byron và sau này với vở nhạc kịch *opera* của Mozart. Nhân vật lịch sử có thật này đã trở thành một huyền thoại trong văn thơ và nhạc. Đó là một anh chàng đào hoa, con vua, lắm bạc nhiều tiền, tán gái số một. Chàng tán đâu là dính đấy và tán không phân biệt giai cấp, không nề hà tuổi tác và giai tầng xã hội. Gọi đó là con người tạp…gái không phải là ngoa. Qua bao nhiêu thế kỷ, cái tên Don Juan tự nó đã có nghĩa là đào hoa. Tôi thật muốn tới ngôi mộ của chàng để cầu mong chàng truyền cho vài bí kíp tuy chẳng biết để làm gì vì thời gian đã ăn nhẵn gần hết đời tôi. Nhưng lực bất tòng tâm. Lê được đôi chân lên tới mộ chàng là việc thiên nan vạn nan. Lượng sức mình, tôi chẳng dại chi mà nghe lời bà Hồ Xuân Hương *"mỏi gối chồn chân cũng phải trèo"*. Chân cẳng ngày nay dùng để đi và lết chứ không phải để trèo. Đành mang mối tiếc rẻ trong lòng!

Thôi, quên anh chàng lịch lãm mà thân xác còn nằm ở Avila này đi. Chúng ta nói chuyện Granada. Như trên đã viết, đây chính là cứ điểm cuối cùng của người Hồi giáo lúc đạo giáo này suy tàn vào thế kỷ thứ 13. Tới đây mới thấy y chang như vậy. Nơi nào, chỗ nào cũng còn nặng dấu vết Hồi giáo. Khách sạn chúng tôi trú ngụ mang tên *Esperia Granada* (cái tên đã thấy…Hồi!), nằm giữa phố núi Granada. Chúng tôi phải nín thở khi xe phải leo những đường dốc nhỏ hẹp, ngoằn ngoèo, lót gạch đá mấp mô để đi tìm khách sạn. Nếu không có cô đầm GPS dẫn đường, bảo đảm tìm tới tết Congo cũng không thấy được. Loanh quanh đường núi có lúc hẹp như một đường hẻm trong khu Bàn Cờ, có lúc dốc đứng như từ trời lao xuống, chiếc xe bị trầy trụa hai bên vì những cú đường vòng gắt gao. Nhìn thấy cái tên khách sạn nằm khiêm nhường bên một đường hẻm, chúng tôi mừng hết lớn. Chạm mặt mấy nhân viên quầy tiếp tân, tôi biết ngay đây là một khách sạn có chủ nhân là một người Hồi giáo. Cách trình bày nơi sảnh chính của khách sạn nhỏ xíu mang dáng vẻ Trung Đông. Tủ bàn và ngay cả những chiếc vòi nước trong phòng tắm đều có những hoa văn trang trí kiểu Hồi giáo.

Vứt chiếc va-li vào phòng, tôi tuôn ngay ra đường. Rặt một loại cửa hàng nho nhỏ bán những tấm thảm, những chiếc điếu hút có cần vút lên như chiếc lông công, những đồ kỷ niệm, bàn ghế, nhìn vào biết ngay xuất xứ. Cầm tấm bản đồ trên tay, chưa kịp chỉ tay vào bản đồ, vừa cất lời hỏi bằng tiếng Anh, một cô gái trẻ có đôi mắt to dưới hàng lông mày rậm đen ngắt và chiếc khăn choàng bít kín đầu, chẳng biết có hiểu chi không, đã chỉ tay nói một tràng tiếng Tây Ban Nha.

Như một quán tính. Dĩ nhiên tôi không hiểu cô nói gì nhưng nhìn theo tay cô thì thấy ngay tấm bảng hình mũi tên nho nhỏ chỉ đường tới…Alhambra. Tôi nghĩ thầm: sản phẩm chính mà thành phố này trình với du khách chắc chỉ có Alhambra.

Alhambra là một quần thể gồm cung điện và vườn tược đã được Liên Hiệp Quốc liệt vào hàng di sản thế giới. Được bao bọc bởi những khu rừng rậm rạp, quần thể này chiếm một diện tích rộng tới 142 ngàn thước vuông bao gồm những kiến trúc kiểu Hồi giáo, Hy Lạp và La Mã, những khu vườn xinh đẹp, những dòng suối nhỏ và một nhà thờ Hồi giáo được bảo vệ bằng 13 tháp canh đồ sộ. Nhìn con đường dốc cao phía trong từ chiếc cổng vào bề thế, tôi bỗng sợ. Leo lên chắc…gẫy chân! Ông Võ Kỳ Điền chắc cũng teo nên khi tôi ngỏ ý chỉ cố leo lên khu vườn gần nhất rồi ngồi phè ngắm cảnh, ông ấy bằng lòng ngay tức thì. Những người…trẻ thì nhất định quyết thi gan cùng đèo cao núi lớn dõng dạc leo. Ông nhà văn họ Võ và vợ chồng tôi ngồi trên những chiếc kè đá cổ xưa, rong rêu, sứt mẻ, nói chuyện về…Granada. Tôi nhớ mài mại cung điệu của một bài hát mang tên Granada đã được nghe nhiều lần hồi năm xưa. Thầm bắt giọng bài hát mà câu được câu không. Tức quá chừng. Nhưng tôi nghĩ là nhất định bài hát phải có giây mơ rễ má với nơi tôi đang ngồi. Để tính sau. Vừa về tới Montreal, tôi tính liền. Tôi vào mạng tìm. Y chang! Đó là bài hát đã được danh ca Frank Sinatra diễn tả rất tới. Vậy là trí nhớ cùng mằng của tôi không phản bội tôi. Bài hát được Agustin Lara sáng tác từ năm 1932 nguyên tác bằng tiếng Tây Ban Nha. Tôi tìm được lời bản nhạc nhưng vốn liếng tiếng Tây Ban Nha của tôi chỉ có mỗi chữ *hola* mới học mót được làm tôi bâng khuâng. Đành phải theo lời dịch tiếng Anh của chàng ca sĩ Frank Sinatra. Đọc lời mới biết đây là một bản tình ca. Những nuối tiếc của một mối tình nảy nở ở Granada nay đã trở thành dĩ vãng.

The dawn in the sky
Greets the day with a sigh
For Granada
For she can remember
The splendor that once was
Granada.

Ông Võ Kỳ Điền chỉ biết nhạc Việt Nam nên khi ngồi với tôi ở khu vườn rêu phong cổ kính trong khuôn viên Alhambra, ông tỉnh bơ. Tuồng như chẳng thấy thú vị chi với hồi ức của tôi. Muốn ông ấy say sưa nói thì nên đề cập tới…cây cỏ. Quen ông bao nhiêu năm tôi chẳng để ý là ông chuyên nghiên cứu về thực vật. Ông hay than đời ông chẳng ra làm sao. Tôi nghĩ nếu ông chuyên nghiên cứu về…động vật chắc khá hơn! Trong những ngày hai anh em lang thang từ thành phố nọ tới thành phố kia ở đất nước Tây Ban Nha, ông chỉ cho tôi cây ngô đồng.

Tôi chỉ biết cây ngô đồng qua văn thơ nên rất thú vị khi tận mắt nhìn cây ngô đồng. Ông Võ say sưa nói về ngô đồng làm như thể kiếp trước ông là cây ngô đồng không bằng! Cây ngô đồng đầu tiên ông chỉ cho tôi là một gốc cổ thụ trong vườn của cung vua *Royal Palace* ở thủ đô Madrid. Thân cây ngô đồng cổ thụ này chắc phải tới năm người ôm mới kín vòng. Nhìn thân cây, tôi xì một tiếng: "Trông có khác chi thân cây ổi đâu!". Chắc ông bạn nhà văn chán cho cặp mắt trần tục của tôi lắm. Trong văn thơ cây ngô đồng là một loại cây quý phái, hoa của nó thuộc loại "vương giả chi hoa", vậy mà nhìn ra cây…ổi chẳng văn thơ chút nào. Nhưng ông ấy lại phê lời tôi nói là đúng. Vỏ cây khá giống vỏ thân cây ổi. Ngô đồng mọc đầy rẫy ở Tây Ban Nha.

Cứ trong thơ văn thì đây là một loại cây quý. Cổ thi Trung Hoa đã ca ngợi:

> *Ngô đồng nhất diệp lạc*
> *Thiên hạ cộng tri thu.*

Một lá ngô đồng rụng, ai cũng biết thu sang. Ngô đồng là thứ cây…tiên tri. Cứ thấy lá ngô đồng rụng là biết mùa thu đã tới thềm cửa. Cứ chi cây ngô đồng, cây nào mùa thu mà lá chẳng rụng! Nhưng lá cây ngô đồng rụng được các văn nhân cảm thấy nỗi buồn man mác của cảnh biệt ly. Cây ngô đồng còn được các ông xếnh xáng xưa cho là cây thần. Ông Võ Kỳ Điền kể lại trong một bài viết về cây ngô đồng: *"Khi xưa, vua Phục Hy thấy tinh hoa của năm vì sao rơi xuống cây ngô đồng, chim phượng hoàng liền đến đậu. Vua Phục Hy biết ngô đồng là gỗ quí, hấp thụ tinh hoa trời đất, có thể làm đồ nhã nhạc, liền sai người đốn cây ngô đồng xuống, cắt làm ba đoạn để phân Thiên Địa Nhơn. Đoạn ngọn thì tiếng quá trong mà nhẹ, đoạn gốc thì tiếng quá đục mà nặng, duy đoạn giữa thì tiếng vừa trong vừa đục, có thể dùng được, liền đem ra giữa dòng sông nước chảy ngâm 72 ngày đêm, rồi lấy lên phơi khô, chọn ngày tốt, thợ khéo Lưu Tử Kỳ chế làm nhạc khí, bắt chước nhạc Cung Dao Trì, đặt tên là Dao Cầm".* Cây Dao Cầm huyền diệu này khi cất tiếng lên thì chim phượng hoàng bay tới đậu. Tác giả mấy câu ngợi ca ngô đồng này nói nhỏ với tôi: "Mấy ông Trung Quốc ngày xưa vẽ chuyện chứ chỉ có cây ngô đồng thì làm đàn bằng gỗ ngô đồng chứ có gỗ chi khác đâu mà bày vẽ!".

Theo gót mấy anh Trung Hoa, văn chương Việt Nam cũng cứ ngô đồng mà…tán. Như trong truyện Kiều: *Thú vui thuần hức bén mùi / Giếng vàng đã rụng một vài lá ngô.* Như trong Bần Nữ Thán: *Bắc thang tới cung mây mà hỏi / Biết bao giờ phượng tới cành ngô.* Như trong Bích Câu Kỳ Ngộ: *Bóng trăng vừa xế cành ngô / Giấc hòe dìu dịu, chăn cù êm êm.* Gần chúng ta nhất, cây ngô đồng nhảy vào thơ Bích Khê: *Ô hay buồn vương cây ngô đồng / Vàng rơi! Vàng*

Vòm cây ngô đồng ở Burgos

rơi! Thu mênh mông. Thấy nhiều nên cây ngô đồng đối với tôi chẳng có chi quý giá. Nhưng người xưa rất quý hóa loại cây này. Nó là thứ gỗ tạo nên con ngựa thành Troie nổi tiếng trong sử sách. Và nó được vua Minh Mạng cho khắc hình trên Dụ đỉnh trong bộ Cửu Đỉnh nơi kinh thành Huế. Phải tới khi chúng tôi di chuyển đến thành phố Burgos cũng của Tây Ban Nha thì tôi mới thấy hết vẻ đẹp của cây ngô đồng. Ngay trước khách sạn *AC Burgos*, nơi chúng tôi trú ngụ, là một con đường toàn ngô đồng trụi hết lá. Cây giao nhau làm thành một vòm cổng trong suốt đoạn đường dài. Đặc biệt là họ chiết cho cành cây giao nhau, cây nọ nối cây kia làm thành một hàng dài như những cánh tay giơ lên giữa bầu trời xám của mùa đông. Không biết họ uốn nắn ra sao mà những cành cây của hai cây cạnh nhau nối dính vào nhau như một cành độc nhất. Tất cả hàng cây một bên đường đều được nối dính vào nhau như vậy. Tôi chưa từng thấy vẻ đẹp lạ lùng của cây, như vẻ đẹp của ngô đồng tại đây, ở bất cứ một nơi nào khác.

Sẵn nói về cây, Tây Ban Nha còn là đất của cây *olive*. *Olive* được trồng thành từng hàng như đoàn quân diễn hành trên khắp các đỉnh núi hai bên xa lộ nối liền các thành phố với nhau. Bát ngát rừng cây *olive*. Vậy nên dân nhậu ở Tây Ban Nha mới dùng trái *olive* làm chuẩn để đưa chất cay. Vào bất cứ tiệm ăn nào, trên bàn cũng có chai dầu *olive*. Người ta ăn bánh mì chấm dầu *olive*. Tôi cũng thử làm như dân Tây Ban Nha. Ngon thật. Nó làm dịu đi miếng bánh mì trong miệng. Trái *olive*, dầu *olive*, chẳng biết còn thứ gì có dính tới *olive* nữa không. Sự tràn lan của dầu *olive* làm tôi nhớ tới câu than thở của một ông nhà vườn ở miền Provence nước Pháp. Ông chủ căn nhà tôi thuê vào mùa hè vừa qua ở miền Nam nước Pháp có một vườn *olive* ngay kế bên nhà. Vườn khá rộng. Trong nhà kho, tôi còn thấy những đồ nghề ép dầu *olive* nay đã bỏ phế. Ông than thở là bây giờ dân Tây Ban Nha trồng *olive* nhiều nên họ phá giá dầu làm ông phải ngưng sản xuất. Nhìn bạt ngàn *olive* trên núi Tây Ban Nha tôi thấy ông già miền *Provence* của Pháp bị đè bẹp dúm là phải. Điều trớ trêu là lá cây *olive* kết thành vòng tròn được coi như tượng trưng cho hòa bình!

Nói tới ngô đồng và *olive* thì phải nói tới cây cam. Trên đường phố của thủ đô Madrid, người ta trồng hai bên đường những cây cam cảnh. Thân cây cao chừng hai thước, lá và trái mọc thành từng tán trên đỉnh cây. Khi xe vào thành phố, chúng tôi thích thú ngắm những trái cam vàng chín trên cây. Bộ dân chúng ở đây không biết ăn cam hay sao mà thành phố khơi khơi trồng cam bên đường. Cây nào cây nấy đỏ au trái trông chỉ muốn hái. Vậy mà chẳng có ai hái. Khi thấy một trái chín mõm rụng dưới gốc cây, một bà trong đoàn du lịch mới nhặt mang về khách sạn. Ngày hôm sau bà cho biết kết quả…thí nghiệm: cam rất nhiều nước nhưng chua lè ăn không nổi!

Cây cối trong khu công viên *Retiro Park* ở Madrid cũng được làm dáng tới bến. Những hàng thông được cắt tỉa đẹp đẽ theo nhiều hình thể thì hầu như nơi nào cũng có. Nhưng uốn tỉa cây thông thành một bộ óc khổng lồ thì tôi mới thấy lần đầu. Cũng là sáng kiến của một…bộ óc! Trên những luống hoa chạy dài tít tắp trong công viên là một thứ hoa

Cam và hoa cải bắp trồng trên vỉa hè thủ đô Madrid

lạ mọc thấp lè tè sát mặt đất. Nhìn từ xa thì đó là một dải màu sắc đẹp. Có hai màu: tím và trắng. Khi trồng riêng từng màu, khi pha trộn hai màu. Tới gần mới thấy đây là hoa…cải bắp! Vâng, đúng là thứ cải bắp trong các siêu thị mà chúng ta mua về làm bếp. Y chang như vậy nhưng hoa thì lần đầu tiên tôi mới thấy. Nó nằm gọn trên lá trông như một bát xôi. Mới có một tuần mà coi bộ ai cũng thèm…xôi! Thế mới biết cái miệng khi đã được thuần hóa thì…thèm quá. Chẳng thế mà khi về tới Toulouse bên Pháp, tìm trong GPS thấy một lô nhà hàng phở Việt Nam, tôi hỏi lớn có ai đi ăn phở không thì không có tiếng trả lời. Người nào cũng bận nuốt nước miếng!

3.

Thủ đô của Tây Ban Nha là Madrid. Trái tim của Madrid là công viên *El Retiro*. Tôi mù tịt tiếng Tây Ban Nha nhưng nghe chữ *retiro* thấy quen quen. Quen là phải vì bây giờ mình cũng đang *retiro*. *Retiro* là cách nói gọn, thực ra cái tên của công viên này lằng nhằng hơn nhiều. *Parque del Buen Retiro*. Công viên hưu trí vui vẻ. Chúng tôi toàn những người hưu trí đang rong chơi thì vui vẻ là cái chắc. Vậy nên vừa đặt chân tới thủ đô Tây Ban Nha là chúng tôi nhào ngay tới công viên…nhà! Nghe có vẻ ấm cúng nhưng thực ra công viên này rộng tới gần một cây số vuông rưỡi. Vườn Tao Đàn của Sài Gòn năm xưa cũng là trái tim của thành phố nhưng trái tim đó nho nhỏ, thân tình hơn nhiều. Tôi nhớ ngay tới vườn Tao Đàn vì đó là nơi tôi đã được tái sinh. Khi tôi được thả ra từ trại tù gọi là cải tạo của cộng sản, đoàn xe đổ chúng tôi xuống vườn Tao Đàn. Chúng tôi nhận được những thân tình của đồng bào cảm động đến chảy nước mắt. Lúc đoàn xe chạy qua bùng binh chợ Bến Thành trước khi vào vườn Tao Đàn, thấy trên xe là những thân tàn ma dại thân thương, đồng bào đã ngước nhìn lên, không ai bảo ai họ túa ra chạy theo đoàn xe. Khi xe vừa dừng nơi con đường giữa công viên, nối từ đường Nguyễn Du qua đường Hồng Thập Tự, chúng tôi xuống xe và bị bao vây bởi rừng người mắt đỏ hoe, tặng chúng tôi tất cả vốn liếng của một ngày buôn thúng bán mẹt: những củ khoai, khúc mía, bánh mì, trái cây. Công viên lúc đó như đang trong một ngày hội. Ngày hội tội nghiệp của những đùm bọc trong nghịch cảnh. Tôi lách ra phía cổng đường Hồng Thập Tự, một bác xe ôm trờ tới kêu tôi lên xe.

Hai chúng tôi nói chuyện như hai người thân từ thuở xa xưa. Khi xuống xe ở Thị Nghè, tôi gõ cửa nhà để lấy tiền trả, anh xe ôm vội quành xe, nói với lại: "Các thầy về là mừng rồi, tiền bạc chi!".

Đứng giữa *El Retiro* nhớ Tao Đàn, tôi bần thần nhìn mặt hồ trong công viên. Một thanh niên tới giơ ra một tờ giấy và một cây viết nói với tôi bằng tiếng Anh mời ký tên để hỗ trợ cho người tàn tật. Đằng sau và bên cạnh tôi có ba bốn thanh niên khác, cả trai cả gái, tay cũng cầm tờ giấy và cây viết như nhau. Đứng cách xa tôi chừng hai thước, họ chăm chú theo dõi. Tôi đề phòng ngay. Kéo chiếc túi đeo về phía trước, tôi từ chối không ký. Anh thanh niên làm ra vẻ ngạc nhiên: "Chỉ ký ủng hộ những người tàn tật mà ông cũng không ký sao?". Tôi lắc đầu bỏ đi. Khoảng một tiếng đồng hồ sau, tôi gặp lại họ. Năm sáu người đi chung với nhau. Nhìn thấy tôi, mấy cô gái chỉ chỏ nói huyên thuyên như trêu ghẹo. Thấy tôi trừng mắt nhìn lại, chúng lên tiếng chửi bằng tiếng Tây Ban Nha. Tôi đoán đó là những câu chửi qua thái độ hung hăng và cách phát âm của họ chứ họ chửi thì họ nghe, tôi…điếc!

Đó là lần duy nhất tôi gặp bọn cướp giật trong một đất nước nổi tiếng thế giới về nạn trộm cắp. Kể cũng là may. Quẳng gánh…tức giận đi và vui sống, tôi lang thang trong công viên thưởng lãm các tác phẩm điêu khắc rải rác khắp chốn, chụp hình mặt hồ lặng lẽ, viếng các bảo tàng viện và các cuộc triển lãm. Dọc theo các lối đi là các người bán rong bày hàng trên những miếng ni-lông chào mời khách. Phần lớn là những món hàng kỷ niệm. Tôi để ý quan sát cách họ trải miếng ni-lông bày hàng hóa. Bốn góc là bốn múi dây cột chéo được thắt nút ở giữa miếng vải ni-lông để khi cần thu dọn chỉ cần nắm vào chiếc nút dây ở giữa là hàng hóa dồn vào hết miếng vải, đeo gọn trên vai và…tẩu! Bộ đây cũng có cảnh sát đi dẹp sao? Chắc không phải. Gần đó là hai ông cảnh sát cỡi ngựa đứng nhìn khách qua lại. Hình như nhiệm vụ chính của họ là cười mỗi khi có du khách xin chụp hình chung với…ngựa! Những người bán hàng phần lớn có nước da ngăm ngăm đen không phải dân bản xứ. Nhiều người còn bán hàng lưu động đeo toòng teng những vòng tay, vắt vai những miếng vải nhiều màu sắc của các xứ Phi Châu. Tôi gặp một người lang thang như vậy. Anh mời tôi mua hàng, tôi lắc đầu. Anh lân la nói chuyện và cho biết anh người xứ Senegal qua du lịch rồi trốn ở lại luôn. Anh lấy một chiếc vòng làm bằng những hạt gỗ đeo vào tay tặng tôi. Anh nhấn mạnh thấy thích thì tặng chứ không lấy tiền. Nhưng tôi cũng tặng lại anh một *euro*. Anh cám ơn bằng câu nói: "Tôi sẽ uống một ly cà phê!".

Trong *El Retiro* có một nơi du khách phải tới. Đó là *Crystal Palace*. Cung điện pha lê. Nghe chữ cung điện tưởng nơi ở cao sang của vua chúa chi đây. Nhưng không phải. Đó là một kiến trúc chỉ có chiều cao, cao tới hơn 22 thước rưỡi nhưng diện tích thì không bao nhiêu, thông thống chỉ có một phòng duy nhất. Được xây dựng chỉ trong vòng 5 tháng vào thập niên 1980, thoạt kỳ thủy đây chỉ là một nhà kính để trồng các loài hoa mang từ Phi Luật Tân tới. Đứng từ ngoài nhìn vào thì đây chỉ là một tòa nhà làm toàn bằng kính trắng với một bộ khung bằng thép, các mái vòm và cửa sổ chiếm hết chung quanh. Vì làm bằng kính nên cung điện chỉ

Cung điện pha lê Crystal Palace lấp lánh về đêm.

đẹp khi có ánh mặt trời phản quang tạo nên những màu sắc lung linh huyền ảo. Khi chúng tôi tới, mặt trời trốn mất tiêu, chẳng có phản quang chi nên trông khá tầm thường. Theo tài liệu thì bây giờ cung điện là một bảo tàng nghệ thuật hiện đại với những kiệt tác về kiến trúc và hội họa ngày nay. Nhưng đó chỉ là trên tài liệu. Trước mặt tôi là căn phòng trống huếch trống hoác. Giữa những chiếc cột ở giữa phòng có giăng những sợi dây như dây gai màu ngà. Nhìn vào tôi thấy như một thứ rào ngăn không cho du khách đi vào khu trung tâm căn phòng. Phía trong hàng dây gai chỉ có…hư vô! Đó là nghệ thuật hôm nay chăng? Tôi thấy một ông ngồi trên một chiếc bàn ở góc phòng, ngó bộ như một nhân viên chỉ dẫn, tôi hỏi bữa nay không có trưng bày nghệ thuật chi chăng. Ông bảo có. Thấy bộ mặt ngẩn ngơ của tôi, ông chịu khó giải thích. Trước hết ông chỉ ngay vào một tấm thảm cói bên cạnh chân ông mà tôi nghĩ là tấm thảm chùi giầy. Ông hỏi tôi có thấy chi không. Chẳng lẽ nói không để lộ cái dốt nghệ thuật của mình, tôi ngậm câm. Ông kéo tôi nhìn xuống và chỉ một hột trăng trắng chỉ nhỏ bằng một hột xoàn cỡ khiêm nhượng trên chiếc nhẫn mấy bà đeo trên tay. Tôi gật gù mà chẳng biết đây có phải hột xoàn không. Xong ông chỉ tay về phía mấy sợi dây gai và nói tôi tới coi ở chính giữa múi cột. Tôi tới và thấy một hột khác y chang như hột trên thảm. Nếu ông không chỉ thì chắc tôi chẳng thấy. Ông gật gù ra cái điều… nghệ thuật. Tôi cũng gật gù và cám ơn ông.

Thấy chiếc cầu thang bằng cẩm thạch dẫn xuống từng dưới, tôi tò mò bước xuống tưởng còn nghệ thuật dấu dưới đó. Hóa ra chỉ có *toilet!* Coi bộ có ích hơn nghệ thuật, tôi bước vào. Bên trong sạch bóng, thơm tho. Kể cũng khoan khoái vì nghệ thuật! Phải công nhận *toilet* ở xứ Tây Ban Nha và Bồ Đào Nha văn minh hơn bên Pháp nhiều. Từ các nhà hàng ăn tới các trạm nghỉ bên xa lộ, từ các *shopping mall* tới các cửa hàng ngoài phố, chỗ nào *toilet* cũng sạch sẽ thơm tho và chẳng chỗ nào có bà đầm to béo ngồi thu tiền ở phía trước như bên Pháp.

Madrid, nói đúng hơn là Tây Ban Nha, có ba…đặc sản. Thứ nhất là đấu bò. Đây là môn thể thao mà người dân Tây Ban Nha rất tự hào. Nhưng nói thật tôi không cảm được trò chơi nhiều máu me này. Có cảm chăng là cảm…con bò. Tôi thích cái dáng của bò khi tranh đấu với người trong một cuộc đấu thường là không cân sức. Bò như là một vật tế cho những chàng trai trẻ ăn mặc diêm dúa, màu mè tay cầm vũ khí đâm tuôn máu những chú bò bị dồn vào một vị thế hết sức bất lợi. Dù không ưa nhưng tới Madrid cũng phải ngó tới trò chơi đặc biệt Tây Ban Nha này. Trên xa lộ, thỉnh thoảng xe lại chạy qua một tượng con bò tót đứng tuốt trên đỉnh cao của núi. Thấy cái dáng oai phong của bò, tôi mở sẵn máy hình, chỉ chực bấm vài pô chắc sẽ phải đẹp. Nhưng khi tới gần mới thấy mấy chú bò oai phong giữa khung cảnh thiên nhiên chỉ là những tấm ván cắt theo hình bò chứ chẳng phải tượng đài chi cả. Bèn cất máy hình đi. Báu gì những thân bò mỏng dính như tờ giấy này.

Tới Madrid, tôi cũng mò tới được sân đấu bò. Ban ngày, không phải ngày nghỉ, đâu có đấu đá chi. Mà có đấu chắc tôi cũng đứng ngoài ngó suông vào sân đấu kín mít vì nghe nói giá vé rất mắc. Trước sân đấu là tượng hình các dũng sĩ của môn thể thao này. Nhìn chàng nào cũng giống nhau, có biết chàng nào với chàng nào đâu. Thôi thì đã tới đây thì cũng bấm vài kiểu ảnh cho ra cái điều mình cũng đã cưỡi… bò xem hoa! Mãi tới một lần đi dọc theo một con lộ ở trung tâm thành phố Burgos, tôi mới gặp được tượng một chú bò ra vẻ chú bò. Bèn bấm lia lịa chiếc máy hình lúc nào cũng dính theo người.

Món đặc biệt thứ hai là điệu vũ *flamenco*. Chắc nhiều người trong chúng ta đã từng…giật giật với vũ điệu đặc trưng Tây Ban Nha này. Nó đã trở thành một vũ điệu quốc tế. Một nghệ sĩ *flamenco* nổi tiếng, vũ công Carmen Linares, đã tự hào: "Để hiểu thấu đáo về nó là điều không dễ dàng gì, thế nhưng vũ điệu này lại giúp con người ta tìm được sự đồng cảm. Khi đi biểu diễn ở ngoại quốc, tôi biết có những người không hiểu lời ca tôi đang hát nhưng họ vẫn có thể rung cảm với giai điệu và cảm nhận được mối liên hệ trong tâm hồn với những người xung quanh. *Flamenco* giống như chính cuộc sống, chúng tôi hát về tình yêu, hạnh phúc, nỗi thống khổ, về tất cả những gì con người từng trải qua trong cuộc đời". Cái tạo nên *flamenco* là tiếng đàn tây ban cầm, tiếng vỗ tay và tiếng đập vào thành đàn. Và người vũ nữ với chiếc váy nhiều lớp bồng bềnh theo tiếng nhạc và tiếng dậm chân xuống sàn nhảy. Tôi cứ tiếc mãi cho tới bây giờ là không được tham dự một *show flamenco* nào trong thời gian lưu lại xứ sở của tiếng nhạc dậm dựt nhộn nhịp. Kể ra tôi cũng có thấy vài tấm bích chương quảng cáo trình diễn nhạc *flamenco* nhưng những di chuyển dồn dập không cho phép tôi dừng chân nghe nhạc. Hầu như tại tất cả các cửa hàng bán đồ lưu niệm đều có những tượng vũ nữ và vũ nam múa *fla-menco*. Đủ kiểu, đủ cỡ, đủ màu sắc và đủ giá tiền. *Flamenco* réo rắt nhờ tiếng đàn *guitare.* Dân Việt ta dịch rất đúng là "tây ban cầm". Y chang là cây đàn của Tây Ban Nha. Cây đàn này đã phổ biến khắp thế giới. Tại quê hương bản quán của nó thì tây ban cầm còn được tôn sùng hơn. Cửa hàng nào cũng thấy. Gọi đó là đặc sản Tây Ban Nha là đúng chỉ số!

Đặc sản thứ ba là bóng đá. Tại miền nam trước đây chúng ta gọi là "bóng tròn" hay "túc cầu". Đây là môn thể thao vua ở Tây Ban Nha. Đội tuyển Tây Ban Nha hiện đang giữ chức vô địch thế giới *World Cup* được tổ chức tại Nam Phi sau khi đá bại Hòa Lan trong trận chung kết vào ngày 11 tháng 7 năm 2010. Vào bất cứ một tiệm ăn, quán nhậu ở bất cứ thành phố nào, chiếc màn hình cũng rặt một thứ đá banh. Không có một chương trình nào khác. Từ những ngày xưa còn bé tôi đã biết tới đội bóng *Real Madrid* của Tây Ban Nha. Đội banh này đã có trên 100 năm lịch sử. Được thành lập vào năm 1902, đội bóng mang tên *Real* có nghĩa là "hoàng gia" đã được vua Alfonso XIII tặng *logo* vương miện hoàng gia mà ngày nay vẫn còn được gắn trên chiếc áo thi đấu màu trắng truyền thống của đội. Năm 2011, *Real Madrid* có số thu nhập khổng lồ 438,6 triệu *euro*. *Real* cũng là đội bóng đắt giá nhất thế giới với tổng trị giá là 1,4 tỷ *euro*. Ngoài *Real Madrid*, Tây Ban Nha còn hai đội bóng sừng sỏ nữa là *Barcelone* và *Athletic Bilbao*. Ba đội bóng này là ba đội mạnh của giải bóng đá Âu châu.

Không biết có thể gọi là "đặc sản" không chứ tháp chuông nhà thờ ở Tây Ban Nha hầu như lúc nào cũng ở trước mắt dù lang thang trong bất cứ thành phố nào hay di chuyển trên đường…cái quan. Thành phố Montreal của tôi cũng nhiều nhà thờ, các tên đường cũng rất…thánh, hết *saint* ông đến *sainte* bà, nhưng mức độ to lớn và cổ kính thua xa các nhà thờ xứ…Tây. Ngôi nhà thờ cổ nhất mà tôi thực sự ngửi thấy mùi thời gian phải là nhà thờ chánh tòa Porto của Bồ Đào Nha. Được xây cất từ thế kỷ 12, bên ngoài cũng như bên trong giáo đường hầu như còn giữ nguyên như từ chục thế kỷ trước. Ngàn năm sừng sững trơ gan cùng tuế nguyệt làm khách viếng thăm thấy sức nặng của thời gian đè bẹp trên người. Thăm thú tỉ mỉ từng góc cạnh, trước khi rời nhà thờ tôi mua vài tấm *postcard* nơi chiếc bàn cổ kính nằm trong góc tối tăm phía cuối nhà thờ với cô bán hàng trông cũng cũ kỹ như khung cảnh xung quanh.

Ngôi nhà thờ lớn và nguy nga nhất mà du khách phải bỏ

Nhà thờ chánh tòa Burgos xây cất trong 346 năm.

ra 7 *euro* mua vé vào thăm là nhà thờ chánh tòa Burgos. Dân ăn tiền già thì chỉ mất có 6 *euro* thôi, kể ra cũng là điều an ủi cho những người chậm chân chậm mắt! Không cần kể ra sự lớn lao như thế nào, chỉ cần biết là phải mất ba thế kỷ rưỡi người ta mới xây cất xong. Trên phương diện kiến trúc và thẩm mỹ, đây là một tác phẩm vô tiền khoáng hậu, nhưng nếu coi đây là một nơi để thờ phượng thì cần chi người ta phải tốn công tốn của đến như vậy. Thánh đường Burgos được xây bằng đá vôi trắng có phong cách kiến trúc Gothic điển hình nhất. Đứng từ ngoài nhìn vào thì đây là một quần thể… chọc trời với những đỉnh tháp vươn thấu trời xanh trông như những mũi kiếm dựng thẳng. Nhà thờ chánh tòa Burgos là một trong ba nhà thờ lớn nhất Tây Ban Nha, được khởi công từ năm 1221 và hoàn tất năm 1567. Tính ra là 346 năm!

Chúng tôi đã mất một tiếng rưỡi để chỉ đi phớt qua khắp bên trong nhà thờ. Vậy mà cũng mỏi cổ quá trời vì trần nhà thờ quá cao và các chi tiết, đường nét ở trên cao được ánh nắng rọi vào qua các vuông cửa sổ lấp lánh màu sắc thật tuyệt diệu. Nếu coi kỹ từng chi tiết chắc mất nguyên ngày. Gọi là nhà thờ khiến người ta hình dung ra một không gian duy nhất mà linh mục hành lễ cho giáo dân coi. Nhưng thánh đường này là một quần thể kiến trúc có rất nhiều ngóc ngách, phòng ốc riêng rẽ như trong một lâu đài cổ. Khi vào cửa, mỗi người được phát cho một máy nghe đeo lủng lẳng trên ngực. Du khách sẽ được hỏi dùng ngôn ngữ nào để lấy máy nói đúng ngôn ngữ mình muốn. Tôi không biết có bao nhiêu thứ ngôn ngữ được dùng cho các máy nghe vì đoàn chúng tôi chỉ chọn tiếng Anh và tiếng Pháp. Trong nhà thờ được chia ra làm 32 trạm dừng, máy nghe cũng có 32 đoạn. Du khách có thể bấm đi bấm lại để nghe sự tích từng chặng. Tôi cứ loáng thoáng nghe và lướt qua thôi. Nhưng tôi thấy có nhiều người ngồi nghiêm chỉnh nghe mỗi chặng, chẳng biết họ mất bao nhiêu thời gian. Chặng tôi chú ý nhất là chặng thứ 15, nơi có mộ chôn người anh hùng *Le Cid*.

Tôi quen chàng này qua vở kịch *Le Cid* của Corneille từ thời trung học. Không hiểu hồi đó ông giáo dạy Pháp văn của tôi "trình diễn" *Le Cid* hay đến thế nào mà bây giờ tôi vẫn còn nhớ câu khích lệ của ông cha Don Diègue nói với ông con Don Rodrigue: *"Rodrigue, as tu du coeur?"*. Don Rodrigue trong kịch bản chính là Rodrigo Diaz de Vivar, một anh hùng của Tây Ban Nha, được gọi là *El Cid*, có nghĩa là "Chúa Công". Ông sinh năm 1043 và mất năm 1099. Quê quán tại Vivar, một tỉnh nhỏ ở gần Burgos. Đó là lý do tại sao thi hài ông được chôn tại nhà thờ chánh tòa Burgos. Mộ của ông là một mặt đá quý nằm bằng phẳng với nền nhà thờ được quây quanh bằng những cột có giăng dây màu đỏ. Trong hai chặng khác trong nhà thờ, tôi đã thấy một bản chép tay kịch Le Cid và một chiếc rương đựng vật dụng của ông. Chiếc rương được treo cao trên tường trông đen xì nên chẳng biết được làm bằng chất liệu chi.

Le Cid của Corneille rất phổ biến ở Việt Nam chúng ta. Ngoài những bản dịch nguyên văn kịch bản ra tiếng Việt, văn học Việt Nam còn có những tác phẩm "ăn theo" chuyện chàng anh hùng đẹp trai của lịch sử Tây Ban Nha. Cụ Ưng Bình Thúc Giạ Thị ở Huế đã phỏng theo Le Cid để soạn thành vở tuồng "Lộ Địch". Cụ cho biết lý do khiến cụ phóng tác thành tuồng ta vở kịch này: *"Sự tích tuồng Le Cid có đủ*

Bên mộ người anh hùng Le Cid.

trung, hiếu, tiết, nghĩa, nên tôi xét có nhiều điểm rất hợp với tinh thần luân lý Á Đông...Kịch Pháp có thể dung hòa phần nào với tuồng ta: đó là lý do khiến tôi phỏng theo Le Cid mà diễn tuồng Lộ Địch".

Cụ Hồ Biểu Chánh ở miền Nam lại...ăn theo *Le Cid* kiểu khác. Cụ soạn thành truyện thơ. Đó là truyện thơ *"Vậy Mới Phải"* được cụ hoàn tất vào năm 1913. Tôi đã cố tìm kiếm truyện thơ *"Vậy Mới Phải"* này mà không kiếm ra. Thật ra văn nghiệp của Hồ Biểu Chánh nặng về tiểu thuyết, cụ đã trước tác tới 64 cuốn tiểu thuyết, nên phần thơ và truyện thơ chỉ có 5 cuốn không được chú trọng lắm. Cụ sáng tác trong thời kỳ phôi thai của văn học bằng quốc ngữ nên trong các tác phẩm của cụ có rất nhiều phóng tác theo truyện của các tác giả Pháp. Chính cụ đã nói: *"Đọc tiểu thuyết hay tuồng hát Pháp văn, hễ tôi cảm thì tôi lấy chỗ cảm đó mà làm đề, rồi phỏng theo ít nhiều hoặc tách riêng ra mà sáng tác một tác phẩm hoàn toàn Việt Nam".*

Tôi thật tiếc không được biết anh chàng *El Cid* đang nằm dưới ngôi mộ xa xôi tận bên Burgos mà tôi đang đứng cạnh đây đã đổi lốt thành anh chàng Lộ Địch Việt Nam ra sao dưới ngòi bút của một tác giả Việt Nam!

4.

Âu Châu được phân chia thành hai phía riêng biệt bằng biển Manche nằm giữa nước Anh và nước Pháp. Một bên là lục địa rộng lớn gồm phần lớn các nước Âu châu và bên kia là một hòn đảo gồm Anh, Tô Cách Lan và Ái Nhĩ Lan. Hai bên không thuận hòa nhau lắm tuy đoạn biển ngắn nhất giữa

Anh và Pháp cách nhau chẳng bao xa. Đó là eo biển *Pas de Calais*. Có một chuyện khôi hài nói lên sự thiếu thuận hòa này. Hai ông, một Anh một Pháp, nói chuyện với nhau. Ông người Pháp móc ông người Anh: "Dân Anh các ông hay nói khôi hài nhưng từ khôi hài tới lố bịch chỉ cách nhau một bước!". Ông người Anh căm tức nhưng vẫn tỉnh bơ phán bằng tiếng Pháp: " *Oui, c'est le Pas de Calais!* ". Tiếng Pháp *"pas"* vừa có nghĩa là eo biển, vừa có nghĩa là bước!

Vậy thì sơn hà đã hai cõi phân chia rành rọt thì tại sao lại có Gibraltar? Gibraltar nằm ngay sát phía Bắc Tây Ban Nha nhưng lại là lãnh thổ của Anh. Nó nhỏ chút xíu chứ đâu có bõ bèn chi cho một đế quốc đã có hàng bao nhiêu thuộc địa trải dài từ Phi Châu qua Á châu, Úc châu. Vỏn vẹn chỉ có 6,8 cây số vuông mà hầu hết là vùng núi non. Nói Gibraltar chỉ là một quả núi cũng không phải là không đúng. Tôi nghĩ chắc nó chỉ cỡ như Núi Nhỏ ở Vũng Tàu. Nói như vậy là nói đại theo cảm tính chứ thực ra tôi chẳng biết Núi Nhỏ, còn gọi là núi Tao Phùng, rộng bao nhiêu, chỉ biết là cao 170 thước.

Khi chúng tôi dừng xe tại thành phố Andalusia bên phía Tây Ban Nha để có thể nhìn và chụp ảnh ngọn núi Gibraltar, tôi thấy như có thể bỏ túi được ngọn núi này. Nó gọn ghẽ trước mắt như ngày nào tôi nhìn ngọn Núi Nhỏ quen thuộc ở Vũng Tàu trong thời gian tôi dạy học tại đây. Đôi mắt tôi là một đôi mắt nhiều thiên vị vì ngọn núi Gibraltar cao tới 426 thước, cao gấp ba lần Núi Nhỏ lận! Lãnh thổ Gibraltar hầu như chỉ gồm có ngọn núi này và một dải đất hẹp dưới chân núi. Nói tới Gibraltar người ta thường dùng chữ *Rock of Gibraltar.*

Chắc chúng ta phải liếc sơ qua lịch sử để có thể hiểu tại sao Anh quốc lại gác một chân qua lục địa Âu châu bằng mỏm núi Gibraltar. Vì dính với Tây Ban Nha nên trước kia đây là lãnh thổ của Tây Ban Nha. Năm 1704, khi Tây Ban Nha đang có nạn tranh dành ngôi hoàng để thì liên quân Anh và Hòa Lan đã đánh chiếm ngọn núi này. Bằng Thỏa Ước Utrecht được ký kết vào năm 1713, Gibraltar được nhượng vĩnh viễn cho Anh. Anh dùng nơi đây như một căn cứ hải quân. Đó là chuyện xưa còn dính tới nay. Ngày nay, với trào lưu mới, chuyện thuộc địa hay lãnh thổ hải ngoại đã bị cho vào lịch sử. Tây Ban Nha đời nào lại chịu để cho một phần da thịt của mình rơi vào tay người Anh ở tuốt phía bên kia bờ biển Địa Trung Hải. Họ đã nhiều lần đòi lại Gibraltar. Cuối cùng, hai bên thỏa thuận để cho chính dân chúng Gibraltar quyết định vận mệnh của họ. Giải quyết như vậy thật có lý. Ý dân là ý trời! Năm 1967, một cuộc trưng cầu dân ý được tổ chức. Kết quả dân chúng muốn ở với Anh. Mới đây, năm 2002, lại trưng cầu dân ý. Kết quả: Vũ Như Cẩn. Vẫn như cũ! Vậy là mọi sự an bài. Theo hiến pháp 2006 thì Gibraltar là một xứ tự trị, chỉ nhờ Anh chịu trách nhiệm về quốc phòng và ngoại giao.

Dân số Gibraltar, theo thống kê năm 2011 là 29.752 người. Đất nhỏ người đông, đây là nơi có mật độ dân số thuộc vào loại đông nhất hành tinh với gần năm ngàn người trên một cây số vuông. Ngày xưa ông Tú Xương của chúng ta xỏ xiên khi thấy người ta chúc nhau nhiều con: *Phố phường chật hẹp người đông đúc / Bồng bế nhau lên núi ở non.* Chắc ông muốn nói tới nạn nhân mãn ở Gibraltar! Đúng là lên núi ở ráo hết. Nhưng lên núi nào có dễ. Phải có tiền mới leo lên ở tuốt trên cao được. Ở Gibraltar cũng như ở Mỹ, nơi dân Mít chúng ta đang khẳng định địa vị và của cải bằng cách xây nhà trên núi, càng cao càng mát mặt! Dân tầm tầm thì cứ bám vào chân núi mà sống.

Dân Gibraltar chính gốc là dân được sanh ra ngay tại phần đất này. Họ không thuần là dân Tây Ban Nha vì năm 1704 dân Tây Ban Nha đã rời hết khỏi vủng đất bị quân Anh và Hoà Lan chiếm đóng này. Theo cuộc kiểm tra dân số vào năm 2011 thì trong số ba chục ngàn dân Gibraltar có tới 83% là dân chính gốc Gibraltar, gần 10% dân gốc Anh, 3,5% gốc Maroc, 1,19% gốc Tây Ban Nha.

Tôi cứ nghĩ là dân thuộc lãnh thổ Anh thì phần lớn theo Anh giáo nhưng không phải vậy. Có tới 78% dân chúng theo công giáo La Mã. Anh giáo chỉ có 7% tín đồ trong khi Hồi giáo có 4% người theo. Ông già tài xế xe taxi chở chúng tôi đi du ngoạn trên núi là một người công giáo có…trình tòa. Xe của ông treo lủng lẳng cây thập giá ở phía trước!

Một điều tréo ngoe khác là xe cộ ở Gibraltar chạy theo bên phải chứ không phải bên trái như ở Anh và các nơi ăn theo như Úc, Nhật Bản. Đó là điều hợp lý. Chẳng lẽ cả đại lục Âu Châu người ta chạy xe bên phải mà khi vào Gibraltar phải đổi qua bên trái? Ẹo ba sườn hết! Mà cái biên giới giữa Tây Ban Nha và Gibraltar có cách trở chi cho cam. Nó chỉ là cái hàng rào sắt mỏng dính. Vậy mà đi xuyên suốt Âu châu xe cứ chạy tuồn tuột chẳng biết đâu là biên giới nếu không chịu khó nghiêng người nhìn vào tấm bảng ghi bên đường, khi tới Gibraltar lại có phú lít đứng đòi coi thông hành từng người trong xe.

Anh S. chủ xị thu thông hành của chín người trong xe trình cho anh phú lít Gibraltar có cái cười tươi rất bô trai. Anh lơ đãng mở một cuốn, cười, hỏi người Việt Nam hả? Anh cho biết có đi du lịch Việt Nam. Vậy là phe ta. Anh khoát tay cho xe đi. Chạy loanh quanh trong khu phố đi chưa được dăm phút thì xe đã ngược về…biên giới! Vậy là sao ta? Từ tài xế tới ban "giao thông công chánh" trên xe hội ý. Chẳng lẽ Gibraltar nhỏ đến thế! Ra tới hàng rào sắt, thấy có một bảng chỉ ra Tây Ban Nha, một bảng chỉ vào phi trường Gibraltar, quân ta bám trụ quẹo qua hướng phi trường. Vào bãi đậu xe trong phi trường nhỏ tí tẹo chỉ có máy bay qua mẫu quốc Anh, quân ta ngơ ngác. Đang lúc túng bấn thấy có một ông già đầu bạc chạy tới. Ông nhấc tấm bảng đeo trước ngực tự giới thiệu là tài xế xe du lịch chính thức của nhà nước Gibraltar mời mọi người lên xe của ông đi du ngoạn trên núi. Ông chỉ vào tấm bản đồ trên tay giới thiệu lộ trình và nhấn mạnh tới cái giá tiền đã được ghi trên tài liệu: 12 bảng Anh hoặc 14 *euro*. Vậy là ở đây tiêu cả hai loại tiền. Ông nhấn mạnh giá này chưa kể phí tổn mua vé lên núi do chính phủ thu là 15 *euro*. Vậy là mỗi nhân mạng nộp 29 *euro*. Đành phải bắt chứ sao. Xe của ông y chang cỡ xe 9 người chúng tôi đi. Thêm ông tài xế đầu bạc tự giới thiệu tên là Jackie và được chúng tôi gọi là Jackie Chan thì thừa đứt một trự. Ông nói không sao. Mười người vẫn cứ OK như thường. Vậy là lên xe tuy bụng người nào cũng đánh lô tô vì xe leo đường núi vừa dốc vừa hẹp mà ông lại phóng như ngựa phi nước kiệu, không giây nịt chằng vào người thấy chông chênh dữ.

Đường núi nguy hiểm như vậy họ không cho xe thường dân leo lên cũng phải. Nhìn quanh mấy xe khác, thấy mỗi xe chỉ hai ba người mới biết ông già hôm nay trúng mánh. Chơi một xe dư người đầy nhóc. Xe ngừng tại 4 trạm. Trạm đầu là bao lơn nhìn khung cảnh mặt bể phía dưới. Trước mặt chúng tôi trải dài mặt nước xanh biếc, nơi giao điểm của hai biển Địa Trung Hải và Đại Tây Dương. Núi *Rock of Gibraltar* trấn giữa là vị trí chiến lược kiểm soát được tất cả các tàu bè ra vào Địa Trung Hải. Tôi nhìn về phía biển thấy có hai giải đất phân chia rõ rệt, bên trái là Maroc của Phi Châu nằm cách chỗ chúng tôi đứng chỉ có 20 cây số trông rõ mồn một. Bỏ tí tiền nhìn vào ống nhòm gắn sẵn còn rõ hơn nữa. Bên phía phải là bờ biển nhô ra của Tây Ban Nha thuộc Âu Châu. Vậy là nơi đây phân chia ra hai đại dương và hai đại lục!

Nhìn sơn hà hai phía nằm trên hai đại dương giao nhau chán, chúng tôi mới chú ý tới một kiến trúc phía sau lưng. Đó là Trụ Cột Hercules *{The Pillars of Hercules)*. Hercules thì tôi biết. Đó là một nhân vật thần thoại Hy Lạp đô con đánh đâu thắng đấy. Chàng khỏe như…thần vì được uống sữa của mẹ kế tên Hera, vợ của thần Zeus. Địch thủ của chàng chỉ có khóc khi giao đấu với chàng. Chàng lập được 12 kỳ công khi chinh phục 12 thế lực siêu nhiên từ con sư tử mình đồng da sắt, chú nai siêu tốc tới những quái vật khủng khiếp như rắn 9 đầu Hydra, chó 3 đầu Cerberus. Người ta tạo nên chàng để diễn tả ước muốn chinh phục thiên nhiên của con người thời bấy giờ. Hình ảnh làm tôi nhớ tới anh thần vai u thịt bắp này là hình chàng vác quả địa cầu như anh phu khuân vác vác một bao gạo trên sách Atlas! Nhưng sao lại

Bên chân The Pillars of Hercules.

có cái gọi là trụ cột của Hercules nằm nơi đây? Theo truyền thuyết thì khi Hercules phải vượt qua ngọn núi tên là Atlas, đáng lẽ phải leo núi như mọi người, chàng đã dùng sức mạnh siêu việt để dẫm nát trái núi tạo thành giao điểm giữa Đại Tây Dương và Địa Trung Hải và tạo ra dải đất Gibraltar. Một chân của chàng đặt trên phần đất ngày nay là Gibraltar, một chân bên núi Hacho ở tuốt tận Maroc ngày nay. Trụ cột mà tôi đang loay hoay thu vào máy hình là nơi chàng Hercules thần thoại đặt chân ngày hồng hoang xưa. Với cái dạng háng giữa hai bờ, chàng Hercules bất lịch sự này đã bắt các tàu bè ra vào Địa Trung Hải phải lòn qua trôn của chàng.

Rời gót chân của anh chàng vai u thịt bắp Hercules, xe tiến lên cao hơn để tới hang thạch nhũ *Michael Cave*. Tôi không hứng thú mấy với trạm dừng chân này vì hang thạch nhũ nào cũng giống nhau. Hang Sửng Sốt ở Vịnh Hạ Long hay hang *Luray Caverns* ở gần thủ đô Hoa Thịnh Đốn của Mỹ nơi nào cũng xêm xêm như nhau. Cũng những sợi thạch nhũ rủ xuống, cũng đèn xanh đèn đỏ. Hang *Michael Cave* này có mỗi điểm khác là có một nơi thông thoáng mà người ta có thể thiết lập một sân khấu trình diễn ngay trong hang. Khi tôi tới thì thợ đang sửa sang khu sân khấu này.

Xe lại leo lên cao hơn. Để gặp khỉ! Tôi đã so sánh Gibraltar như một chú khỉ bám trên lưng Tây Ban Nha. Hình ảnh này có được sau khi tôi thấy một chú khỉ tinh nghịch nhảy phóc lên bám trên lưng một bà đầm mập mạp. Bác tài Jackie vui tính vừa lái xe leo dốc vừa căn dặn chúng tôi: thấy khỉ thì cứ tỉnh bơ coi như…người! Không tới gần, không cho chúng ăn, phớt tỉnh như Ăng lê ở Gibraltar. Xe vừa tới giang sơn của khỉ, mọi người thấy hơi teo. Chúng nhởn nhơ đi dạo, tụ tập ngay trên đường bắt chí cho nhau. Đặt chân xuống đất, chúng tôi len lén đi vào vương quốc của con cháu Tề Thiên Đại Thánh. Phong cảnh nơi đây thật tuyệt vời. Đứng nhìn xuống một bên núi, một bên biển, trời đất trải dài dưới chân bao la như đang ôm lấy con người. Ai cũng muốn thu vào ống kính cảnh thiên nhiên rộng mở này nhưng cứ loay hoay không sao chụp được. Mấy chú khỉ chia nhau ra ngồi trên lan can phơi nắng chẳng biết nhường nhịn là chi. Chỉ còn cách chụp chung. Kệ! Dù sao đây cũng là một nét đặc trưng của Gibraltar.

Tôi dùng máy quay phim quay cảnh một anh tài xế đang ve vuốt nói chuyện với một chú khỉ to lớn, chắc phải là một thứ…chức quyền ở đây. Anh vuốt ve chú khỉ đột thân mật như ve vuốt một người thân. Một chú khỉ con lớ ngớ đứng bên cạnh bỗng nhảy phóc từ mặt đường lên lưng một bà đang say sưa chụp hình. Bà la hét. Chú tài xế khuyên bà nên bình tĩnh rồi tới gần giơ tay dụ chú khỉ lanh chanh xuống vòng tay của chú. Cả đoàn chúng tôi có lẽ chẳng ai thích khỉ nên rủ nhau leo chừng mươi bậc thang lên phía cao hơn để chụp phong cảnh tuyệt đẹp nơi đây. Tôi vừa rút máy hình ra định chụp, còn đang lựa thế, thì một chú khỉ ngồi cách xa chừng năm thước nhào vào thanh lan can phía sau lưng tôi. Khi chú nhảy phóc về chỗ cũ thì tôi thấy gói thuốc tây trong xắc của tôi đang ở trong tay chú. Khi lấy máy hình ra tôi vô ý không kéo chiếc khóa túi xách lại. Tôi la lên; "Nó lấy gói thuốc của tôi!". Chú tài xế đang chơi với chàng khỉ chúa vội sai khỉ đi làm nhiệm vụ. Chàng khỉ cốt đột nhảy phóc lên giằng lại túi thuốc từ tay chú khỉ nhỏ. Chú khỉ nhỏ tưởng vớ được đồ ăn nên còn giữ lại trong tay một hộp thuốc vừa cắn vừa bóc ra bằng chân. Bác tài Jackie nhảy phóc từ trên xe xuống, tay cầm một cây roi leo lên bên cạnh chú khỉ đang thú vị với chiến lợi phẩm. Thấy bác tài hung hăng với cây gậy, chú vứt hộp thuốc trên tay xuống và chạy trốn mất tiêu. Jackie lượm thuốc đưa trả cho tôi. Tôi thấy chưa đủ, còn thiếu hai lọ thuốc nhỏ mắt. Jackie nhảy lên, dùng chiếc gậy bới cỏ ra tìm. Một lúc sau Jackie đưa cho tôi đủ hai lọ thuốc nhỏ tí tẹo. Bác nháy mắt: "Jackie mà!".

Hỏi tung tích bày khỉ phá phách này có người cho biết là thoạt đầu có một nhóm người Ả Rập mang tới mấy con khỉ và bị sút chuồng. Thấy có mấy chú khỉ cũng vui và du khách cũng thích nên cứ để chúng sống và sinh sôi nảy nở tới ngày nay. Người khác cho biết chúng là giống khỉ không đuôi sống trên núi ở Maroc, được người Anh mang sang vào thế kỷ thứ 18. Chúng lập thành bày đàn, sinh sôi nảy nở ra thành một giang sơn khỉ như ngày nay. Ngày nay có khoảng 160 trự tất cả. Tôi nghĩ đây là con số phỏng đoán chứ làm sao mà kiểm tra dân số được vì có những tài liệu khác đoán dân số con cháu Tề Thiên Đại Thánh tới 200 trự lận! Trong Thế Chiến Thứ Hai, bày khỉ này có lúc chỉ còn đúng 3 chú sống sót. Có một giai thoại cho rằng Anh sẽ mất Gibraltar nếu bày khỉ trên núi bị tiêu diệt. Vậy mà người hùng của Anh là Thủ Tướng Winston Churchill cũng mê tín. Năm 1942, ông Thủ Tướng lúc nào cũng dính điếu thuốc xì gà trên miệng này đã ra lệnh phải gia tăng dân số khỉ. Họ làm tăng số khỉ ra sao, đây là một bí mật...quốc gia! Các nhà khoa học cho rằng người Anh đã mang thêm khỉ từ Maroc hoặc Algérie vào Gibraltar. Họ đã đoán đúng. Những cuộc thử DNA được tiến hành mới đây cho biết là đàn khỉ này thuộc giống khỉ cả ở Maroc lẫn Algérie.

Rất nhiều du khách đứng quanh tôi thích thú với đám khỉ tinh nghịch này. Nhưng thích thú tới đâu họ cũng không dám một mình giỡn hớt với khỉ. Họ chỉ ve vuốt chúng khi có những tài xế xe taxi bên cạnh. Khỉ chỉ nể mấy chú này. Có lẽ vì họ cho chúng ăn và thân mật với chúng. Một trò chơi coi bộ thích thú của mấy chú khỉ...trẻ tinh nghịch này là nhảy phóc trên mui xe đang chạy. Hầu như trên xe nào cũng có một chú khỉ thượng lên ngồi trên mui. Khi xe chạy tới một quãng khá xa, chú khỉ nhỏ nhảy phóc xuống và quá giang xe chạy ngược chiều trở về. Dĩ nhiên chúng không trả tiền xe!

Người Anh nhất định không nhả Gibraltar ra vì đây là

Rock of Gibraltar chụp từ phía biên giới Tây Ban Nha.

điểm chiến lược lý tưởng để kiểm soát tàu bè ra vào Địa Trung Hải. Họ đục sâu vào lòng núi những đường hầm để xây dựng các pháo đài vững chắc. Toàn cảnh chiến tuyến xưa nay vẫn còn nguyên. Chúng tôi đã tận tay sờ vào những khẩu đại bác xưa cũ nằm trên mỗi ổ pháo kích trong đường hầm. Đường hầm dài như vô tận. Càng tiến sâu vào càng heo hút. Ngoài những lỗ châu mai hướng ra biển còn có những kho chứa thuốc súng, những căn phòng chỉ huy. Chính nơi đây đã là khung cảnh cho bộ phim *"Les Canons de Navarone"* đã từng được chiếu tại Sài Gòn xưa. Đi tới mỏi chân cũng chưa hết đường hầm dài tới 50 cây số này, chúng tôi đành trở ra. Bác tài Jackie đã hẹn giờ phải ra xe. Chắc kinh nghiệm cho bác biết nếu để tự do, du khách sẽ say mê với khung cảnh chiến đấu xưa không thèm tìm lối về.

Nhìn những khẩu đại bác nặng nề, du khách nhất định sẽ phải đặt câu hỏi: làm sao họ có thể kéo những khẩu đại pháo này lên tuốt trên cao được? Đó là sáng kiến của Trung Sĩ Nhất Ince. Ông cho đục cách quãng những khối đá bên đường lên núi, móc vào đó những chiếc móc sắt tròn để giữ súng từng chặng kéo lên. Khi xe chạy, tôi ngồi phía bên xe nên đã nhìn thấy những móc sắt vẫn còn tới nay.

Xuống núi, chúng tôi tới quảng trường trung tâm Gibraltar. Chung quanh là những sập hàng bán đồ lưu niệm và các cửa hàng bán quần áo, giầy dép. Nơi đây còn có những quán bán cà phê, bia và các món ăn nướng đặc biệt của Gibraltar. Ai thích mua sắm hay mua ít đồ kỷ niệm thì túa vào các cửa hàng, tôi với Võ Kỳ Điền ngồi giữa quảng trường uống bia.

Ăn nhậu với nhà văn Võ Kỳ Điền.

Khỉ ngồi trên mui xe ngắm biển.

Nhìn lên quả núi dài tới 6 cây số rưỡi, rộng 800 thước và cao 417 thước mà thấy nhỏ xíu, tôi nghĩ tới cái bao la của thiên nhiên. Tôi nghĩ tới kiếp người. Cái kiếp mà hai chúng tôi đã kéo dài tới gần như mút chỉ. Nhấp một hớp bia, tôi nói với ông bạn nhà văn: "Vui thật! Vậy mà cũng có ngày hai đứa mình ngồi nhậu bia ở nơi chốn xa lạ này nhỉ!".

5.

Từ Gibraltar, xe trực chỉ tới Seville của Bồ Đào Nha. Biên giới cũng ra vào thong thả, chẳng có anh phú lít nào gác hết. Bên đường chỉ có một trạm *informacion*. Có cần hỏi han chi đâu, chúng tôi phớt lờ trạm thông tin này để dõng dạc tiến vào nước Bồ. Tưởng ngon hóa ra vừa lọt vào một chiếc bẫy. Nói vậy hơi oan cho mấy ông Bồ nhưng quả thực mấy ông chơi không đẹp. Các ông bắt đầu thu tiền *toll* mà chẳng thèm báo trước. Đi một quãng khá xa biên giới, chúng tôi mới thấy bên đường có những tấm bảng báo là xe đang chạy trên quãng đường có thu tiền *toll* bằng máy điện tử. Vậy là… chít ngộ rồi! Tới một trạm xăng, vào hỏi làm sao mà nộp tiền đây, họ bảo đáng lẽ phải ghé trạm *informacion* ở biên giới để đóng tiền trước. Có ai bảo ban chi, cũng chẳng thèm có lấy một tấm bảng báo cho du khách biết để ghé vào móc hầu bao, cứ ngấm ngầm coi như mọi du khách đều thông minh cả. Anh nhân viên trạm xăng bảo lỡ rồi, anh có thể giúp trả tiền với điều kiện phe ta phải có phôn tay để liên lạc. Quân ta đi hành quân trong thời bình nên chẳng trang bị máy truyền tin. Vậy là huề. Mặc cha nó, ra sao thì ra! Anh chủ xị S. phán như thế nhưng trong bụng đánh lô tô. Anh chợt nghĩ ra là có một ông bạn đã bị phạt gấp ba bốn lần cũng vì không biết trả tiền cho ai như vậy. Tiền *toll* ở Bồ Đào Nha vào loại rất đắt, có trạm chúng tôi đã phải chi ra hơn ba chục *euro* cho một đoạn đường ngắn. Vậy là khó dễ nhau quá cỡ. Đã lỡ bước sang ngang, đành tính sau vậy. Tới thủ đô Lisbon chắc sẽ gỡ ra mối bòng bong này. Tại nơi thủ đô mà tiếng Bồ gọi là *Lisboa,* nhân viên khách sạn chỉ tới…bưu điện. Ông bưu điện bảo đúng họ có giải quyết thật nhưng với xe đăng ký ở Bồ Đào Nha mà thôi. Xe chúng tôi thuê ở Pháp nên bù trất. Lại…mặc cha nó! Để khi về qua biên giới Bồ trở lại chắc sẽ có…*informacion* nữa. Đi ra khỏi Bồ chẳng có trạm thông tin chi nhưng có cây xăng ở biên giới. Họ cho đóng tiền. Rút bóp ra mà vui như tết. Tôi ngẫm nghĩ. Đời sống thật vui. Thu tiền vào cũng sướng mà chi tiền ra cũng có lúc sướng!

Nhưng sướng hơn là chúng tôi đang viễn hành trong những ngày giáp tết âm lịch mà trên đồi núi nước Bồ hai bên đường xe chạy hồng lên vì hoa đào. Đúng là những gốc đào Hà Nội xưa. Đó là nhìn xa từ trên xe đang chạy trên xa lộ, tới gần không biết có nhìn được những cánh đào y chang như đào Nhật Tân thuở Hà Nội xa xưa không. Thôi, cứ lờ mờ nhân ảnh như vậy lại hay. Để đời còn những mộng mơ.

Một trong những ước mơ của những người Công giáo là đi hành hương viếng những linh địa. Một trong những linh địa lừng danh là Fatima nằm trên đường đi từ thủ đô Lisbon tới Porto. Nói chuyến đi lần này của chúng tôi là đi hành hương thì tội cho chữ "hành hương" quá. Có kinh kệ oang oang trên xe đâu! Chúng tôi đi chơi thì đúng hơn. Nhưng nếu chúng tôi ghé tới hai linh địa là Fatima trên đất Bồ và Lourdes, mà dân ta gọi là Lộ Đức, trên đất Pháp thì cũng… hành hương quá đi chứ! Gì thì gì, cứ có thiện tâm tới với Mẹ là Mẹ vui rồi. Vậy nên mấy người "có đạo" trong xe gọi một cách rất thân tình là đi thăm Mẹ. Nghe tình cảm hơn là hành hương. Vậy mà coi bộ chuyện đi thăm mẹ lại khá vất vả. Ngày chót chúng tôi ở thủ đô Lisbon để sáng ngày hôm sau đi Fatima, trời xấu tệ. Gió chắc phải cả trăm cây số giờ. Ngoài đường vắng hoe. Cây cối ngả nghiêng theo gió. Buổi trưa, thấy trời có vẻ đỡ đỡ hơn, tôi ra đường đi tìm bữa ăn trưa. Vừa đẩy được cánh cửa kính của khách sạn ra, gió dọa liền. Cánh cửa kính mà nặng như cửa sắt. Thây kệ. Cứ ra cho biết cái gió xứ Bồ. Chẳng đi đâu xa, bước qua thương xá trước mặt khách sạn kiếm cái chi bỏ bụng thôi. Chỉ có băng qua đường mà tơi tả. Người như phơi ra cho những cú đánh của trời. Vừa ăn vừa tính đường về vì ngoài trời bắt đầu mưa lớn. Cả giờ sau, khi ngớt mưa mới vội về. Chiếc ti-vi trong sảnh lớn đang phát những hình ảnh đổ nát của thành phố. Có chỗ thấy như vừa qua một cuộc…oanh tạc!

Sáng ngày hôm sau, trời quang, gió thôi hoành hành. Có vậy chứ. Xe trực chỉ ra xa lộ. Tới Fatima quang cảnh như vừa qua một cuộc chiến. Cây đổ ngả nghiêng ngay trong khuôn viên linh địa. Có những cổ thụ thân phải hai người ôm mà cũng nằm sóng soài trên mặt đất. Trời lại mưa. Chúng tôi lúp súp về nhà Mẹ. Cực dữ! Mấy bà bảo là Mẹ thử thách! Đội mưa mà đi, nghe thấy tiếng hát, chúng tôi tìm tới ngôi nhà kính đang có thánh lễ. Đây là một ngôi nhà thấp nằm đúng địa điểm Đức Mẹ hiện ra, phía trước cây sồi vẫn còn tới ngày nay. Nguyện đường trang hoàng rất…tân thời nằm sát bên chỗ lò đốt nến. Công giáo hay không, cả đoàn vào dự thánh lễ nơi Mẹ đã hiện ra. Trong khi thánh lễ đang diễn ra, tôi nhìn ra ngoài và thấy có những tín đồ đi ngang qua bằng cách quỳ gối di chuyển. Chuyện mẹ Maria hiện ra vào năm 1917, người Công giáo ai cũng biết. Nhưng độc giả không phải ai cũng rõ ngọn ngành.

Đức Mẹ hiện ra 6 lần tất cả, từ tháng 5 đến tháng 10 năm 1917, vào những ngày 13 mỗi tháng. Những người được diễm phúc trông thấy Mẹ là ba trẻ mục đồng: Lucia, 10 tuổi và hai anh em ruột Francisco, 9 tuổi, Jacinta, 7 tuổi. Khi đó Thế Chiến Thứ Nhất đã xảy ra được 4 năm. Lần đầu Mẹ hiện ra vào ngày 13 tháng 5 năm 1917 chỉ có ba em nhỏ đang chăn cừu và hẹn sẽ hiện ra lại đúng một tháng sau. Cô bé Jacinta mới 7 tuổi nên không giữ kín được chuyện này như Mẹ dặn, kể lại hết với cha mẹ. Cha xứ Fatima gọi các em tới hỏi và Ngài không tin. Trong báo cáo gửi lên Tòa Giám Mục giáo phận Leiria Ngài viết "cần phải xa lánh chuyện này". Nhưng ngày 13 tháng 6 sau đó, có vài chục người cũng tò mò đi theo các em ra chỗ cây sồi. Nhưng họ không thấy chi, chỉ có ba em nhỏ nhìn thấy Đức Mẹ. Mẹ khuyên các em siêng năng cầu nguyện và báo trước: "Ta sẽ sớm đưa Francisco và Jacinta về trời, còn con, Lucia, con sẽ ở lại thế gian một thời gian. Chúa Giêsu muốn dùng con để loan truyền cho mọi người biết ta và yêu mến ta". Lần thứ ba có 4 ngàn người theo các em ra, lần thứ tư có 18 ngàn người, lần thứ năm 30 ngàn người, và lần chót có tới 70 ngàn người trong đó có nhiều phóng viên các báo tới đưa tin dù trời mưa như trút nước. Khi Mẹ biến hình thì trời ngưng mưa, mặt trời xuất hiện, xà xuống thấp gần trái đất và nhảy múa tung ra các chùm ánh sáng nhiều màu. Việc lạ này xảy ra trong mười phút. Trong thời gian này các nhà khoa học trên khắp thế giới không ghi nhận được một sự kiện khác thường nào của mặt trời. Ký giả của báo O Dia ở thủ đô Lisbon tường trình như sau: *Mặt trời màu bạc bao quanh bởi những tia sáng màu tím quay vòng tròn giữa đám mây còn đọng lại. Ánh sáng chuyển sang màu xanh tuyệt đẹp như chiếu qua những cánh cửa sổ kính màu của một nhà thờ chính tòa, tỏa xuống trên những chiếc đầu trần của dân chúng đang quỳ gối, tay giang rộng cầu nguyện và khóc trước phép lạ mà họ đã chờ đợi. Những giây phút này dài như hàng giờ, rất sống động*".

Ngày 13 tháng 10 năm 1930, sau 23 năm điều tra, Giám Mục Da Silva mới chính thức công nhận sự kiện Đức Mẹ hiện ra với ba trẻ mục đồng và cho phép tôn sùng Đức Mẹ Fatima. Tượng Đức Mẹ Fatima được tạc theo lời kể lại và hình thành dưới sự chứng kiến của chị Lucia và được tôn kính tại thánh đường Fatima. Một bản thứ hai giống hệt được rước đi khắp thế giới. Thập niên 1960, bức tượng này đã tới Việt Nam và thánh du từ Sài Gòn ra Huế cùng mọi miền đất nước ta. Ngày nay, khi tới Fatima, muốn thỉnh tượng Mẹ thì vô cùng dễ. Dọc theo đường vào linh địa là các cửa tiệm chỉ chuyên trị bán tượng Mẹ Fatima. Bên trong khuôn viên lại còn gần trăm gian hàng nữa. Mẹ đứng hoa cả mắt. Muốn chọn một tượng trong số trăm kiểu không phải dễ. Tôi phân vân di chuyển theo các cửa hàng để lựa được những tượng thẩm mỹ, đẹp và giản dị. Ai tới đây cũng vậy: chẳng có ai về tay không.

Đúng như lời Mẹ nói với các em, hai anh em Francisco và Jacinta đã "về trời" trong trận đại dịch cúm Tây Ban Nha vào năm 1919 và 1920. Năm 1925, Lucia vào dòng tu tại Tây Ban Nha lúc được 18 tuổi. Sau đó chị trở về Bồ Đào Nha sống trong dòng kín Camelo tại Coimbra cho đến khi qua đời vào năm 2005, thọ 97 tuổi. Trong thánh đường có mộ của hai em bé Francisco và Jacinta nằm phía bên trái bàn thờ chính. Du khách tấp nập đứng cầu nguyện và chụp hình bên hai nấm mộ.

Tôi mặn mà với một tấm bảng màu xanh da trời được gắn ở một bên cửa vào thánh đường chính. Hàng chữ ghi trên bảng bằng ba thứ tiếng Bồ, Anh và Pháp: *No tengáis miedo / Do not be afraid / N'ayez pas peur.* Mấy chữ rất thường tình nhưng đây là mấy chữ đã làm sụp đổ chế độ Cộng sản ở Ba

Lan và các nước khác kể cả Liên Xô. Chuyện khá thần kỳ. Đức Giáo Hoàng Jean Paul II, người Ba Lan, năm 1979, một năm sau khi lên ngôi, đã về thăm quê hương. Trong một bài giảng, Ngài đã nói với dân chúng Ba Lan, lúc đó còn sống dưới chế độ cộng sản, "các con đừng sợ". Lời dạy này đã làm dân chúng thêm can đảm và năm sau dân chúng đã nổi dậy và Công Đoàn Đoàn Kết được thành lập. Liên Xô ra lệnh cho nhà cầm quyền Ba Lan phải dẹp cuộc nổi dậy, nếu không quân đội Liên Xô sẽ tiến vào dẹp loạn. Đức Giáo Hoàng liền viết cho Chủ Tịch Liên Xô Leonid Brezhnev một lá thư cho biết nếu Hồng quân tiến vào Ba Lan, Ngài sẽ "thoái vị và trở về quê hương để sát cánh cùng dân chúng Ba Lan". Năm 1981, trong một cố gắng tuyệt vọng để ngăn cản cuộc Cách Mạng Ba Lan, cơ quan tình báo KGB của Liên Xô đã tổ chức ám sát Giáo Hoàng. Ngài thoát chết và càng mạnh mẽ ủng hộ cuộc tranh đấu cho tự do của dân tộc Ngài hơn. Ba Lan thoát khỏi chế độ cộng sản kéo theo sự sụp đổ của toàn khối cộng sản Âu châu kể cả anh trùm Liên Xô. Ngày nay cuộc tranh đấu cho dân chủ ở Việt Nam cũng vịn vào câu "các con đừng sợ" để đứng dậy. Càng ngày giới trí thức, giáo dân và dân chúng Việt Nam càng can đảm đối đầu với cường quyền. Tôi đứng ngắm nhìn tấm bảng màu xanh giản dị nhưng mang hàng chữ đã chôn vùi được chế độ cộng sản. Và tôi có một ước mơ!

Nhưng tại sao tấm bảng có hàng chữ đã làm thay đổi thế giới này lại được dựng ở đây? Tôi tò mò tìm hiểu. Ngay lần hiện ra đầu tiên vào ngày 13 tháng 5 năm 1917 với ba trẻ chăn cừu trong ánh sáng chói lọi hơn ánh sáng mặt trời, câu

"Các con đừng sợ"

đầu tiên Đức Mẹ nói với các em như sau: "Các con đừng sợ, ta không làm hại các con!". Tôi nghĩ Đức Giáo Hoàng Jean Paul II đã nhắc lại câu này khi nói với các con chiên nơi quê hương Ba Lan của Ngài. Chính Ngài đã "làm mới" lời Đức Mẹ phán khi xưa ở chính nơi mà tôi đang đứng trước tấm bảng màu xanh đầy hy vọng này.

Bồ Đào Nha có linh địa Fatima, Pháp có Lourdes. Chúng tôi có diễm phúc viếng cả hai nơi. Trên đường tới Lourdes, Mẹ cũng lại…thử thách. Nặng tay hơn lần trước. Trước khi tới chân núi Pyrénées, trời nổi cơn bão tuyết. Tuyết rơi hối hả chẳng mấy chốc mà đã trắng xóa. Đường trơn trượt rất khó cho xe cộ lưu thông. Các xe hạng nặng chở hàng đã dạt vào bên đường dừng lại không dám đi. Bên những bãi cỏ bên đường, giờ đã trắng xóa, có nhiều xe hơi nhào xuống nằm liệt. Xe chúng tôi lầm lì lê về phía trước với tốc độ hai chục cây số giờ. Mặt anh S. căng lên ghì tay lái. Chiếc cửa hầm xuyên qua núi hiện ra. Xe chui qua. Hình như trời yên gió lặng. Chui qua hai cửa hầm nữa thì qua bên kia dãy Pyrénées. Trời quang mây tạnh. Đường xá đen nhánh, chẳng thấy bóng dáng nàng tuyết đâu cả. Tôi bỗng nhớ tới câu danh ngôn: *"Vérité en deca des Pyrénées, errreur au dela!"*. Chân lý nằm bên này dãy Pyrénées, bên kia là sai lầm. Hai bên dãy núi ngất ngưởng, bên này bão tuyết, bên kia trời trong sáng. Tôi không nghĩ là tác giả câu danh ngôn trên, triết gia Blaise Pascal, lại nói về…tuyết!

Thường thì Lộ Đức luôn luôn tràn ngập những tín đồ hành hương. Mỗi năm có tới 6 triệu người tới với Mẹ. Mùa thăm Mẹ là mùa hè. Những người đã từng tới đây đúng mùa phải đậu xe từ xa rồi leo dốc lên. Những hàng người chen chúc nhau khiến việc tới gần hang đá hay nơi thỉnh nước suối không phải dễ. Khi chúng tôi tới thì xe cứ tự do leo dốc. Xe lên tới sát cửa. Chỉ việc bước xuống xe là tới đích. Khỏe re. Chỉ tội mưa. Mưa như trút.

Đức Mẹ Lộ Đức…già hơn Đức Mẹ Fatima. Mẹ hiện ra tại hang đá Massabielle vào năm 1858 trong khi Đức Mẹ Fatima hiện ra vào năm 1917. Cách nhau ngót nghét 60 năm. Người có diễm phúc nhìn thấy Mẹ là em bé Bernadette, sanh năm 1844. Như vậy khi gặp Đức Mẹ thì em được 14 tuổi. Bernadette bị suyễn ngay từ nhỏ nên thân thể èo uột, trí khôn cũng chậm phát triển. Khi em đang sửa soạn để được rước lễ lần đầu thì ngày 11 tháng 2 năm 1858 em được Mẹ tỏ mình ra với em. Từ tháng 2 cho tới tháng 7 năm 1858, Đức Mẹ

Hang đá Lộ Đức.

hiện ra tất cả 18 lần. Tám năm sau, Bernadette vào dòng tu thánh Gildard và chịu nhiều đau đớn vì bệnh phong thấp và các thương tích nổi lên khắp người. Vì chị là y tá trong nhà dòng nên chị vẫn làm việc và coi bệnh tật như những thử thách mà Thiên Chúa dành cho chị. Khi chị quá yếu không làm việc được nữa, chị đã cam chịu với sự vâng phục thánh ý Chúa: "Việc làm chính của tôi bây giờ là đau ốm!".

Hang đá mà Đức Mẹ đã hiện ra có hai cửa mà cửa bên phải ngày nay có đặt một tượng Đức Mẹ. Tới hành hương tại Lộ Đức, ai cũng thỉnh nước suối Đức Mẹ về để chữa bệnh hoặc tặng thân nhân ở nhà. Chính chị Bernadette nói về nguồn nước suối này như sau: *Đức Mẹ bảo tôi rằng: "Con hãy uống nước từ nguồn suối, hãy lấy nước suối mà rửa mặt". Tôi chẳng biết là ở gần Hang Đá có nguồn nước*

Thắp nến cầu nguyện tại Lộ Đức.

suối, bởi vậy tôi trèo lên bên cạnh Hang Đá. Nhưng Đức Mẹ nói với tôi: "Không phải bên đó". Đức Mẹ giơ tay chỉ hướng phía trái và tôi theo hướng đó tìm nguồn nước thì thấy chỉ có một chút nước bùn. Tôi dùng tay moi nước lần thứ nhất, thấy nước quá ít, không đủ trong lành. Tôi lấy tay moi lần thứ hai, sâu thêm một chút, không ngờ nguồn nước suối từ bên trong phun ra, nhưng vẫn còn là nước bùn. Tôi moi thêm lần thứ ba và nước phun ra càng lúc càng nhiều và càng lúc càng trong lành hơn. Tôi liền uống nước đó".

Hơn một trăm năm, nguồn nước suối này vẫn tiếp tục phun ra. Khách hành hương đã tắm và uống nước này để chữa bệnh. Nhiều người đã khỏi bệnh. Chúng tôi lang thang trong khuôn viên linh địa mà chẳng thấy chỗ nước suối linh thiêng này. Trời mưa như trút. Hỏi thăm mới tới nơi. Hóa ra đó là một cái bể nước rất lớn bằng xi măng, chung quanh có

Mộ các trẻ mục đồng đã thấy Đức Mẹ hiện ra nằm bên trong Vương Cung Thánh Đường.

những chiếc vòi như vòi nước chúng ta xài trong nhà hồi còn ở Sài Gòn. Vòi nước ngày nay kiểu cọ và tân tiến hơn nhiều. Nước suối ngày nay đã được…dẫn thủy nhập điền mang về chứa trong bể này. Gần đó là một quầy có để những chiếc chai nhỏ bằng hai ngón tay. Ai muốn lấy thì bỏ tiền vào một cái thùng đặt cạnh. Muốn có những chai lớn hơn thì mua tại nhà sách trong khuôn viên. Áo mưa đã ướt sũng, chúng tôi ngại trở đi trở lại nên bỏ tiền lấy những chai nhỏ thỉnh nước suối mang về cho những ai cần. Có người kéo nguyên một dàn gỗ có bánh xe trên xếp khoảng hơn chục thùng lớn như những can đựng xăng 20 lít. Họ đứng hứng đầy và mang đi. Không biết họ làm chi. Nhìn mấy chai nước lỏng lẻo trong tay, tôi không nghĩ là mình ít ơn phước hơn.

Nếm bồ đào mỹ tửu tại Porto.

Thành phố chót của Bồ Đào Nha mà chúng tôi lưu lại là thành phố Porto. Nghe tới Porto, không biết có ai động lòng không. Mấy ông bạn tôi thì chắc chắn biết. Đó là quê hương của thứ rượu Porto mà chúng tôi thường uống khi ăn tráng miệng. Nói đúng theo tiếng Bồ thì phải gọi là *Vinho do Porto*. Tôi ít thích thứ rượu này vì tửu lượng của tôi thuộc loại xoàng xĩnh mà rượu thường có tới 40 độ cồn. Chơi vài hớp là biết nhau ngay! Rượu có ba màu: đỏ, hồng và trắng.

Thích hay không, tới Porto là phải đi kiếm rượu *Vinho do Porto*. Không sờ tận tay về lại Montreal, mấy ông bạn tôi cười cho thối mũi! Vậy nên chúng tôi phải tìm tới tận một nơi chế tạo rượu. Lái xe loanh quanh, *olá* một hồi, chúng tôi được chỉ vào một con hẻm nhỏ lát đá vừa gập ghềnh vừa dốc đứng leo tới sái chân. Trong hẻm là hãng rượu *Rozès*. Thoạt đầu chúng tôi ngỏ ý muốn coi cách thức chế rượu, họ từ chối vì không phải là mùa du lịch. Thế mới chán. Đi trái mùa thì khỏi phải chen lấn nhưng cây trái thì lèo tèo. Đang đứng lớ ngớ thì một cô đầm cao ráo, ăn mặc lịch sự đi ngang qua. Thấy chúng tôi nói tiếng Pháp, cô dừng lại thăm hỏi. Cô đã ở Paris nhiều năm nên quý người nói tiếng…nước ta. Vậy là đích thân cô chủ đưa chúng tôi đi coi hầm rượu, giải thích cặn kẽ cách chế tạo, hò nhân viên mang rượu ra cho khách nếm. Những thùng rượu bằng gỗ sồi, thứ gỗ đặc biệt của Bồ Đào Nha, nằm theo hàng lối thẳng tắp. Cô cho biết mỗi thùng chứa tới 24 ngàn lít rượu. Đầu mỗi thùng đều có bảng ghi rõ số hiệu, dung tích, ngày vô thùng và ngày hoàn tất. Cơ man nào là thùng nằm chồng lên nhau. Chúng tôi…duyệt binh hết hàng thùng nọ qua hàng thùng kia. Chắc chẳng cần uống cũng say khướt!

Ông Võ Kỳ Điền (lại ông nhà văn biết nhiều này) khều tôi đố: "Đố ông biết rượu này cổ nhân kêu là rượu gì không?". Cỡ chỉ biết rong chơi như tôi cách chi mà biết được. Ông rót vào tai tôi: "Bồ Đào mỹ tửu!". Tôi giật mình. Bộ đây là cái nôi của thứ rượu mà Vương Hàn nhắc tới trong bài thơ *Lương Châu Từ* chăng? Thực ra dân Việt ta, trải qua liên miên những cuộc chiến, chỉ mặn nhất là câu cuối của bài này: *cổ lai chinh chiến kỷ nhân hồi*. Nguyên văn bài *Lương Châu Từ* như sau:

Bồ đào mỹ tửu dạ quang bôi,
Dục ẩm tỳ bà mã thượng thôi.
Túy ngọa sa trường quân mạc tiếu,
Cổ lai chinh chiến kỷ nhân hồi?

Bài Đường thi này được rất nhiều người dịch. Tôi kết

bản dịch của Bùi Khánh Đản:

> *Bồ đào, rượu rót chén lưu ly*
> *Muốn uống, tỳ bà giục ngựa đi*
> *Bãi cát say nằm, chê cũng mặc*
> *Xưa nay chinh chiến mấy ai về?*

Chẳng biết ông Võ Kỳ Điền nói thiệt hay…phiếm. Bồ đào mỹ tửu, thứ rượu nghe tên đã thấy…vua chúa hết biết, cao sang ngất trời. Vậy mà giá chỉ có 11 euro!

03/2013

ROCKY MOUNTAIN: KHÔNG CHỈ CÓ NÚI

Nhóm bạn già của tôi, hưu hiếc đã an vị, ăn xong chỉ tính chuyện chơi. Kể ra cũng chẳng có gì quá đáng. Ngày xưa, cụ Nguyễn Công Trứ, khi về già, cũng chỉ tính như vậy. *Cuộc hành lạc bao nhiêu là lãi đấy / Nếu không chơi thiệt ấy ai bù!* Chúng tôi không "hư" như bậc tiền bối. Cũng chơi nhưng chỉ là đi chơi. *Cuộc hành…căng bao nhiêu là lãi đấy/ Nếu không*

đi thiệt ấy ai bù! Cụ Nguyễn chơi thì hao người, chúng tôi chơi chỉ hao cẳng. Chân cẳng là thứ sẽ không phục vụ chúng ta suốt đời. Tới một lúc nào đó chúng đình công. Vậy thì đi mau kẻo chiều hôm tối rồi.

Bàn bạc với nhau chán chê mới nảy ra một cuộc…đổi mới. Đi biển đã nhiều nay tại sao không đi núi? Ừ nhỉ! Cứ chơi riết với anh Thủy Tinh chắc anh Sơn Tinh cũng buồn lòng. Vậy thì có "thủy" có "sơn" cho vui vẻ cả làng. Chúng tôi chọn cây nhà lá vườn, đúng ra là núi nhà, rừng nhà. Canada có rặng *Rockies Mountain* đẹp nổi tiếng thế giới, đi đâu xa cho hại cẳng. Vậy là *mỏi gối chồn chân cũng phải trèo.*

Nói "trèo" nghe có vẻ vất vả chứ ngày nay xe cộ ê hề, trèo chi cho hại cẳng! Chúng tôi tham lam, nếm đủ thứ: xe lửa từ Montreal tới Edmonton, xe hơi dọc theo núi tới Vancouver, về lại Montreal bằng máy bay. Máy bay bay nhanh, tiện, đỡ mệt nhưng đi xe lửa lại có cái thú khác. Cái thú nhẩn nha. Từ Montreal tới Edmonton, máy bay chỉ tốn có vài tiếng đồng hồ, xe lửa chơi tới ba ngày ba đêm! Chi dữ dậy? Đó là vì Canada chưa có xe lửa siêu tốc như bên Nhật hay bên Âu châu. Vẫn cứ ì ạch trên hai đường rầy được các phu phen mộ từ bên Tầu qua đổ mồ hôi dựng từ thuở…hồng hoang. Đường rầy này nay thuộc quyền sở hữu của hãng tàu hỏa chuyên chở hàng hóa *CN*. Đường rầy chỉ có một đường duy nhất cho tàu xuôi ngược hai chiều chứ không có hai đường song song phân biệt đường đi lối về. Thỉnh thoảng có những chỗ tránh có hai đường rầy song song. Hãng *Via Rail* chở hành khách phải mượn đường rầy này. Thân đi mượn nên phải nhường nhịn. Khi nào có tàu *CN* chạy ngược chiều

là *Via Rail* cun cút đậu nơi chỗ tránh để nhường đường cho tàu *CN*. Vậy nên cứ đi được một quãng là *Via Rail* chở hành khách lại dừng lại nghỉ ngơi! Khổ một nỗi là tàu chở hàng *CN* chạy nườm nượp, chuyến nào chuyến nấy dài dằng dặc. Ngồi trên tầu chờ, rảnh rỗi, tôi đã thử đếm xem tàu chở hàng có bao nhiêu toa. Không có chuyến nào dưới một trăm toa! Có những chuyến có tới trên hai trăm toa. Đợi mệt nghỉ. Bò tới ba ngày ba đêm chẳng phải là chuyện lạ. Tầu bò như vậy rất đúng ý những chàng và nàng "hưu" như chúng tôi. Cứ tưởng tượng nếu tàu chạy vùn vụt vài trăm cây số một giờ như bên tây bên Nhật, thú chi nữa!

Được cái trên tàu có đầy đủ tiện nghi. Ghế ngồi rộng rãi và thoải mái hơn ghế trên máy bay, tha hồ ngả ra nằm mà không phiền người phía sau. Nước nóng lúc nào cũng có miễn phí. Toa hàng ăn tương đối rẻ, 15 đô cho bữa ăn tối gồm khai vị, món chính và tráng miệng. Toa hàng "tạp hóa" bán đủ thứ cần thiết: cà phê, *chocolate* nóng, trà nóng 3 đô một ly; mì gói 3 đô một tô; bánh mì kẹp 5 đô một ổ; đồ ăn vặt thì tùy thứ đắt rẻ khác nhau. Mấy ông bạn tôi khoái nhất là cái vòm kính trên toa tạp hóa này. Vòm toàn bằng kính trong suốt, nhô lên khỏi toa tầu, có ghế nệm ngồi êm ái. Ngồi uống cà phê nóng, ngắm cảnh quên thời giờ. Cảnh từ Montreal tới Edmonton không phải là cảnh núi. Cũng hay. Cảnh đồng bằng của vùng *Prairie* nằm nơi khúc giữa Canada như là một món khai vị cho đoạn đường núi sau đó. Những cánh đồng thẳng tắp, cò bay mỏi cánh, chỗ xanh rì, chỗ vàng như một tấm thảm khổng lồ của ruộng *canola* mà chúng ta chỉ biết khi những tán hoa màu vàng này đã thành dầu nấu ăn! Có những đàn bò thảnh thơi nhá cỏ. Đàn thì vàng chóe, đàn thì loang lổ đen trắng, đàn đen tuyền, đàn vàng pha trắng. Những cỗ máy của nhà nông, cỗ lớn cỗ nhỏ, dị dạng khiến những con mắt chỉ thấy xe hơi phải ngỡ ngàng thích thú. Cảnh những cỗ máy quấn cỏ khô thành từng khối tròn dành làm thức ăn cho bò vào mùa đông cũng lạ lẫm với dân tỉnh thành. Chúng tôi hầu như vui thú với cảnh quê mà qua thời gian. Thực ra thì thời gian bị chúng tôi giết nhanh hơn bằng môi bằng miệng đấu láo ngày đêm.

Lịch kịch cũng tới Edmonton. Thành phố này có một công trình nổi tiếng thế giới là *West Edmonton Mall*. Tôi đã nghe danh cái *mall* này từ lâu vì có cả một khu tắm biển bên trong. Trong trí tưởng của tôi cái *mall* này chắc lớn lao lắm. Nhưng khi tới nơi, thấy tòa nhà không lớn lắm lại thấp lè tè. Vào trong mới thấy *mall* chỉ có hai tầng. Các cửa hàng không khác các *mall* khác. Điều đặc biệt là người ta đã nhét được vào tòa nhà cả một sân trượt băng lớn bằng sân chơi *hockey,* một hồ nước có con tàu lềnh bềnh trên mặt nước như thật với cảnh các tên hải tặc đang rời những chiếc thuyền nhỏ để leo lên tàu, một sân khấu nhỏ cho hải cẩu làm xiệc. Khu biển khá lớn với bãi cát , những chiếc ghế ngả có dù chúng ta thường thấy trên các bãi tắm. Bãi tắm khá lớn, người trong các bộ áo tắm lội xuống tắm khá đông. Những đợt sóng xô nhau tràn lên bãi cát làm cho người ta có cảm tưởng như đang tắm biển thật. Ông bạn tôi nói trong tiếng sóng. Bảo là đi núi hóa ra lại thấy biển…giả!

Thôi thì đi núi! Thuê xe từ Edmonton, bảy người chúng tôi trực chỉ Jasper. Đoạn đường 362 cây số này là khúc dạo đầu của con đường được chọn là con đường đẹp nhất thế giới. Đoạn đường đẹp tới nín thở chạy từ Jasper tới Hồ Louise dài trên ba trăm cây số đã từng lúc treo hồn tôi. Có những đoạn núi lẩn vào mây như tranh vẽ. Có những đoạn núi sừng sững như muốn bao che chiếc xe đang chạy từ từ trước cảnh đẹp mê hồn. Hầu như không có xe nào chạy nhanh. Thiên nhiên như níu vòng quay của bánh xe. Những cây thông vươn cao không biết tới bao nhiêu chục thước như những con hươu cao cổ đang cố ngóc đầu lên bên đường. Đường nằm tít trên cao, thông mọc từ dưới chân núi. Nhìn xuống, thông như từ ngục tù tăm tối vươn lên. Những dòng suối nho nhỏ chảy như vẽ từ trên đỉnh núi xuống. Nhưng nơi đâu là đỉnh núi, con mắt tôi không nhìn thấy. Núi dăng dăng dắt tay nhau chạy dài suốt cả vài trăm cây số. Mỗi cảnh là mỗi bức họa của thiên nhiên. Núi cả đấy nhưng không có núi nào giống núi nào. Núi nằm dài tiếp nối nhau. Khi xanh sậm, lúc xanh nhạt, lúc nâu nâu, lúc phớt hồng…Tạo hóa như một họa sĩ đầy sáng tạo. Mỗi vòng quay của bánh xe lại đưa con người tới một cảnh giới khác. Có nhiều đoạn xe phải ngừng lại, nép sát lề đường để no nê con mắt. Chưa bao giờ tôi được ngắm thiên nhiên phóng khoáng phô trương hết vẻ đẹp như vậy.

Banff là một công viên lớn nằm trên con đường số một thế giới này. Nằm trong công viên là một thị trấn nhỏ, cổ kính, với những căn nhà có kiến trúc riêng của vùng này. Thực ra thị trấn này chỉ có một con đường lớn mang tên đường Banff, với những nhánh đường nho nhỏ nằm ngang tiếp nối vào đường chính. Đường Banff gồm những nhà trọ, khách sạn, tiệm ăn và tiệm bán đồ kỷ niệm. Nhỏ nhưng Banff là thứ bé hột tiêu. Đi du lịch vùng này du khách thường nói là đi Banff. Thoạt đầu tôi cũng tưởng Banff là tên cả vùng núi đồi thơ mộng này. Kể cũng lạ. Chắc đây là thị trấn được thành lập sớm nhất chăng. Thập niên 1880, đường xe lửa của hãng *Canadian Pacific Railway* được lắp đặt tại vùng này. Ngay từ năm 1884, Chủ Tịch của hãng, ông George Stephen, đã đặt tên vùng này theo tên nơi sinh quán của ông, Banff, ở bên Tô Cách Lan. Năm 1985, Liên Hiệp Quốc công nhận vùng này là di sản của thế giới. Qua đêm, tại Banff là ngủ với núi, được núi ôm quanh người.

Núi không chỉ có cây rừng mà còn có hồ có suối. Hồ nổi tiếng của vùng núi non này là hồ Louise. Bà Louise nào nằm trên núi đây? Nhắc tới bà là khơi lại trong tôi sự cấn cái. Tôi vốn không khoái chuyện một quốc gia độc lập tiên tiến như Canada lại đội trên đầu một vị quốc trưởng là vua của nước Anh. Đó là chuyện lịch sử của đám di dân Anh ngày xưa. Bà

Louise này đích thị là một thành phần của hoàng gia Anh. Đó là bà công chúa, con thứ tư của nữ hoàng Victoria, tên đầy đủ là Louise Caroline Alberta, sinh năm 1848 và mất năm 1939. Hóa ra tên của hồ Louise là tên bà mà tên của cả tỉnh bang Alberta cũng là bả nốt! Bà này dang tay dang chân dữ! Làm sao bà ở tuốt nước Anh lại nằm kềnh càng ở đất Canada này như vậy? Vì chồng của bà, ông John Campbell, là Thống Đốc Canada từ 1878 đến 1883.

Nhan sắc bà Louise ra sao tôi không rõ nhưng hồ Louise này đẹp hết biết. Người ta nói hồ Louise đẹp toàn thời gian. Sáng có cái đẹp của sáng, trưa có cái đẹp của trưa, chiều có cái đẹp của chiều. Chúng tôi tới *Lac Louise* vào lúc xế trưa. Mặt trời không soi rõ được xuống mặt hồ vì núi non cao vút bao quanh. Nước hồ xanh biếc. Ngồi trên ghế phía trước hồ ngắm mặt hồ phẳng lặng xanh biếc người như thấy lắng đọng, yên ắng. Mọi phù du của cuộc đời như tan biến trong

làn nước. Tôi ngồi lặng trước hồ. Người ta khó có thể tưởng tượng hồ nằm trên núi cao. Trước khi tới hồ, chúng tôi đã ngồi trong những chiếc hộp nhỏ cho dây cáp kéo lên ngọn núi phía bên kia hồ. Từ ngọn núi này, tôi *zoom* trên máy quay *video,* nhìn qua hồ. Hồ trong máy tôi nhìn thấy như một vũng nước nhỏ nằm cheo leo giữa bốn bề là núi. Cái vũng nước đó được coi là viên ngọc của miền núi non này *"Diamond of Wilderness".*

Cái hộp nhỏ kéo chúng tôi lên núi được gọi là *gondola.* Lúc đầu tôi bỡ ngỡ với chữ *"gondola"* này. Tôi cứ tưởng người ta chỉ có *gondola* trên sông nước ở Venise bên Ý thôi. Đi núi mới biết có thứ *gondola* kéo mình lên trời nữa. Đó là những chiếc hộp bằng kim loại, chung quanh là kính trong suốt cho du khách nhìn rõ cảnh vật. Mỗi chiếc hộp chứa được sáu người ngồi trên hai hàng ghế quay mặt vào nhau. Anh nhân viên điều khiển khách vào *gondola* tếu với tôi: "Nếu may mắn ông sẽ thấy gấu trên núi, nếu không may mắn ông sẽ thấy… dấu chân gấu!". Bữa đó tôi may mắn. Ngồi trong *gondola,* tôi đã

thấy được một chú gấu đang phơi nắng trên triền núi. Núi vùng *Rockies Mountain* là nhà của rất nhiều loại thú vật hoang dã. Chỉ không thấy nói tới hổ báo. Ông bạn tôi buổi sáng sớm đi trên đường phố chính của Banff đã bắt gặp một chú nai xuống dạo chơi phố phường. Trên đường đi gặp hươu nai vơ vẩn gặm lá cây bên đường là sự thường.

Con người khai thác núi khá kỹ. Rất nhiều món ăn chơi quyến rũ du khách. Chúng tôi đã hưởng đủ tam khoái của vùng Banff. Ngoài *gondola* còn có *Glacier Skywalk, Glacier Adventure. Glacier Skywalk* là một công trình đáng nể mới chỉ được khánh thành khoảng một năm nay. Từ triền núi cao, người ta dùng thép tạo ra một hành lang nhô ra đứng

chơ vơ giữa trời trên độ cao 280 thước. Vòng cung ngoài cùng được lắp toàn mặt kính trong veo dưới sàn cũng như lan can khiến con người đứng trên có cảm giác như đang đứng chông chênh giữa trời cao núi rộng. Tôi tiến bước từ khung thép ra vòng kính một cách dè dặt. Tay vịn vào lan can, những bước đầu tiên trên sàn kính nghe run run bàn chân. Cảm giác như đi giữa chân không. Một lúc sau mới dám nhìn xuống. Núi nằm dưới chân. Một chập cũng quen đi tuy người vẫn nổi gai với ý nghĩ mình có thể rơi xuống bất cứ lúc nào. Như vậy có thể được coi là…chì. Có những người bên cạnh tôi bò lê bò càng, chân cẳng nhũn ra không đứng lên nổi. Có những thân người ngả nghiêng xiêu vẹo, húc người này, dựa vào người kia. Có người đưa tay ra cố nắm vào bàn tay của người đi bên cạnh dù quen hay không. Những tiếng rú tiếng cười tiếng hét vang lên ầm ỹ. Người nào như cũng thích thú trong nỗi sợ hãi. Cái sợ phải mua bằng tiền. Bao nhiêu? Hai mươi bốn đô chín mươi chín xu!

Món ăn chơi thứ ba là *Glacier Adventure*. Đúng là… *adventure*. Món này là những chiếc xe lớn như xe buýt, chứa được khoảng năm chục người. Nói là xe buýt nghe có vẻ hiền lành nhưng đây đúng là xe…tăng. Thân xe dày dặn như những chiếc *hummer* khổng lồ. Dàn bánh xe mới kinh hoàng:

đường kính chắc phải tới trên thước rưỡi. Tôi thấy một người đứng chụp hình với bánh xe, người và bánh cao ngang nhau! Du khách được xếp vào ngồi trong xe, không có thắt lưng an toàn. Ông tài xế đội mũ sắt mở máy xe nghe ầm ầm như tiếng thác đổ. Xe leo lên núi. Có những chỗ dốc đứng làm đứng tim hành khách. Ì ạch một hồi, xe tới một bãi tuyết trắng xóa. Tuyết thì chúng tôi chẳng lạ chi. Montreal có khối! Nhưng tuyết giữa nắng hè đổ lửa quả là chuyện lạ. Xe ngừng lại cho du khách xuống chơi tuyết. Ông tài xế dục mọi người lấy chai nước uống hứng nước tuyết tan ra từ trên đỉnh cao hơn chảy xuống. Nước tuyết tan có chi mà ham. Tôi đứng nhìn đoàn người xếp hàng lấy nước…thánh với cặp mắt ngạo mạn. Nghĩ lại, thấy mình chỉ biết mình. Đám du khách này có thể đến từ những vùng chẳng bao giờ có một vầy tuyết thì chỉ nội việc được nhìn thấy tuyết cũng là một thú vị để đời, huống chi lại được nếm nước tuyết!

Núi dăng dăng trên suốt đoạn đường chúng tôi tiến về Vancouver. Vẫn dằng dặc những rừng thông đứng reo giữa trời. Lại nhớ cụ Nguyễn Công Trứ. *Kiếp sau xin chớ làm người / Làm cây thông đứng giữa trời mà reo.* Giữa rừng thông gồm rất nhiều loại thông, chẳng biết cụ đứng nơi nao. Cầu mong cụ không đứng giữa rừng thông cháy rụi bên đường. Đọc báo thấy có những vụ cháy rừng. Nghe vậy biết vậy. Nhưng mắt nhìn thấy cả một rừng thông cháy vàng trơ ra những thân cây khẳng khiu như những hồn ma thì lại khác. Xe chạy bon bon trên đường. Rừng thông cháy cũng chạy theo. Chục cây số này tới chục cây số khác như một bãi tha ma. Cứ tính mỗi cây thông bán trong các cửa hàng mùa Giáng Sinh bạc chục bạc trăm mà tiếc hùi hụi!

Hình như tôi khoái leo núi bằng *gondola*. Đã hai lần… leo: một tại Jasper, một tại Lac Louise, vậy mà khi thấy cái *gondola* mới khánh thành ở Squamish, gần Vancouver, tôi lại leo. Có lẽ thứ của mới, leo khoái hơn chăng? Khoái thật vì mọi thứ đều còn *gin* mới tinh. Những sợi cáp còn óng màu kim loại. Khoái hơn nữa vì đây là loại *gondola* leo thẳng đứng, có độ dốc nhất. Ngồi trong lồng kính mà tưởng như có thể rơi bất cứ lúc nào. Cáp leo dài 1920 thước đưa lên đỉnh núi cao 885 thước trên mặt nước biển, mất 10 phút. Mười phút treo người bên triền núi kể cũng teo. Nhưng teo thì teo vẫn cứ phải trèo.

Ngắm núi, trèo núi, sống với núi tôi mới cảm thấy cái đẹp của núi. Thảo nào ông nhà thơ Nguyễn Đức Sơn mới miệt mài với núi. Ông sinh năm 1937, năm nay đã thất thập thất, đã từng theo học tại Đại Học Văn Khoa Sài Gòn nhưng bỏ dở vì, như ông nói: "Nếu trường Đại Học Văn Khoa sản sinh ra được một nhà văn nhà thơ nổi tiếng, tôi xin chịu chặt đầu!". Thơ ông tàng tàng không giống ai. Bài thơ được nhiều người biết đến là bài "Cây Bông": *Đụ mẹ / Cây bông / Hắn không / Lao động / Ai trồng / Chật chỗ / Mày nhổ / Xem sao / Máu trào / Thiên cổ.*

Bài thơ được làm sau khi cộng sản xâm chiếm miền Nam. Mỗi câu thơ chỉ có hai chữ chắc nịch. Năm 1979, ông dẫn vợ con vào ở hẳn trong rừng Phương Bối ở Lâm Đồng. Từ đó ông mang biệt danh là Sơn Núi! Ngoài biệt danh này ông còn được gán cho danh hiệu "lão thi sĩ vạn thông" vì ông trồng được một vạn cây thông trong rừng.

> *Khi thấm mệt tôi đi luồn ra núi*
> *Cuối chiều tà chỉ gặp cỏ hoang sơ*
> *Bước lủi thủi tôi đi luồn vô núi*

Nghe nắng tàn run rẩy bóng cây khô
Chân rục rã tôi đi luồn ra núi
Hồn rụng rời trước mặt bãi hư vô.

Một buổi chiều tà, tôi ngồi ngắm cảnh trên bãi biển Kitsilano ở Vancouver. Biển nằm sát chân núi. Núi và biển giao nhau. Bóng núi lồng trên mặt biển. Biển và núi thân thiết như đôi tình nhân. Khi đi chơi chuyến hè này tôi nghĩ mình đã bỏ biển lên núi, bỏ anh Thủy Tinh để chơi với anh Sơn Tinh. Nhưng tôi đã nghĩ với cái tâm nhân gian. Biển và núi không xa cách nhau như vậy. Cả hai dắt tay nhau tạo nên những cảnh giới kỳ thú trên mặt đất. Hóa ra lòng người thì chật hẹp qua phân, lòng thiên nhiên bao la rộng mở. Chừng nào lòng người mới bao la?

08/2014

TÁM NGÀN CÂY SỐ XUYÊN MIỀN ĐÔNG HOA KỲ

Dân có điều kiện ở tỉnh bang Québec chúng tôi thường trốn chạy mùa đông. Họ chọc quê cả anh chàng lạnh lẽo lẫn cô nàng tuyết bằng cách bỏ ngỏ phòng tuyến nhà. Thường dân trốn chạy này là dân bản xứ. Nơi tới thường là xứ ấm Florida. Người thì mua hẳn nhà, người thì thuê tạm một *condo* hoặc thuê hẳn một căn nhà nếu phái đoàn chạy trốn đông đảo. Trong số các ông bạn tôi chỉ có ông Nguyễn Vy Khanh, dân Montreal như tôi, cũng oai như tây, mua hẳn một căn nhà ở vùng Naples để mỗi năm qua trốn lạnh. Khi biết năm nay tôi cũng bày đặt đi trốn, ông ấy rủ tôi tới nhà chơi. Nơi tôi ở kỳ này là Orlando, cách Naples ba giờ lái xe, tới chơi với bạn kể ra cũng gian nan, vậy nên tôi cho qua luôn mặc dù thấy ông ấy để hình cây ăn trái trong vườn trên *Facebook* coi cũng hấp dẫn.

Trái cây nhiệt đới coi bộ là một mục hấp dẫn, nếu không muốn nói là hấp dẫn số một, của dân da vàng máu đỏ chúng ta. Nhớ, lần trước, khi tới Miami đúng mùa trái cây, tôi đã được vào vườn tha hồ hái nhãn, ổi ăn mệt nghỉ. Khi về lại còn mua hẳn một trái mít chín cây thơm lừng. Lần này, tới lúc trái mùa, ít hy vọng, nhưng tháng ba là mùa vú sữa nên cũng háo hức. Trái vú sữa da bóng lộn, bóp nặn cho ra sữa cũng đã sướng, nói chi tới mút sữa vào miệng, cam đoan sẽ mê tít thò lò. Vậy nên từ Orlando ở miền Bắc Florida, lái xe bốn tiếng mới tới Miami ở miền Nam Florida, để được tận tay hái vú sữa là cả một kỳ công. Than ôi, tới nơi mới thấy vườn xưa giờ cửa đóng then cài, chủ nhân để lại một mảnh giấy cho biết đi nghỉ hè một tháng. Mình đi nghỉ đông, người ta đi nghỉ hè, huề cả làng! Quanh quẩn, gặp một anh nhà vườn người Việt, hỏi ra mới biết sự tình. Mùa này, cây trái xác xơ, các trại vườn thường lợi dụng lúc nhàn nhã để đi hè hoặc đi thăm bà con ở các tiểu bang khác. Hỏi về vú sữa, anh lắc đầu thương hại, cuối tháng ba mới đúng mùa, giờ mới cuối tháng hai, vú sữa còn non, chát lè, ăn chi nổi. Vươn cổ nhìn vào vườn mới thấy trái bộn bề trên cây nhưng còn xanh lè. Vậy là vỡ mộng được sờ vào vú sữa chín cây!

Cố vớt vát, cuối cùng cũng tới được một vườn cây mà

chủ nhân còn mở cửa. Lượm được một mớ sa-bô-chê an ủi. Lòng vòng trong vườn, ngắt thêm được một ít trái cóc Thái Lan, vội cắn thử thấy còn chua lè. Chỉ có mấy buồng chuối chín cây là ngọt. Ngọt sắc sảo của thứ trái vàng ngay trên cây bằng bàn tay của thiên nhiên. Cóc Thái Lan là thứ bé hạt tiêu. Trái nhỏ xíu, chỉ bằng một phần tư trái cóc chúng ta thường ăn ở Việt Nam, nhưng khác là khi ăn cắn ngang luôn vì trái không có hột. Phải khi tới Houston, tiểu bang Texas, tôi mới được ăn thứ cóc này. Chẳng phải cắt gọt chi, cứ nguyên trái mà cắn ngang. Tiện lợi hết biết!

Dân Québec trốn lạnh là một…bộ lạc có tên hẳn hoi. Tiếng Anh gọi là *snowbird,* chim trốn tuyết. Cứ khi tuyết trải thảm ở Montreal là chim bay. Tôi đã tới một hang ổ của loài chim này là bãi biển Hollywood. Nhìn những chim cái chim đực nói tiếng Québec, chim nào chim nấy bự tổ chảng, lạch bạch trên bãi tắm, chẳng ai nghĩ là loại chim này có thể bay được. Đó là thứ chim cánh cụt chỉ chuyên nghề trốn! Họ sống trong những phòng trọ cho thuê nhỏ xíu dọc theo bãi biển. Trời nắng, họ ngồi la liệt trước cửa phòng, ngay sát vỉa hè, cởi trần trùng trục, uống bia liên tu bất tận. Nắng ấm làm họ phơi phới nói cười, la lối, cứ như đang sống trong mùa hè tại Montreal.

Rời Montreal vào đúng ngày mùng hai tết Ất Mùi, âm hưởng của cái tết như còn vương theo vòng quay của bánh xe. Chúng tôi đi tìm lại những cánh mai ngày tết. Tìm mai ở Florida phải tới cơ sở Mai Vàng Florida của anh Sang ở Sarasota. Mai nằm xếp lớp trong những nhà ươm cây. Anh Sang cho biết đây là giống mai của Việt Nam được anh mang

Với anh Sang Bùi, chủ nhân cơ sở Mai Vàng Florida.

sang ươm trồng. Nhìn những chậu mai được uốn rất mỹ thuật, tôi như thấy lại được cái tết trên quê hương xưa qua dáng mai. Anh Sang tận tình chỉ cách uốn mai từ những cây mai nho nhỏ, cành nhỏ như một cây nhang, đang được ươm trong luống. Phải mất bao nhiêu công lao anh mới tạo được một chậu mai vừa ý. Những chậu mai có thế uốn nghệ thuật với phần đế uốn éo đẹp mắt. Mai được đồng hương ở khắp nơi trên đất Mỹ thỉnh về chơi tết. Anh gửi mai mỗi tuần với chỉ dẫn cặn kẽ về cách chăm sóc. Anh luôn bận rộn với chiếc *cellphone* đeo dính bên người, tận tình trả lời khách hàng ở khắp nơi gọi về. Khi thì hướng dẫn cách chăm sóc mai, khi thì bày cách đặt mua mai. Riêng với các đồng hương ở Canada, anh cho biết không thể gửi thẳng mai tới nhà được vì trở ngại nhập cảnh cây trái. Muốn thỉnh mai, dân Canada phải đặt qua một cửa hàng hoa có môn bài nhập cảnh.

Hơn năm ngàn chậu mai 12 cánh, 5 cánh và mai chiếu thủy nằm ngăn nắp trong ba nhà kính. Anh Sang cho biết dân Canada rất chuộng mai chiếu thủy vì dễ trồng trong thời tiết lạnh. Với tuổi đời khoảng bốn chục, mới sang Mỹ theo diện HO vào năm 1998, anh Sang khiến tôi ngạc nhiên với vườn mai bề bộn của anh. Những gì anh cho biết còn khiến tôi ngạc nhiên hơn nữa. Anh cho biết anh ít học, thuở nhỏ đi ở đợ cho người quen có vườn mai ở Vĩnh Long. Kề cận bên mai ngày đêm, anh mê mai lúc nào không biết. Qua Mỹ, chỉ vì lòng đam mê mai mà anh khổ công nhất định tạo được vườn mai nơi xứ người. Ba năm đầu anh thất bại hoàn toàn. Nhờ người vợ làm *nail* tần tảo khuyến khích mà anh ra công nghiên cứu thổ nhưỡng, đất đai, khí hậu để cuối cùng tạo nên sự nghiệp.

Mai vàng

Ngoài mai, nơi đây còn có đủ thứ hoa trái Việt Nam. Ngay trước mắt tôi là một khu *bonsai* rộng lớn với đủ loại hoa giống nhiệt đới khác. Đập vào mắt tôi là những chậu *bonsai* đỏ rực hoa giấy. Đi quanh quẩn trong vườn rộng lớn gồm cả khu đất mà anh dự định đào ao, nuôi cá, làm cầu, xây nhà thủy tạ để mọi du khách

Bonsai hoa giấy đỏ.

từ khắp nơi có thể tới uống trà, uống rượu thưởng hoa. Du khách thăm vườn mai của anh Sang không chỉ từ các tiểu bang trong nước Mỹ, hoặc từ quốc gia hàng xóm như dân Canada chúng tôi, mà còn từ khắp nơi trên thế giới. Đang lúc chúng tôi còn tha thẩn nơi vườn thì có một chiếc xe hơi chở một gia đình từ Đức tới thăm.

Cơ sở Mai Vàng Florida chẳng chỉ có hoa mà còn có chim nữa. Anh Sang dẫn chúng tôi vào một nhà kính nuôi chim. Mỗi chuồng chim là một ô vuông rộng rãi, có đặt một chậu cảnh bên trong cho chim nhảy nhót, bay lượn. Đặc biệt là anh nuôi toàn chim…Việt như chào mào lửa, chào mào than, họa mi, chích chòe, sáo. Chim được gây giống và bán cho những ai thích nuôi chim. Chưa hết, anh cho biết là anh có một vườn cây ăn trái rộng, tọa lạc gần đó, có trồng đủ thứ cây ăn trái như vải, nhãn, khế, măng cầu, ổi, cóc…Rặt một thứ cây trái quê nhà! Tháng 6, mùa trái cây, khách vãng lai có thể vào vườn cây, tự tay bẻ trái, sống lại khung cảnh cây vườn miền Nam xưa, như Vĩnh Long, quê hương anh Sang. Tôi được anh Bùi Sang dắt trở lại quê nhà khi anh nắm vai tôi ca tặng câu vọng cổ mùi tận mạng!

Đi tìm chất Việt trong chuyến đi trốn lạnh, tôi đã tới Lou-

Cổng vào làng Việt Nam tại Lousiana.

siana và lạc vào đất Việt. Đó là xóm đạo ở Versaille. Chẳng tốn nhiều công khi tìm vào nơi thân thương này. Ngay đầu đường có một kỳ đài chào mừng to lớn trên bồn cỏ: "Michoud Blvd Chào Mừng Quý Khách". Michoud là tên con phố đầu tiên dẫn vào làng Việt Nam. Nằm chính giữa tấm bảng là hai lá cờ Việt và Mỹ. Vào trong làng, hầu như nhà nào cũng có tượng Đức Mẹ đứng trong khu vườn trước nhà. Cờ vàng ba sọc đỏ và cờ Vatican nửa vàng nửa trắng treo trước cửa nhà. Đi sâu vào khu phố Việt, chúng tôi bắt gặp một ngôi nhà thờ thấp, chỉ có một tầng, không tháp chuông, trang trí giản dị với cây thánh giá mỏng nằm chính giữa, bên trái là hàng chữ: "Nhà Thờ Maria Nữ Vương Việt Nam", bên phải là tiếng Anh: "Mary Queen of Vietnam Church". Ngay trước nhà thờ là một tượng đài Đức Mẹ màu trắng mặc quốc phục Việt Nam. Bên trong nhà thờ được trang trí rất mỹ thuật và cũng giản dị không kém bên ngoài. Các dãy ghế gỗ bóng lộn có hoa văn trống đồng nơi đầu ghế. Đặc tính Việt hòa hợp với phong cách trang trí tân kỳ nơi những nhà thờ Mỹ.

Trước nhà thờ, phía bên kia đường là một khu đất rộng lớn, có hàng rào bao bọc, nơi sẽ xây cất ngôi nhà thờ mới trong tương lai. Nhìn sơ đồ treo ngay bên cổng, tôi thấy công trình này quá lớn. Không kể ngôi thánh đường uy nghi, còn có nhiều khu khác nhắc lại những địa danh hành hương tại Việt Nam. Gặp một linh mục, tôi hỏi và được biết dự án công trình đồ sộ này mới chỉ là…mơ ước, không biết tới bao giờ mới thành hình được vì kinh phí đòi hỏi tới 30 triệu đô!

Loanh quanh trong khu chỉ nói tiếng Việt này, tôi gặp được một thanh niên hết sức niềm nở. Anh cho biết dân làng sống bằng nghề đánh cá. Anh kể những ngày đầu anh tới đây, khoảng gần hai chục năm trước, anh chỉ vác một cần câu đi câu mà cuối ngày bắt được cả một xe *truck* cá! Anh sẵn sàng đưa chúng tôi tới bến cá của dân Việt, cách làng khoảng hai giờ lái xe, nhưng rất tiếc chúng tôi không có thời giờ. Nhìn hai bà Việt Nam mặc áo bà ba, đội nón lá đi bên đường, tôi hỏi thăm anh về ngôi chợ huyền thoại mang tên chợ chồm hổm nơi đây. Anh vội vàng dẫn chúng tôi tới vì anh nói chợ sẽ tan vào lúc 9 giờ sáng. Quả vậy, khi chúng tôi tới thì các bạn hàng nghiệp dư đang dọn hàng về. Chợ họp vào mỗi thứ bảy hàng tuần, từ 5 giờ tới 9 giờ sáng. Các ông già bà cả trồng được gì nơi vườn nhà đều mang ra đây bán. Nơi họp chợ là *parking* của một cái *mall* nhỏ do một người Việt làm chủ, đủ chỗ cho gần một trăm ông già bà cả làm vườn ngồi bán. Tiền thuê tượng trưng mỗi chỗ là 2 đô. Tới 9 giờ, khi

Tác phẩm điêu khắc chim trên cây chết của trận bão Katrina.

mall gồm khoảng chục cửa hàng nhỏ mở cửa, thì chợ phải vãn, lấy chỗ cho khách mua bán đậu xe. Vậy nên mới có giờ họp chợ sớm sủa như vậy. Tôi vốn dân lè phè, đi chơi lại càng lè phè hơn, nên 9 giờ mới tới chợ. Đi chợ mà chỉ coi được màn dẹp cửa hàng! Gọi là cửa hàng cho oai vậy thôi, chứ đó chỉ là những tấm bạt nho nhỏ bày rau trái vườn nhà trao đổi với nhau. Không được coi chợ, tôi được coi dẹp chợ! Rau cỏ còn ế lại được thu gọn nhẹ vào bên trong những chiếc xe van hoặc xe *pick-up,* chủ nhân lái ào ào ra về. Điều lạ là các bà già đậm vẻ quê mùa lái xe như điên!

Khi xe chạy ngang qua tiểu bang Mississipi để tới Lousiana, chúng tôi ngừng tại trạm đón tiếp của Mississipi, tôi bỗng chú ý tới những thân cây gầy guộc giơ cành khẳng khiu nằm rải rác trên bãi cỏ phía trước. Dưới mỗi cây có một tấm bảng nhỏ. Tò mò đọc mới biết đây là những công trình điêu khắc trên những cây chết trong trận bão Katrina. Từ khổ đau vẫn lóe lên mầm sáng tạo. Bão Katrina, xảy ra vào năm 2005, càn quét khắp vùng duyên hải Đại Tây Dương từ Florida lên tới Lousiana, làm tử vong 1833 người, phần lớn là cư dân của thành phố New Orleans trong tiểu bang Lousiana. Đây là trận bão kinh khủng làm cả vùng ngập lụt, thiệt hại vật chất lên tới 108 tỉ đô, dân chúng phải di tản ra khỏi nơi sinh sống. Năm đó, tôi có mặt tại Houston ngay sau khi trận bão xảy ra vào tháng 8 và gặp gia đình nhà thơ Quan Dương, nhà văn Nhật Nguyễn chạy bão. Khu thương mại Hongkong IV ở đường Bellaire là trung tâm cứu trợ dân di tản, tấp nập những quầy cứu trợ của các hội đoàn. Dân tị nạn lui tới đông nghẹt. Nay đứng giữa địa điểm đã bị tàn phá chục năm trước, dấu tích bão hầu như không còn. Chỉ lác đác có vài căn nhà còn bỏ không, sập nát, không được sửa chữa. Nhiều cư dân tởn hồn đã bỏ nơi này đi luôn. Phần lớn là ở lì tại Houston. Hỏi anh thanh niên tên Vinh vui tính, anh cho biết cả nơi này lúc đó ngập hết, nay đã trùng tu lại hoàn toàn nhờ tiền trợ cấp khá hậu hĩnh của chính phủ và tiền đền của các hãng bảo hiểm.

Thành phố nổi tiếng nhất tiểu bang Lousiana là New Orleans. Nghe tên chắc ai cũng biết. Đó là quê hương của nhạc *blue*. Nhưng New Orleans được du khách biết tới nhiều vì ngày hội *Mardi Gras*. Ngày "thứ ba béo" này là ngày dân chúng thả cửa ăn nhậu trước khi vào mùa chay của Thiên Chúa Giáo. Năm nay *Mardi Gras* rơi vào ngày 17 tháng 2. Tôi tới chậm mất hai tuần, chỉ còn thấy những băng vải màu mè nằm sót lại trên những chiếc lan can nơi đoàn diễn hành đi ngang qua. Chậm chân là bệnh…già, đành chịu.

Chậm nhưng hình như lễ hội lớn nhất trong năm này vẫn còn nơi những du khách đeo trên cổ những chiếc chuỗi đủ màu sắc đi lên đi xuống trong khu *French Quarter*. Tôi biết

Ngày hội Mardi Gras.

những chiếc chuỗi này qua những *video* quay lại ngày hội mỗi năm do mấy ông bạn nhiều tuổi nhưng lòng vẫn thanh xuân chuyển cho coi. Người đeo các dây chuỗi này thường là các cô gái. Buổi tối ngày hội, các cô được những người đứng chung quanh hò reo khuyến khích tốc áo lên, khoe gò bồng đảo. Khoe xong, họ được choàng cho một chuỗi hạt đầy màu sắc. Suy ra thì cô nào càng đeo nhiều chuỗi càng hao hụt vẻ riêng tư. Hình như khu *French Quarter* vuông vức nằm ngay sát nách khu *downtown* của New Orleans này hội hè đình đám quanh năm. Trai tài gái sắc, hầu như người nào cũng đính những hạt óng ánh trên tai, trên mũi, trên môi, trên lưỡi và trên rốn, uống rượu, la hét, nhảy múa trên những đường phố chật hẹp và nhơ nhớp của khu trung tâm thành phố này. Nghe danh *French Quarter* từ lâu, nay mới có dịp đặt chân đến tôi tung tăng hai ngày liền, ngắm cô đi qua, cậu đi lại trong tiếng nhạc vang vang của các nghệ sĩ vỉa hè trấn đóng ở từng con phố. Đình đám nhất là ban nhạc gồm năm người kèn trống to tổ chảng làm ầm ĩ suốt ngày đêm. Một nơi mà tôi đã được các ông bạn dặn dò kỹ lưỡng phải tới là tiệm cà phê *Café du Monde* với món bánh *beignet* nổi tiếng. Đây là thứ bánh tròn hoặc vuông được chiên lên và phủ một lớp đường bên trên. Giống loại bánh *beigne* ở Montreal. Chắc là cùng nguồn gốc Tây với nhau cả. Không biết các ông bạn tôi có vui miệng dặn mọi người hay không mà tiệm lúc nào cũng có một đoàn người rồng rắn dài khoảng vài trăm thước xếp hàng chờ vào ăn uống. Đi chơi, thời gian có hạn, hơi đâu mà xếp hàng đợi cả vài tiếng đồng hồ để vào ăn chiếc bánh coi bộ cũng chẳng có chi xuất sắc này. Nhất là khi thứ *Café du Monde* được bày bán cho du khách trên quầy hàng là những hộp màu vàng được bày bán rẻ rề nơi các tiệm tạp hóa hay siêu thị Á châu ở khắp nơi. Ngay tại Montreal, bước vào chợ là gặp ngay những hộp màu vàng này. Vậy thì báu chi mà phí thời giờ chờ đợi. Để thời giờ rong chơi nơi bờ sông ngay bên cạnh khu *French Quarter* coi bộ thú vị hơn. Bờ sông rộng rãi, người vui chơi la liệt, ghế đá công viên đầy rẫy, không khí trong lành mát rượi. Bến tàu có những du thuyền ghé thăm, có tàu du ngoạn trên sông chạy bằng hơi nước cổ kính thổi còi síp-lê liên hồi thúc dục khách mau mua vé xuống tàu. Tôi như mường tượng lại những hồi còi tàu biệt ly trong những áng văn xưa. Tiếng còi tàu như còn rền vang trong tôi ngày tôi được đi tàu thủy từ Hà Nội xuống Hải Phòng với bà nội tôi thuở xưa, khi tôi còn là một thằng nhóc mới bước chân vào trường tiểu học. Ngày đó, lâu lắm rồi!

* * *

Tới vùng biển phải ăn đồ biển. Đó là…chân lý! Chúng tôi không thể rút chân ra khỏi cái lý này. Bèn săn đồ biển. Bãi biển *Cocoa Beach,* cách Orlando hơn một giờ lái xe có một tiệm bán cua tươi vớt từ biển lên, làm chín cho du khách ăn tại chỗ. Cái thứ tươi này ngon hết biết. Vài năm trước, tôi đã được thưởng thức thứ cua tươi rói này tại bờ biển Vancouver do một nhóm dân ta tổ chức. Nhóm có một chiếc ca-nô và khoảng chục chiếc lồng bắt cua lớn. Chạy ca-nô ra ngoài biển, bỏ vào lồng mấy cái cổ gà, dìm xuống nước, ca-nô lạch tạch về bờ chờ. Khoảng một tiếng sau, chạy ra lại, vớt lên từng lồng. Cua lổn nhổn trong lồng coi sướng con mắt. Lựa những con còn nhỏ, chưa đủ kích thước được phép săn bắt, vứt lại biển, số còn lại là chiến lợi phẩm của phe ta. Nồi niêu bếp núc đã sẵn sàng trên bãi biển, chỉ việc cho những chú cua ngờ nghệch vào hấp lên. Cua chín, muối tiêu đã sẵn sàng, xé ra chấm khan. Ngọt cách chi đâu. Nốc thêm ngụm bia là đời vui chi kể!

Lần này khác. Không phải là thứ cua Vancouver chắc nịch mà là ghẹ. Quán là một cái chòi trên bãi biển chia làm hai khu. Khu bán ghẹ gồm những chiếc bể nông, thả ghẹ vào, ghẹ bò ngổn ngang, khách cầm cái gắp chọn từng con. Chọn xong, nhà hàng sẽ cân tính tiền, hấp hoặc rang tùy ý khách. Muốn cay hay không cay cũng được. Chờ lấy ghẹ xong, ra khu…nhậu. Khu này gồm vài chiếc bàn gỗ, giữa bàn là một cái búa được ràng bằng một sợi dây xích dài, cả bàn tha hồ gõ để gỡ thịt ghẹ. Dọc theo bờ tường gỗ chỉ cao tới bụng là một dãy quầy dài, khách ngồi trên những chiếc ghế cao, kiểu như ngồi nhậu tại quầy rượu, gõ ghẹ bằng những chiếc búa cũng được cột dính liền vào quầy. Khách có thể mang theo bia, rượu, bánh mì, cơm tùy thích.

Tôi khoái cái quán này vì hai chuyện. Thứ nhất, nó nằm cạnh một cửa tiệm nhỏ bán mồi và dụng cụ câu cá, câu ghẹ. Một góc nhỏ trong tiệm là trụ sở của hội cựu chiến binh trong chiến tranh Việt Nam tại địa phương. Tôi đọc được một thông báo mời dự đại hội thường niên của hội, trên đó có cờ vàng ba sọc đỏ. Thứ hai, bảng chào đón khách của tiệm có chữ Việt: "*Chào Đón*". Thêm một lý do nho nhỏ nữa: cô chủ tiệm là một người Thái lấy "thương danh" là *Ms. Apple* với tấm hình đội mũ bảo vệ, lái mô-tô có vẻ rất chịu chơi. Hình thì như vậy, khi gặp và nói chuyện với cô thì thấy hơi…tỉnh tỉnh, dung nhan chẳng có vẻ…*apple* mà cũng chẳng giống…

Bích chương có hình cờ vàng của hội cựu chiến binh tại Lousiana.

ghẹ! Chúng tôi tới vào lúc hơn 10 giờ, sau giờ quán mở cửa được một tiếng, vậy mà cạn ghẹ. Vớt vát cả những chú ghẹ gãy gọng sứt càng mới được mỗi người ba con, ăn chẳng thấm tháp chi. Đành hẹn dịp khác, chẳng biết có còn dịp mò được tới đây không!

Thịt cá sấu có phải là một thứ *seafood* không? Trong lệ bất thành văn của loài đồ biển, không thấy kê mục cá sấu. Đây là thứ thực phẩm khá mới mẻ tuy cá sấu đã có từ lâu. Chỉ thấy chuyện cá sấu ăn thịt người chứ chưa nghe chuyện người ăn thịt cá sấu. Vậy mà tôi đã…cắn cá sấu cả chục năm trước rồi. Trong một chuyến đi tắm biển ở Varadero bên Cuba, tôi đã tham dự một tua đi ca-nô ra đảo của dân thiểu số. Tại đây họ ăn cá sấu. Họ mời ăn thử. Cũng ăn, mấy dịp được trả thù những anh cá sấu chỉ thích đớp người. Miếng thịt nhỏ xíu được xiên bằng một cây tăm chẳng thấy ngon lành chi, chỉ thấy nhợn nhợn. Mấy bà đầm nhìn mấy tên trân mình ăn thịt cá sấu như những tên…mọi!

Bi chừ, khi lang thang trong khu chợ *French Market,* nằm trong khu *French Quarter* của New Orleans, tôi thấy bán thịt cá sấu lềnh khênh. Đủ thứ chiên xào rang nấu. Còn có cả xúc xích cá sấu nữa. Cá sấu là thổ sản của vùng này. Ông bạn Nguyễn Vy Khanh kể là sau nhà ông, đôi khi có cá sấu về chơi. Vậy mà thịt cá sấu lại đắt hơn các thứ thịt khác. Tôi chẳng hiểu tại sao. Không hiểu thì không nên móc bóp ra, đó cũng là…chân lý!

Tới Lousiana, đất của *crawfish* thì nhậu thứ sản phẩm đặc biệt của địa phương này mới đúng chỉ số. Không hiểu sao tên cái thứ hình hài rõ ràng là một con tôm, chẳng chút dấu vết cá này lại gọi là *crawfish.* Tôi théc méc mà tìm không ra. Chỉ biết là nếu tới Lousiana mà bạn kêu là *crawfish* thì người ta biết ngay là bạn không phải dân Lousiana. Dân Lousiana kêu là *crayfish.* Tên này bắt nguồn từ chữ Pháp cổ *escrevisse* biến thành *crayfish.* Đó là con *mini lobster.* Trông y chang như con tôm hùm tí hon. Người ta bắt *crawfish* ra sao, tôi

Crawfish.

không biết. Nhưng hình thức…tươi nhất mà tôi nhìn thấy là khi *crawfish* được đổ từ những bao lớn như bao gạo ra thùng tại các chợ. *Crawfish* giẫy tê tê trông rất nhức mắt. *Crawfish* trên bàn ăn đã đổi thành màu nâu đỏ vì được hấp với một thứ nước sốt đặc biệt, cay cay, the the, mằn mặn, ăn ngon đến nhức răng. Thổ sản của vùng, vậy mà *crawfish*, cũng như cá sấu, mắc thấu trời. Loanh quanh trong khu *French Quarter*, nhìn bảng giá *crawfish* chỉ muốn bỏ đi. Khoảng từ 10 đến 15 đô một *pound*. Khi ăn *crawfish*, người ta chỉ nhậu phần mình, cái đầu to hơn bị bỏ đi, vậy thì có tới ba phần tư con *crawfish* là…rác, một *pound* phỏng được bao nhiêu thịt bỏ bụng! Anh S., con người xông xáo chẳng sợ anh tây nào, chịu khó dò hỏi mới được mách tới một tiệm *buffet* của người Hoa ở Metairie, cách *French Quarter* khoảng 45 phút lái xe. Nơi đây tràn trề đồ biển, tha hồ ăn mà giá chỉ có 15 đô một người. Gì chứ chuyện ăn là chuyện khẩn cấp, chúng tôi vù tới liền. Đúng là chúng tôi lạc tới…thiên đàng đồ biển. Ngoài *crawfish* còn có ghẹ nguyên con, càng cua tuyết, nghêu sò ốc hến đủ thứ. Đặc biệt là hào tươi rói, con nào con nấy mũm mĩm, vắt chanh vào ăn quên đếm. Khay thức ăn trên quầy hết thứ nào là nhà hàng lại mang ra thêm, lia chia không ngừng nghỉ. Thứ nào cũng đầy ụ. Ngoài đồ biển, nhà hàng cũng có đủ các món thịt khác nhưng chúng tôi làm lơ, cứ đồ biển mà thời! Tôi còn giữ địa chỉ nơi thiên đàng đồ biển này nhưng chẳng lẽ lại quảng cáo không công cho nhà hàng. Bạn nào tấp tểnh đi New Orleans có thể liên lạc với tôi. Mách *free!*

Crawfish còn theo chúng tôi trên bước đường…trốn, qua Houston, Dallas tới Kansas City. Từ những con mắt sáng lên khi lần đầu diện kiến *crawfish*, càng ngày chúng tôi càng lơ là với những chú tôm hùm loại *mini* này. Tại một nhà hàng ở Kansas City, *crawfish* lớn và trông rất hấp dẫn nhưng tôi vẫn thờ ơ không đụng tay tới. Cái chi quá tải cũng chán chết!

Con đường Bellaire ở Houston là con đường thuần Việt. Ngoài tượng đài chiến sĩ, tượng đài thuyền nhân, cờ xí phấp phới bay, tại phía trước các *mall,* cờ vàng cũng phập phồng theo gió. Hai bên đường rặt những cửa hàng Việt. Thức ăn Việt Nam nơi đây được kể là xuất sắc. Không thua chi ở Little Saigon, nếu không muốn nói là có phần trội hơn. Nơi mà hầu hết du khách thường phải tới là *buffet* Kim Sơn. Cơ man nào là thức ăn Việt. Trong đầu nghĩ tới món gì thì hình như món đó có nằm trên quầy thức ăn. Bánh khọt, bánh bèo, nem nướng, bánh tầm bì đều có. Nguyên góc đồ nước đã có trên hai chục thứ. Ngoài bún riêu, bún ốc, bún bò Huế, phở là thứ thông thường, còn có những độc chiêu như món cao lầu Hội An, món bún cá Trà Vinh hay An Giang chi đó! Đầu óc của tôi không còn đủ chỗ để nhớ tới tất cả các món ăn. Nhiều món lần đầu tôi nghe thấy tên.

Say sưa nói tới chuyện ăn, coi bộ phàm phu tục tử, không văn nghệ chút nào. Thì văn nghệ! Bạn văn của tôi ở Houston khá nhiều. Tới Houston tôi muốn gặp hết nhưng thời gian lưu lại lần này quá ngắn. Nhân ra nhà sách Phương My bàn chút việc, tôi gọi cầu âu cho hai ông Phan Xuân Sinh và Lương Thư Trung hẹn cà phê cà pháo ngay tại Bellaire. Hai ông ra liền. Bạn bè, tới tuổi mỗi lần đi là một lần khó, còn tìm được nhau lúc nào hay lúc đó. Chúng tôi nhìn nhau, tóc đã bạc thêm kể từ lần gặp nhau trước, dễ cũng đã năm năm.

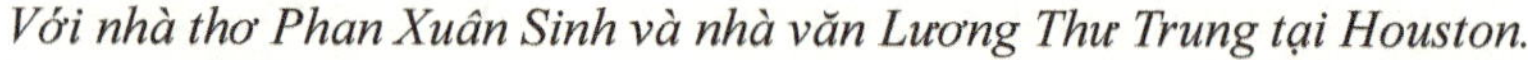

Với nhà thơ Phan Xuân Sinh và nhà văn Lương Thư Trung tại Houston.

Dung nhan có thay đổi nhưng tiếng cười vẫn không giảm bớt cường độ. Còn nắm được tay nhau còn vui. Chúng tôi cứ nắm phần thua trước, để coi chuyện gặp gỡ như một lần được.

Houston còn một nơi chốn Việt mà, khi được biết, chúng tôi nhất định phải tới. Mà phải tới ngay. Trời không chiều lòng người, mưa tầm tã, đi chi nổi. May mà ngày chót trước khi rời Houston, trời nắng ấm, bèn tới. Nơi tới là nhà thờ Việt Nam mang tên Lộ Đức. Đây là một công trình đáng nể mới hoàn thành được vài năm. Nhìn ngôi nhà thờ hoàn toàn Việt Nam, cờ vàng phấp phới, tôi ngạc nhiên trước công trình tốn công tốn của này. Hỏi một giáo dân làm thiện nguyện trong nhà thờ tôi mới biết kinh phí toàn bộ là 11 triệu đô! Xây theo

Nhà thờ Lộ Đức của người Việt tại Houston.

kiểu *gothic*, ngôi nhà thờ chính có ba tháp nhọn xuyên thấu lên trời. Bên cạnh nhà thờ là khu Lộ Đức được mô phỏng hoàn toàn theo núi Đức Mẹ tại Lourdes bên Pháp. Trong lòng ngọn núi giả này là một nhà nguyện ngày nào cũng có lễ. Khu chặng đường thánh giá chạy vòng quanh một khu đất rộng với 14 chặng bằng tượng thật cao bằng người. Phong cảnh giống như tại nhà thờ Saint Joseph ở Montreal.

Tượng đài chiến sĩ tại Houston.

Nếu kể những lần đặt chân tới Chicago thì tôi tới thành phố này đã nhiều lần. Chicago, với tôi, là phi trường O'hara. Và chỉ O'hara. Đây là phi trường thuộc loại khổng lồ làm chóng mặt khách vãng lai. Mỗi khi phải đổi máy bay ở đây là một lần…sụt ký. Nguyên chuyện lo làm sao chạy cho trót lọt từ máy bay vừa đáp xuống tới máy bay sắp bay lên trong một thời gian giới hạn là đủ mệt rồi. Vậy nên khi *book* vé máy bay đi đâu, tôi thường tránh phải đổi máy bay tại O'hara. Đau tim lắm. Nhưng Chicago đâu phải chỉ là O'hara, chuyện bây giờ tôi mới biết. Đó là một thành phố với những *building* chọc trời không thua gì New York. Khác với New York, những tòa nhà cao ngất trời này không đè dẹp thành phố xuống. Chúng chung sống hài hòa với quang cảnh xung quanh. Con sông nhỏ chạy dọc theo khu *downtown* là con tim của Chicago. Dân chúng đi dạo bên bờ sông với những cửa tiệm nho nhỏ dễ thương làm nhẹ bớt cái bóng của những tòa *building* bề thế. Khi tôi tới Chicago, thành phố đang xanh màu lá, không phải lá cây, mà là xanh từ quần áo của những người dân đang túa ra tràn ngập khu *downtown*. Chủ Nhật đó là ngày diễn hành St Patrick. Nhìn đoàn người túa ra đường, ai cũng có tí xanh trên người, tôi bỗng thắc mắc: lễ này là của người Ái Nhĩ Lan, hà chi thiên hạ trên toàn thế giới phải ăn theo? Montreal, nơi tôi định cư, như số đông thành phố khác trên khắp thế giới, năm nào cũng có cuộc diễn hành này mà tôi có thèm ngó ngàng chi tới đâu. Nhưng tôi đang lang thang trên những con đường ở trung tâm Chicago, không muốn ngó thì màu xanh cũng đập vào mắt. Ngay cả những con chó cũng mặc áo, đội mũ, đeo kính xanh. Trong cái lên đồng xanh chung của thành phố, con sông chạy ngang khu trung tâm cũng…lên đồng. Dòng nước bỗng đổi màu xanh lè! Dân chúng reo hò chụp ảnh lia chia. Tôi chẳng hiểu làm sao người ta có thể nhuộm xanh cả một dòng sông như vậy.

Diễn hành *Saint Patrick* chỉ là một lễ hội. Ngày mai màu xanh lá cây sẽ biến mất hết để thành phố trở lại những ngày tháng đích thực của nó. Cái hấp dẫn du khách của Chicago

Sông nước nhuộm xanh trong ngày diễn hành Saint Patrick.

phải là công viên *Millennium Park* cũng nằm ngay khu trung tâm thành phố. Khu đất rộng lớn, cho tới thế kỷ 20, vẫn chỉ là một khu đất bỏ hoang với những đường rầy xe lửa và bãi đậu xe chẳng một chút thẩm mỹ. Cho tới năm 1997, Thị Trưởng Richard M. Daley mới có ý tưởng biến khu đất rộng tới 24 mẫu rưỡi này thành một khu công viên cho dân chúng. Nhờ sự đóng góp của dân chúng, các kỹ nghệ gia và thương gia, cùng sự hợp tác của nhiều kiến trúc sư, nghệ sĩ, chuyên gia đô thị và các nhà vẽ kiểu mẫu, công viên của tân niên kỷ *Millennium Park* mới biến thành một công viên nổi tiếng trên thế giới.

Trong khu vui chơi rộng lớn này có nhiều công trình điêu khắc nghệ thuật nhưng điểm thu hút chính là cái…hạt đậu! Nghe tôi ví von tác phẩm điêu khắc này là cái hạt đậu, đừng tưởng nó chỉ là hạt đậu. Tôi quả có bình dân hóa công trình

Cloud Gate *ở Chicago.*

mỹ thuật lạ lùng này. Tên của nó văn vẻ hơn: *Cloud Gate*, Cửa Mây. Nếu muốn chữ nghĩa một chút có thể dịch là Vân Quan! Đây là công trình của nghệ sĩ người Anh Anish Kapur. Đứng từ xa nhìn vào…cửa mây, bầu trời phản chiếu trông bát ngát, phía dưới đường chân trời là phản hồi của thành phố Chicago. Sở dĩ được như vậy vì toàn thể…hạt đậu là những tấm kim loại bóng loáng được ghép khít vào nhau, có thể phản chiếu trung thực quang cảnh chung quanh. *Cloud Gate* có chiều dài 19, 8 thước và chiều cao đúng một nửa chiều dài: 9,9 thước. Toàn thể công trình cân nặng tới 110 tấn cong vòng khiến hình ảnh phản chiếu mỗi chỗ mỗi khác. Khi thì cái tôi trong…hạt đậu cao ngồng, khi thì ngắn ngủn một khúc. Phía dưới là một cửa vòm cao 3,6 thước. Cửa vòm này lúc nào cũng đông đảo du khách chui vào, ngửa cổ lên. Ai cũng phải cười khi thấy thân hình mình phản chiếu trên

Chen chúc nhau phía dưới vòm Cloud Gate *để lấy hình lạ.*

vòm lùn chút xíu!

Du khách quanh tôi chen chúc nhau chụp hình. Chỉ cần giơ máy hình về phía trước, tưởng như chụp một người nào đứng phía trước, nhưng thật ra là chụp bóng mình phản chiếu trong kim loại bóng lưỡng. Người nào cũng xoay đủ kiểu coi kiểu đứng nào được phản chiếu trông *fun* nhất! Các cặp tình nhân gây rối nhiều nhất, họ chạy loạn xạ, canh cho được những kiểu hình ngộ nghĩnh nhất để về khoe với thiên hạ. Có những trẻ em thú vị khi đặt tay vào sát mặt kim loại, thấy nguyên một thân mình khác nhe răng cười nhìn ra. Có những cô bé lăn đùng ra nằm sát cạnh hột đậu để chộp được kiểu ảnh độc đáo. Ai cũng say mê chụp, không biết sao cho đủ. Nếu thời gian trôi về phía sau chừng chục năm, khi các máy hình còn phải dùng phim, công trình này chắc sẽ được các ông *Kodak, Fuji* vinh danh vì làm đầy túi tiền của họ!

Khi tới Chicago tôi chíp trong bụng giá nào cũng phải tới thăm người đẹp Marilyn Monroe. Dĩ nhiên không phải bằng xương bằng thịt. Giờ mà nàng hiện về, giơ bộ xương thì chỉ có nước chạy mất đất! Nhưng tại Chicago có một bức tượng của MM cao tới 7 thước 80 đặt ngoài trời. Tượng được tạc phỏng theo bức hình quen thuộc cô nàng mặc chiếc váy trắng cũn cỡn tung bay trên miệng hầm *metro* có gió thổi từ dưới lên trong phim *The Seven Year Itch*. Chiếc váy của pho tượng khổng lồ này có thể che mưa che nắng cho đám đông núp phía dưới được. Nếu chui được vào chiếc váy này chắc chóng lớn! Tìm trong chỉ dẫn du lịch, không thấy bóng dáng cô nàng đâu, hỏi người đi đường người nào cũng ấm ớ. Mãi mới được một ông bán hàng trong một siêu thị tận tình chỉ dẫn là tượng đứng ở một công viên của đài truyền hình NBC. Tìm theo chỉ dẫn sao vẫn chưa thấy công viên này đâu. Đành phải níu áo người đi đường, may mà gặp một cô bé dân địa phương ham chơi. Cô báo tin buồn: tượng đã được dời đi New York! Thiệt bé cái lầm. Tôi cứ nghĩ tượng là phải chết đứng một chỗ, hóa ra đây là tượng…giả, nhẹ bâng, dễ dàng di chuyển. Thôi thì chịu phận vô duyên không được núp váy người đẹp!

Chicago là chặng áp chót trên đường trở về Montreal của chúng tôi. Thành phố này đánh dấu đường về bằng một chuyện ít vui: tôi lại thấy tuyết trên đường đi. Gần một tháng trời sống trong nắng ấm, lòng đã quên đi cô nàng tuyết, giờ lại thấy cô ả! Nếu bảo là chúng tôi đi trốn tuyết cũng không hẳn đúng. Trốn tuyết là hành động thường xuyên, có tính toán, năm nào cũng trốn khi nàng tuyết xà tới. Trốn kiểu của

Tượng Marilyn Monroe trước trụ sở báo Chicago Tribune.

Đáng tiền chưa?

tôi là trốn giỡn chơi. Thực ra có định trốn lánh chi đâu. Ông bạn S., năm ni chẵn tuổi hưởng tiền già, muốn thử sức nên định lái xe một cú ngoạn mục khoảng 8 ngàn cây số. Tôi, hơn ông bạn trẻ đúng một con giáp, cũng muốn thử sức… ngồi coi có đau lưng, nhức mỏi chi không. Vậy là hai cặp, bốn người, chúng tôi thử. Còn cục gân nào mang ra chơi tuốt. Ai ngờ dân già cũng còn gân. Chúng tôi đều qua cuộc thử sức mà mấy ông bạn tôi ở Montreal gọi là điên!

Xe nuốt những thước đường cuối cùng từ Toronto về Montreal, coi thời tiết trên *internet* thấy Montreal đang đổ một trận tuyết lớn. Chán mớ đời! Vậy là cuộc trốn chạy coi như huề. Tới nhà, tuyết trên lề đường trắng xóa, chúng tôi phải xuống va-li giữa lòng đường rồi tha vào dần.

Nhìn tuyết phủ trắng xóa, tôi muốn thở dài, mường tượng như cô ả tuyết, tay chống nạnh, miệng cười mỉa, phán: "Có giỏi trốn bà nữa đi!".

03/2015

ĐẠI HÀN: BÊN NGOÀI PHIM BỘ

Phải chi tôi coi phim bộ Hàn Quốc! Thấy mấy đệ tử của phim bộ xứ kim chi tở mở như trở về quê khi tới xứ Hàn, tôi thấy thèm. Nhà tôi cũng có cả vài trăm bộ phim Hàn quốc nhưng tôi chẳng rành bộ nào cả. Thỉnh thoảng coi ké, đá gà đá vịt ít phút, kiến thức phim bộ của tôi chẳng là bao. Kiểm kê ráo riết thì chỉ biết được mấy chiếc cầu bắc qua sông Hàn ở Seoul, nơi các tài tử bị tình nhân đá bàn tọa hoặc có chuyện buồn bã hoặc khó nghĩ, tài tử trong phim thường ra ngồi nhìn những ánh đèn và những tia nước phun ra từ bên cầu vắt

Cầu phun nước trên sông Hàn.

ngang qua sông Hàn.

Một buổi tối, chúng tôi hộc tốc ra chiếc cầu để kịp giờ coi cầu phun nước dưới ánh đèn màu. Hình như cứ mỗi đầu giờ, cầu lại làm mưa một lần. Đêm đó, trời mưa lất phất, tôi che dù đứng dưới mưa chụp hình quay phim. Hàng người đứng bên bờ nhìn lên cầu không đông lắm. Có lẽ vì bữa đó là tối ngày thường không phải cuối tuần, thiên hạ còn bận ngủ để sáng hôm sau đi cầy. Nhìn ngang nhìn ngửa cũng thấy có mấy cặp tình nhân che chung một chiếc dù, khoác vai nhau ngắm…cầu. Nếu nói về sự "hoành tráng" và nghệ thuật thì cuộc biểu diễn phun nước này không có gì đặc sắc lắm nhưng vì nó đã được lên phim nên du khách vẫn muốn tới coi xem thực tế và trong phim ảnh có chi khác nhau không? Dĩ nhiên là khác. Trong phim chiếc cầu như được khoác chiếc áo lộng lẫy hào nhoáng muôn ngàn lần hơn. Dù sao chúng tôi, nhất là các đệ tử phim bộ, vẫn đã được nhìn tận mắt một "tài tử" trong phim.

Một "tài tử" khác là chiếc xe máy đi giao bánh màu đỏ. Anh chàng này xuất hiện trong khá nhiều phim. Một bữa đang lang thang trên đường thì bắt gặp ba bốn chiếc dựng trước cửa một tiệm bánh. Mọi người rối rít như gặp lại người thân. Máy ảnh chĩa ra bấm lia lịa. Tôi cũng quen tay bấm tuy chẳng biết chiếc xe này có chi hấp dẫn. Với tôi, những chiếc xe ba bánh chở đủ thứ hàng như chiếc xe thồ mới là cái đáng chú ý. Khách sạn chúng tôi ở ngay trung tâm thành phố, gần một ngôi chợ, nên loại xe thồ này đậu san sát trên đường. Tôi chú ý tới chúng vì cái vẻ tồi tàn, nhếch nhác của chúng. Ngoài loại xe này, các xe gắn máy hai bánh thồ hàng nhắc tôi

Xe hai bánh giao hàng.

lại những hình ảnh xưa ở Sài Gòn. Chúng cũng chạy như ăn cướp, chen chân với khách bộ hành trên các vỉa hè. Không hiểu sao một nước vào loại khá văn minh như Đại Hàn lại vẫn còn cái vụ xe chen chân người đi bộ như vậy.

Nhưng "nhân vật" nổi bật trong phim Đại Hàn là hoàng cung. Đây là nơi diễn ra các cuộc đấu đá cung đình làm say mê khán giả của các phim cổ trang Đại Hàn. Hoàng cung ngày nay ồn ào như một cái chợ. Nó nằm ngay trên một con lộ rộng rãi, xe cộ lưu thông nườm nượp. Muốn qua đường phải chờ đèn xanh khá lâu. Ngay khi nhìn thấy cửa chính của hoàng cung, các đệ tử phim Hàn đã nháo nhác. Y chang như trong phim! Thì phải y chang chứ sao! Đám đông du khách chen chúc nhau đứng ở ngoài cửa vì mấy ông lính gác. Họ ăn vận màu mè, đứng theo hàng ngay trước cửa hoàng cung,

Lính canh gác trước hoàng cung.

Cổng chính vào hoàng cung.

ông cầm cờ đuôi nheo, ông cầm giáo. Họ đứng không nhúc nhích như một pho tượng. Du khách canh me vào đứng cạnh chụp hình. Có bà còn véo tay ông lính coi cho chắc ăn là người thật chứ không phải người giả! Bị nắm, véo, kéo mà các ông vẫn phải đứng như tượng. Đứng như vậy mỏi chết. Vậy nên mới phải đổi ca. Khi đổi ca họ đi rập ràng trông khá bắt mắt.

Qua cổng chính, du khách vào tới một chiếc sân rộng. Tới đây thì chưa bị ai hỏi vé. Phòng bán vé nằm ở một dãy nhà phía bên phải. Tới mua vé mới hay nơi này quá…văn minh. Người cao niên từ 65 tuổi trở lên được miễn phí. Vậy là hân hoan rút *passport* ra để chứng minh tuổi già. Qua chiếc sân rộng mới vào tới cung chính. Chỉ có một tòa nhà chẳng lấy chi làm rộng lắm, phía trong có một chiếc ngai

Bức vẽ đoàn rước hoàng đế ngày xưa trên đường dẫn tới hoàng cung ở Seoul.

Ngai vàng trong hoàng cung.

vàng và mấy cổ vật lẻ tẻ. Cung điện ở Nhật và Đại Hàn khác xa với Thiên An Môn ở Bắc Kinh. Nhỏ nhắn và bình dị hơn. Cung điện của Trung Quốc hào nhoáng, màu mè, rộng rãi, nhà trên nhà dưới, nhà cho cung nữ, tam cung lục viện rất rềnh rang. Chốn thâm cung của…thiên tử có khác! Điều này chứng tỏ mấy anh vua xứ con trời xa cách dân hơn.

Từ khách sạn tới hoàng cung, chúng tôi đi bộ, không xa lắm. Trước khi tới hoàng cung có một con đường được đào sâu xuống thành một chiếc hào dẫn tới cửa hoàng cung. Cũng giống như ở Nhật Bổn, đoạn đường nằm dưới sâu này có một con suối nước chảy róc rách ở giữa. Nhưng có khác là trên vách tường phủ kín bức tranh dài suốt con đường làm bằng gạch vuông nhỏ ghép lại rất mỹ thuật. Tranh mô tả cuộc xuất hành của vua với đầy đủ đoàn tùy tùng rất uy nghi.

Cuối đường, leo lên, là công viên rộng lớn trước hoàng cung. Bên một góc công viên có một dãy nhà tiền chế treo cờ quạt rất bắt mắt. Vào coi mới biết đây là khu trưng bày hình ảnh vụ phà chìm vào tháng 5 năm 2014 làm chết gần 300 người trong đó phần lớn là học sinh một trường trung học. Vụ này đã khiến Thủ Tướng phải từ chức. Hình ảnh các em học sinh trẻ trung yêu đời khi sinh hoạt tại trường làm mọi người ngậm ngùi hơn khi đối chiếu với hình ảnh những thi thể trẻ măng được vớt lên từ biển cả.

Bước chân ra khỏi căn lều nhắc nhở tới tai nạn tưởng chừng không thể xảy ra ở một nước tân tiến, tôi sững sờ tưởng như đang trong mơ: Đức Trần Hưng Đạo đứng ngạo nghễ trước mắt! Bức tượng đứng tít trên một chiếc đế cao vút trông quen thuộc đến nỗi tôi đinh ninh đó là Đức Thánh

Trần đang đứng trên bờ sông Sài Gòn. Tỉnh cơn mê ra mới thấy bị ám ảnh. Đức Thánh Trần đâu có mặc nhung phục Hàn Quốc! Nhưng vị anh hùng đứng cao chót vót kia cũng có điểm chung với Đức Trần của chúng ta. Cả hai đều đánh đuổi quân xâm lược đất nước bằng những trận thủy chiến. Đức Trần Hưng Đạo ba lần đánh bại quân Nguyên Mông khiến lũ trẻ chúng tôi ngày xưa được căng miệng ra hát với hào khí ngất trời: *"Trên sông Bạch Đằng, quân Nam ầm reo, sóng nước vang đưa bao con thuyền mành trôi theo…"*. Không biết trẻ em Đại Hàn ngày nay có bài hát…Bạch Đằng như lũ chúng tôi xưa không nhưng cái ông đứng trên bệ cao kia cũng là một Đô Đốc Hải Quân đi vào lịch sử như Đức Trần của chúng ta tuy ông này sanh sau đẻ muộn hơn. Đức Thánh Trần của chúng ta ba lần chiến thắng quân Nguyên và quân Mông vào những năm 1258, 1285 và 1288 trong khi Đô Đốc Yu Sun Shin của Hàn quốc hai lần đánh đuổi quân Nhật xâm lăng vào năm 1592 và 1598, chậm hơn Đức Thánh Trần ba thế kỷ. Cái chết của hai vị tướng tài cũng khác nhau. Đức Thánh Trần sau khi chiến thắng giặc phương Bắc ba lần đã lui về Vạn Kiếp và mất tại đây vào năm 1300. Còn tướng quân Yu Sun Shin hy sinh ngay tại trận tiền. Quanh tượng của Đô Đốc Shin là những vòi phun nước liên tục trắng xóa như nhắc nhở tới chiến trường sông nước xưa.

Đi thêm về phía hoàng cung, tôi bắt gặp một bức tượng khác. Ông này coi bộ nhàn nhã hơn: ngồi chứ không đứng mỏi chân như tướng quân Shin. Đọc tấm bảng ghi chú dưới chân tượng bằng tiếng Anh, tôi tạm dịch như sau: *" Hunmin jeongeum:* ngôn ngữ của dân tộc ta khác với ngôn ngữ Trung

Tượng Đô Đốc Yi Sun Shin.

Hoa nên không thể diễn tả bằng chữ viết của Trung Hoa được. Vì vậy, tiếng nói của nông dân chúng ta không được mọi người hiểu đúng. Ta thấy buồn vì tình trạng này. Vì vậy, chữ viết gồm 28 đơn vị được phát minh. Mong muốn của ta là mỗi người dân Hàn đều học hỏi thứ chữ mới này và dùng chúng trong sinh hoạt thường ngày". Vậy là tôi bé cái lầm vì nhìn qua cứ tưởng *Hunmin jeongeum* là tên người sáng tạo ra thứ chữ quốc âm Hàn đang ngồi chễm chệ trên bục cao. Thực ra *Hunmin jeongeum* là tên của chiếu chỉ ban hành thứ

Tượng hoàng đế Sejong, người ban hành chữ quốc âm của Hàn.

chữ mới này của Hoàng Đế Sejong vào thế kỷ thứ 15. Vậy thì cái ông ngồi trên bệ kia chắc là Hoàng Đế Sejong! Nhìn kỹ thì thấy khuôn mặt có tướng vua thật.

Vậy là Hàn quốc cũng như ta, đã dùng chữ Hán và đã vùng vẫy ra khỏi thứ chữ tượng hình này bằng cách đặt ra một thứ chữ riêng cho dân tộc. Vậy nên chữ Hàn coi thấy giản dị hơn và có hình thức khác với chữ Hán. Có nhiều hình tròn chứ không vuông vức. Nhưng Việt Nam ta đi xa hơn. Từ chữ Nôm đã chuyển qua chữ Quốc Ngữ như chúng ta dùng ngày nay.

Còn một thứ các đệ tử của phim Hàn quốc quen thuộc là thứ bánh mực. Tôi không thấy thứ bánh này tại Seoul nhưng thấy vài tiệm tại Nhật Bổn. Thứ bánh này được làm trong chiếc khuôn lớn có những lỗ tròn như tổ ong. Các bà bảo giống khuôn làm bánh khọt của ta. Người làm bánh này có đôi tay khéo léo vô cùng. Họ dùng một cái xiên thoăn thoắt xiên trở bánh từ chiếc này qua chiếc khác trông vô cùng bắt mắt. Bánh làm bằng bột có một miếng nhân mực. Tôi ăn chẳng thấy ngon chi. Không hiểu sao nó lại đi vào phim thành món ăn quen thuộc như vậy.

Thức ăn Đại Hàn thường rất ngon, ngon hơn đồ ăn Nhật. Nhưng giống Nhật là dùng toàn hải sản. Muốn kêu món chi thì khởi đầu nhà hàng cũng mang ra ba đĩa kim chi nhỏ để lai rai trước. Kim chi có hàng chục thứ. Hình như cái chi cũng thành kim chi được. Kim chi thường cay vừa vừa. Nhưng đụng tới kim chi ớt thì tốn nước mắt nước mũi lắm. Vậy mà cái tính tò mò cái chi cũng muốn biết làm tôi phải một phen khốn đốn vì cay. Mấy cô bé Hàn được nuôi bằng kim chi, không biết có cay không, làm sao biết được, nhưng mướt thì có mướt. Em nào em nấy cao ráo, trắng trẻo, mặt mũi ưa nhìn. Mấy bà nói bâng quơ: nhìn dzậy nhưng không phải dzậy đâu, toàn nhờ dao kéo cả! Hình như vậy thật. Sự thực ở sâu bên trong làm sao biết chắc được!

Kim chi là quốc hồn quốc túy của dân Hàn. Chẳng vậy mà khi gặp một đám học sinh trung học khoảng 13, 14 tuổi, trai có gái có, chơi đùa ngoài sân một bảo tàng viện, mặt em nào em nấy sáng quắc, tươi rói, tôi giơ máy hình lên bấm lia lịa. Thấy du khách chụp hình, các em tụ lại, giơ tay thành hình chữ V. Một cô bé mặt mũi sáng sủa, ngây thơ ráp tiếng Anh lỗ mỗ hỏi chúng tôi từ đâu tới. Khi nghe tới tên Canada, cô bé tinh quái, vừa cười vừa giơ tay vẽ lên không gian. Tôi thấy ngay đó là hình chiếc lá phong trên cờ Canada.

Vui chơi với học sinh Hàn.

Canada được dân Hàn cũng như dân Nhật biết tới nhiều. Trong các phim bộ Hàn quốc các nhân vật cứ dọa đi Canada hoài. Khoái Canada nhưng khi một ông bạn tôi đổi tiền tại một trung tâm thương mại lớn ở Nhật thì họ lại không nhận đổi tiền Canada, chỉ nhận tiền đô Mỹ! Các em kéo chúng tôi vào chụp ảnh chung. Trước khi ông bạn bấm máy, ông hô *cheese* như thói quen, các em sửa lại: *"kim chi"*! Thứ nào cũng bắt người ta cười mím…chi!

Kiếm một món ăn có thịt, nhất là thịt bò, coi bộ khó. Cả ở Hàn lẫn ở Nhật. Một lần mấy ông bà bạn gọi món thịt bò, giá mắc gấp đôi món ăn hải sản, khi đĩa thịt bò được mang ra thì hỡi ôi, đếm được đúng chín miếng! Khô không khốc, dai nhách dai nhơ. Ai ăn ai nhịn? Chẳng cái dại nào bằng cái dại nào! Trong khung cảnh thịt bò quý như vàng nơi đây

Phở Bay.

mà lại có tiệm phở bò! Đó là tiệm Phở Bay. Không hiểu tô phở thịt thà ra sao nhưng giá đắt gấp rưỡi một tô mì hải sản. Khi chúng tôi tới thì tiệm chưa mở cửa nên không được nếm hương vị quê nhà nơi đất khách.

Nhưng cần chi thịt thà, có dịp ăn…chay thì cứ ăn, đồ hải sản tươi rói có khi ăn ngon hơn thịt. Có lần tôi vào một nhà hàng, nhìn hình chụp, kêu đại một tô mì nghêu. Nghêu còn nguyên vỏ nằm la liệt trong tô, ngọt ơi là ngọt! Đó là tô mì tôi nhớ đời tuy chỉ phải trả có 6 ngàn *won*, khoảng 7 đô Canada.

Seafood tươi lềnh khênh trong khu chợ cá ở Seoul. Hình như không có một thứ chi sống dưới biển mà không có mặt trong khu chợ cá này. Gọi là chợ cá chứ tôi còn thấy cả con cầu gai, đỉa biển và nhiều thứ chẳng biết là cái giống chi.

Một sạp bán hải sản trong chợ cá.

Bà bán hàng nơi cửa hàng chúng tôi tụ lại rất vui tính luôn tay luôn miệng quảng cáo. Những lời quảng cáo từ miệng bà dĩ nhiên chẳng làm chúng tôi bận tâm nhưng tay bà là cả một nghệ thuật quảng cáo. Hầu như con chi cũng còn bơi lội trong các bồn chứa. Bà bốc hết con này tới con khác ra , để trên bàn tay cho chúng giẫy đành đạch, dí vào sát người chúng tôi để mời mua. Con đỉa biển, lần đầu tiên tôi thấy trong đời, là màn quảng cáo vui nhất. Đỉa biển hình ống tròn, lớn bằng hai ngón tay cái, ngo ngoe trong tay bà. Bà nắm chúng lại và bóp. Từ đầu (hay đuôi?) một dòng nước phun ra có vòi! Thấy màn trình diễn khá ngoạn mục, tôi yêu cầu bà làm lại để quay phim. Bà vui vẻ diễn lại, xong cười ngoặt nghẽo, mặt đỏ lên. Tôi chẳng hiểu vì sao bà cười mà mặt đỏ đến thế.

Chợ cá là một địa điểm thu hút nhiều du khách. Họ chụp hình quay phim nhiều hơn mua. Đi chơi ai muốn vương bận với thứ tanh tưởi như vậy. Chúng tôi cũng tưởng như vậy nên tôm càng bự con, cua lớn nhúc nhích, cá đủ loại tung tăng bơi lội, trông phát thèm mà không dám mua. Nhưng khi bà bán hàng cho biết là ở trên lầu có dịch vụ chiên nấu hải sản theo ý khách. Muốn sao cũng được, ăn ngay tại chỗ, thì cái cân của bà làm việc túi bụi. Trên lầu là nơi nhậu nhẹt. Tôm, cá, cua do khách mua mang lên, nhà hàng chỉ lấy tiền công nấu nướng. Tiền này tính theo đầu người. Mỗi đầu người 3 ngàn *won*. Khi ra về để ý mới thấy chung quanh khu chợ cá toàn những tiệm chiên xào nấu nướng ăn theo chợ như vậy.

Khách sạn chúng tôi ở gần chợ Jungbu. Đây cũng là chợ chuyên bán hải sản nhưng là hải sản khô. Tôm khô, mực khô, cá khô, không biết còn thứ chi khô nữa không. Chợ rộng lớn như chợ Bến Thành, chia ra từng sạp, đi hết cũng bở hơi tai. Nhưng vì chúng tôi chỉ cần bước ba bước là đã tới chợ nên đi hầu như khắp chợ. Ngoài hải sản khô, tôi thấy có một sạp bán toàn ớt khô, ớt bột, ớt giã nhỏ. Dân kim chi có khác, cay ác!

Trước ngày về, chúng tôi thi nhau ra vác đồ khô mang về làm quà. Mực khô, cá khô, không ướp gia vị chi cả, vậy mà ngọt lịm. Tay xách nách mang, đi tới đâu vang lừng mùi… khô! Khi về tới Montreal, giấy khai quan thuế phải hài rõ có mang *seafood*. Vậy là có màn đối thoại với nhân viên quan thuế phi trường. *Seafood* ông mang là thứ chi? Mực, cá xấy khô! Ông mua ở đâu? Nhật Bản và Đại Hàn. Cô quan thuế ký cái rẹt cho đi. Như vậy Nhật và Hàn cũng có uy tín. Nhưng có một điều nhân viên quan thuế không biết là khu chợ đồ

Ăn đường ăn chợ!

biển khô Jungbu rộng rãi là vậy mà tuyệt không có một con ruồi. Họ sạch tới vậy sao? Tôi không nghĩ như vậy bởi vì rác rưởi nơi đây không thiếu, rất khác với Nhật. Họ còn khạc nhổ ngay trên đường rất mất vệ sinh. Vậy tại sao ruồi không bén mảng tới đây? Một bà có máu đa nghi buột lên câu hỏi: hay đây bán đồ *made in China* tẩm hóa chất nên ruồi tránh xa? Nghe cũng không phải là không có lý nhưng chẳng làm sao kiểm chứng được. Đồ khô đựng trong những thùng các-tông lớn rồi chiết ra những bao nhựa nên bao không có một chữ nào cả. Vào giờ khuya, khi chợ vãn người, các xe máy hai bánh thồ từng thùng hàng vào chợ, nếu tinh ý đọc chữ trên thùng hàng chắc cũng có thể biết xuất xứ món hàng nhưng họ chạy ào ào, lo tránh xe đã đủ mệt, mắt đâu mà nhìn chữ với nghĩa!

Tôi vẫn tưởng là hàng *made in China* không thể có mặt tại Nhật và Hàn. Chắc nhiều người cũng nghĩ như vậy. Nhưng chúng vẫn có, nhiều chứ không ít. Vào một tiệm bán đồ điện tử ở Tokyo, số hàng làm ở Trung Quốc nhiều hơn hàng làm ở Nhật. Thứ nào *made in Japan* được cửa hàng viết chữ to kềnh như muốn đập vào mắt khách mua hàng. Từ khi biết là anh thày lòn Trung Quốc có mặt tại Nhật và Hàn quốc có in rõ *made in China* chứ không dấu diếm chi cả, chúng tôi cẩn thận hơn khi mua bán. Tránh như tránh hủi thứ hàng vừa dởm vừa độc địa ở bên đây, vậy mà đi Nhật đi Hàn lại tha thứ *made in China* về thì còn ra cái thống chế chi nữa!

Dạo quanh chỗ ở, tôi thấy một điều khá vui. Khu này là khu thương mại, cửa hàng san sát. Mỗi con đường bán một loại hàng. Tôi thấy có đường chuyên bán vật liệu xây cất, đường bán đèn, đường bán giấy và nhà in và nổi trội nhất là đường bán xe gắn máy và mô-tô. Nhìn lên bảng tên đường, tôi không biết thứ chữ ngoằn ngoèo trên đó có phải là *Phố Hàng Đèn, Phố Hàng Giấy* hay *Phố Nhà In* không?

Dân Hàn dùng nhiều xe hai bánh. Loại xe này chạy khá hỗn. Leo cả lên lề đường dành đất với khách bộ hành. Dĩ nhiên không nhiều như ở Việt Nam. Xe hơi hầu như toàn xe nội địa như *Huyndai, Kia.* Ở Nhật tôi cũng thấy như vậy. Nhan nhản ngoài đường là xe *Toyota, Nissan* nhưng *Honda* lại ít thấy.

Khi biết tôi đi Đại Hàn, mấy ông bạn giao cho tôi nhiệm vụ rất nghiêm trọng: nghiên cứu tình hình thịt cầy tại xứ có tiếng là đả cẩu. Tôi có để ý các quán nhậu nhưng không thấy bóng dáng chiếc đùi vàng ngậy đặc trưng của loài cẩu mà chỉ thấy toàn lòng heo. Hai bà bạn đã có lần xâm mình thử thứ lòng này. Tôi kỵ thứ thường có mùi hôi nên không mặn mà chi. Hai bà cho biết là lòng ở đây ngon lắm, không có mùi chi cả.

Vẫn canh cánh trong lòng nhiệm vụ được giao phó, tôi lắng lặng nhìn ngang ngửa mỗi khi đi qua một tiệm nhậu. Kể cũng lạ, dân Hàn xực thịt cầy còn bạo hơn dân Việt ta, mỗi năm họ xơi tái tới 2 triệu rưởi chú cẩu và có tới 20 ngàn tiệm thịt chó trên toàn quốc, doanh thu tới 2 tỷ đô Mỹ, vậy mà sao chúng biến đâu hết dưới con mắt thám tử của tôi? Hay là vì tôi tới Seoul sớm quá? Ngày 7 tháng 8 mỗi năm, ngày nóng nhất ở Hàn, mới là ngày hội thịt chó mà họ kêu là *bok nal*. Ngày này họ hàng nhà cẩu bị hy sinh nhiều nhất. Hay có lẽ từ Thế Vận Hội năm 1988 và *World Cup* năm 2002, bị thế giới chê cười, chọc quê, nên thịt chó đã rút vào bóng tối? Tôi không tin là một tập tục có từ thời nào thời nao tới nay bỗng chốc bị dân Hàn bỏ rơi cái rụp dễ dàng như vậy. Niềm tin của tôi được củng cố vì một sự kiện xảy ra vào ngày 5 tháng 3 năm 2015. Ngày đó ông Đại Sứ Mỹ tại Seoul bị một ông tên Kim Ki-jong dùng dao rạch nhiều vết trên mặt và tay. Ông này đã 55 tuổi nhưng còn khỏe, đã tiến tới từ phía sau, ghì ông Đại sứ xuống bàn, hét lớn "Nam Bắc Hàn phải được tái thống nhất" và ra tay rạch. Ông Đại Sứ Mark Lippert, 42 tuổi, được đưa vào bệnh viện và phải khâu tới 80 mũi, nằm nhà thương tới 4 ngày. Ngay khi vừa được giải phẫu xong, một cụ ông người Hàn 70 tuổi đã tới bệnh viện tặng ông Đại Sứ món thịt chó và canh rong biển. Ông già này giải thích: theo phong hóa cổ truyền của Đại Hàn, thịt chó là thứ bồi bổ cho bệnh nhân sớm hồi phục sau khi giải phẫu. Tuy nhiên bệnh viện đã từ chối món quà này vì những quy định thực phẩm an toàn của bệnh viện.

Mới năm ngoái, thịt chó còn được dân Hàn quý trọng như thế, vậy mà chỉ một năm sau, khi tôi tới, sao lại không trông thấy một chú cẩu nhe răng nào vậy cà? Hay là trong những con chữ loằng ngoằng trước cửa các tiệm nhậu, biết đâu chẳng có những hàng chữ đại loại như *cờ tây, đây rồi, sống trên đời, lá mơ* mà tôi mù chữ đọc không ra! Biết ăn nói làm sao với các ông bạn đang mỏi mắt mong chờ ở Montreal đây?

Vậy cho nên tôi vẫn canh cánh bên lòng chút hậm hực khi quy hồi Montreal!

05/2016

NHẬT BỔN: CÒN NHIỀU THÚ VỊ

1.

Thập niên 1950 và 1960, tại Sài Gòn có phong trào tìm kiếm lịch của Nhật để treo tại phòng khách. Lịch càng lớn, chủ nhân càng hãnh diện. Tôi nhớ lịch Nhật hồi đó thường trình bày một cô gái Nhật mặc *kimono* đứng bên cạnh một tấm hình phong cảnh của Nhật. *Kimono* gồm nhiều kiểu rất đẹp, phong cảnh thường nhất là núi Phú Sĩ và hoa anh đào, hai thứ coi như biểu tượng của nước Nhật. Ngoài ra còn có những mái đình chùa và những tòa cao ốc tại thủ đô Tokyo. Những hình ảnh thấy hàng ngày trong phòng khách trở nên quen thuộc. Nhật không phải là nơi xa lạ dù chưa hề đặt chân tới Nhật.

Ít nhất đó là cảm tưởng của tôi khi đặt chân tới Nhật vào những năm 1967 và 1970 khi còn làm công chức. Hai chuyến đi xa đó hoàn toàn vì công vụ. Hầu như toàn thời gian chỉ ở trong phòng hội và các buổi tiệc tùng. Nước Nhật chỉ lớt phớt bên ngoài cửa kính xe hơi lúc di chuyển. Vài ngày ở Nhật trong hoàn cảnh đó chẳng có thể coi như là "cưỡi ngựa xem hoa". Lần này tôi cũng chỉ coi như "cưỡi ngựa xem hoa" dù thời gian ở Nhật là hai tuần lễ và toàn thời gian chỉ để rong chơi nơi xứ mặt trời mọc. Lịch sử Nhật tôi lõm bõm, dân Nhật tôi chỉ biết qua các nhân vật tiểu thuyết của các tác giả Nhật đoạt giải Nobel văn học như Yasunari Kawabata và Kenzaburo Oe và một vài tác giả nổi tiếng khác. Vậy thì tôi đâu có tư cách gì mà viết về Nhật. Thôi thì, như một du khách, tôi chẳng có tham vọng chi hơn là nhìn nước Nhật một cách phiến diện qua chính mắt mình. Một kiểu "nước Nhật dưới mắt tôi". Hai tuần cưỡi ngựa, mỏi lưng hết biết, nên phải hạ mã. Xuống ngựa, tôi đi xe lửa.

Nói tới xe lửa ở Nhật phải nói ngay tới tầu tốc hành. Hình ảnh của chiếc tầu tân kỳ có đầu tầu như đầu cá mập này tôi đã được coi từ lâu. Và cũng đã từ lâu tôi ấp ủ ước mong được cưỡi trên mình con cá mập này. Khi tới bến ga tôi quả có hồi hộp. Lúc mũi con tầu vào ga tôi ngây người đứng nhìn đoàn tầu vùn vụt chạy trước mắt trước khi ngừng lại đúng ngay chỗ vạch

Đầu tầu tốc hành shinkansen trông như đầu cá mập.

đứng chờ cho từng toa. Chính xác là chỉ dấu của con tầu tân tiến này. Tầu tới không sai một giây, ngừng không sai một phân.

Lòng tầu như trong một chiếc máy bay với những hàng ghế sang trọng và tiện nghi y như ghế máy bay. Phải nói hơn ghế máy bay mới đúng vì dưới chân ghế, phía ngoài, có một bàn đạp nhỏ, dùng chân đạp nhẹ bàn đạp, người ta có thể xoay cả hàng ghế ba chỗ ngồi từ trước ra sau. Nếu sáu người trên hai hàng ghế sát nhau là bạn bè thân hữu thì hai hàng ghế xoay mặt vào nhau tha hồ chuyện trò rôm rả hoặc đánh bài hay ăn uống với nhau.

Các tiếp viên trên tầu cũng ăn diện đẹp đẽ như các tiếp viên hàng không. Có nhiều nàng rất bảnh gái. Tôi có gặp một cô nàng đẩy xe đi bán đồ ăn xinh như…*robot*. Tôi nghĩ các nhà sáng chế ra búp bê *robot* đã dựa vào nhan sắc này để tạo

Quay ghế trên tầu tốc hành để xòe!

thành khuôn mặt thơ ngây, ngơ ngác như thiên thần. Tất cả các tiếp viên, dù nam hay nữ, mỗi khi vào hoặc rời toa tầu để làm phận sự đều cúi đầu chào các hành khách. Tôi thích phong cách điều hành tầu, chẳng phải vì cô tiếp viên búp bê tôi gặp, mà vì một câu nhạc mở đầu trước khi có thông báo chạy trên màn ảnh của tầu. Đó là một câu nhạc cổ điển tây phương nghe rất phấn khởi. Hàng chữ thông báo ga tới hoặc thông báo hành trình của tầu bằng tiếng Nhật và tiếng Anh rất tiện lợi cho du khách mù tiếng Nhật.

Tầu tốc hành tiếng Nhật kêu là *shinkansen* có tốc độ đáng nể 320 cây số/giờ. Nghe thấy mà chóng mặt. Nhưng khi ngồi trên con tầu lướt nhanh, người ta không cảm thấy chóng mặt. Phong cảnh hai bên đường vụt qua khá nhanh nhưng mắt vẫn ngắm cảnh được một cách bình thường. Hiện nay đoàn tầu

Cô tiếp viên xinh xắn trên tầu tốc hành: người hay robot?

gồm có năm đoàn mang các tên Hikari, Sakura, Kodama, Mizuho và Nozomi. Trong hai tuần ở Nhật, tôi chỉ được đi trên các tầu Hikari và Sakura. Mỗi con tầu thường gồm 16 toa hoặc 8 toa. Trong giờ cao điểm tầu có thể hết chỗ ngồi, hành khách có thể đứng hoặc nếu thương cặp giò thì chờ chuyến sau. Tôi chưa bao giờ phải đứng trên "viên đạn" lao nhanh này, dù đi tầu hàng ngày, vì đã cẩn thận giữ chỗ trước. Nếu tàu có 16 toa thì 5 toa đầu dành cho hành khách không giữ chỗ trước. Nếu tầu có 8 toa thì chỉ có 3 toa đầu là dành cho hành khách…tự do. Các toa khác dành cho những người đã ghi tên giữ chỗ. Muốn giữ chỗ chỉ cần mang vé tới quầy ghi số ghế.

Hành khách Nhật mua vé ra sao, tôi không biết nhưng du khách có thể mua vé tầu trước khi tới Nhật bằng *internet*. Có thể mua vé từ một tới ba tuần. Chúng tôi ở Nhật hai tuần nên mua vé hai tuần. Ngay khi tới phi trường là có thể tới quầy lấy vé sử dụng liền. Vé có hạng thường hạng sang. Giá vé hạng thường: 1 tuần: 260 đô; 2 tuần: 415 đô; 3 tuần: 531 đô. Hạng sang: 1 tuần: 348 đô; 2 tuần: 563 đô; 3 tuần: 732 đô. Hạng sang khác hạng thường ra sao, tôi đã có lần đi lạc vào một toa hạng sang nên đã biết rõ. Ghế bọc nhung rộng rãi, ngồi rất êm ái và thoải mái. Đại khái cũng như ghế máy bay hạng thường và hạng *business*. Vé này của công ty Japan Railways nên không những có thể dùng cho xe lửa tốc hành mà còn có thể dùng cho tất cả các xe lửa thường, xe buýt, *metro* và phà qua sông miễn là thuộc công ty JR. Tại các thành phố có thể có các phương tiện chuyên chở công cộng khác do thành phố hoặc các công ty vận chuyển khác điều hành thì dù có vé tuần của công ty JR hành khách vẫn phải móc túi trả tiền cho chuyến đó sau khi lên xe. Nói trả tiền vé sau khi lên xe là nói ngược, nhưng ở Nhật chuyện chi cũng ngược ngạo. Lái xe bên trái là chuyện không giống phần lớn các nước khác đã đành. Lên xe buýt hoặc lên tầu bằng cửa sau, chẳng có ai hỏi vé, nhưng khi xuống xe phải xuống bằng cửa trước, trình thẻ hoặc bỏ tiền vào hộp dưới mắt kiểm soát của tài xế. Kiểu ăn bánh xong mới trả tiền là một điều khác thường với chúng ta. Ở Montreal chẳng hạn, lên *metro* hay xe buýt, hành khách phải trả tiền trước khi leo lên xe. Tại sao lại có chuyện ngược đời như vậy ở Nhật? Biết hỏi ai, thôi thì lòng hỏi lòng. Tôi nghĩ có lẽ người dân ở đây đặt lòng tin vào con người cao hơn ở những nơi khác. Chuyện của rơi ngoài đường không bao giờ mất tôi có đọc được trên báo chí nhưng trong thời gian ở Nhật tôi chưa thấy. Nhưng chuyện tôn trọng, tin tưởng nhau một cách tuyệt đối

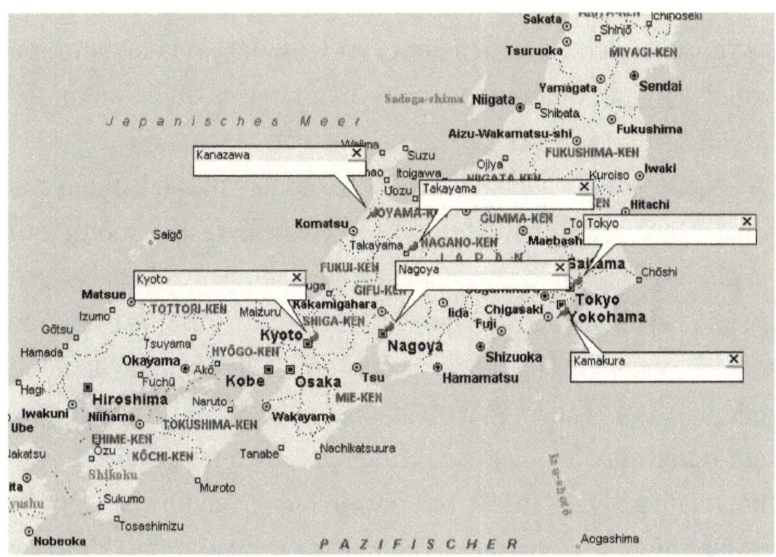

Bản đồ các tỉnh miền Nam nước Nhật.

tôi đã thấy. Thường thì khi xuống xe, hành khách phải xuống bằng cửa trước để chi tiền hoặc trình vé với bác tài, nhưng khi khách xuống đông, bác tài mở cả cửa sau cho khách xuống. Nếu khách có ý gian thì cứ phơi phới bỏ đi, bác tài đang tíu tít với khách đâu có biết. Nhưng tôi để ý thấy các khách xuống bằng cửa sau bao giờ cũng bước lên thềm cửa trước để trả tiền hoặc trình vé đang hoàng, chẳng có ai trốn vé cả.

Tầu tốc hành chạy kiểu…ăn cướp như vậy nên việc đi từ thành phố này tới thành phố khác rất nhanh chóng và tiện lợi. Chuyến du lịch này chúng tôi đặt trọng tâm tại miền Nam, từ Tokyo trở xuống, nên chỉ cần thuê khách sạn cố định tại một nơi (dĩ nhiên là tìm nơi nào có giá khách sạn rẻ nhất) và di chuyển đi du hí ở các thành phố khác trong vòng một hoặc hai tiếng. Nhanh như dùng xe nhà. Thành phố chúng tôi đóng đô là Okayama, nằm ngang với Kobe và Osaka, dưới

Kyoto và nhích trên Hiroshima và Himeji. Đó là các nơi mà chúng tôi định thăm viếng. Sáng bảnh mắt ra đi, chiều tối trở về, cứ *shinkansin* mà cưỡi, tiện hết biết.

Ngoài tầu tốc hành, chúng tôi đã leo lên đủ các loại tầu của Nhật. Hành khách hầu như lúc nào cũng đông đảo, giờ đi làm và giờ tan sở thì ôi thôi, chen chúc nhau như nêm. Chưa bao giờ tôi lại phải chen chúc trên tầu như vậy. Người chật kín trong các toa, vậy mà tại mỗi ga, đoàn người đứng chờ lên tầu vẫn đông nghẹt. Người ta nhắm mắt nhắm mũi chen lên tầu, xô dạt những người trên tầu dồn thành cục cứng ngắc, trẻ già trai gái mặc sức mà…thân ái. Dân Nhật đi tầu chuyên nghiệp có lối chen lên tầu rất hữu hiệu. Thay vì bước vào tầu, họ cho cái lưng vào trước rồi đẩy cho tới khi nào thân người họ sát vào được trong cửa, mặc không biết khối người bị đẩy sống chết ra sao. Đàn bà bị chen lấn sát sạt như vậy coi bộ bất tiện nên có những toa tầu dành riêng cho các bà các cô. Làm sao biết được toa nào là toa dành riêng? Dễ ẹt. Trên chỗ chờ tầu có những nơi in mũi tên đỏ chót với hàng chữ Nhật và Anh ghi *"women only"*. Không phải…*woman* đừng héo lánh tới kẻo quê một cục!

Nhưng có lẽ các toa dành riêng như vậy không đủ nên các bà các cô vẫn phải chen vai thích cánh với đám đông. Trong hoàn cảnh chật chội như vậy, họ vẫn ngủ được như thường. Các cô gái cũng mặc sức gật gà gật gù dù phải đứng trong một không gian chỉ có thể ngước đầu lên thở. Nhất là khi họ đi làm về. Người nào người nấy mặt mũi bơ phờ. Ít thấy họ cười. Và cũng ít thấy họ nhường chỗ cho người khác dù những người này thuộc diện già cả hoặc có con nít. Một lần, một bà mẹ trẻ có hai con khoảng năm, sáu tuổi, có được một chỗ ngồi trên tầu. Hai đứa trẻ ngồi trên đùi mẹ khóc nhèo nhẹo vì chật chội. Anh thanh niên ngồi cạnh vẫn tỉnh bơ không nhúc nhích. Bà xã tôi ngồi bên cạnh anh thanh niên chịu không nổi nên đứng lên nhường ghế. Anh thanh niên lúc đó mới chịu nhích người sang chỗ bà xã tôi vừa nhường để đứa trẻ có chỗ ngồi cạnh mẹ. Thấy thì kỳ nhưng quả thật thanh niên Nhật thiếu ga lăng. Suy nghĩ thêm một chút thấy cũng phải có lý do. Họ quá mệt cho một cuộc sống quá vất vả. Khuya lắc khuya lơ vẫn còn có những người tan sở về nhà. Người nào cũng đóng bộ vét đen với cà vạt đàng hoàng. Hình như những người làm văn phòng đều đồng phục trang trọng như vậy. Tôi thấy thương hại họ quá cực nhọc trong một xã hội đầy cạnh tranh. Họ không đi mà chạy! Chạy ngoài đường và nhất là chạy trong các nhà ga

Dân cổ cồn cà vạt chen chúc nhau qua đường.

xe điện ngầm. Đã nhiều lần họ va vào tôi mạnh đến làm tôi lao đao nhưng họ vẫn tỉnh bơ…chạy tiếp, không thèm quay lại coi người họ đụng ra sao. Chín chục phần trăm dân Nhật dùng các phương tiện công cộng. Số người có xe hơi không là bao. Hỏi mới biết là xe hơi có thể mua được nhưng chỗ đậu xe hơi thì không thể kham nổi. Xe họ dùng thường là loại xe nhỏ vuông vức cho lợi chỗ trong xe. Tại một số vùng ngoại ô, nơi các ngôi nhà nhỏ, tôi thấy có những chiếc xe hơi đậu lòi đuôi xe ra ngoài vỉa hè. Không phải ai cũng có thể sở hữu được căn nhà bé tí tẹo như vậy. Có những người phải thuê những hộc nhỏ để ở. Một du học sinh Việt Nam tôi gặp trên tầu còn cho biết có những người đi làm, không một chốn nương thân, đêm đêm phải ngồi ngủ trên tầu chờ sáng đi làm tiếp! Sống như vậy thì ăn uống ra sao? Tôi đã thấy họ "tọng" thức ăn khi tan sở cũng vội vàng như khi chen lấn trên tầu. Các cửa hàng ăn uống bé tí tẹo, thường không có bàn ghế. Họ ăn đứng trên những quầy dài. Tôi thấy những người áo vét cà vạt đóng bộ, vội chọn thức ăn, đứng húp xì xụp nhanh như gió, móc tiền trả và biến ra khỏi cửa trong chỉ vài phút. Cũng xong một bữa! Cuộc sống như vậy dễ làm người ta bị *stress*. Số người tự tử không ít.

Con số du sinh Việt Nam học tại Nhật không rõ bao nhiêu nhưng tôi nghĩ là nhiều. Tôi đã gặp họ trên phố phường, trong các công viên và nhất là những em làm thêm trong các nhà hàng, tiệm bán đồ lặt vặt. Một em cho biết đời sống của các du sinh rất chật vật. Em tính chi ly: tiền học 146 triệu/năm, tiền *share* phòng 18 triệu/tháng, tiền ăn và tiêu vặt 20 triệu/ tháng. Em tính bằng tiền Việt Nam nên tôi không hình dung ra được số tiền. Nhưng biết rằng 100 đô Mỹ tương đương

Quán ăn nhỏ ăn vội.

khoảng trên hai triệu đồng thì con số trên không phải nhỏ. Có những em rất dễ mến. Tại một tiệm ăn nhỏ gần khách sạn chúng tôi ở, có một du sinh nữ tên Yến, có khuôn mặt xinh xắn rất giống khuôn mặt người Nhật. Khi nghe chúng tôi nói tiếng Việt với nhau, đã mừng rỡ ra hỏi chuyện. Lúc chúng tôi dùng bữa xong, em đã tặng riêng mỗi người món tráng miệng. Ngọt ơi là ngọt. Chắc có pha tình em trong đó!

Các em thường vô tình làm thông ngôn cho chúng tôi. Dân Nhật hiếm người nói được tiếng Anh. Người ta bảo không phải vì họ thiếu thông minh nhưng lòng tự hào dân tộc khiến họ không thèm học và nói tiếng ngoại quốc. Nghe vậy chẳng biết có đúng không nhưng đó là một trở ngại khiến du khách rất mỏi tay. Nửa thế kỷ trước, khi tôi tới Nhật, hầu như chỉ có nhân viên làm tại các khách sạn mới nói được chút ít tiếng

Anh. Ngày nay tương đối khá hơn, thỉnh thoảng những người chúng tôi gặp trên đường phố có thể nói được tiếng Hồng Mao. Họ là những người trẻ. Trẻ nên họ có nhu cầu hội nhập với thế giới bên ngoài. Các tiệm *fast food* như Subway, KFC, Burger King và nhất là MacDonald's có mặt tại khắp nơi. Giá tại các tiệm…ngoại này khá mắc so với các tiệm Nhật. Vậy mà giới trẻ Nhật, cả nam lẫn nữ, vẫn chiếu cố đông đảo.

Người Nhật nói tiếng Anh giỏi nhất mà chúng tôi gặp là một người khoảng lục tuần. Thấy ông ngồi đọc tờ *New York Time* trên xe lửa, một người bắt chuyện với ông. Ông cho biết đã làm cho một hãng tài chánh Nhật tại New York trong bảy năm. Ông đang về lại quê nhà để họp mặt với bạn cũ. Sẵn có thời giờ, cả ông và chúng tôi, nên ông tình nguyện làm hướng dẫn viên cho chúng tôi ngay tại quê hương Tsuyama của ông. Ông đưa chúng tôi tới lâu đài *Castle Niro,* nơi ông vẫn lên chơi đùa ngày còn thơ. Lâu đài và chùa chiền, lăng miếu ở Nhật có một đặc điểm chung là xây trên lưng những ngọn đồi khá cao. Lâu đài này cũng vậy, có phần cao hơn. Leo hết các bậc gạch này tới các bậc gạch khác. Hai chân tôi mỏi nhừ. Lên tới đỉnh cao mới thấy đáng công leo. Phong cảnh thật đẹp. Những cây anh đào thả hoa xuống theo mỗi cơn gió. Hoa tơi tả bay lượn bám lên đầu, lên áo chúng tôi. Nhìn xuống phía dưới, thành phố san sát những mái nhà toàn một màu xám buồn. Khác với văn minh Trung Hoa với những mái nhà màu gạch đỏ, văn minh Nhật trầm buồn u uất hơn với những mái nhà màu xám. Phong cảnh toàn một màu u uẩn trang nhã. Ông Nhật chỉ cho tôi mái trường tiểu học của ông ngày xưa. Mắt ông nặng hoài niệm về những ngày tháng cũ. Chiều nay ông sẽ gặp lại những bạn bè thời thơ ấu tại ngôi trường ông đang cố nhắc lại những hình ảnh cũ cho tôi, một người xa lạ, từ một nơi xa lắc xa lơ, tình cờ có mặt với ông, chỉ trong khoảnh khắc, trong một buổi chiều buồn. Cha mẹ họ hàng ông không ai còn ở lại nơi làng cũ. Chỉ còn những người bạn. Con đường ông đi dần xa chốn quê nhà. Bậc trung học ông lên trường tỉnh, bậc Đại học ông ở thủ đô Tokyo. Rồi những tháng ngày làm việc ở Tokyo, những tháng ngày ở New York. Ngày ông trở về, ông đâu có ngờ lại trút niềm tâm sự với một người xa lạ như tôi. Tôi cảm thông được với ông vì tôi cũng đã trải qua những giây phút chạnh lòng đó khi tôi trở về Hà Nội, trở về Hàm Long, mười bốn năm trước, nhìn lại những lớp học cũ thời tiểu học giờ đã nhiều lớp rêu phong. Tôi đã chạm tay vào bức tường cũ, nơi tôi nghịch ngợm vẽ những hình ngu ngơ trên tường ngày xưa. Tôi nói với ông cảm nghĩ của tôi ngày đó. Mắt ông rười rượi. Tôi nắm tay ông. Hình như tình quê là thứ chung chung của con người, bất luận màu da, quốc tịch, văn hóa. Nó nằm trong tim của mỗi người. Tim nào mà không máu đỏ!

Chuyến tầu đưa ông về quê là chuyến tầu chỉ có một toa. Vậy mà vẫn có những chiếc ghế đói khách. Chúng tôi đang tới một vùng đồi núi. Hai chuyến tầu tiếp nối nhau đưa chúng tôi lên cao. Những hàng thông dựng đứng trên vách núi, nơi con tầu len lỏi leo lên. Dừng chân tại ga nhỏ, chúng tôi đổi qua xe buýt. Bác tài chăm chú lái chiếc xe kềnh càng men theo vách núi. Tôi nói giỡn: mình đang lên Pleiku. Pleiku của Vũ Hữu Định "đi dăm phút đã về chốn cũ", Pleiku của Nhật nhà cửa khang trang nằm hai bên đường. Như một thị trấn trù phú miền ngược. Chiếc xe buýt không già nua cũ kỹ như những chiếc xe đò hậm hực leo dốc ở Việt Nam. Chúng khá tân tiến với ghế nệm đỏ bọc vải trắng trên chỗ tựa đầu. Máy sưởi làm ấm lòng khách. Bảng chỉ dẫn điện tử chạy loang loáng những thông tin cần thiết. Tới bến cuối, xe dừng lại. Trời mưa lâm thâm đủ ướt những viên đá trên mặt đường. Chúng tôi tới một nơi mang nặng phong cách Nhật Bổn: tắm tiên dưới suối nước nóng lộ thiên ngay cạnh đường lưu thông của xe cộ.

2.

Suối nước nóng mà chúng tôi phải vất vả qua hai chuyến xe lửa, một chuyến xe buýt để tới, mang tên Yubara Onsen. *Onsen* đọc theo âm Hán-Việt là "ôn tuyền". "Ôn" là ấm, nóng, "tuyền" là suối. Tại đất nước Nhật có nhiều núi lửa còn đang hoạt động. Yếu tố thiên nhiên tưởng chừng như khắc nghiệt này lại tạo ra được hơn 20 ngàn nguồn suối nước

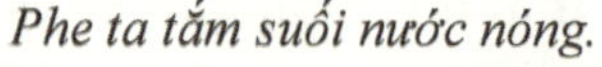

Phe ta tắm suối nước nóng.

nóng. Những con suối thường tập trung ở vùng nông thôn, nơi có cảnh sắc thơ mộng và tĩnh lặng. Không phải tất cả các suối nước nóng đều được mang danh hiệu *onsen* cả đâu. Chỉ có những suối đáp ứng được đúng tiêu chuẩn về nhiệt độ và khoáng chất mới được coi là một *onsen*. Những khu tắm nước nóng trong các khách sạn hay nhà nghỉ thường chỉ là nước nấu nóng nên không được coi là *onsen*. Thứ nước nóng tắm hạng hai này được gọi là *sentou*.

Tắm suối nước nóng *onsen* là một khía cạnh văn hóa của đất nước này. Ngày xưa, khi các nông dân gặt xong mùa màng, thời khắc rảnh rang này họ tìm tới các suối nước nóng, mang theo thức ăn, ngâm mình trong nước nóng để phục hồi sức khỏe. Sống giữa thiên nhiên, họ cũng…thiên nhiên. Trai gái, già trẻ đều tô hô không một mảnh vải che thân khi xuống tắm. Theo văn hóa…tô hô này thì cởi bỏ tất cả những vướng víu trên thân xác là một cách hòa nhập với thiên nhiên. Ngoài ra, khi thoát ra khỏi vải vóc che thân, mọi người đều bình đẳng, không còn giầu nghèo, không còn địa vị, tất cả đều giống nhau như khi mới chào đời. Giao tiếp với nhau khi trần truồng khiến con người đồng cảm và thân thiết hơn, phá bỏ mọi rào cản về chức tước, địa vị, nghề nghiệp. Vì các suối nước nóng *onsen* thường chỉ có ở vùng quê nên dân thành thị muốn tìm được nơi để xả *stress* thường phải dùng xe lửa về các miền quê. Họ đi theo từng gia đình, công sở hay từng nhóm bạn bè để có thể tâm tình với nhau trong hơi nước khoáng nóng.

Tắm tiên có văn hóa cao như vậy nên du khách tới Nhật mà chưa tắm *onsen* thì coi như chưa tới Nhật. Câu người ta

Các tiên ông đội khăn che hạ bộ trên đầu khi xuống nước.

thường nói: "Du lịch Nhật Bản mà chưa tắm tiên thì mới chỉ coi như đang ở biên giới". Có lẽ chúng tôi muốn chứng tỏ là mình đã thực sự vượt biên giới nên chịu vất vả đi tắm *onsen*.

Biên giới nam nữ trong việc tắm suối nước nóng là chuyện gây nhiều tranh cãi. Nguyên thủy nam nữ cứ tô hô tắm chung. Dân Nhật coi đây là chuyện thường không thành vấn đề nhưng từ khi văn hóa phương Tây du nhập vào Nhật Bản, dân Nhật mới phải xét lại vấn đề. Tới thời Minh Trị Thiên Hoàng thì đã có những nhà tắm nam nữ riêng biệt hoặc chia giờ tắm cho nam nữ khác nhau.

Nơi Yubara Onsen mà chúng tôi tới thì không hiểu sao vẫn nam nữ hòa đồng. Trời mưa lất phất nên suối không đông lắm, chỉ khoảng mươi…tắm sĩ đực rựa. Nhóm chúng tôi thì có cả nam lẫn nữ. Nhìn người ta tắm mà phân vân, xuống hay không xuống. Không xuống thì uổng, vượt bao nhiêu đường đất, mất cả ngày trời mới tới chẳng lẽ chỉ đứng nhìn khói nước bốc lên. Đúng lúc đó có một cặp vợ chồng già tới tắm. Ông chồng tô hô như những ông khác, chỉ có một chiếc khăn bé tí tẹo như khăn rửa mặt. Khi ở trên bờ thì che hạ bộ, xuống nước thì đội chiếc khăn trên đầu. Tuyệt đối không được thả khăn dưới nước. Thấy bà tiên khoác một chiếc áo khoác rộng xuống tắm, phe ta mới vỡ lẽ. Không có áo khoác thì mặc áo tắm.

Phòng thay quần áo chỉ vẻn vẹn là một cái hành lang dài làm bằng cây gỗ. Phía sau có vách chia thành những ngăn để mỗi người bỏ quần áo và vật dụng vào. Phía trước trống rỗng, chẳng màn che trướng rủ chi, được chia thành hai bên, cách nhau chỉ một tấm ván mỏng, một bên dành cho các ông, một bên cho các bà. Người đang tắm dưới suối có thể nhìn thoải mái lên chỗ thay quần áo. Mấy tiên ông dưới nước, ông nào ông nấy to mắt ngó lên. Dĩ nhiên mục tiêu của họ là bên các bà. May mà bên các bà còn có một chiếc màn nhỏ che một góc phòng thay đồ.

Thời buổi bây giờ, cái tâm của con người không còn được thanh thản như trước. Vậy nên các khu *onsen* đã bị vẩn đục nhiều. Nhiều người lợi dụng nhìn trộm thân thể người phụ nữ. Quá hơn nữa còn có những người mà người ta gọi là biến thái. Bữa chúng tôi tới tắm có một thanh niên trạc ba chục tuổi, người gầy gò nhưng có bộ đồ lòng khá hùng vĩ. Anh biết nói tiếng Anh nên cứ bám lấy chúng tôi để nói chuyện. Phiền một cái là anh không có lấy một mảnh vải để che chắn khi lên bờ. Anh tỉnh bơ như người tiền sử. Anh nhông nhông lượn qua lượn lại trước khu thay quần áo của mấy bà như có ý…khoe hàng. Tôi đồ chừng anh là một loại biến thái, mắc bệnh "triển lãm" *exhibitionism*.

Ngâm mình trong nước suối thiên nhiên nóng vừa phải khiến người ta thấy sảng khoái. Ngâm một lúc thì thấy mọi thúc phọc của cuộc đời đã bỏ đi xa lắc xa lơ. Ngâm thêm một lúc nữa, mặt người nào người nấy đã đổi sang màu đỏ. Thường cứ 15 phút là phải leo lên nghỉ rồi mới xuống tiếp. Thời gian của chúng tôi không nhiều. Phải ra về cho kịp giờ chuyến xe buýt chót trong ngày nên ham hố. Mặt ửng đỏ như vừa nốc cả một chai rượu mạnh cũng thây kệ. Đường ta ta cứ đi, mình ta ta cứ…ngâm. Chàng thanh niên nồng nỗng theo đúng sách vở, cứ lên xuống xoành xoạch. Thiệt phiền!

Bên đường phía trên suối là một khách sạn nhiều tầng. Khách có thể thuê phòng để tắm nhiều ngày. Có lẽ đó là những người tắm *onsen* để chữa bệnh nên cần tắm nhiều ngày. Từ các tầng lầu khách sạn, khách trọ có thể nhìn xuống suối một cách rõ ràng. Người Nhật có câu nói: "Tắm *onsen* một lần da dẻ mịn màng, tắm hai lần bệnh tật tiêu tan".

Bệnh tật là thứ tôi nghĩ dân Nhật không phải lo lắng nhiều. Trong suốt thời gian ở Nhật tôi không thấy một người béo phì. Các cô gái cô nào cũng da dẻ mịn màng, má hồng khỏe mạnh. Trong một lần trên xe lửa, tôi ngồi đối diện một em học sinh miền quê có nét mặt Nhật trăm phần trăm, trông rất dễ thương. Hình như cô bé ít gặp người ngoại quốc. Thấy chúng tôi nói thứ tiếng không phải là tiếng Nhật, cô hỏi bằng thứ tiếng Anh giản lược. Tôi cho cô biết chúng tôi tới từ Canada. Canada hình như là một nơi chốn mà người Nhật rất quen thuộc. Chúng tôi chẳng dại chi mà xưng mình là Việt Nam khi một số người Việt ở Nhật cũng như các phi công và tiếp viên của Hàng Không Việt Nam đã làm hoen ố thanh danh của người Việt qua những hành động ăn cắp và buôn lậu. Đã mấy lần, khi gặp các du sinh Việt Nam, tôi đã định hỏi về chuyện nhức nhối này, nhưng tôi không mở miệng được. Gian lận, ăn cắp là chuyện hết sức tồi bại ở Nhật. Người ta nói của rơi ngoài đường ở Nhật không bao giờ mất. Tôi không gặp nên không biết có đúng như vậy không nhưng tôi tin là đúng. Điều tôi thắc mắc là tại sao tất cả các xe đạp để trên vỉa hè đều có khóa. Mà họ khóa rất cẩn thận. Có lần tôi thấy một thanh niên để xe đạp trước một cửa tiệm, khóa cẩn thận rồi mới vào tiệm. Chỉ chừng hai phút sau, anh ra lại với gói đồ vừa mua trên tay, mở khóa xe và đạp đi.

Cô nữ sinh quê mùa nhưng xinh xắn dễ thương này thích thú hỏi chúng tôi về Canada. Cô bé vui tính và duyên dáng đã khiến tôi buột miệng thốt ra một chữ Nhật trong vài tiếng ăn đong của tôi: *kawaii,* nghĩa là dễ thương. Cô cười tít mắt, bắt chéo hai tay lên ngực. Đó là cử chỉ mang nghĩa từ chối. Người Nhật thường bắt chéo tay như vậy để từ chối. Như khi tôi hỏi một món hàng, người bán hàng không có, họ cũng bắt chéo tay trên ngực như vậy. Ngược lại, khi xin phép, họ giơ một bàn tay để dọc trước ngực. Tôi thấy cử chỉ này khi trên xe buýt, thấy có chỗ trống bên cạnh chỗ tôi ngồi, họ để tay xin phép rồi mới ngồi vào chỗ trống bên cạnh.

La cà chuyện cô bé học sinh miền quê, tôi chỉ muốn

chứng minh là dân tộc Nhật rất khỏe mạnh. Tôi nghĩ có lẽ nhờ cách ăn uống và giữ gìn vệ sinh sạch sẽ.

Sạch sẽ là một huyền thoại ở Nhật. Đường phố không một cọng rác. Trước khi tới Nhật, tôi đã dặn lòng phải coi xem cái huyền thoại này có đúng không. Đúng thật. Nhưng tôi lại thấy một nghịch lý: trên đường phố không hề có thùng rác! Sau ít ngày quan sát tôi mới vỡ lẽ. Dân Nhật bỏ rác vào…túi. Tại các nhà ga xe điện, thùng rác đầy rẫy, hầu như cứ để mắt tìm là thấy. Người dân đi tầu đi xe, rác giữ trong túi, khi xuống nhà ga, họ thi nhau bỏ rác vào thùng. Trong các công viên, nơi người ta ăn uống, công nhân vệ sinh đứng ở các thùng rác hướng dẫn bỏ rác cho đúng từng loại rác.

Trên đường phố, mỗi người dân là một công nhân vệ sinh. Thấy rác là họ nhặt, không cần biết ai xả ra, bỏ vào túi, mang về nhà vất. Tôi để ý thấy hai trường hợp nhặt rác. Một bà ăn vận rất sang, mang ví loại xịn, khi thấy một mảnh giấy trên đường, vội rút chiếc kẹp nhỏ ra kẹp tờ giấy, bỏ vào túi xách. Một lần khác, tôi gặp một bà già còng lưng, vai đeo ba lô, hai tay xách hai chiếc giỏ khá lớn, đi đứng khó khăn, vậy mà khi thấy một cọng rác trên lề đường, bà bỏ hai cái túi xuống, cúi gập người nhặt rác bỏ vào túi, rồi mới tiếp tục đeo giỏ đi tiếp. Người dân hành động như vậy thì còn ai dám xả rác ngoài đường. Những chiếc xe buýt chở du khách, khi thả khách xuống một địa điểm thăm viếng, thường phát cho mỗi hành khách một túi nhựa để bỏ rác.

Nhà vệ sinh công cộng là một điểm son của Nhật. Đi đường chừng vài trăm thước là bắt gặp bảng chỉ nhà vệ sinh. Cái nào cái nấy sạch như ly như lau, không có mùi chi. Ngay cả các nhà vệ sinh trong công viên cũng sạch sẽ hết biết. Nhật có hai…trường phái nhà vệ sinh: một giống như nhà vệ sinh của chúng ta bên Bắc Mỹ, một ngồi xổm như ngày xưa ở Việt Nam. Khác một chút là ngày xưa chúng ta ngồi xổm quay ra cửa, Nhật giơ bàn tọa ra ngoài cửa. Đã nói là ở Nhật chuyện chi cũng ngược ngạo mà! Biết là du khách không quen ngồi xổm (mỏi chân chết!), nên trên cửa của mỗi nhà vệ sinh có dán hình vẽ bàn cầu bên trong một cách rõ ràng. Họ vẽ ngay trên tấm bảng hình bàn cầu cao hoặc xổm. Muốn dùng thứ nào thì cứ nhìn hình mà vào. Chẳng cần là họa sĩ cũng nhìn ra ngay!

Nói tới nhà vệ sinh thiết tưởng cũng nên quẹo qua chuyện nhà vệ sinh tại các khách sạn một chút. Trong thời gian ở Nhật, tôi ngụ tại hai khách sạn, một ở Tokyo, một ở Okayama. Bàn cầu trong cả hai khách sạn đều được sưởi ấm áp, ngồi thật dễ chịu. Bên cạnh chỗ ngồi, đèn đỏ nhấp nháy. Cứ như đi trảy hội. Nghiên cứu một hồi mới biết bàn cầu này phục vụ rất đắc lực khi chúng ta hoàn thành nhiệm vụ. Nói là nghiên cứu cho oai chứ chỉ dẫn toàn bằng hình, đứa con nít cũng nhìn ra. Một hình vẽ cái bàn tọa có một vòi nước xịt lên, một hình vẽ người đàn bà. Vậy là có sự kỳ thị nam nữ. Hình trước chỉ thị vòi nước xịt lên để làm sạch bàn tọa, hình sau chỉ thị vòi nước xịt phía trước. Chuyện này các bậc nam nhi không cần đến. Vậy là phái nữ dùng được hai thứ trong khi phái nam chỉ dùng được có một thứ. Nút chót có màu đỏ chói ai cũng biết đó là…*stop.* Khi nào thấy sạch sẽ rồi thì bấm vào nút này để hoàn tất công đoạn. Tôi khoái cái vụ này vì nước xịt ra là nước nóng ấm khiến rất mê ly rùng rợn.

Dân Nhật ít có người dắt chó ngoài đường. Người đã vệ sinh thì chó cũng vệ sinh. Bên Canada chúng tôi, dắt chó ra đường là phải thủ sẵn một túi nhựa. Khi chú chó ngửi ngửi chạy quanh rồi dừng lại sản xuất, chủ phải dùng túi nhựa hốt mang về làm kỷ niệm. Bên Nhật cũng vậy. Thực ra còn hơn vậy nữa. Nếu chú chó cưng không làm chuyện lớn mà chỉ làm chuyện nhỏ, chúng ta ở bên này có quyền làm ngơ bỏ đi, mưa gió sẽ làm công việc rửa đường. Bên Nhật khác, chủ nhân phải cụ bị thêm một chai thuốc rửa trong túi xách. Nếu các chú chó ngửi ngửi rồi dừng lại gác cẳng lên, chờ cho chú cẩu làm xong nhiệm vụ, chủ nhân rút ngay chai thuốc tẩy ra xịt lên vũng nước liền. Chuyện dẫn chó ra đường đã hiếm, chuyện chú cẩu gác cẳng còn hiếm hơn. Vậy mà bữa đó tôi đi với một ông bạn từ Pháp qua, đã được mục kích màn lạ mắt này. Tôi phục lăn dân xứ mặt trời mọc, không quên nhắn nhủ ông bạn cố quay phim chụp hình mang về cho dân Paris học tập.

Nhưng chuyện gì cũng có mặt nọ mặt kia. Một buổi chiều tối, tôi thả bộ nơi khu Shibuya, khu *downtown* của Tokyo, được mệnh danh là Times Square của thủ đô Nhật, thì chuyện lại khác hẳn. Đây là khu nam thanh nữ tú tụ tập để vui chơi, giống như khu Tự Do-Nguyễn Huệ của chúng ta tại Sài Gòn xưa. Chỉ khác là ngày xưa chúng ta thanh thản đi dạo phố với người yêu, ngày nay thứ…xa xỉ đó không thể có ở khu vui chơi Shibuya này được. Người chật như nêm, chen lấn vất vả. Nơi đây có một ngã năm rất rộng lớn. Mỗi lần đèn cho người đi bộ hiện lên là tất cả năm ngả túa xuống

Chờ đèn đỏ tại ngã năm giữa khu Shibuya.

đường, trông còn quá đi biểu tình. Trong hoàn cảnh bát nháo như vậy, những chai và lon, giấy ăn, giấy gói được vất tứ tung trên lề đường. Kể cũng lạ! Giữa một thành phố mà vứt một miếng giấy xuống đường là một cử chỉ…tội lỗi, vậy mà rác rến khu này lềnh khênh, đập vào mắt du khách. Chẳng lẽ thế hệ thanh niên Nhật ngày nay đang mất…truyền thống? Câu hỏi tôi mang ra khỏi nước Nhật mà vẫn chưa có được câu trả lời.

Xong chuyện đầu ra, bi chừ nói chuyện đầu vào. Dân Nhật ăn uống rất…*healthy.* Vậy nên mặt mày họ mới phơi phới. Tôi không nói tới mặt mày mấy trự đi làm về, trông thảm hại lắm. Họ khỏe mạnh là vì họ chỉ dùng đồ biển, rong biển, tàu hũ và rau trái. Món ăn của họ rất phong phú. Không biết cơ man nào là biến tấu. Nhưng bói ra miếng thịt coi bộ khó. Nếu có thì chỉ có thịt gà. Thịt bò thịt heo vắng bóng. Vậy mà thứ cơm hoặc mì của họ ăn rất ngon, nêm nếm rất vừa, không phải xịt thêm xì dầu chi cả. Tôi nhớ lại, gần nửa thế kỷ trước , khi tôi tới Nhật, thức ăn của họ rất ngọt, khó ăn với dân ngoại quốc. Tôi nhớ mãi lần nhìn vào tô mì bằng *plastic* bày trong tủ kính thấy khá hấp dẫn. Vào tiệm, dẫn anh chạy bàn ra, chỉ vào tô mì, rung đùi chờ thưởng thức, cứ tưởng như sắp được ăn tô mì Lacai. Khi anh chạy bàn mang tô mì ra, húp tí nước, dội liền. Vị ngọt ngọt ngang ngang. Cố lắm cũng chỉ hết nửa tô là chịu không nuốt nổi nữa. Không biết họ…cách mạng ẩm thực từ khi nào mà ngày nay ẩm thực của họ khá như vậy. Tô mì này đã cản trở con đường tình tôi đi. Số là trước khi tới Nhật, tôi ở bên New York, có chơi thân với hai tên Nhật đi du học. Chẳng biết làm sao hai tên này rất khoái tôi, một tên dặn dò tôi là tới Nhật nhớ điện thoại cho cô em gái hắn để dẫn tôi đi chơi. Hắn nheo mắt bảo là nếu tôi muốn thì có thể ở luôn Nhật cũng được. Hắn cho coi hình thấy cô bé cũng hiền thục dễ thương, tôi hứa với hắn là sẽ điện thoại cho em hắn. Chặc lưỡi một cái, định nghe lời xúi của các cụ: ở nhà Tây, lấy vợ Nhật, ăn đồ Tàu. Vừa tới Nhật, lấy phòng khách sạn xong, tôi ra phố và bắt gặp tiệm mì. Ăn được nửa tô, tôi nghĩ là nếu suốt đời phải ăn thứ mì ngang phè phè như thế này thì còn chi là cuộc đời. Vậy là tô mì đã làm tôi hụt cái có thể là một cuộc tình. Tô mì ngày nay khác, ngọt thanh và nêm đúng khẩu vị. Vọc đũa vô là ăn ngon lành.

Khách sạn tôi ở nằm gần một cửa hàng siêu thị, cả tầng trệt chỉ bán thức ăn làm sẵn. Nghêu sò ốc hến, tôm cá *scallop* tràn đầy. Toàn thứ tươi rói. Buổi tối, khoảng bảy tám giờ, họ bán đại hạ giá 30%, rồi 50%, dân chúng xúm vào mua hết. Họ không bao giờ để thức ăn qua ngày hôm sau.

Thịt thà có là nỗi thèm thuồng của dân Nhật không, tôi không rõ. Muốn ăn thịt, nhất là thịt bò, phải tìm tới những tiệm *fastfood* của Mỹ. Các thương hiệu Mỹ thuộc loại này ngày nay nhan nhản khắp nơi. Đi đâu cũng thấy. Khách hàng của họ là những nam thanh nữ tú. Không biết vì họ thèm ăn thịt hay thèm lối ăn uống Tây phương. Tôi tìm tới tiệm Subway bữa đó chỉ vì tò mò, xem cái *beefsteak* cỡ *footlong* bên Nhật nó ra sao. Cái "ra sao" đầu tiên là giá đắt gấp đôi

Một tiệm McDonald's ở Kobe.

bên Canada! Chất lượng coi bộ cũng thua kém cái tôi thường gặm bên Canada. Chuyện chi chẳng phải trả giá. Thường thì cái thứ tò mò phải trả giá rất đắt. Mới trả gấp đôi thì nhằm nhò chi.

Nói dân Nhật không ăn thịt bò cũng không đúng. Nếu đúng tại sao có cái thứ vang danh thế giới là bò Kobe. Tới Nhật mà không tìm tới bò Kobe là một thiếu sót lớn, rất lớn. Vậy là một ngày đẹp trời, chúng tôi cưỡi tàu tốc hành *shinkansen* đi Kobe.

3.

Cưỡi tàu tốc hành từ Okayama, nơi chúng tôi đặt…đại bản doanh, tới Kobe chỉ mất khoảng một tiếng. Chính xác là 57 phút. Nói tới tàu tốc hành là phải nói tới chính xác trăm phần trăm. Chín giờ sáng chúng tôi đã tới thành phố nổi tiếng vì thứ thịt bò quý phái này. Nơi tới được ghi trên vé tàu là *shin-Kobe*. Lúc đầu thấy những cái tên lạ hoắc như *shin-Osaka, shin-Kobe* trong khi các địa danh Kyoto, Hiroshima thì lại chẳng có chữ *shin* ngồi ở trước, tôi thắc mắc: bộ có một thành phố Osaka thứ hai sao? Tìm hiểu ra mới biết *shin* là chữ viết tắt của tên tàu tốc hành *shinkansen*. Những thành phố nào mà ga tàu tốc hành nằm ở phía ngoài thành phố thì mang tên ga *shin*. Ngồi trên tàu vào thành phố tôi lại ngạc nhiên với một thứ không phải là thịt bò. Toàn thành phố đều có phủ sóng *wifi!*

Nhưng tới Kobe là tới với…bò. Nhiều người cho là bày vẽ, bò Kobe chỗ nào mà chẳng có. Tại thành phố Montreal của chúng tôi đã có phở bò Kobe. Ngay tại Việt Nam cũng có bò Kobe mắc đắng họng bán tại các tiệm chỉ có các đại gia và cán bộ đông địa lui tới. Vậy thì bò Kobe tại Kobe cũng rứa thôi chứ có chi quý! Đừng nói như vậy mà mấy con bò Kobe chúng cười cho. Bò Kobe chỉ có ở Kobe! Bò gọi là Kobe ở những nơi khác là thứ dỏm trừ Macao và Hồng Kông. Kể từ năm 2011, Macao là nơi duy nhất được nhập khẩu bò Kobe. Một năm sau, vào tháng 7 năm 2012, Hồng Kông mới theo gót Macao.

Bò Kobe là thứ bò chi mà hách xì xằng như vậy? Đó là một trong ba giống bò Wagyu cho thứ thịt ngon nhất thế giới. Hiện đàn bò Kobe chỉ có 3 ngàn con và không có con nào không mang quốc tịch Nhật Bổn. Chúng được nuôi dưỡng một cách hết sức trưởng giả. Thực phẩm của chúng là những thứ bổ dưỡng như bắp non, lúa mạch, cỏ tươi của vùng Kobe. Thức uống là nước chiết xuất từ nguồn nước tinh khiết, đôi khi chúng còn được nhậu bia nữa! Hàng ngày chúng đều được tắm bằng nước ấm và *massage* bằng rượu *sake* đặc trưng của Nhật. Nhạc Mozart, Chopin hay Beethoven được mở cho bò nghe mỗi ngày. Thiệt tội cho các đại nhạc sĩ này bị mang nhạc ra gảy vào tai…bò. Chính cách nuôi sang cả quý phái này đã khiến cho những lớp mỡ nằm dọc ngang trong thịt quyện vào lớp thịt nạc khiến cho thịt bò Kobe trở nên béo ngậy và thơm ngon. Thứ mỡ này không có *cholesterol* thường được gọi là mỡ vân cẩm thạch. Bò được giết thịt khi được một tuổi rưỡi. Mỗi năm chỉ có khoảng ba tới bốn ngàn con bò đủ tiêu chuẩn ra lò. Thịt bò Kobe được phân thành 5 loại, từ A1 đến A5 với mức giá chênh lệch khá lớn.

Thứ thịt bò Kobe chúng tôi được thưởng thức không

Thịt bò Kobe.

biết thuộc loại A mấy nhưng phải công nhận là chưa bao giờ tôi được ăn một miếng thịt bò như vậy trong đời. Nó mềm nhưng không bở, vị thịt thơm lừng, vị béo quyện vào những thớ thịt như tan dần trong miệng.

Chẳng phải vì miếng ăn mà chúng tôi là những người đầu tiên xếp hàng vào tiệm, nhưng vì đi chơi thường xuất phát rất sớm vào buổi sáng kẻo uổng một ngày nên chúng tôi tới nơi sớm. Tiệm chỉ mở cửa vào lúc 11 giờ sáng. Cái lợi của những kẻ sớm sủa như chúng tôi là được ngồi ghế chờ. Hành lang của tiệm có một dãy ghế sát tường để khách ngồi đợi. Những người tới sau không có ghế ngồi nhưng còn được xếp hàng trong nhà đỡ gió máy lạnh lùng. Tới trễ hơn nữa phải đứng xếp hàng ngoài vỉa hè!

Tiệm có khoảng hơn trăm chỗ được phân bố khá lạ. Họ chia thành từng cụm bàn, mỗi bàn có 14 chỗ. Nằm chính giữa bàn là một miếng kim loại hình tròn khá lớn dùng làm bếp. Bếp lại được chia ra làm hai theo hình bán nguyệt, mỗi bên có 7 chỗ ngồi vây quanh. Đứng giữa hai bàn hình bán nguyệt là hai đầu bếp mặc đồng phục trắng, đội mũ cao trông rất tư cách. Mỗi người phụ trách nửa bàn gồm 7 thực khách. Trước mỗi thực khách đã được dọn sẵn một chén súp *miso*, một chén kim chi, một chén sà lách cà chua, một chén cơm và ba chén nước chấm. Trước hết họ xào tỏi đã được cắt thành lát lớn trông như miếng *chip*. Mùi thơm bốc lên. Sau đó đầu bếp gạt lớp tỏi qua một bên, lấy ra một phần thịt làm *steak*. Họ để nguyên miếng thịt 150 gram (thịt bò quý phái nên mỗi khẩu phần chỉ có vậy!), hỏi ý người khách muốn ăn thịt chín, trung bình hay hơi sống. Cũng giống như các nhà hàng làm *steak* khác. Làm chín sơ quanh miếng thịt xong, họ cắt thành từng miếng vuông vức vừa một miếng ăn, lật quanh bốn bề cho chín đều từng miếng nhỏ, gạt qua một bên. Tiếp theo là giá và hành được xào sơ. Bỏ thịt bò và tỏi vào một đĩa, hành và giá vào một đĩa khác. Vậy là xong một người. Lần lượt họ làm cho tất cả bảy người. Mời mọi người…thời!

Thưởng thức xong món thịt bò Kobe mong đợi từ lâu, chúng tôi hân hoan ra về. Lúc ra mới thấy quang cảnh chung quanh. Trước đó chắc miếng thịt bò tuyệt vời đã che mắt chẳng thấy chi. Hàng người xếp hàng từ trong ra ngoài đông nghẹt. Ngoài vỉa hè họ căng dây thành từng khối người, mỗi khối cũng cả vài chục nhân mạng. Tôi đếm ít ra cũng cả trăm người đang chờ diện kiến miếng thịt bò!

Sở dĩ họ phải phân ra từng khối là để tránh làm trở ngại cho việc lưu thông trên vỉa hè. Vỉa hè tại các thành phố ở

Nhật rất rộng. Xe đạp và khách bộ hành dùng chung. Họ chia ra làm đôi, chiều lên và xuống. Xe cộ dưới đường chạy theo lần trái thì khách bộ hành trên vỉa hè cũng theo luật như vậy. Cứ bên trái mà đi. Có chỗ có mũi tên chỉ, có chỗ không,

Xếp hàng chờ ăn thịt bò Kobe.

nhưng người đi bộ vẫn tuân theo thứ tự như vậy. Đặc biệt chỉ có ở Osaka là ngược lại: giữ bên phải. Tôi thắc mắc chẳng biết tại sao.

Cũng thắc mắc là vạch phân chia vỉa hè ra làm hai bên phải, trái. Thường vỉa hè được lát bằng gạch màu xám vuông vức, mỗi cạnh khoảng 30 phân. Gạch vàng phân chia vỉa hè cũng cùng kích cỡ nhưng đặc biệt có những đường nổi cỡ ba phân chạy dọc trên viên gạch. Nếu chỉ để phân chia thành hai bên thì cần chi phải dùng viên gạch màu vàng lớn như vậy. Chú ý thêm thì thấy khi tới đầu mút vỉa hè, chỗ tiếp giáp với đường xe chạy cắt ngang, thì có thêm đường gạch vàng chặn ở đầu vạch vàng. Loại gạch nằm ngang này không có dọc nổi mà có những chấm nhỏ nằm khắp viên gạch. Suy ra mới biết là đường vạch vàng này dành cho người khiếm thị di chuyển. Không những trên vỉa hè của tất cả các con đường lớn nhỏ mà đường đi trong các công viên, nhà ga đều có gạch vàng như vậy. Khi đèn giao thông đổi màu xanh cho lưu thông thì có tiếng chim kêu báo cho người khiếm thị biết có thể qua đường an toàn. Với tất cả tiện nghi tốn kém như vậy mà trong suốt thời gian ở Nhật, tôi chỉ thấy có một người khiếm thị đi bằng gậy, nhưng ông này có cô con gái kẹp tay dẫn đường!

Làm sao giữa những con phố ồn ào mà có thể lo cho dân chỗ nghỉ ngơi yên tĩnh thanh thản? Nhật làm được. Chuyện này tôi thấy ở hai thành phố Tokyo và Kyoto. Thường giữa hai làn đường xe chạy ngược xuôi, chúng ta làm giải phân cách bằng những con lươn, hàng cây hay vẽ những vạch vàng kẻ xéo cấm lưu thông. Nhật làm khác, họ đào thành

Nơi thư giãn nằm chìm giữa hai lằn đường phía trên.

một đường hào lộ thiên sâu chừng chục thước, có cây leo trên tường, hoa trồng dưới đất, ghế đá công viên và nhất là có con suối nhân tạo nước chảy qua những bờ đá gập ghềnh. Dân chúng có thể chạy, đi bộ, tập thể dục hoặc đơn giản ngồi nghỉ ngơi giữa khung cảnh thiên nhiên yên tĩnh ngay giữa hai làn đường xe cộ nhộn nhịp tối ngày.

Lo cho đời sống của người dân hầu như là trách nhiệm hàng đầu của người cầm quyền. Tôi thấy người dân Nhật khi làm việc thì làm cật lực, khi vui chơi cũng chơi tới bến. Người trẻ hòa vui đã đành, người già cũng xôn xao tươi vui trong những dịp hội hè đình đám. Có lẽ họ có chung một niềm tự hào là con dân của xứ thái dương thần nữ. Họ luôn vươn lên mỗi khi gặp nghịch cảnh như sóng thần, mưa bão và động đất. Khi tôi đang ở miền Nam nước Nhật thì xảy ra hai trận động đất tại Kumamoto cách nhau chỉ có hai ngày. Trận sau mạnh hơn đo được 7.3 trên địa chấn kế Richter. Con số này tương đối là mạnh. Có tất cả 41 người thiệt mạng và 110 ngàn người được di chuyển ra khỏi nhà. Bạn bè khắp nơi gửi *mail* thăm hỏi. Thiệt tội! Chúng tôi không cảm thấy chi. Chỉ khi coi ti-vi mới biết cớ sự. Ngay ngày hôm sau của trận động đất thứ hai, chúng tôi tới Hiroshima, gần trung tâm động đất hơn. Thành phố vẫn bình thường, chỉ có một vài chuyến tàu xuôi Nam bị bãi bỏ. Sau đó, tại khu *downtown* của thủ đô Tokyo, tôi gặp từng toán sinh viên đứng ngoài đường quyên góp cứu trợ rất sôi nổi.

Dân Nhật đã cam chịu nhiều thiên tai nhưng họ vẫn vươn lên sau mỗi nghịch cảnh. Nhân tai cũng đổ xuống đầu dân

Sinh viên Nhật quyên tiền giúp nạn nhân động đất tại khu downtown Tokyo.

Nhật khi họ là nước duy nhất hứng chịu hai quả bom nguyên tử tàn phá Hiroshima và Nagasaki trong Thế Chiến thứ hai. Theo một số tài liệu thì đáng lẽ thành phố hứng bom là Kyoto nhưng vì Kyoto có nhiều di tích lịch sử nên Hiroshima bị lãnh búa thay cho cố đô Kyoto.

Kyoto quả thật là một thành phố của quá khứ. Đi bất cứ khu nào cũng đụng vào lịch sử và văn hóa Nhật. Những hàng cây có dáng đẹp như những cây *bonsai* khổng lồ, những mái nhà cách điệu cổ kính, và nhất là những chùa chiền, đền đài, cung điện. Tôi không phải là nhà nghiên cứu văn hóa, nhất là văn hóa Nhật, nên không có con mắt chuyên môn để nhìn ra những tầng lớp văn hóa Nhật nằm chồng chất trên những kiến trúc cổ kính nơi cố đô này. Tôi cảm được cái đẹp rêu phong đầy sắc màu thiền định, cái trầm uất của những viên gạch, mái ngói, cái phong cách đặc trưng của đất nước Phù Tang. Nhưng chỗ nào cũng cùng một sắc thái tương tự dễ làm cho con mắt tầm thường nhàm chán. Coi vài ba cảnh chùa, viếng vài ba cổ tự, nhìn vài ba cung điện là đủ. Riết rồi như thấy chỗ nào cũng như chỗ nào. Tình cờ chúng tôi gặp ông Đỗ Thông Minh nơi một cửa chùa ở Kyoto. Ông gợi ý phải tới thăm chùa Vàng.

Tên Nhật của Chùa Vàng là *Kinkakuji*, đọc theo âm Hán Việt là Kim Các Tự. Chùa được xây vào năm 1397 và dùng làm nơi nghỉ ngơi cho tướng quân Yoshimitsu Ashikaga. Về sau, con của ông cho đổi hành cung này thành chùa và thiền viện cho tín đồ Phật Giáo. Trong cuộc chiến *Onin* vào nửa cuối thế kỷ thứ 15, chùa bị đốt cháy rụi. Sau đó được xây lại. Chùa được đưa vào sách giáo khoa tại các trường học trên

Chùa Vàng Kinkakuji.

khắp nước Nhật và được UNESCO công nhận là di sản văn hóa thế giới. Đây là một trong những thắng địa nổi tiếng nhất của Nhật. Năm 1950, một tiểu tăng nổi loạn đốt chùa. Chùa được xây lại vào năm 1955 nhưng không còn được coi là quốc bảo nữa. Chùa có ba tầng, hai tầng trên được dát vàng nguyên chất phía tường bên ngoài.

Khi tới Chùa Vàng, tôi không chú ý nhiều tới chuyện dát vàng thật của chùa mà người ta nói tốn hết 20 kí vàng. Nhưng phong cảnh nơi đây thật tuyệt vời. Chùa nằm soi bóng xuống ao *Kyoko-chi,* đọc theo âm Hán Việt là Kính Trì, nghĩa là ao gương. Mặt nước ao trong vắt khiến bóng chùa soi xuống như có tới hai cảnh chùa nằm lộn ngược nhau. Phong cảnh chung quanh thật hài hòa. Khách viếng thăm chỉ được đứng từ xa ngắm nhìn. Chắc sợ cho khách tới gần có thể có người táy máy bóc vàng chăng! Lớp vàng này được dát thêm vào năm 1987.

Cuộc đốt chùa của vị tiểu tăng vào năm 1950 đã được nhà văn Mishima Yukio dựa vào để viết thành cuốn truyện *Kinkaku-ji* đã được Đỗ Khánh Hoan và Nguyễn Tường Minh dịch và xuất bản tại Sài Gòn vào cuối thập niên 1960 mang tên "Kim Các Tự". Tác giả Yukio Mishima được cho là người hiệp sĩ *samurai* Nhật cuối cùng. Ông đã tự sát theo nghi lễ hiệp sĩ đạo *harakiri* vào năm 1970, lúc 45 tuổi, để phản đối chính phủ Nhật.

Ngôi chùa tôi thích nhất khi tới thăm là chùa Kangetsudo ở Tokyo. Ngôi chùa này không giống ai. Sau khi mua vé vào cửa, người ta chỉ nhìn thấy một tượng Phật khổng lồ ngồi trên bệ cao giữa những cây hoa anh đào. Bức tượng bằng đồng này cao 11 thước 30, nặng 121 tấn, được dựng nên vào năm 1252. Thoạt đầu tượng được đặt trong ngôi chùa mang tên *Daibutsu-den* nhưng ngôi chùa này đã bị bão lụt tàn phá vào năm 1334 và 1369, và nhất là trận động đất vào năm 1498. Từ đó tới nay tượng trơ thân cùng tuế nguyệt.

Du khách thắp nhang cầu nguyện trước tượng Phật không chùa. Tôi luồn qua phía sau mới thấy một ngôi chùa nhỏ có rào cản chỉ được nhìn từ xa. Trong chùa vắng lặng, không có một chỉ dấu nào là có sự sống. Nhìn vào tấm bia ghi ở phía ngoài mới biết ngôi chùa nhỏ này trước đây được dựng trong hoàng thành ở Seoul, Đại Hàn. Chùa được ông Kisel Sugino tặng vào năm 1924. Tôi ngồi trên một tảng đá phía trước chùa. Phong cảnh yên tĩnh lạ thường. Phía trước nơi có tượng Phật khổng lồ nhộn nhịp thiện nam tín nữ, phía sau

Tượng Phật khổng lồ và hoa đào tại chùa Kangetsudo ở Tokyo.

nơi ngôi chùa nhỏ bé này vắng bóng người. Hình như thế gian thường tình chỉ chuộng những gì to lớn vĩ đại! Tôi chụp được vài bức hình có hoa anh đào ngả vào tượng.

Tới Nhật vào đầu tháng 4 là mùa anh đào nở rộ, anh đào chào đón chúng tôi trên mỗi bước di chuyển. Vườn hoa quốc gia *Shinjuku Gyoen* tập trung những gốc đào cổ thụ. Anh đào là hoa của Nhật đã được phát triển tại các thành phố lớn khắp năm châu bốn biển. Tôi đã từng tới coi anh đào tại Thủ đô Washington của Mỹ, tại Vancouver của Canada, nhưng không nơi nào có những gốc đào cổ thụ như ở công viên này. Có những cây đã già nua bị cắt cụt tất cả cành và lá nhưng từ thân cây vẫn túa ra những cành hoa rậm rạp rực rỡ. Không biết có bao nhiêu giống anh đào. Mỗi cây là một kiểu hoa khác. Người ta mang những tấm bạt trải ra trên cỏ, dưới gốc

Cây anh đào cổ thụ.

Cây anh đào cổ thụ bị xén cành vẫn tiếp tục ra hoa.

Áo dài Việt Nam với hoa anh đào.

đào, cả gia đình bày ra ăn uống vui chơi. Có những cặp tình nhân, tìm tới một gốc cây khuất, ngồi tình tự dưới những cánh hoa đào rụng xuống theo từng cơn gió nhẹ. Tôi chưa thấy nơi nào anh đào toát hết ra vẻ đẹp như ở đây. Hằng hà sa số những máy hình chĩa vào hoa cố thu hết vẻ đẹp hiếm có. Những cây gậy *selfie* ngổn ngang khắp chốn. Tôi bắt gặp một du sinh Việt Nam mặc áo dài đứng làm mẫu cho bạn bè chụp hình liên miên trên từng gốc đào.

Bất cứ nơi nào tôi đi qua, trên đường phố, bên ven hồ, dưới những cây cầu cong cong, những cánh đào nhởn nhơ đùa cợt với gió. Cả thành phố phô ra vẻ đẹp với những chùm hoa hồng đỏ. Tại Osaka, trong một công viên, tràn ngập hoa đào, một ông già ôm cây tây ban cầm có loa khuếch âm ngồi đàn say sưa. Tôi chợt nhớ tới bài hát *Sakura*, có nghĩa là hoa

Đôi tình nhân dưới cội hoa đào tại Tokyo.

anh đào, và yêu cầu ông đàn cho mọi người nghe. Ông già vểnh tai nghe tôi nói nhưng lắc đầu không hiểu. Tôi nhấn mạnh chữ *sakura*. Ông vẫn ngớ ra. Lạ thật! Dân Nhật mà không biết *sakura!* Tôi vận dụng tay để diễn tả. Tay tôi chỉ lên cây anh đào đang rộ hoa. Ông già nhe răng cười, đầu gật gù. Ông nói lại: *sakura!* Nghe ông phát âm mới thấy khác với lối phát âm của tôi tới cả cây số! Phát âm của tôi thẳng đuồn đuột, phát âm của ông lên xuống, chỗ nhấn mạnh chỗ buông nhẹ, ông không hiểu là phải. Ông ôm cây đàn, gẩy bài Sakura. Tiếng đàn mộc mạc vang lên giữa những cánh hoa rụng coi bộ có hồn hơn đĩa nhạc tôi nghe ở Montreal. Chuyện chi cũng có nơi có chốn cả!

Nói tới hoa đào phải nhắc tới một vật kỷ niệm mà ai đi Nhật cũng tìm mua. Đó là cây dù đặc biệt của xứ hoa đào. Mở ra cây dù trông bình thường như mọi cây dù khác. Nhưng nếu gặp mưa, lớp vải trên dù sẽ nở ra những cánh hoa anh đào! Nói vậy cho thêm phần hấp dẫn chứ thực ra người ta vẽ những cánh hoa anh đào trên vải lợp dù bằng một chất gì đó mà khi gặp nước những cánh hoa vẽ mới hiện ra.

Thường những cây dù này không có bán tại các tiệm bán dù mà bán tại các địa điểm nhiều du khách tới viếng thăm như trước các chùa chiền, di tích, thắng cảnh. Hầu như chẳng ai không vác về ít nhất một cây. Có bà vớ vội năm bảy cây về làm quà cho người thân. Dù có thứ ngắn, có thứ dài. Ai thích ngắn, ai thích dài, nhân tâm tùy mạng mỡ!

Trên máy bay rời Nhật, những bó dù nhiều khi tới ba bốn cây cột lại với nhau, được các bà vác như những kiếm sĩ *samurai* trong các phim cổ trang Nhật. Nếu một ngày mưa gió nào đó, các bạn bỗng thấy hoa đào nở rộ trên dù tại Montreal thì cũng đừng ngạc nhiên. Phe ta đó!

4.

Khi tôi đang ở Tokyo thì một ông Nhật, nghe tôi nói sắp đi Hiroshima, đã cho biết là Ngoại Trưởng Mỹ John Kerry hiện đang ở Hiroshima, vậy là tôi chậm chân hơn ông ngoại Mỹ. Nhưng tôi nhanh chân hơn ông *tonton* Obama. Mãi tới cuối tháng 5 này, sau khi thăm Việt Nam, ông Obama mới tới Hiroshima. Đây là vị Tổng Thống Mỹ đương nhiệm đầu tiên tới thăm Hiroshima. Sở dĩ tôi kẹp hai ông lớn Mỹ này vào chuyện tôi đi Hiroshima vì nơi đây đã hứng trái bom nguyên tử đầu tiên trên thế giới vào lúc 8 giờ 15 phút sáng ngày 6 tháng 8 năm 1945 theo lệnh của Tổng Thống Mỹ lúc bấy giờ là ông Harry S. Truman. Khoảng từ 90 ngàn tới 146 ngàn người đã bị đốt cháy trong tổng số 350 ngàn dân của thành phố. Chuyện liên quan như vậy nên chuyện các ông lớn Mỹ tới Hiroshima là chuyện được dân Nhật chú ý. Ông Tập Cận Bình cũng chú ý vì chuyện thăm viếng và đặt vòng hoa tưởng niệm này khiến hai nước cựu thù xích gần nhau hơn, bất lợi cho Trung Cộng. Hai ông tới gây ồn ào quá cỡ, còn tôi tới thì êm ru bà rù. Không biết ai sướng hơn ai!

Hai ông chỉ biết những chỗ người ta dẫn đi, còn tôi phây phây đi vào khắp ngõ ngách nơi đã từng xảy ra thảm họa có một không hai trong lịch sử thế giới này, muốn tới đâu thì tới, muốn coi chi thì coi, chẳng ai ngó ngàng tới! Điều tôi chú ý nhất là chữ "hòa bình" được dùng cho nhiều tên trong quần thể lưu niệm này. *Peace Bell* (Chuông Hòa Bình), *Peace Flame* (Đuốc Hòa Bình), *Children's Peace Monument* (Đài Tưởng Niệm Nhi Đồng Hòa Bình), *Hiroshima National Peace Memorial Hall* (Nhà Quốc Gia Tưởng Niệm Hòa Bình Hiroshima), *Hiroshima Peace Memorial Museum* (Viện Bảo Tàng Tưởng Niệm Hòa Bình Hiroshima). Sau những lỗi lầm lịch sử, dân Nhật ngày nay tôn vinh hòa bình ngay tại nơi bị chiến tranh tàn phá tang thương nhất. Hiroshima hứng trái bom nguyên tử đầu tiên nhưng không gánh vác đau thương một mình. Ba ngày sau, thành phố Nagasaki hứng trái bom thứ hai, gây tử vong cho từ 39 ngàn đến 80 ngàn nhân mạng. Cho tới nay vẫn chưa có trái bom thứ ba được thả nên hai trái bom này, với thiệt hại nhân mạng khủng khiếp, vẫn là chuyện thế giới phải nghĩ tới khi tổng kết và phê phán về hậu quả của chúng với sự kết liễu Đệ Nhị Thế Chiến.

Chắc mọi người còn nhớ trận Đệ Nhị Thế Chiến này diễn ra giữa hai phe: phe Trục gồm ba nước là Đức Quốc Xã, Ý và Nhật Bổn; phe Đồng Minh gồm phần lớn các nước Âu Châu và Hoa Kỳ. Ngày 8 tháng 5 năm 1945, Đức Quốc Xã đã chịu đầu hàng nhưng Nhật vẫn tiếp tục chiến đấu. Ngày 26 tháng 7 năm 1945, phe Đồng Minh công bố bản tuyên ngôn Postdam kêu gọi Nhật đầu hàng vô điều kiện nhưng Nhật phớt lờ coi như pha. Mỹ, với sự đồng ý của Anh, dùng đòn chót: bom nguyên tử. Hiroshima lãnh trái bom đầu. Đúng 16 tiếng đồng hồ sau khi bom nổ, Tổng Thống Harry S. Truman ra tối hậu thư cho Nhật: nếu không tuân lệnh thì sẽ "chịu một trận mưa tàn phá từ không trung chưa bao giờ xảy ra trên hành tinh này". Nhật vẫn bướng bỉnh chống đối nên ngày 9 tháng 8 sau đó, trái bom thứ hai mới được thả xuống Nagasaki. Sáu ngày sau, ngày 15 tháng 8, Nhật mới chịu đầu hàng và Thế Chiến Thứ Hai chấm dứt.

Khu tưởng niệm bom nguyên tử ở Hiroshima là một quần thể rộng lớn nằm ngay chính giữa thành phố. Đứng trong khu tĩnh lặng này không ai có thể tưởng tượng được nơi đây, trước khi hứng bom, là khu *downtown* buôn bán sầm uất của thành phố. Sau khi Nhật đầu hàng, Hiroshima đã biến nơi đây thành khu tưởng niệm mang tên *Peace Memorial Park* (lại "hòa bình"!). Cứ tưởng tượng nơi trung tâm rơi của trái bom nguyên tử gây tàn phá khủng khiếp nay biến thành một nơi bình an, đẹp đẽ với 300 gốc anh đào được trồng dọc theo hai bên bờ sông Motoyasu ngăn khu này với thành phố bên ngoài, khách thăm viếng mới biết là hòa bình đã được dân Nhật ngày nay tôn vinh như thế nào.

Trời quang mây tạnh, nắng nhạt nhòa yếu ớt, khi chúng tôi tới quần thể kỷ niệm này. Điều đập ngay vào mắt là tòa nhà cao chỉ còn trơ bộ khung sắt nằm chơ vơ như bộ xương người gầy gò ốm yếu. Đó là tòa nhà tưởng niệm *A-Bomb*

Tòa nhà A-Bomb Dome *di tích còn sót lại của bom nguyên tử.*

Dome. Tòa nhà này được xây cất từ năm 1915, được sử dụng như một công ốc của quận hạt Hiroshima. Nơi tòa nhà tọa lạc có một định mệnh. Trái bom rơi xuống và nổ thành hình nấm trên bầu trời. Tòa nhà chỉ cách điểm nổ của bom 160 thước. Tất cả mọi sinh vật và đồ vật trong tòa nhà đã tức khắc biến thành tro bụi. Khung sắt của tòa nhà tuy có bị ảnh hưởng nặng nề nhưng không sụp xuống. Cho tới ngày nay vẫn trơ gan cùng tuế nguyệt. Tổ chức Liên Hiệp Quốc UNESCO đã liệt tòa nhà này là di sản thế giới vào năm 1996.

Chúng tôi, như mọi du khách khác, đã quay phim, chụp hình lia chia trước di tích này. Đây là nhân chứng sống của sự tàn phá nguyên tử. Đúng 71 năm sau tôi mới tới mà vẫn cảm thấy rùng mình khi đứng trước cái khung nhà chơ vơ này. Vậy mới hiểu được lòng yêu hòa bình ngày nay của dân Nhật.

Sát bên tòa nhà là dòng sông bình thản lượn lờ bên những cây anh đào đang vào độ rộ hoa. Nhưng đi quá lên một chút, chúng tôi lại đụng vào chiến tranh. Giữa dòng sông là bia kỷ niệm *Memorial Cenotaph*, tưởng niệm tất cả các nạn nhân của bom nguyên tử. Nơi đây là tâm điểm của quần thể lưu niệm. Một khối đá đen trông như một nấm mồ nằm dưới một vòm mái có hình chiếc yên ngựa. Kiến trúc này hình thành như một mái trú ẩn cho các oan hồn uổng tử. Bên trong nấm mồ này là tên của các nạn nhân bom nguyên tử, phía trước có khắc một lời nguyện cầu bình an cho những người đã nằm xuống và tuyên hứa, nhân danh toàn thể nhân loại, sẽ không bao giờ để cho thảm cảnh này tiếp diễn nữa. Ngay dưới chân đài kỷ niệm là một giải nước nông cạn, phía dưới

Khu tưởng niệm Memorial Cenotaph.

có những tấm đá đen, mỗi tấm khắc những hàng chữ bằng một thứ ngôn ngữ. Tôi chỉ có chút ít thời giờ đứng ở nơi đây nên không coi kỹ được đó là những ngôn ngữ nào nhưng tôi đoán đó là những ngôn ngữ được dùng chính thức tại Liên Hiệp Quốc. Tôi đọc bản tiếng Anh và chú ý tới câu chính: *Let all the souls here rest in peace for we shall not repeat the evil.* Hãy để cho các linh hồn nơi đây được an nghỉ vì chúng ta sẽ không tái diễn tội ác này nữa. Tôi đứng lặng tưởng nhớ tới những nạn nhân của cuộc chiến. Bên tôi, vài người Nhật đứng cầu nguyện với vẻ mặt thành kính.

Cũng nằm trong khuôn viên khu tưởng niệm là một nấm mồ tập thể chôn tro cốt của 70 ngàn nạn nhân không nhận diện được. Mộ trông như một ngọn đồi được trồng cỏ bao phủ xanh rì, nằm giữa một rừng cây xanh rất yên tĩnh. Tên

Sờ tay vào viên ngói từng bị bom nguyên tử năm 1945.

tuổi họ còn được ghi lại trong hai cuốn sổ do cảnh sát cứu cấp ghi lại sau khi tai nạn xảy ra. Hai cuốn sổ ngày nay trông rách nát được trưng bày trong một tủ kính tại Bảo Tàng Viện cũng nằm ngay trong khuôn viên khu tưởng niệm.

Bước chân vào Bảo Tàng Viện, tôi như nín thở. Tất cả quá khứ đau thương được phơi bày trong một khung cảnh âm u trầm buồn. Mọi người đều không dám bước mạnh. Những tiếng nói thầm thì của khách viếng thăm như từ thế giới nào vọng về. Hình ảnh rùng rợn xưa được phóng lớn, nằm trên những bức tường ẩn dấu những ngọn đèn lu mờ. Có chỗ được dựng lại toàn cảnh khi bom nổ trên những bức tường gạch vỡ còn được giữ lại từ 71 năm trước. Một phần bảo tàng viện được xây cất ngay trên những tòa nhà đổ vỡ mà họ đã khéo léo giữ lại nguyên trạng.

Chiếc xe ba bánh bị bom.

Những chứng tích đánh động vào con tim mọi người nhất có lẽ là những đồ chơi trẻ em bị bom bóp nát, những bộ áo quần trẻ em bị xé thành từng mảnh, chiếc xe đạp ba bánh méo xẹo. Bom không phân biệt tuổi tác. Vài ba viên ngói bị bom làm rộp lên được đặt dưới ánh đèn mờ cho du khách chạm vào. Một nhân viên đứng cạnh hộc trưng bày những viên ngói mời tôi đụng tay vào. Tôi nhẹ nhàng đặt tay lên những đốm sần sùi nổi lên cồm cộm, mắt nhìn bà nhân viên, lắc đầu.

Tôi ngơ ngẩn đi giữa những cảnh bị tàn phá và bắt gặp một chiếc bàn kính tròn, được chiếu sáng từ phía dưới. Trên bàn là những con chim hạc xếp bằng giấy đủ màu theo kiểu gấp giấy đặc trưng *origami* của Nhật. Chúng mang lại chút tươi vui cho nơi chốn nặng những kỷ niệm buồn bã của quá khứ. Nhìn vào bản giải thích mới rõ chuyện những con hạc này. Đó là những con hạc do em bé Sadako Sasaki xếp. Trên tường là hình ảnh và những con chữ nói về cuộc đời của em. Khi bom nguyên tử nổ trên bầu trời Hiroshima thì em Sasaki mới được 2 tuổi. Em may mắn không bị thương tích chi. Những năm tháng sau đó em lớn và phát triển như bất cứ một em bé khỏe mạnh nào khác. Nhưng mười năm sau, em bị ung thư máu. Được đưa vào bệnh viện điều trị, em rất yêu đời, ngồi xếp những con hạc bằng giấy với mong ước khi em gấp được một ngàn con hạc thì em sẽ khỏi bệnh về đi học bình thường với các bạn. Ước mơ của em bị dập tắt tám tháng sau đó. Em nhắm mắt với hình ảnh những con hạc còn vương vấn trong em. Cho tới ngày nay khắp thế giới đã gửi

Mộ tập thể 70 ngàn nạn nhân bom nguyên tử không nhận diện được.

Những con hạc gấp bằng giấy của em Sadako Sasaki.

về Khu Tưởng Niệm hàng triệu con hạc. Nhiều du khách đã gấp những con hạc giấy và tận tay mang tới tặng.

Cái chết của em Sasaki đã làm dấy lên phong trào vận động để xây một khu tưởng niệm cho những trẻ em bị tử vong vì bom nguyên tử. Và đài Tưởng Niệm Nhi Đồng Hòa Bình được xây cất. Ngước nhìn lên bức tượng em Sasaki, nằm chót vót trên đỉnh đài tưởng niệm, hai tay giang rộng như muốn thu lại cả bầu trời, ngẩng đầu nhìn lên một con hạc được gấp bằng giấy treo ở phía trên, lòng tôi chùng xuống. Những thân phận nhỏ bé này có đáng chịu một định mệnh khắt khe như vậy không?

Hàng năm, tới ngày 6 tháng 8, chính phủ và dân chúng Nhật vẫn cử hành lễ tưởng niệm tại khu tưởng niệm này. Đúng 8 giờ 15 phút sáng, giờ trái bom nổ trên bầu trời Hiro-

Đài tưởng niệm Children's Peace Monument.

shima năm xưa, tất cả đều yên lặng cúi đầu trong một phút mặc niệm để nhớ tới những nạn nhân thương vong. Rất nhiều du khách đã tới đặt hoa tại Bia Tưởng Niệm và tượng đài Tưởng Niệm Nhi Đồng Hòa Bình trong suốt ngày này.

Buổi tối, hàng hàng lớp lớp đèn lồng được đốt sáng và thả trên sông Motoyasu nằm dọc theo khu tưởng niệm. Lửa của đèn lồng lấy từ lửa nguyên thủy khi bom nổ được một công dân sống trong giây phút hãi hùng ngày đó nuôi lại cho tới giờ. Trên đèn là những câu viết thương nhớ những nạn nhân và cầu chúc hòa bình cho đất nước.

Tôi nhận thấy một điều là phần lớn các kiến trúc tưởng niệm trong khu này đều được xây cất với hình ảnh những vòm trú ẩn. Chúng nói lên thân phận bé nhỏ, yếu đuối của con người trước thảm cảnh có một không hai của nhân loại. Bức tượng người mẹ cúi rạp người che chở cho đứa con, với tay ra sau nắm tay một đứa con khác, được tạc phía ngoài của khu Tưởng Niệm, ngay trên bãi cỏ tiếp giáp với đường Hòa Bình, là một chứng tích khác nói lên sự chịu đựng của

Tượng "Mẹ và con Trong Bão Táp".

con người yếu đuối dưới sức mạnh của bom đạn. Bức tượng mang tên "Mẹ và Con dưới trận Mưa Bão" với hình ảnh người mẹ cúi rạp người xuống che chở cho con nói lên sức mạnh của tình mẫu tử. Cũng trong ngày kỷ niệm 6 tháng 8, các bà mẹ thường tụ tập dưới chân tượng này, đặt hoa và những con hạc được gấp bằng giấy, cầu nguyện cho hòa bình thế giới.

Không biết mai đây, khi tới thăm khu Tưởng Niệm Bom Nguyên Tử Hiroshima này, *tonton* Obama, người có quyền nhấn nút cho nổ bom sẽ nghĩ chi?

Chiến tranh là cách giải quyết tồi tệ nhất những mâu thuẫn của con người. Dân Nhật đã có thời mang chiến tranh ra để thực hiện giấc mộng Đại Đông Á. Binh lính Nhật đã đối xử nghiệt ngã, gây ra chết chóc, hãm hiếp người dân tại

Một am thờ liệt sĩ tại một ngôi chùa ở Tsuyama.

Các em nhỏ đi thăm di tích lịch sử.

các quốc gia họ xâm lấn như Trung Quốc, Đại Hàn và ngay cả Việt Nam. Đội quân xâm lăng đó ngày nay vẫn được Nhật thờ phụng cùng với các liệt sĩ của mọi thời kỳ lịch sử của đất nước trong ngôi đền Yasukuni ở Kyoto. Mỗi lần một viên chức cao cấp của Nhật tới dâng hương ở đền này là một lần Trung Quốc và Đại Hàn phản đối. Thậm chí mới dây nhất, ngày 21 tháng 4 năm 2016, Thủ Tướng Shinzo Abe của Nhật chỉ gửi lễ vật tới dâng cúng cũng bị hai nước này phản đối kịch liệt. Nhưng đối với dân Nhật đền Yasukuni là nơi thờ phụng tất cả những người lính tử trận vì đã chiến đấu cho thiên hoàng. Cho tới nay đã có 2.466.532 tên được dân Nhật ghi công. Họ cho việc thờ cúng những liệt sĩ là đề cao bản sắc dân tộc và là nền tảng cho tinh thần yêu nước của Nhật. Tôi không có dịp tới viếng đền này trong thời gian ở Kyoto nhưng, trong các dịp tới viếng thăm các ngôi chùa hoặc đền thờ Thần Đạo ở Nhật, tôi thấy họ luôn luôn có một chiếc am nhỏ ngay nơi cổng vào để thờ những liệt sĩ đã hy sinh cho tổ quốc.

Gìn giữ tinh thần và bản sắc dân tộc là điều tôi thấy khi nhìn những em bé mặc đồng phục xếp hàng tới đền thờ. Họ dậy dỗ con em ngay từ lúc còn ở tuổi mẫu giáo. Có lẽ chính những giáo huấn này đã khiến dân Nhật ngày nay sống trong niềm tự hào dân tộc rất mạnh. Người ta nói việc dân Nhật không chú tâm học tiếng ngoại quốc, nhất là tiếng Anh, là vì tự hào dân tộc. Không biết có đúng không. Nhưng tôi thấy một trong những biểu hiện rõ ràng của tư cách con dân Nhật là chuyện không nhận tiền *tip*. Tôi hồ nghi chuyện này khi tới Nhật. Và tôi làm một bài toán thử. Buổi sáng, khi rời khách sạn, tôi để một miếng giấy viết *" Thank You"* và một số tiền cho người dọn phòng. Chiều về, số tiền vẫn còn nguyên, trên miếng giấy có viết thêm vài câu tiếng Nhật. Dĩ nhiên tôi mù câm chẳng biết họ viết chi. Thủ tờ giấy trong túi, khi gặp một du sinh Việt Nam, tôi nhờ dịch giùm. Đại khái họ viết là rất cám ơn việc tôi đã nghĩ tới họ nhưng họ không thể nhận số tiền này được. Tại các nhà hàng ăn uống, họ cũng không nhận tiền *tip*. Nếu khách để tiền lại trên bàn, họ chạy theo trả lại.

Nhưng ông Nhật tại một quán bán bánh mực ở Osaka lại không cho tôi dịp may từ chối như cô dọn phòng và các nhân viên nhà hàng. Coi bộ ông này rất chịu chơi với chiếc mũ cao bồi. Bữa đó đi ngang qua một quán bán bánh bột có nhân là một miếng mực, thứ bánh mà các đệ tử của phim Đại Hàn chắc phải biết. Nhìn thấy một bà đang xiên từng chiếc bánh trong khuôn để trở bánh cho vàng, tôi phục cái tay nhanh nhẹn đầy…nghệ thuật của bà quá. Tôi xin phép quay phim. Ông chồng bà từ trong nhà ra nhìn. Chờ tôi quay xong, ông hỏi người từ đâu tá. Tôi trả lời. Xong tôi mua một gói. Khi tôi trả tiền thì ông nhất định không cho bà vợ lấy. Nói thế nào ông cũng không chịu. Tôi không nhận gói bánh thì ông ấn vào tay tôi với vẻ mặt khẩn khoản. Tôi đành phải nhận gói bánh biếu của ông. Một ông bạn đi cùng tôi chờ cho ông này đi vào trong nhà, mua tiếp. Ông lại chạy ra. Nhưng ông trễ một bước. Bà vợ đã nhận tiền. Ông không chịu thua. Bà vợ trả tiền lại nhưng ông bạn tôi nhất định không lấy. Vậy là ông giở chiêu khác. Ông bảo bà vợ cho thêm bánh vào gói!

Có đi vào ngóc ngách của đời sống dân chúng mới thấy niềm tự hào và tấm lòng của người dân xứ này. Họ kỷ luật và hiếu khách. Bất cứ chỗ nào có từ hai người trở lên là họ tự động xếp hàng. Chen ngang vào hàng là điều tối kỵ. Nhưng họ tôn trọng và vui vẻ chấp nhận những trường hợp bất khả kháng của du khách đi từng đoàn đông người cần phải lên chung một chuyến tàu hay xe. Cái cúi đầu chào của họ trong mọi trường hợp có lẽ là một thứ "dân tộc tính" khác. Không biết mỗi ngày họ gập người bao nhiêu lần. Tôi nói giỡn với một ông bạn: đây không thuộc lãnh vực văn hóa mà thuộc lãnh vực thể dục thể thao!

Tôi đã viết trong phần đầu của loạt du ký này chuyện tôi nghe thấy huyền thoại là tại Nhật đồ để quên hay đánh rơi ngoài đường không bao giờ mất. Nhiều người ngoại quốc đã kể lại kinh nghiệm cá nhân của họ. Nhưng tôi vẫn phân vân:

bộ ngày nay vẫn có nơi y chang như dưới thời Nghiêu Thuấn hay sao? Cuối cùng tôi đã có kinh nghiệm về "huyền thoại" này. Vào những ngày cuối ở Nhật, trong lúc viếng thăm khu tưởng niệm nạn nhân bom nguyên tử tại Hiroshima, tôi để thất lạc một trong những máy chụp hình của tôi. Tôi không biết chiếc máy bị quên ở chỗ nào trong khu tưởng niệm rộng lớn này. Về tới khách sạn mới biết cớ sự. Nhưng vì không có thời giờ, lại di chuyển liên miên, nên tôi chặc lưỡi cho qua. Khi về tới Montreal, tiếc những tấm hình chụp trong máy, tôi thử cầu may bằng cách tìm vào *internet*. Kiếm được *e-mail* của *Peace Memorial Park* ở Hiroshima, tôi gửi ngay một thư trình bày sự kiện. Chỉ một thời gian ngắn sau tôi nhận được trả lời. Họ cho biết là họ có giữ một máy hình như tôi cho chi tiết vào ngày đó nhưng vì họ chỉ được giữ một tuần, sau đó phải nộp cho cảnh sát nên chiếc máy hình của tôi hiện nằm tại bót cảnh sát. Họ đề nghị nếu tôi có bạn tại Nhật thì ủy quyền cho bạn tới lãnh, nếu không họ có thể lãnh giúp tôi và gửi về Canada. Tôi nhờ họ lãnh giùm. Họ gửi cho tôi mẫu giấy ủy quyền để tôi ký. Mẫu toàn bằng tiếng Nhật. Biết trình độ tiếng Nhật của tôi nên họ gửi kèm theo một bản khác, khoanh đỏ chỗ tôi phải ký. Tôi ký và gửi lại. Họ cho biết để tránh sự nhầm lẫn, yêu cầu tôi mô tả máy hình, cho kích thước máy, kiểu máy, số máy. May là tôi còn giữ được chiếc bao và cái xạc điện của máy. Tôi cho kích thước của chiếc bao, kiểu máy và số máy trên cái xạc điện. Để chắc ăn, tôi chụp hình và gửi kèm theo luôn. Cho chắc ăn hơn nữa, tôi gửi một tấm hình của một ông bạn chụp tôi đang sử dụng chiếc máy hình bị thất lạc. Chỉ một ngày sau, họ xác nhận đúng là máy hình của tôi và họ cho biết sẽ gửi qua Canada cho tôi. Phí tổn do tôi chịu. Họ gửi qua bưu điện Nhật. Cách tính phí tổn rất tiện lợi. Họ cho biết giá bằng tiền Nhật nhưng kèm theo là số phiếu *International Reply Coupon* tương đương. Phiếu này có thể mua tại Bưu Điện Canada. Cẩn thận hơn, họ còn vào *website* của Bưu Điện Canada, chỉ rõ phiếu và giá tiền mỗi phiếu. Tôi chỉ việc ra Bưu Điện mua và gửi cho họ đủ số phiếu cần thiết. Họ đã nhận được phiếu, máy hình đang trên đường về Canada. Nếu chuyện này xảy ra ở một nước khác, kết cục có được như vậy không? Có thể được nhưng ở Nhật thì hầu như chắc chắn khổ chủ sẽ lại cầm trong tay món đồ thân yêu của mình.

Tôi đã đi du lịch nhiều nước nhưng phải nói là chưa có nơi nào tôi cảm thấy yên tâm, thanh thản và an bình như những ngày thăm viếng Nhật. Nhiều du khách đã cảm phục đất nước và con người Nhật Bổn, tôi có khen thêm cũng bằng thừa. Nhưng tôi vẫn phải buộc mình kể ra những gì tôi đã tai nghe mắt thấy trong hai tuần lưu lại Nhật, như chứng tỏ lòng cảm phục một dân tộc Á châu đã tự đứng dậy, vươn lên thành một cường quốc bằng cách vượt qua chính những lỗi lầm của họ trong quá khứ.

05/2016

Phiếm 10 (Nhân Ảnh, Toronto, Canada 2011)
    (In lần thứ hai - Nhân Ảnh, San Jose, 2016)

Phiếm 11 (Nhân Ảnh, Toronto, Canada 2012)
    (In lần thứ hai - Nhân Ảnh, San Jose, 2016)

Phiếm 12 (Nhân Ảnh, Toronto, Canada 2012)
    (In lần thứ hai - Nhân Ảnh, San Jose, 2016)

Tuyển Tập Truyện Ngắn Song Thao, Tập I
    (Nhân Ảnh, Toronto, Canada 2013)
    (In lần thứ hai - Nhân Ảnh, Toronto, 2015)

Phiếm 13 (Nhân Ảnh, Toronto, Canada 2013)
    (In lần thứ hai - Nhân Ảnh, San Jose, 2016)

Tuyển Tập Truyện Ngắn Song Thao, Tập II
    (Nhân Ảnh, Toronto, Canada 2013)

Phiếm 14 (Nhân Ảnh, Toronto, Canada 2014)
    (In lần thứ hai - Nhân Ảnh, San Jose, 2016)

Tuyển Tập Truyện Ngắn Song Thao, Tập III
    (Nhân Ảnh, Toronto, Canada 2014)

Tuyển Tập Truyện Ngắn Song Thao, Tập IV
    (Nhân Ảnh, Toronto, Canada 2014)

Phiếm 15 (Nhân Ảnh, Toronto, Canada 2014)
    (In lần thứ hai - Nhân Ảnh, San Jose, 2016)

Phiếm 16 (Nhân Ảnh, Toronto, Canada 2015)

Phiếm 17 (Nhân Ảnh, Toronto, Canada 2016)

Phiếm 18 (Nhân Ảnh, Toronto, Canada 2016)

Dấu Chân Lang Bạt I (Nhân Ảnh, Toronto, Canada 2016)
    (In lần thứ hai - Nhân Ảnh, Huntington Beach, Hoa Kỳ 2022)

Phiếm 19 (Nhân Ảnh, San José, Hoa Kỳ 2017)

Phiếm 20 (Nhân Ảnh, San José, Hoa Kỳ 2017)

Phiếm 21 (Nhân Ảnh, San José, Hoa Kỳ 2018)

Phiếm 22 (Nhân Ảnh, San José, Hoa Kỳ 2019)

Phiếm 23 (Nhân Ảnh, San José, Hoa Kỳ 2019)
Phiếm 24 (Nhân Ảnh, San José, Hoa Kỳ 2020)
Phiếm 25 (Nhân Ảnh, San José, Hoa Kỳ 2020)
Phiếm 26 (Nhân Ảnh, San José, Hoa Kỳ 2021)
Phiếm 27 (Nhân Ảnh, San José, Hoa Kỳ 2021)
Dấu Chân Lang Bạt II (Nhân Ảnh, Huntington Beach, Hoa Kỳ 2022)
Phiếm 28 (Nhân Ảnh, Huntington Beach, Hoa Kỳ 2022)

Nhà xuất bản NHÂN ẢNH
18366 Mapledale LN
Huntington Beach, CA 95678
U.S.A.
E-mail: han.le3359@gmail.com

Liên lạc với tác giả:
TẠ TRUNG SƠN
7805 Claire Fauteux, #1
Montréal, Qc., H1K 5B6 - Canada
Điện thoại: 514-354-5338
Cell: 514-916-5338
Email: tatrungson@hotmail.com